AF765843

ਮੈਂ ਸਵਰਗ ਤੋਂ ਅੱਗ ਦੇਖੀ

ਜਹਾਦ ਤੋਂ ਯਿਸੂ ਤੱਕ - ਅੱਗ ਹੇਠ ਵਫ਼ਾਦਾਰੀ

ਜੀਵਤ ਪੱਤਰ - 40 ਦਿਨਾਂ ਦੀ ਭਗਤੀ ਲੜੀ |

ਕਿਤਾਬ 3

ਨਾਲ

ਨਬੀ ਈਸਾ ਅਲ- ਬੂਬਾ ; ਜ਼ਕਰਿਆਸ ਗੋਡਸੀਗਲ ;
ਅੰਬ . MO Ogbe ;
ਸੀ . ਲਾਡੀ ਓਗਬੇ ;

Table of Contents

ਕਾਪੀਰਾਈਟ © ਪੰਨਾ

ਮੈਂ ਸਵਰਗ ਤੋਂ ਅੱਗ ਦੇਖੀ

ਜਹਾਦ ਤੋਂ ਯਿਸੂ ਤੱਕ - ਅੱਗ ਹੇਠ ਵਫ਼ਾਦਾਰੀ

ਜੀਵਤ ਪੱਤਰ - 40 ਦਿਨਾਂ ਦੀ ਭਗਤੀ ਲੜੀ | ਕਿਤਾਬ 3

ਲੇਖਕ

ਨਬੀ ਈਸਾ ਅਲ- ਬੂਬਾ

ਜ਼ਕਰਿਆਸ ਗੋਡਸੀਗਲ

ਅੰਬੈਸਡਰ ਸੋਮਵਾਰ ਓ. ਓਗਬੇ

ਕੰਫਰਟ ਲਾਡੀ ਓਗਬੇ

ਪ੍ਰਕਾਸ਼ਕ

ਜ਼ਕਰੀਆਸ ਗੋਂਡਸੀਗਲ ਅਤੇ ਗੋਂਡਸੀਗਲ ਮੰਤਰਾਲਿਆਂ

ਦੁਆਰਾ ਪ੍ਰਕਾਸ਼ਿਤ: **ਜ਼ਕਰੀਆਸ ਗੋਂਡਸੀਗਲ**

ਸੰਪਰਕ - https://www.otakada.org

ambassador@otakada.org 'ਤੇ ਸੰਪਰਕ ਕਰੋ

ਟੈਲੀਫ਼ੋਨ/ਐਸਐਮਐਸ +13024922440;

ਵਟਸਐਪ +2348032835348

ਬੇਦਾਅਵਾ

ਬੂਬਾ ਦੇ ਦਸਤਾਵੇਜ਼ੀ ਗਵਾਹੀ, ਸੇਵਕਾਈ ਯਾਤਰਾ ਅਤੇ ਅਧਿਆਤਮਿਕ ਅਨੁਭਵਾਂ ਨੂੰ ਪੇਸ਼ ਕਰਦੀ ਹੈ ਜਿਵੇਂ ਕਿ ਇੰਟਰਵਿਊਆਂ, ਉਪਦੇਸ਼ਾਂ ਅਤੇ ਸੇਵਕਾਈ ਰਿਕਾਰਡਾਂ ਵਿੱਚ ਜਨਤਕ ਤੌਰ 'ਤੇ ਸਾਂਝਾ ਕੀਤਾ ਗਿਆ ਹੈ। ਜਦੋਂ ਕਿ ਉਸਦੇ ਜੀਵਨ ਵਿੱਚ ਨਾਟਕੀ ਮੁਲਾਕਾਤਾਂ, ਅਤਿਆਚਾਰ ਦੇ ਬਿਰਤਾਂਤ ਅਤੇ ਅਲੌਕਿਕ ਦਾਅਵਿਆਂ ਸ਼ਾਮਲ ਹਨ, ਇਹ ਕੰਮ ਕਿਸੇ ਮਨੁੱਖ ਨੂੰ ਧਾਰਮਿਕ ਨਹੀਂ ਮੰਨਦਾ ਅਤੇ ਨਾ ਹੀ ਕਿਸੇ ਮਨੁੱਖੀ ਸ਼ਖਸੀਅਤ ਨੂੰ ਸੱਚਾਈ ਦੇ ਮਿਆਰ ਵਜੋਂ ਉੱਚਾ ਚੁੱਕਦਾ ਹੈ।

ਸਿਰਫ਼ ਧਰਮ ਗ੍ਰੰਥ ਹੀ ਵਿਸ਼ਵਾਸ ਅਤੇ ਆਚਰਣ ਲਈ ਅੰਤਿਮ ਅਧਿਕਾਰ ਬਣਿਆ ਹੋਇਆ ਹੈ।

ਜਿੱਥੇ ਵੀ ਕੋਈ ਜੀਵਨ, ਸੇਵਕਾਈ ਅਭਿਆਸ, ਜਾਂ ਨਿੱਜੀ ਫੈਸਲਾ ਬਾਈਬਲ ਦੇ ਅਨੁਸਾਰ ਨਹੀਂ ਹੋ ਸਕਦਾ, ਉੱਥੇ ਇਸ ਪ੍ਰਕਾਸ਼ਨ ਦੁਆਰਾ ਅਜਿਹੇ ਭਟਕਣਾਂ ਦਾ ਸਮਰਥਨ ਜਾਂ ਜਾਇਜ਼ ਠਹਿਰਾਇਆ ਨਹੀਂ ਜਾਂਦਾ। ਸਾਡਾ

ਉਦੇਸ਼ ਗਲਤੀ ਨੂੰ ਵਧਾਉਣਾ, ਸ਼ਖਸੀਅਤ ਦਾ ਬਚਾਅ ਕਰਨਾ, ਜਾਂ ਨਾਇਕ ਪੂਜਾ ਨੂੰ ਉਤਸ਼ਾਹਿਤ ਕਰਨਾ ਨਹੀਂ ਹੈ।

ਇਹ ਰਚਨਾ ਪਾਠਕਾਂ ਨੂੰ ਮਸੀਹ ਵੱਲ ਇਸ਼ਾਰਾ ਕਰਦੀ ਹੈ - ਕਿਸੇ ਆਦਮੀ ਵੱਲ ਨਹੀਂ।

ਇਸ ਕਿਤਾਬ ਦਾ ਜ਼ੋਰ ਯਿਸੂ ਮਸੀਹ ਪ੍ਰਤੀ ਵਫ਼ਾਦਾਰੀ, ਅਨੁਸ਼ਾਸਿਤ ਪਵਿੱਤਰਤਾ, ਧਰਮ ਗ੍ਰੰਥ ਪ੍ਰਤੀ ਆਗਿਆਕਾਰੀ, ਅਤੇ ਵਫ਼ਾਦਾਰ ਧੀਰਜ ਦੁਆਰਾ ਪਰਿਵਰਤਨ ਹੈ। ਪਰਮਾਤਮਾ ਦੇ ਕਿਸੇ ਵੀ ਸੇਵਕ ਦੇ ਜੀਵਨ ਨੂੰ ਸਿਰਫ਼ ਉਥੋਂ ਤੱਕ ਪੇਸ਼ ਕੀਤਾ ਗਿਆ ਹੈ ਜਿੰਨਾ ਇਹ ਸਮਰਪਣ, ਦ੍ਰਿੜਤਾ, ਪਛਤਾਵਾ, ਅਧਿਆਤਮਿਕ ਅਨੁਸ਼ਾਸਨ ਅਤੇ ਨੇਮਬੱਧ ਵਫ਼ਾਦਾਰੀ ਨੂੰ ਦਰਸਾਉਂਦਾ ਹੈ।

ਪਾਠਕਾਂ ਨੂੰ ਉਤਸ਼ਾਹਿਤ ਕੀਤਾ ਜਾਂਦਾ ਹੈ ਕਿ:

• ਧਰਮ-ਗ੍ਰੰਥ ਦੁਆਰਾ ਸਾਰੀਆਂ ਗੱਲਾਂ ਦੀ ਪਰਖ ਕਰੋ
• ਜੋ ਚੰਗਾ ਹੈ ਉਸਨੂੰ ਫੜੀ ਰੱਖੋ • ਜੋ ਪਰਮੇਸ਼ੁਰ ਦੇ ਬਚਨ ਦੇ ਉਲਟ ਹੈ ਉਸਨੂੰ ਰੱਦ ਕਰੋ • ਸਾਰੇ ਸ਼ਖਸੀਅਤਾਂ ਤੋਂ ਉੱਪਰ ਉੱਠ ਕੇ ਮਸੀਹ ਦਾ ਪਾਲਣ ਕਰੋ

"ਆਈ ਸਾਅ ਫਾਇਰ ਫਰਾਮ ਹੈਵਨ" ਦਾ ਟੀਚਾ ਪ੍ਰਸ਼ੰਸਾ ਨਹੀਂ, ਸਗੋਂ ਨਿਰਮਾਣ ਹੈ।

ਉਤਸ਼ਾਹ ਨਹੀਂ, ਸਗੋਂ ਪਵਿੱਤਰਤਾ।

ਸ਼ਖ਼ਸੀਅਤ ਦੀ ਉੱਨਤੀ ਨਹੀਂ, ਸਗੋਂ ਮਸੀਹ-ਕੇਂਦਰਿਤ ਤਬਦੀਲੀ।

ਸਵਰਗ ਉਸ ਉੱਤੇ ਖੁਸ਼ ਹੁੰਦਾ ਹੈ ਜੋ ਤੋਬਾ ਕਰਦਾ ਹੈ ਅਤੇ ਵਫ਼ਾਦਾਰੀ ਨਾਲ ਚੱਲਦਾ ਹੈ।

ਉਹ ਤੁਸੀਂ ਹੋਵੋ।

ਪੋਥੀ ਸੂਚਨਾ

ਜਦੋਂ ਤੱਕ ਹੋਰ ਸੰਕੇਤ ਨਾ ਦਿੱਤਾ ਜਾਵੇ, ਸ਼ਾਸਤਰ ਦੇ ਹਵਾਲੇ ਆਮ ਤੌਰ 'ਤੇ ਵਰਤੇ ਜਾਂਦੇ ਅੰਗਰੇਜ਼ੀ ਅਨੁਵਾਦਾਂ ਤੋਂ ਲਏ ਗਏ ਹਨ। ਸਪਸ਼ਟਤਾ ਅਤੇ ਭਗਤੀ ਦੇ ਕੇਂਦਰ ਲਈ ਥਾਵਾਂ 'ਤੇ ਜ਼ੋਰ ਦਿੱਤਾ ਗਿਆ ਹੈ।

ਛਪਾਈ ਜਾਣਕਾਰੀ

ਸੰਯੁਕਤ ਰਾਜ ਅਮਰੀਕਾ ਵਿੱਚ ਛਾਪਿਆ ਗਿਆ

ਪਹਿਲਾ ਐਡੀਸ਼ਨ

ਕਿਤਾਬ ਬਾਰੇ - ਮੈਂ ਸਵਰਗ ਤੋਂ ਅੱਗ ਦੇਖੀ

ਜਹਾਦ ਤੋਂ ਯਿਸੂ ਤੱਕ - ਅੱਗ ਹੇਠ ਵਫ਼ਾਦਾਰੀ

ਜੀਵਤ ਪੱਤਰ - 40 ਦਿਨਾਂ ਦੀ ਭਗਤੀ ਲੜੀ | ਕਿਤਾਬ 3

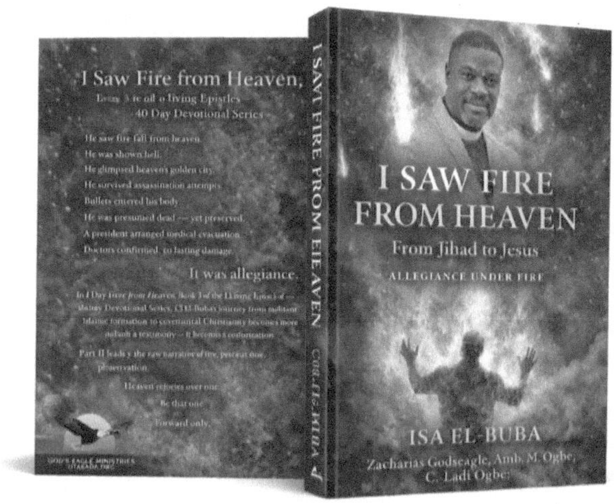

ਕੀ ਹੁੰਦਾ ਹੈ ਜਦੋਂ ਸਵਰਗ ਤੋਂ ਅੱਗ ਡਿੱਗਦੀ ਹੈ - ਅਤੇ ਸਿਰਫ਼ ਇੱਕ ਹੀ ਦਿਲ ਤੋਬਾ ਕਰਦਾ ਹੈ?

ਇਹ *ਲਿਵਿੰਗ ਐਪੀਸਟਲਜ਼ - 40 ਦਿਨਾਂ ਦੀ ਭਗਤੀ ਲੜੀ ਦੀ ਤੀਜੀ ਕਿਤਾਬ ਹੈ*, ਇੱਕ ਪਰਿਵਰਤਨਸ਼ੀਲ ਸੰਗ੍ਰਹਿ ਜੋ ਭਾਵਨਾਵਾਂ ਨੂੰ ਪ੍ਰੇਰਿਤ

ਕਰਨ ਲਈ ਨਹੀਂ, ਸਗੋਂ ਅਨੁਸ਼ਾਸਿਤ, ਨੇਮਬੱਧ ਵਿਸ਼ਵਾਸੀ ਬਣਾਉਣ ਲਈ ਤਿਆਰ ਕੀਤਾ ਗਿਆ ਹੈ।

ਸਖ਼ਤ ਇਸਲਾਮੀ ਢਾਂਚੇ ਵਿੱਚ ਪੈਦਾ ਹੋਇਆ ਅਤੇ ਸਤਿਕਾਰਤ ਧਾਰਮਿਕ ਅਧਿਕਾਰ ਅਧੀਨ ਸਿਖਲਾਈ ਪ੍ਰਾਪਤ, **ਪੈਗੰਬਰ ਈਸਾ ਅਲ- ਬੂਬਾ ਦਾ** ਜੀਵਨ ਅਨੁਸ਼ਾਸਨ, ਦ੍ਰਿੜਤਾ ਅਤੇ ਵਿਰਾਸਤ ਵਿੱਚ ਮਿਲੀ ਵਫ਼ਾਦਾਰੀ ਦੁਆਰਾ ਘੜਿਆ ਗਿਆ ਸੀ। ਉਸਦੇ ਗੁਰੂ ਨੇ ਉਸਨੂੰ ਡੂੰਘਾਈ ਨਾਲ ਸਿਖਾਇਆ - ਜਿਸ ਵਿੱਚ ਅਧਿਆਤਮਿਕ ਅਭਿਆਸ ਅਤੇ ਤੀਬਰ ਸ਼ਰਧਾ ਸ਼ਾਮਲ ਹੈ।

ਫਿਰ ਸਭ ਕੁਝ ਰੁਕ ਗਿਆ।

ਉਸਨੇ ਸਵਰਗ ਤੋਂ ਆਪਣੇ ਗੁਰੂ ਨੂੰ ਅੱਗ ਲੱਗਦੀ ਦੇਖੀ।

ਉਸਨੂੰ ਨਰਕ ਦਿਖਾਇਆ ਗਿਆ। ਉਸਨੇ ਸਵਰਗ ਦੇਖਿਆ - ਸਦੀਵੀ ਭਾਰ ਵਾਲਾ ਇੱਕ ਸੁਨਹਿਰੀ ਸ਼ਹਿਰ। ਉਹ ਕਤਲ ਦੀਆਂ ਕੋਸ਼ਿਸ਼ਾਂ ਤੋਂ ਬਚ ਗਿਆ। ਗੋਲੀਆਂ ਉਸਦੇ ਸਰੀਰ ਵਿੱਚ ਦਾਖਲ ਹੋ ਗਈਆਂ। ਧਾਤ ਉਸਦੀ ਖੋਪੜੀ ਵਿੱਚ ਵੱਜੀ। ਉਸਨੂੰ ਮਰਿਆ ਹੋਇਆ ਮੰਨਿਆ ਗਿਆ - ਫਿਰ ਵੀ ਸੁਰੱਖਿਅਤ ਰੱਖਿਆ ਗਿਆ। ਇੱਕ ਰਾਸ਼ਟਰਪਤੀ ਨੇ ਡਾਕਟਰੀ ਨਿਕਾਸੀ ਦਾ ਪ੍ਰਬੰਧ ਕੀਤਾ। ਡਾਕਟਰਾਂ ਨੇ ਪੁਸ਼ਟੀ ਕੀਤੀ: ਕੋਈ ਸਥਾਈ ਨੁਕਸਾਨ ਨਹੀਂ।

ਪਰ ਸਭ ਤੋਂ ਵੱਡੀ ਲੜਾਈ ਸਰੀਰਕ ਨਹੀਂ ਸੀ।

ਇਹ ਵਫ਼ਾਦਾਰੀ ਸੀ।

ਪਖੰਡ ਪ੍ਰਤੀ ਨਿਰਾਸ਼ਾ ਨੇ ਉਸਨੂੰ ਲਗਭਗ ਪਿੱਛੇ ਖਿੱਚ ਲਿਆ - ਜਦੋਂ ਤੱਕ ਇੱਕ ਫੈਸਲਾਕੁੰਨ ਮੁਕਾਬਲੇ ਨੇ ਸਭ ਕੁਝ ਨਹੀਂ ਬਦਲ ਦਿੱਤਾ:

"ਅਸੀਂ ਬਹੁਤ ਦੂਰ ਚਲੇ ਗਏ ਹਾਂ। ਵਾਪਸ ਜਾਣ ਲਈ ਬਹੁਤ ਦੇਰ ਹੋ ਗਈ ਹੈ।"

ਇਹ ਸਿਰਫ਼ ਇੱਕ ਗਵਾਹੀ ਨਹੀਂ ਹੈ।

ਇਹ ਇੱਕ ਨਿਰਮਾਣ ਯਾਤਰਾ ਹੈ।

40-ਦਿਨਾਂ ਦੇ ਰਣਨੀਤਕ ਅਨੁਸ਼ਾਸਨ ਮਾਰਗ ਦੇ ਰੂਪ ਵਿੱਚ ਤਿਆਰ ਕੀਤੀ ਗਈ, ਇਹ ਕਿਤਾਬ ਪਾਠਕਾਂ ਨੂੰ ਇਹਨਾਂ ਵਿੱਚੋਂ ਅਗਵਾਈ ਕਰਦੀ ਹੈ:

- ਵਿਸ਼ੇਸ਼ ਵਫ਼ਾਦਾਰੀ ਦਾ ਨਿਪਟਾਰਾ
- ਅਧਿਆਤਮਿਕ ਢਾਂਚੇ ਦਾ ਪੁਨਰ ਨਿਰਮਾਣ
- ਪਖੰਡ ਦਾ ਸਾਹਮਣਾ ਕਰਨਾ
- ਅਤਿਆਚਾਰ ਸਹਿਣਾ
- ਪਵਿੱਤਰਤਾ ਦੀ ਰਾਖੀ
- ਵੰਡੇ ਹੋਏ ਵਾਤਾਵਰਣ ਵਿੱਚ ਰਣਨੀਤਕ ਤੌਰ 'ਤੇ ਰਹਿਣਾ
- ਸੀਲਿੰਗ ਇਕਰਾਰਨਾਮਾ
- ਬ੍ਰਹਮ ਕਾਰਜ ਨੂੰ ਸਵੀਕਾਰ ਕਰਨਾ

ਭਾਗ ਪਹਿਲਾ ਅੱਗ, ਅਤਿਆਚਾਰ, ਸੰਭਾਲ ਅਤੇ ਕਮਿਸ਼ਨ ਦਾ ਬਿਰਤਾਂਤ ਪੇਸ਼ ਕਰਦਾ ਹੈ।

ਭਾਗ II ਤੁਹਾਨੂੰ ਇੱਕ ਅਨੁਸ਼ਾਸਿਤ 40-ਦਿਨਾਂ ਦੀ ਪਰਿਵਰਤਨ ਪ੍ਰਕਿਰਿਆ ਵਿੱਚੋਂ ਲੰਘਾਉਂਦਾ ਹੈ ਤਾਂ ਜੋ ਤੁਸੀਂ ਸਿਰਫ਼ ਕਹਾਣੀ ਨਾ ਪੜ੍ਹੋ - ਤੁਸੀਂ ਤਬਦੀਲੀ ਨੂੰ ਜੀਓ।

ਇਹ ਕਿਤਾਬ ਇਸਲਾਮ ਦਾ ਮਜ਼ਾਕ ਨਹੀਂ ਉਡਾਉਂਦੀ।

ਇਹ ਹਿੰਸਾ ਦੀ ਵਡਿਆਈ ਨਹੀਂ ਕਰਦੀ। ਇਹ ਅਨੁਭਵ ਨੂੰ ਸਨਸਨੀਖੇਜ਼ ਨਹੀਂ ਬਣਾਉਂਦੀ।

ਇਹ ਵਿਸ਼ਵਾਸੀਆਂ ਨੂੰ ਗੰਭੀਰ, ਢਾਂਚਾਗਤ ਈਸਾਈ ਧਰਮ ਵੱਲ ਸੱਦਾ ਦਿੰਦਾ ਹੈ।

ਸਵਰਗ ਭੀੜਾਂ ਨੂੰ ਨਹੀਂ ਮਾਪਦਾ।
ਸਵਰਗ ਇੱਕ ਉੱਤੇ ਖੁਸ਼ ਹੁੰਦਾ ਹੈ।
ਉਹੀ ਬਣੋ।
ਸਿਰਫ਼ ਅੱਗੇ ਭੇਜੋ।

ਇਹ ਕਿਤਾਬ ਕਿਸ ਲਈ ਹੈ?

ਇਹ ਕਿਤਾਬ ਇਹਨਾਂ ਲਈ ਲਿਖੀ ਗਈ ਹੈ:

ਈਸਾਈ ਵਿਸ਼ਵਾਸੀ ਜੋ ਡੂੰਘੇ ਅਨੁਸ਼ਾਸਨ, ਪ੍ਰਮਾਣਿਕ ਵਿਸ਼ਵਾਸ, ਅਤੇ ਇੱਕ ਅਜਿਹੀ ਜ਼ਿੰਦਗੀ ਦੀ ਇੱਛਾ ਰੱਖਦੇ ਹਨ ਜੋ ਪ੍ਰਦਰਸ਼ਨ ਤੋਂ ਪਰੇ ਸ਼ਾਸਤਰ ਨੂੰ ਦਰਸਾਉਂਦੀ ਹੈ।
ਮੁਸਲਿਮ-ਪਿਛੋਕੜ ਵਾਲੇ ਪਾਠਕ ਜੋ ਅਧਿਆਤਮਿਕ ਮੁਲਾਕਾਤਾਂ, ਦ੍ਰਿੜਤਾ ਅਤੇ ਵਫ਼ਾਦਾਰੀ ਦੀ ਇਮਾਨਦਾਰ ਖੋਜ ਦੀ ਮੰਗ ਕਰਦੇ ਹਨ।
ਅੰਤਰ-ਧਰਮ ਦਰਸ਼ਕ ਜੋ ਵਿਸ਼ਵਾਸ, ਪਰਿਵਰਤਨ ਅਤੇ ਧਾਰਮਿਕ ਤਬਦੀਲੀ ਦੀਆਂ ਸੱਚੀਆਂ ਕਹਾਣੀਆਂ ਵਿੱਚ ਦਿਲਚਸਪੀ ਰੱਖਦੇ ਹਨ।
ਅਧਿਆਤਮਿਕ ਨਿਰਮਾਣ ਦੇ ਖੋਜੀ ਜੋ ਢਾਂਚਾਗਤ ਵਿਕਾਸ, ਰੋਜ਼ਾਨਾ ਅਨੁਸ਼ਾਸਨ ਅਤੇ ਵਿਵਹਾਰਕ ਆਗਿਆਕਾਰੀ ਚਾਹੁੰਦੇ ਹਨ।
ਅਰਥ ਦੀ ਭਾਲ ਕਰਨ ਵਾਲੇ - ਜੋ ਵਿਰਾਸਤ ਵਿੱਚ ਮਿਲੇ ਵਿਸ਼ਵਾਸ, ਅੰਦਰੂਨੀ ਟਕਰਾਅ, ਜਾਂ ਅਣਸੁਲਝੇ ਅਧਿਆਤਮਿਕ ਸਵਾਲਾਂ ਦੇ ਭਾਰ ਨੂੰ ਮਹਿਸੂਸ ਕਰਦੇ ਹਨ।

ਜੇਕਰ ਤੁਸੀਂ ਕਦੇ ਵਫ਼ਾਦਾਰੀ, ਪਛਾਣ, ਦ੍ਰਿੜ ਵਿਸ਼ਵਾਸ, ਜਾਂ ਉਦੇਸ਼ ਨਾਲ ਘੋਲ ਕੀਤਾ ਹੈ, ਤਾਂ ਇਹ ਕਿਤਾਬ ਤੁਹਾਡੇ ਨਾਲ ਸਿੱਧਾ ਗੱਲ ਕਰਦੀ ਹੈ।

ਇਹ ਸਿਰਫ਼ ਧਰਮ ਪਰਿਵਰਤਨ ਦੀ ਕਹਾਣੀ ਨਹੀਂ ਹੈ।

ਇਹ ਵਫ਼ਾਦਾਰੀ ਦੀ ਯਾਤਰਾ ਹੈ।

ਅਤੇ ਇਹ ਇੱਕ ਸਵਾਲ ਪੁੱਛਦਾ ਹੈ:

ਤੁਸੀਂ ਕਿਸਦੇ ਹੋ?

ਜੀਵਤ ਪੱਤਰ - 40 ਦਿਨਾਂ ਦੀ ਭਗਤੀ ਲੜੀ

ਲਿਵਿੰਗ *ਐਪੀਸਟਲ* ਲੜੀ ਸਿਰਫ਼ ਪ੍ਰੇਰਨਾ ਲਈ ਨਹੀਂ ਲਿਖੀ ਗਈ ਹੈ।

ਇਹ ਗਠਨ ਲਈ ਲਿਖਿਆ ਗਿਆ ਹੈ।

ਹਰ ਪੀੜ੍ਹੀ ਵਿੱਚ, ਅਜਿਹੇ ਵਿਸ਼ਵਾਸੀ ਹੁੰਦੇ ਹਨ ਜੋ ਪਰਮਾਤਮਾ ਨੂੰ ਦਿਲੋਂ ਪਿਆਰ ਕਰਦੇ ਹਨ - ਪਰ ਉਹਨਾਂ ਵਿੱਚ ਢਾਂਚੇ ਦੀ ਘਾਟ ਹੁੰਦੀ ਹੈ।

ਅਨੁਸ਼ਾਸਨ ਤੋਂ ਬਿਨਾਂ ਜਨੂੰਨ ਫਿੱਕਾ ਪੈ ਜਾਂਦਾ ਹੈ। ਧੀਰਜ ਤੋਂ ਬਿਨਾਂ ਅਨੁਭਵ ਢਹਿ ਜਾਂਦਾ ਹੈ। ਨੇਮ ਤੋਂ ਬਿਨਾਂ ਵਫ਼ਾਦਾਰੀ ਡੁੱਬ ਜਾਂਦੀ ਹੈ।

ਇਹ ਲੜੀ ਉਸ ਕਮਜ਼ੋਰੀ ਦਾ ਸਾਹਮਣਾ ਕਰਨ ਲਈ ਤਿਆਰ ਕੀਤੀ ਗਈ ਹੈ।

ਲਿਵਿੰਗ ਐਪੀਸਟਲ ਸੰਗ੍ਰਹਿ ਦੀ ਹਰੇਕ ਕਿਤਾਬ ਦੋ-ਭਾਗਾਂ ਵਾਲੀ ਬਣਤਰ ਦੀ ਪਾਲਣਾ ਕਰਦੀ ਹੈ:

ਭਾਗ I - ਪਰਖੀ ਗਈ ਵਫ਼ਾਦਾਰੀ ਦਾ ਇੱਕ ਸੱਚਾ ਬਿਰਤਾਂਤ

ਇੱਕ ਅਸਲ-ਜੀਵਨ ਦਾ ਬਿਰਤਾਂਤ ਜਿੱਥੇ ਵਿਸ਼ਵਾਸ ਨੂੰ ਚੁਣੌਤੀ ਦਿੱਤੀ ਜਾਂਦੀ ਹੈ, ਸਾਹਮਣਾ ਕੀਤਾ ਜਾਂਦਾ ਹੈ, ਸ਼ੁੱਧ ਕੀਤਾ ਜਾਂਦਾ ਹੈ, ਅਤੇ ਦਬਾਅ ਹੇਠ ਸਾਬਤ ਕੀਤਾ ਜਾਂਦਾ ਹੈ।

ਭਾਗ II - ਇੱਕ 40-ਦਿਨਾਂ ਰਣਨੀਤਕ ਗਠਨ ਯਾਤਰਾ।

ਸੰਰਚਿਤ ਸ਼ਰਧਾ, ਪ੍ਰਤੀਬਿੰਬ, ਪਛਤਾਵਾ, ਪ੍ਰਾਰਥਨਾ, ਅਨੁਸ਼ਾਸਨ ਅਤੇ ਸਰਗਰਮੀ ਦਾ ਇੱਕ ਨਿਰਦੇਸ਼ਿਤ ਮਾਰਗ - ਪ੍ਰਸ਼ੰਸਾ ਨਹੀਂ, ਸਗੋਂ ਪਰਿਵਰਤਨ ਪੈਦਾ ਕਰਨ ਲਈ ਤਿਆਰ ਕੀਤਾ ਗਿਆ ਹੈ।

ਇਹ ਆਮ ਈਸਾਈ ਧਰਮ ਨਹੀਂ ਹੈ।

ਇਹ ਢਾਂਚਾਗਤ ਵਫ਼ਾਦਾਰੀ ਹੈ।

ਹਰੇਕ ਖੰਡ ਅਧਿਆਤਮਿਕ ਨਿਰਮਾਣ ਦੇ ਇੱਕ ਵੱਖਰੇ ਪਹਿਲੂ ਨੂੰ ਸੰਬੋਧਿਤ ਕਰਦਾ ਹੈ:

- ਸਥਾਪਤ ਪਛਾਣ
- ਅੱਗ ਹੇਠ ਧੀਰਜ
- ਸੁਰੱਖਿਆ ਵਜੋਂ ਪਵਿੱਤਰਤਾ
- ਰਣਨੀਤਕ ਪ੍ਰਭਾਵ
- ਨੇਮ ਪ੍ਰਤੀਬੱਧਤਾ
- ਕਮਿਸ਼ਨ ਅਤੇ ਵਿਰਾਸਤ

ਟੀਚਾ ਸਰਲ ਹੈ:

ਅਜਿਹੇ ਵਿਸ਼ਵਾਸੀ ਪੈਦਾ ਕਰਨ ਲਈ ਜੋ ਸਿਰਫ਼ ਸੁਣਨ ਵਾਲੇ ਹੀ ਨਹੀਂ - ਸਗੋਂ ਜੀਉਂਦੇ ਪੱਤਰ ਵੀ ਹੋਣ।

ਸ਼ਾਲੋਮ!

ਜ਼ਕਰਿਆਸ ਗੋਡਸੀਗਲ ; ਐਮ ਓ ਓਗਬੇ ; ਸੀ ਲਾਡੀ ਓਗਬੇ

ਰੱਬ ਦੇ ਈਗਲ ਮੰਤਰਾਲੇ

https://www.otakada.org

ambassador@otakada.org 'ਤੇ ਸੰਪਰਕ ਕਰੋ

ਪੇਪਰਬੈਕ ਬੈਕ-ਕਵਰ ਬਲਰਬ

ਉਸਨੇ ਸਵਰਗ ਤੋਂ ਅੱਗ ਡਿੱਗਦੀ ਦੇਖੀ...

ਸਖ਼ਤ ਇਸਲਾਮੀ ਢਾਂਚੇ ਵਿੱਚ ਪੈਦਾ ਹੋਏ ਅਤੇ ਸਤਿਕਾਰਤ ਧਾਰਮਿਕ ਅਧਿਕਾਰਾਂ ਅਧੀਨ ਸਿਖਲਾਈ ਪ੍ਰਾਪਤ, **ਪੈਗੰਬਰ ਈਸਾ ਅਲ- ਬੂਬਾ ਦਾ** ਜੀਵਨ ਅਨੁਸ਼ਾਸਨ, ਦ੍ਰਿੜਤਾ ਅਤੇ ਵਿਰਾਸਤ ਵਿੱਚ ਮਿਲੀ ਵਫ਼ਾਦਾਰੀ ਦੁਆਰਾ ਘੜਿਆ ਗਿਆ ਸੀ। ਉਸਦੇ ਗੁਰੂ ਨੇ ਉਸਨੂੰ ਡੂੰਘਾਈ ਨਾਲ ਸਿਖਾਇਆ - ਜਿਸ ਵਿੱਚ ਅਧਿਆਤਮਿਕ ਅਭਿਆਸ ਅਤੇ ਤੀਬਰ ਸ਼ਰਧਾ ਸ਼ਾਮਲ ਹੈ।

ਫਿਰ ਸਭ ਕੁਝ ਰੁਕ ਗਿਆ।

ਉਸਨੇ ਸਵਰਗ ਤੋਂ ਆਪਣੇ ਗੁਰੂ ਨੂੰ ਅੱਗ ਨਾਲ ਟਕਰਾਉਂਦੇ ਦੇਖਿਆ।

ਉਸਨੂੰ ਨਰਕ ਦਿਖਾਇਆ ਗਿਆ।

ਉਸਨੇ ਸਵਰਗ ਦੇ ਸੁਨਹਿਰੀ ਸ਼ਹਿਰ ਦੀ ਝਲਕ ਵੇਖੀ। ਉਹ ਕਤਲ ਦੀਆਂ ਕੋਸ਼ਿਸ਼ਾਂ ਤੋਂ ਬਚ ਗਿਆ। ਗੋਲੀਆਂ ਉਸਦੇ ਸਰੀਰ ਵਿੱਚ ਦਾਖਲ ਹੋ ਗਈਆਂ। ਉਸਨੂੰ ਮਰਿਆ ਹੋਇਆ ਮੰਨਿਆ ਗਿਆ - ਫਿਰ ਵੀ ਸੁਰੱਖਿਅਤ ਰੱਖਿਆ ਗਿਆ। ਇੱਕ ਰਾਸ਼ਟਰਪਤੀ ਨੇ ਡਾਕਟਰੀ ਨਿਕਾਸੀ ਦਾ ਪ੍ਰਬੰਧ ਕੀਤਾ। ਡਾਕਟਰਾਂ ਨੇ ਪੁਸ਼ਟੀ ਕੀਤੀ: ਕੋਈ ਸਥਾਈ ਨੁਕਸਾਨ ਨਹੀਂ ਹੋਇਆ।

ਪਰ ਸਭ ਤੋਂ ਵੱਡੀ ਲੜਾਈ ਸਰੀਰਕ ਨਹੀਂ ਸੀ।

ਇਹ ਵਫ਼ਾਦਾਰੀ ਸੀ।

"ਆਈ ਸਾਅ ਫਾਇਰ ਫਰਾਮ ਹੈਵਨ" ਵਿੱਚ , ਲਿਵਿੰਗ ਐਪੀਸਟਲਜ਼ ਦੀ ਤੀਜੀ ਕਿਤਾਬ - 40 **ਦਿਨਾਂ ਦੀ ਭਗਤੀ ਲੜੀ** , ਈਸਾ ਏਲ- ਬੂਬਾ ਦੀ

ਅੱਤਵਾਦੀ ਇਸਲਾਮੀ ਗਠਨ ਤੋਂ ਲੈ ਕੇ ਨੇਮਬੱਧ ਈਸਾਈਅਤ ਤੱਕ ਦੀ ਯਾਤਰਾ ਇੱਕ ਗਵਾਹੀ ਤੋਂ ਵੱਧ ਬਣ ਜਾਂਦੀ ਹੈ - ਇਹ ਇੱਕ ਟਕਰਾਅ ਬਣ ਜਾਂਦੀ ਹੈ।

ਭਾਗ ਪਹਿਲਾ ਅੱਗ, ਅਤਿਆਚਾਰ ਅਤੇ ਬਚਾਅ ਦੀ ਕੱਚੀ ਕਹਾਣੀ ਪੇਸ਼ ਕਰਦਾ ਹੈ।

ਭਾਗ II ਤੁਹਾਨੂੰ 40-ਦਿਨਾਂ ਦੀ ਢਾਂਚਾਗਤ ਨਿਰਮਾਣ ਯਾਤਰਾ ਵਿੱਚੋਂ ਲੰਘਾਉਂਦਾ ਹੈ ਜੋ ਅਨੁਸ਼ਾਸਿਤ, ਪਵਿੱਤਰ, ਸਥਾਈ ਵਿਸ਼ਵਾਸ ਪੈਦਾ ਕਰਨ ਲਈ ਤਿਆਰ ਕੀਤਾ ਗਿਆ ਹੈ।

ਸਵਰਗ ਇੱਕ ਉੱਤੇ ਖੁਸ਼ ਹੁੰਦਾ ਹੈ।

ਉਹੀ ਬਣੋ।

ਸਿਰਫ਼ ਅੱਗੇ ਭੇਜੋ।

ਸਮਰਪਣ

ਈਸਾਈ ਪਾਠਕਾਂ ਲਈ

ਮੁਸਲਿਮ-ਪਿਛੋਕੜ ਵਾਲੇ ਪਾਠਕਾਂ ਲਈ

ਅੰਤਰ-ਧਰਮ ਦਰਸ਼ਕਾਂ ਲਈ

ਅਧਿਆਤਮਿਕ ਨਿਰਮਾਣ ਪਾਠਕਾਂ ਲਈ

ਅਰਥ ਦੀ ਭਾਲ ਵਿੱਚ ਗੁਆਚੇ ਲੋਕਾਂ ਲਈ

ਉਹਨਾਂ ਲਈ ਜੋ ਵਫ਼ਾਦਾਰੀ ਉਦੋਂ ਚੁਣਦੇ ਹਨ ਜਦੋਂ ਇਸਦੀ ਕੀਮਤ ਪੈਂਦੀ ਹੈ।

ਉਹਨਾਂ ਮਾਵਾਂ ਨੂੰ ਜੋ ਦਬਾਅ ਹੇਠ ਚੁੱਪ-ਚਾਪ ਪ੍ਰਾਰਥਨਾ ਕਰਦੀਆਂ ਹਨ।

ਉਹਨਾਂ ਵਿਸ਼ਵਾਸੀਆਂ ਲਈ ਜੋ ਬਿਨਾਂ ਤਾੜੀਆਂ ਦੇ ਸਹਿਣ ਕਰਦੇ ਹਨ।

ਉਸ ਲਈ ਜੋ ਇਕੱਲਾ ਖੜ੍ਹਾ ਹੁੰਦਾ ਹੈ ਜਦੋਂ ਅਸਮਾਨ ਹਿੱਲਦਾ ਹੈ।

ਤੁਹਾਡਾ ਨੇਮ ਅਟੁੱਟ ਰਹੇ।

ਸ਼ੁਕਰਾਨੇ

ਇਹ ਕੰਮ ਜੀਵਿਤ ਗਵਾਹੀਆਂ, ਦਸਤਾਵੇਜ਼ੀ ਇੰਟਰਵਿਊਆਂ, ਜਨਤਕ ਉਪਦੇਸ਼ਾਂ, ਅਤੇ ਅਨੁਸ਼ਾਸਿਤ ਧਰਮ ਸ਼ਾਸਤਰੀ ਪ੍ਰਤੀਬਿੰਬ 'ਤੇ ਅਧਾਰਤ ਹੈ। ਇਹ ਪੈਗੰਬਰ ਈਸਾ ਅਲ- ਬੂਬਾ ਦੁਆਰਾ ਸਾਂਝੇ ਕੀਤੇ ਗਏ ਸਿੱਧੇ ਬਿਰਤਾਂਤਾਂ ਤੋਂ ਲਿਆ ਗਿਆ ਹੈ, ਖਾਸ ਕਰਕੇ **PrayerstormTV** ਦੁਆਰਾ ਕੀਤੀ ਗਈ ਅਤੇ ਜਾਰੀ ਕੀਤੀ ਗਈ ਰਿਕਾਰਡ ਕੀਤੀ ਇੰਟਰਵਿਊ , ਜੋ ਕਿ ਇੱਥੇ ਉਪਲਬਧ ਹੈ:

https://youtu.be/2oo8tvizyZA

ਪ੍ਰਾਰਥਨਾ ਸਟੌਰਮ ਪੂਜਾ, ਪ੍ਰਾਰਥਨਾ ਅਤੇ ਵਰਤ ਦੀ ਇੱਕ ਲਹਿਰ ਹੈ ਜੋ ਪ੍ਰਾਰਥਨਾ ਕਰਨ ਵਾਲੇ ਯੋਧਿਆਂ ਦੀ ਇੱਕ ਫੌਜ ਨੂੰ ਖੜ੍ਹਾ ਕਰਕੇ ਅਧਿਆਤਮਿਕ ਜਾਗ੍ਰਿਤੀ ਨੂੰ ਭੜਕਾਉਣ ਲਈ ਮੌਜੂਦ ਹੈ। ਬ੍ਰਹਮ ਮੁਲਾਕਾਤਾਂ 'ਤੇ ਕੇਂਦ੍ਰਿਤ ਇਕੱਠਾਂ ਰਾਹੀਂ, ਪ੍ਰਾਰਥਨਾ ਸਟੌਰਮ ਵਿਸ਼ਵਾਸੀਆਂ ਨੂੰ ਜੋਸ਼, ਅਨੁਸ਼ਾਸਨ ਅਤੇ ਰਣਨੀਤਕ ਵਿਚੋਲਗੀ ਵਿੱਚ ਵਧਣ ਲਈ ਤਿਆਰ ਕਰਦਾ ਹੈ।

ਵੈੱਬਸਾਈਟ: http://www.prayerstorm.org
ਟਵਿੱਟਰ: @PrayerStormUKInstagram: @PrayerStormਫੇਸਬੁੱਕ: http://www.facebook.com/prayerstorm

ਅਸੀਂ PrayerStormTV ਦਾ ਧੰਨਵਾਦ ਕਰਦੇ ਹਾਂ ਕਿ ਉਸਨੇ ਗਵਾਹੀ ਨੂੰ ਇੱਕ ਅਜਿਹੇ ਰੂਪ ਵਿੱਚ ਸੁਰੱਖਿਅਤ ਰੱਖਿਆ ਅਤੇ ਪ੍ਰਸਾਰਿਤ ਕੀਤਾ ਜੋ

ਵਿਸ਼ਵ ਪੱਧਰ 'ਤੇ ਹਜ਼ਾਰਾਂ ਲੋਕਾਂ ਤੱਕ ਪਹੁੰਚ ਗਿਆ ਹੈ, ਅਤੇ ਇਸ ਕਿਤਾਬ ਵਿੱਚ ਪਾਏ ਜਾਣ ਵਾਲੇ ਬਹੁਤ ਸਾਰੇ ਬਿਰਤਾਂਤਕ ਤੱਤਾਂ ਲਈ ਇੱਕ ਦਸਤਾਵੇਜ਼ੀ ਸੰਦਰਭ ਬਿੰਦੂ ਪ੍ਰਦਾਨ ਕੀਤਾ ਹੈ।

ਹੋਰ ਔਨਲਾਈਨ ਅਤੇ ਸੇਵਕਾਈ ਸਰੋਤਾਂ ਦਾ ਵਾਧੂ ਧੰਨਵਾਦ ਕੀਤਾ ਜਾਂਦਾ ਹੈ ਜਿੱਥੇ ਗਵਾਹੀ ਦੇ ਹਿੱਸਿਆਂ ਨੂੰ ਰਿਕਾਰਡ ਕੀਤਾ ਗਿਆ ਸੀ, ਪੁਨਰਗਠਿਤ ਕੀਤਾ ਗਿਆ ਸੀ, ਅਤੇ ਸੁਧਾਰ ਲਈ ਜਨਤਕ ਤੌਰ 'ਤੇ ਸਾਂਝਾ ਕੀਤਾ ਗਿਆ ਸੀ।

ਅਸੀਂ ਪਛਾਣਦੇ ਹਾਂ:

• ਪਰਿਵਾਰਕ ਮੈਂਬਰ ਜਿਨ੍ਹਾਂ ਦੇ ਜੀਵਨ ਵੰਡੀਆਂ ਹੋਈਆਂ ਧਾਰਮਿਕ ਲਾਈਨਾਂ ਵਿੱਚ ਤਣਾਅ ਅਤੇ ਕਿਰਪਾ ਦੋਵਾਂ ਨੂੰ ਦਰਸਾਉਂਦੇ ਹਨ।
• ਇੱਕ ਮਾਂ ਜਿਸਦੀ ਪ੍ਰਾਰਥਨਾ ਜੀਵਨ ਨੇ ਟਕਰਾਅ ਸ਼ੁਰੂ ਹੋਣ ਤੋਂ ਪਹਿਲਾਂ ਹੀ ਮਾਹੌਲ ਬਦਲ ਦਿੱਤਾ ਸੀ।
• ਇੱਕ ਵੱਡਾ ਭਰਾ ਜਿਸਦਾ ਖ਼ਤਰੇ ਵਿੱਚ ਆਉਣ ਨਾਲ ਇੱਕ ਘਰ ਦੀ ਅਧਿਆਤਮਿਕ ਦਿਸ਼ਾ ਬਦਲ ਗਈ।
• ਇੱਕ ਪਿਤਾ ਜਿਸਦਾ ਅੰਦਰੂਨੀ ਸੰਘਰਸ਼ ਪਰੰਪਰਾ ਦੇ ਅੰਦਰ ਵਿਸ਼ਵਾਸ ਦੀ ਚੁੱਪ ਲੜਾਈ ਨੂੰ ਦਰਸਾਉਂਦਾ ਹੈ। • ਵਫ਼ਾਦਾਰ ਆਗੂ ਅਤੇ ਸਾਥੀ ਜੋ ਅਤਿਆਚਾਰ ਅਤੇ ਬਚਾਅ ਦੇ ਬਾਵਜੂਦ ਦ੍ਰਿੜ ਰਹੇ। • ਈਵੈਂਜਲੀਕਲ ਬਾਈਬਲੀਕਲ ਆਊਟਰੀਚ ਮਿਨਿਸਟ੍ਰੀਜ਼ ਇੰਟਰਨੈਸ਼ਨਲ (EBOMI) ਕਮਿਊਨਿਟੀ, ਜਿਸਦਾ ਚੌਕੀਦਾਰ ਬਣਾਉਣ ਦਾ ਸੱਦਾ ਸ਼ਹਿਰਾਂ ਅਤੇ ਦੇਸ਼ਾਂ ਨੂੰ ਪ੍ਰਭਾਵਿਤ ਕਰਨਾ ਜਾਰੀ ਰੱਖਦਾ ਹੈ। – https://www.ebomi.org

ਇਹ ਰਚਨਾ ਕਿਸੇ ਸ਼ਖਸੀਅਤ ਨੂੰ ਉੱਚਾ ਚੁੱਕਣ ਦੀ ਕੋਸ਼ਿਸ਼ ਨਹੀਂ ਕਰਦੀ ਸਗੋਂ ਵਫ਼ਾਦਾਰੀ ਦੀ ਯਾਤਰਾ ਨੂੰ ਦਸਤਾਵੇਜ਼ੀ ਰੂਪ ਦਿੰਦੀ ਹੈ। ਇੱਥੇ ਸ਼ਾਮਲ

ਹਰ ਗਵਾਹੀ ਪਾਠਕਾਂ ਨੂੰ ਮਸੀਹ ਵੱਲ ਇਸ਼ਾਰਾ ਕਰਨ ਦੀ ਸੇਵਾ ਵਿੱਚ ਪੇਸ਼ ਕੀਤੀ ਗਈ ਹੈ - ਮਨੁੱਖ ਵੱਲ ਨਹੀਂ।

ਅਤੇ ਅੰਤ ਵਿੱਚ, ਉਹਨਾਂ ਪਾਠਕਾਂ ਪ੍ਰਤੀ ਧੰਨਵਾਦ ਜੋ ਪ੍ਰਸ਼ੰਸਾ ਤੋਂ ਪਰੇ ਬਣਤਰ ਵਿੱਚ; ਉਤਸੁਕਤਾ ਤੋਂ ਪਰੇ ਪਵਿੱਤਰਤਾ ਵਿੱਚ; ਪ੍ਰੇਰਨਾ ਤੋਂ ਪਰੇ ਅਨੁਸ਼ਾਸਿਤ ਆਗਿਆਕਾਰੀ ਵਿੱਚ ਜਾਣ ਲਈ ਤਿਆਰ ਹਨ।
ਸਵਰਗ ਉਸ ਉੱਤੇ ਖੁਸ਼ ਹੁੰਦਾ ਹੈ ਜੋ ਜਵਾਬ ਦਿੰਦਾ ਹੈ।
ਉਹ ਤੁਸੀਂ ਹੋਵੋ।

ਪ੍ਰਕਾਸ਼ਕ ਦੀ ਸਵੀਕ੍ਰਿਤੀ

ਇਹ ਖੰਡ **ਲਿਵਿੰਗ ਐਪੀਸਟਲਜ਼ - 40 ਡੇਅ ਡਿਵੋਸ਼ਨਲ ਸੀਰੀਜ਼ ਦੇ ਹਿੱਸੇ ਵਜੋਂ ਪ੍ਰਕਾਸ਼ਿਤ ਕੀਤਾ ਗਿਆ ਹੈ** , ਇੱਕ ਚੇਲਾਪਨ ਪਹਿਲਕਦਮੀ ਜੋ ਉਹਨਾਂ ਵਿਸ਼ਵਾਸੀਆਂ ਨੂੰ ਬਣਾਉਣ ਲਈ ਸਮਰਪਿਤ ਹੈ ਜਿਨ੍ਹਾਂ ਦਾ ਵਿਸ਼ਵਾਸ ਨਾ ਸਿਰਫ਼ ਇਕਬਾਲ ਕੀਤਾ ਗਿਆ ਹੈ, ਸਗੋਂ ਮੂਰਤੀਮਾਨ ਹੈ।

ਇਹ ਲੜੀ ***ਸੇਂਟ ਆਗਸਟੀਨ ਆਫ਼ ਹਿਪੋ** (354–430 **ਈ.**): **ਫਰਾਮ ਏ ਰੈਸਟਲੇਸ ਹਾਰਟ ਟੂ ਏ ਰਾਈਟਨ ਲਾਈਫ ਨਾਲ ਸ਼ੁਰੂ ਹੋਈ***, ਜਿਸ ਵਿੱਚ ਆਗਸਟੀਨ ਦੇ ਅੰਦਰੂਨੀ ਉਥਲ-ਪੁਥਲ ਤੋਂ ਸਮਰਪਣ ਆਗਿਆਕਾਰੀ ਤੱਕ ਦੇ ਸਫ਼ਰ ਦਾ ਪਤਾ ਲਗਾਇਆ ਗਿਆ। ਉਸ ਪਹਿਲੇ ਖੰਡ ਨੇ ਇਸ ਰਚਨਾ ਦੇ ਕੇਂਦਰੀ ਵਿਸ਼ਵਾਸ ਨੂੰ ਸਥਾਪਿਤ ਕੀਤਾ: ਕਿ ਪਰਮਾਤਮਾ ਉਪਜਾਊ ਜੀਵਨਾਂ ਰਾਹੀਂ ਆਪਣਾ ਸੱਚ ਲਿਖਦਾ ਰਹਿੰਦਾ ਹੈ, ਅਤੇ ਵਫ਼ਾਦਾਰ ਆਦਮੀਆਂ ਅਤੇ ਔਰਤਾਂ ਦੀਆਂ ਗਵਾਹੀਆਂ ਅੱਜ ਵੀ ਚਰਚ ਲਈ ਜੀਵਤ ਹਦਾਇਤਾਂ ਹਨ।

ਲਿਵਿੰਗ ਐਪੀਸਟਲਜ਼ ਲੜੀ ਦਾ ਪਹਿਲਾ ਭਾਗ ਇੱਥੇ ਉਪਲਬਧ ਹੈ: **https://www.amazon.com/ST-AUGUSTINE-HIPPO-354-430-Devotional-ebook/dp/B0GJN8N9XS**

ਸਿਰਫ਼ ਈਸਾਈਅਤ, ਪੂਰੀ ਤਰ੍ਹਾਂ ਜੀਵਤ ਸੀਐਸ ਲੇਵਿਸ ਦੇ ਜੀਵਨ ਅਤੇ ਵਿਚਾਰਾਂ ਵੱਲ ਮੁੜ ਕੇ ਇਸ ਦ੍ਰਿਸ਼ਟੀਕੋਣ ਨੂੰ ਜਾਰੀ ਰੱਖਦਾ ਹੈ , ਜਿਸਦਾ ਝਿਜਕਦਾ ਧਰਮ ਪਰਿਵਰਤਨ ਅਤੇ ਅਨੁਸ਼ਾਸਿਤ ਵਿਸ਼ਵਾਸ ਆਧੁਨਿਕ ਮਨ ਨਾਲ ਸ਼ਕਤੀਸ਼ਾਲੀ ਢੰਗ ਨਾਲ ਗੱਲ ਕਰਦਾ ਹੈ। ਜਿੱਥੇ ਆਗਸਤੀਨ ਨੇ ਬੇਚੈਨ ਦਿਲ ਨੂੰ ਪ੍ਰਗਟ ਕੀਤਾ, ਲੇਵਿਸ ਰੋਧਕ ਇੱਛਾ ਸ਼ਕਤੀ ਦਾ ਸਾਹਮਣਾ

ਕਰਦਾ ਹੈ - ਵਿਸ਼ਵਾਸ ਤੋਂ ਪਰੇ ਵਿਸ਼ਵਾਸੀਆਂ ਨੂੰ ਰੋਜ਼ਾਨਾ ਆਗਿਆਕਾਰੀ ਵਿੱਚ ਬੁਲਾਉਂਦਾ ਹੈ।

ਸੀਐਸ ਲੇਵਿਸ (1898-1963) - **ਸਿਰਫ਼ ਈਸਾਈਅਤ, ਪੂਰੀ ਤਰ੍ਹਾਂ ਜੀਵਤ: ਇੱਕ ਝਿਜਕਦੇ ਮਨ ਤੋਂ ਇੱਕ ਬਦਲੀ ਹੋਈ ਜ਼ਿੰਦਗੀ ਤੱਕ** (ਜੀਵਤ ਪੱਤਰ - 40 ਦਿਨਾਂ ਦੀ ਭਗਤੀ ਲੜੀ | ਕਿਤਾਬ 2)

ਈ-ਕਿਤਾਬ

https://www.amazon.com/Lewis-1898-1963-Mere-Christianity-Fully-ebook/dp/B0GKQ27F9N

ਪੇਪਰਬੈਕ

https://www.amazon.com/Lewis-1898-1963-Mere-Christianity-Fully/dp/B0GM8YMXC3

ਹਾਰਡਕਵਰ

https://www.amazon.com/Lewis-1898-1963-Mere-Christianity-Fully/dp/B0GM8WHXJL

ਗੌਡਸੀਗਲ ਮਿਨਿਸਟ੍ਰੀਜ਼ ਲਿਵਿੰਗ ਐਪੀਸਟਲਜ਼ ਲੜੀ ਨੂੰ ਇੱਕ ਸਪੱਸ਼ਟ ਆਦੇਸ਼ ਦੇ ਨਾਲ ਪ੍ਰਕਾਸ਼ਿਤ ਕਰਦੀ ਹੈ: ਧਰਮ-ਕੇਂਦਰਿਤ ਸਰੋਤਾਂ ਦੀ ਦੇਖਭਾਲ ਕਰਨਾ ਜੋ ਰਾਸ਼ਟਰਾਂ ਨੂੰ ਚੇਲਾ ਬਣਾਉਂਦੇ ਹਨ, ਚਰਚ ਨੂੰ ਮਜ਼ਬੂਤ ਕਰਦੇ ਹਨ, ਅਤੇ ਵਿਸ਼ਵਾਸੀਆਂ ਨੂੰ ਮਸੀਹ ਦੇ ਰਾਜਦੂਤਾਂ ਵਜੋਂ ਪ੍ਰਤੱਖ ਤੌਰ 'ਤੇ ਜੀਉਣ ਲਈ ਤਿਆਰ ਕਰਦੇ ਹਨ। ਸਾਡਾ ਮੰਨਣਾ ਹੈ ਕਿ ਵਿਸ਼ਵਾਸ

ਸਿਰਫ਼ ਵਿਚਾਰਾਂ ਦੁਆਰਾ ਨਹੀਂ, ਸਗੋਂ ਸੱਚਾਈ ਦੁਆਰਾ ਆਕਾਰ ਦਿੱਤੇ ਗਏ ਜੀਵਨ ਦੁਆਰਾ, ਆਗਿਆਕਾਰੀ ਦੁਆਰਾ ਪਰਖੇ ਗਏ, ਅਤੇ ਪਰਮਾਤਮਾ ਦੀ ਆਤਮਾ ਦੁਆਰਾ ਸ਼ਕਤੀ ਪ੍ਰਾਪਤ ਹੁੰਦਾ ਹੈ।

ਇਸ ਲੜੀ ਦੇ ਹਰੇਕ ਭਾਗ ਨੂੰ ਪ੍ਰਾਰਥਨਾਪੂਰਵਕ ਪੇਸ਼ ਕੀਤਾ ਗਿਆ ਹੈ, ਇਸ ਉਮੀਦ ਨਾਲ ਕਿ ਪਾਠਕ ਸਿਰਫ਼ ਅਤੀਤ ਤੋਂ ਹੀ ਨਹੀਂ ਸਿੱਖਣਗੇ, ਸਗੋਂ ਵਰਤਮਾਨ ਵਿੱਚ ਵੀ ਜਵਾਬ ਦੇਣਗੇ - ਜਿਸ ਨਾਲ ਪ੍ਰਮਾਤਮਾ ਆਪਣੇ ਉਦੇਸ਼ਾਂ ਨੂੰ ਸਮਰਪਿਤ ਆਮ ਜੀਵਨ ਦੁਆਰਾ ਆਪਣੇ ਜੀਵਤ ਪੱਤਰ ਲਿਖਣਾ ਜਾਰੀ ਰੱਖ ਸਕੇ।

ਅਸੀਂ ਇਸ ਯਾਤਰਾ ਵਿੱਚ ਆਉਣ ਵਾਲੇ ਹਰ ਪਾਠਕ ਦੇ ਧੰਨਵਾਦੀ ਹਾਂ, ਇਹ ਵਿਸ਼ਵਾਸ ਕਰਦੇ ਹੋਏ ਕਿ ਉਹੀ ਪਰਮਾਤਮਾ ਜਿਸਨੇ ਆਗਸਟੀਨ ਅਤੇ ਲੇਵਿਸ ਨੂੰ ਬਦਲਿਆ ਸੀ, ਅੱਜ ਵੀ ਕੰਮ ਕਰ ਰਿਹਾ ਹੈ।

ਪਾਠਕ ਅਤੇ ਦਰਸ਼ਕ ਦੇ ਜਵਾਬ

"ਇਹ ਸਿਰਫ਼ ਇੱਕ ਗਵਾਹੀ ਨਹੀਂ ਹੈ - ਇਹ ਚਰਚ ਲਈ ਇੱਕ ਜਾਗਣ ਦੀ ਘੰਟੀ ਹੈ। ਇਹ ਲੋਕਾਂ 'ਤੇ ਹਮਲਾ ਕੀਤੇ ਬਿਨਾਂ ਕਮਜ਼ੋਰੀ ਨੂੰ ਉਜਾਗਰ ਕਰਦਾ ਹੈ।"

"ਮੈਂ ਕਦੇ ਵੀ ਕਿਸੇ ਸਾਬਕਾ ਜੇਹਾਦੀ ਨੂੰ ਪਵਿੱਤਰਤਾ ਅਤੇ ਢਾਂਚੇ ਬਾਰੇ ਇੰਨੀ ਸਪੱਸ਼ਟਤਾ ਅਤੇ ਅਨੁਸ਼ਾਸਨ ਨਾਲ ਗੱਲ ਕਰਦੇ ਨਹੀਂ ਸੁਣਿਆ। ਇਸਨੇ ਮੇਰੇ ਆਮ ਈਸਾਈ ਧਰਮ ਨੂੰ ਚੁਣੌਤੀ ਦਿੱਤੀ।"

"ਮੈਨੂੰ ਸਭ ਤੋਂ ਵੱਧ ਪ੍ਰਭਾਵਿਤ ਕਰਨ ਵਾਲੀ ਗੱਲ ਅੱਗ ਨਹੀਂ ਸੀ - ਇਹ ਉਸਦੀ ਇਮਾਨਦਾਰੀ ਸੀ ਜੋ ਪਖੰਡ ਕਾਰਨ ਵਾਪਸ ਆਉਣ ਦੇ ਲਗਭਗ ਸੀ। ਪਾਰਦਰਸ਼ਤਾ ਦਾ ਇਹ ਪੱਧਰ ਬਹੁਤ ਘੱਟ ਹੁੰਦਾ ਹੈ।"

"ਇਸ ਕਹਾਣੀ ਨੇ ਮੈਨੂੰ ਆਪਣੀ ਵਚਨਬੱਧਤਾ ਦੇ ਪੱਧਰ 'ਤੇ ਸਵਾਲ ਖੜ੍ਹਾ ਕਰ ਦਿੱਤਾ। ਅਸੀਂ ਕਹਿੰਦੇ ਹਾਂ ਕਿ ਅਸੀਂ ਗੰਭੀਰ ਹਾਂ, ਪਰ ਕੀ ਅਸੀਂ ਅਨੁਸ਼ਾਸਿਤ ਹਾਂ?"

"ਇਹ ਤੱਥ ਕਿ ਉਹ ਅਜੇ ਵੀ ਉਨ੍ਹਾਂ ਭਾਈਚਾਰਿਆਂ ਦੀ ਸੇਵਾ ਕਰਦਾ ਹੈ ਜਿੱਥੇ ਜ਼ਿਆਦਾਤਰ ਲਾਭਪਾਤਰੀ ਮੁਸਲਿਮ ਹਨ, ਇਹ ਪਰਿਪੱਕਤਾ ਨੂੰ ਦਰਸਾਉਂਦਾ ਹੈ, ਕੁੜੱਤਣ ਨੂੰ ਨਹੀਂ। ਇਹ ਬਹੁਤ ਕੁਝ ਬੋਲਦਾ ਹੈ।"

"ਜਦੋਂ ਉਸਨੇ ਗੋਲੀ ਲੱਗਣ ਅਤੇ ਅਜੇ ਵੀ ਖੜ੍ਹੇ ਹੋਣ ਬਾਰੇ ਦੱਸਿਆ, ਤਾਂ ਮੈਨੂੰ ਅਹਿਸਾਸ ਹੋਇਆ ਕਿ ਬਚਾਅ ਦੀ ਜ਼ਿੰਮੇਵਾਰੀ ਹੈ। ਬਚਾਅ ਦਿਲਾਸੇ ਦਾ ਬਹਾਨਾ ਨਹੀਂ ਹੈ।"

"ਸਵਰਗ ਨੂੰ ਦੇਖਣ ਅਤੇ ਫਿਰ ਵੀ ਤੁਰੰਤ ਸਮਰਪਣ ਨਾ ਕਰਨ ਬਾਰੇ ਹਿੱਸਾ ਗੰਭੀਰ ਸੀ। ਸਿਰਫ਼ ਪ੍ਰਕਾਸ਼ ਤੁਹਾਨੂੰ ਨਹੀਂ ਬਦਲਦਾ।"

"40 ਦਿਨਾਂ ਦੀ ਬਣਤਰ ਇਸ ਨੂੰ ਵੱਖਰਾ ਬਣਾਉਂਦੀ ਹੈ। ਇਹ ਤੁਹਾਨੂੰ ਪ੍ਰੇਰਿਤ ਨਹੀਂ ਛੱਡਦਾ - ਇਸ ਲਈ ਜਵਾਬ ਦੀ ਲੋੜ ਹੁੰਦੀ ਹੈ।"

"ਇਹ ਇਸਲਾਮ ਤੋਂ ਧਰਮ ਪਰਿਵਰਤਨ ਦੇ ਸਭ ਤੋਂ ਸੰਤੁਲਿਤ ਬਿਰਤਾਂਤਾਂ ਵਿੱਚੋਂ ਇੱਕ ਹੈ ਜਿਸਦਾ ਮੈਂ ਸਾਹਮਣਾ ਕੀਤਾ ਹੈ। ਇਹ ਦ੍ਰਿੜ ਹੈ, ਪਰ ਘਿਣਾਉਣਾ ਨਹੀਂ ਹੈ।"

"ਸਵਰਗ ਇੱਕ ਉੱਤੇ ਖੁਸ਼ ਹੁੰਦਾ ਹੈ - ਸਿਰਫ਼ ਉਸ ਲਾਈਨ ਨੇ ਹੀ ਸੇਵਕਾਈ ਦੀ ਸਫਲਤਾ ਨੂੰ ਵੇਖਣ ਦੇ ਮੇਰੇ ਤਰੀਕੇ ਨੂੰ ਬਦਲ ਦਿੱਤਾ।"

"ਇਸ ਕਿਤਾਬ ਵਿੱਚ ਵਜ਼ਨ ਹੈ। ਇਹ ਹਿੰਸਾ ਨੂੰ ਸਨਸਨੀਖੇਜ਼ ਨਹੀਂ ਬਣਾਉਂਦੀ ਜਾਂ ਅਨੁਭਵ ਨੂੰ ਵਧਾ-ਚੜ੍ਹਾ ਕੇ ਨਹੀਂ ਦੱਸਦੀ। ਇਹ ਗੰਭੀਰ, ਅਨੁਸ਼ਾਸਿਤ ਵਿਸ਼ਵਾਸ ਦੀ ਮੰਗ ਕਰਦੀ ਹੈ।"

"ਮੈਨੂੰ ਇੱਕ ਨਾਟਕੀ ਧਰਮ ਪਰਿਵਰਤਨ ਕਹਾਣੀ ਦੀ ਉਮੀਦ ਸੀ। ਮੈਨੂੰ ਜੋ ਮਿਲਿਆ ਉਹ ਨੇਮ ਅਤੇ ਪਵਿੱਤਰਤਾ ਲਈ ਇੱਕ ਸੱਦਾ ਸੀ।"

"ਅਨੁਸ਼ਾਸਨ 'ਤੇ ਜ਼ੋਰ ਦੇਣ ਨੇ ਮੈਨੂੰ ਚਮਤਕਾਰਾਂ ਨਾਲੋਂ ਵੱਧ ਚੁਣੌਤੀ ਦਿੱਤੀ। ਬਣਤਰ ਵਿਸ਼ਵਾਸ ਨੂੰ ਕਾਇਮ ਰੱਖਦੀ ਹੈ।"

"ਇਹ ਰੱਖਿਆਤਮਕ ਬਣੇ ਬਿਨਾਂ ਪਖੰਡ ਦਾ ਸਾਹਮਣਾ ਕਰਦਾ ਹੈ। ਇਹ ਇਮਾਨਦਾਰੀ ਇਸਨੂੰ ਭਰੋਸੇਯੋਗ ਬਣਾਉਂਦੀ ਹੈ।"

"ਇਹ ਭੀੜ ਨੂੰ ਉਤੇਜਿਤ ਕਰਨ ਲਈ ਨਹੀਂ ਲਿਖਿਆ ਗਿਆ ਹੈ। ਇਹ ਵਿਸ਼ਵਾਸੀਆਂ ਨੂੰ ਬਣਾਉਣ ਲਈ ਲਿਖਿਆ ਗਿਆ ਹੈ।"

ਪ੍ਰਸਤਾਵਨਾ

ਇਹ ਕਿਤਾਬ ਤੁਹਾਨੂੰ ਪ੍ਰਭਾਵਿਤ ਕਰਨ ਲਈ ਨਹੀਂ ਲਿਖੀ ਗਈ ਹੈ।

ਇਹ ਤੁਹਾਡਾ ਸਾਹਮਣਾ ਕਰਨ ਲਈ ਲਿਖਿਆ ਗਿਆ ਹੈ।

ਜਿਹੜੀ ਕਹਾਣੀ ਤੁਸੀਂ ਪੜ੍ਹਨ ਜਾ ਰਹੇ ਹੋ, ਉਸ ਵਿੱਚ ਅੱਗ, ਖੂਨ, ਅਤਿਆਚਾਰ, ਦਰਸ਼ਨ, ਰਾਸ਼ਟਰੀ ਦਖਲਅੰਦਾਜ਼ੀ, ਅਧਿਆਤਮਿਕ ਮੁਲਾਕਾਤਾਂ ਅਤੇ ਬ੍ਰਹਮ ਰੱਖਿਆ ਸ਼ਾਮਲ ਹਨ। ਇਸ ਵਿੱਚ ਇੱਕ ਵੰਡੇ ਹੋਏ ਘਰ ਦਾ ਤਣਾਅ, ਇੱਕ ਪ੍ਰਾਰਥਨਾ ਕਰਨ ਵਾਲੀ ਮਾਂ ਦੀ ਹਿੰਮਤ, ਇੱਕ ਪਿਤਾ ਦਾ ਚੁੱਪ ਟਕਰਾਅ, ਇੱਕ ਭਰਾ ਦੀ ਮੌਤ ਦੇ ਨੇੜੇ, ਅਤੇ ਇੱਕ ਜੁਝਾਰੂ ਦਿਲ ਦਾ ਨਾਟਕੀ ਮੋੜ ਸ਼ਾਮਲ ਹੈ।

ਪਰ ਇਹ ਚਮਤਕਾਰਾਂ ਦਾ ਕੋਈ ਸਨਸਨੀਖੇਜ਼ ਰਿਕਾਰਡ ਨਹੀਂ ਹੈ।

ਇਹ ਵਫ਼ਾਦਾਰੀ ਦਾ ਅਧਿਐਨ ਹੈ।

ਬਹੁਤ ਸਾਰੇ ਲੋਕ ਧਰਮ ਪਰਿਵਰਤਨ ਦੀਆਂ ਕਹਾਣੀਆਂ ਤੋਂ ਆਕਰਸ਼ਤ ਹੁੰਦੇ ਹਨ। ਦੂਸਰੇ ਅਲੌਕਿਕ ਅਨੁਭਵਾਂ ਤੋਂ ਆਕਰਸ਼ਤ ਹੁੰਦੇ ਹਨ। ਕੁਝ ਅਤਿਆਚਾਰ ਦੇ ਬਿਰਤਾਂਤਾਂ ਤੋਂ ਪ੍ਰੇਰਿਤ ਹੁੰਦੇ ਹਨ। ਪਰ ਮੋਹ ਪਰਿਵਰਤਨ ਦੇ ਬਰਾਬਰ ਨਹੀਂ ਹੁੰਦਾ। ਭਾਵਨਾ ਧੀਰਜ ਦੇ ਬਰਾਬਰ ਨਹੀਂ ਹੁੰਦੀ। ਮੁਲਾਕਾਤ ਆਪਣੇ ਆਪ ਆਗਿਆਕਾਰੀ ਪੈਦਾ ਨਹੀਂ ਕਰਦੀ।

ਇਹ ਰਚਨਾ ਧਿਆਨ ਨਾਲ ਅਤੇ ਜਾਣਬੁੱਝ ਕੇ ਲਿਖੀ ਗਈ ਸੀ ਤਾਂ ਜੋ ਬਿਨਾਂ ਕਿਸੇ ਗਠਨ ਦੇ ਉਤੇਜਨਾ ਤੋਂ ਬਚਿਆ ਜਾ ਸਕੇ।

ਪਹਿਲਾ ਭਾਗ ਬਿਰਤਾਂਤ ਪੇਸ਼ ਕਰਦਾ ਹੈ — ਜੋ ਦਸਤਾਵੇਜ਼ੀ ਇੰਟਰਵਿਊਆਂ, ਉਪਦੇਸ਼ਾਂ ਅਤੇ ਜਨਤਕ ਤੌਰ 'ਤੇ ਉਪਲਬਧ ਗਵਾਹੀਆਂ ਤੋਂ ਲਿਆ ਗਿਆ ਹੈ। ਵੇਰਵਿਆਂ ਨੂੰ ਕਿਸੇ ਆਦਮੀ ਨੂੰ ਵਡਿਆਉਣ ਲਈ ਨਹੀਂ

ਸਗੋਂ ਇਹ ਦਰਸਾਉਣ ਲਈ ਸੁਰੱਖਿਅਤ ਰੱਖਿਆ ਗਿਆ ਹੈ ਕਿ ਜਦੋਂ ਸਜ਼ਾ ਪ੍ਰਗਟਾਵੇ ਨਾਲ ਟਕਰਾਉਂਦੀ ਹੈ ਤਾਂ ਕੀ ਹੁੰਦਾ ਹੈ।

ਦੂਜਾ ਭਾਗ ਉਹ ਪ੍ਰਦਾਨ ਕਰਦਾ ਹੈ ਜੋ ਜ਼ਿਆਦਾਤਰ ਗਵਾਹੀਆਂ ਵਿੱਚ ਨਹੀਂ ਹੁੰਦਾ: ਬਣਤਰ।

ਚਾਲੀ ਦਿਨਾਂ ਦਾ ਅਨੁਸ਼ਾਸਿਤ ਅਧਿਆਤਮਿਕ ਨਿਰਮਾਣ। ਸਿਧਾਂਤ ਨਹੀਂ। ਅਸਪਸ਼ਟ ਪ੍ਰਤੀਬਿੰਬ ਨਹੀਂ। ਢਾਂਚਾਗਤ ਸ਼ਮੂਲੀਅਤ। ਪੁਰਾਣੇ ਅਤੇ ਨਵੇਂ ਨੇਮ ਤੋਂ ਧਰਮ ਗ੍ਰੰਥ। ਸਬਕ। ਸਵਾਲ। ਪ੍ਰਾਰਥਨਾ। ਘੋਸ਼ਣਾ। ਕਾਰਵਾਈ। ਇਹ ਜਾਣਬੁੱਝ ਕੇ ਕੀਤਾ ਗਿਆ ਹੈ।

ਕਿਉਂਕਿ ਕਹਾਣੀਆਂ ਤੁਹਾਨੂੰ ਉਤੇਜਿਤ ਕਰ ਸਕਦੀਆਂ ਹਨ - ਪਰ ਬਣਤਰ ਤੁਹਾਨੂੰ ਕਾਇਮ ਰੱਖਦੀ ਹੈ।

ਸਵਰਗ ਤੋਂ ਅੱਗ ਡਿੱਗਣ, ਸਲਾਹਕਾਰ ਦੇ ਮਾਰੇ ਜਾਣ, ਬਿਨਾਂ ਕਿਸੇ ਘਾਤਕ ਨੁਕਸਾਨ ਦੇ ਮਾਸ ਵਿੱਚ ਗੋਲੀਆਂ ਦਾਖਲ ਹੋਣ, ਰਾਸ਼ਟਰਪਤੀ ਦਾ ਬਚਾਅ, ਅਤੇ ਬਿਨਾਂ ਕਿਸੇ ਸੱਟ ਦੇ ਡਾਕਟਰੀ ਪੁਸ਼ਟੀਕਰਨ ਦਾ ਬਿਰਤਾਂਤ - ਇਹ ਦਲੀਲ ਜਾਂ ਸਨਸਨੀਖੇਜ਼ਤਾ ਨੂੰ ਭੜਕਾਉਣ ਲਈ ਪੇਸ਼ ਨਹੀਂ ਕੀਤੇ ਗਏ ਹਨ। ਇਹਨਾਂ ਨੂੰ ਦਰਜ ਕੀਤਾ ਗਿਆ ਹੈ ਕਿਉਂਕਿ ਇਹ ਦਸਤਾਵੇਜ਼ੀ ਗਵਾਹੀ ਦਾ ਹਿੱਸਾ ਬਣਦੇ ਹਨ।

ਫਿਰ ਵੀ ਕੇਂਦਰੀ ਲੜਾਈ ਕਦੇ ਵੀ ਬਚਾਅ ਬਾਰੇ ਨਹੀਂ ਸੀ।

ਇਹ ਵਫ਼ਾਦਾਰੀ ਬਾਰੇ ਸੀ।

ਵਿਰਾਸਤ ਵਿੱਚ ਮਿਲੇ ਵਿਸ਼ਵਾਸ ਪ੍ਰਤੀ ਵਫ਼ਾਦਾਰੀ।

ਪਰੰਪਰਾ ਪ੍ਰਤੀ ਵਫ਼ਾਦਾਰੀ। ਦ੍ਰਿੜ ਵਿਸ਼ਵਾਸ ਪ੍ਰਤੀ ਵਫ਼ਾਦਾਰੀ। ਮਸੀਹ ਪ੍ਰਤੀ ਵਫ਼ਾਦਾਰੀ।

ਇਸ ਕਿਤਾਬ ਦੇ ਮੂਲ ਵਿੱਚ ਇੱਕ ਸਵਾਲ ਹੈ ਜਿਸ ਤੋਂ ਬਚਿਆ ਨਹੀਂ ਜਾ ਸਕਦਾ:

ਜਦੋਂ ਪ੍ਰਕਾਸ਼ ਵਿਰਾਸਤ ਦਾ ਸਾਹਮਣਾ ਕਰਦਾ ਹੈ - ਤੁਸੀਂ ਕੀ ਕਰਦੇ ਹੋ?

ਇਹ ਰਚਨਾ ਆਪਣੇ ਵਿਸ਼ੇ ਲਈ ਸੰਪੂਰਨਤਾ ਦਾ ਦਾਅਵਾ ਨਹੀਂ ਕਰਦੀ। ਇਹ ਅਨੁਭਵ ਨੂੰ ਪ੍ਰਮਾਣਿਤ ਨਹੀਂ ਕਰਦੀ। ਧਰਮ ਗ੍ਰੰਥ ਹੀ ਅੰਤਿਮ ਅਧਿਕਾਰ ਬਣਿਆ ਹੋਇਆ ਹੈ। ਜਿੱਥੇ ਕੋਈ ਵੀ ਮਨੁੱਖੀ ਜੀਵਨ ਬਾਈਬਲ ਦੇ ਅਨੁਕੂਲਤਾ ਤੋਂ ਘੱਟ ਜਾਂਦਾ ਹੈ, ਉੱਥੇ ਧਰਮ ਗ੍ਰੰਥ ਉੱਚਾ ਹੁੰਦਾ ਹੈ।

ਇਸ ਕਿਤਾਬ ਦਾ ਉਦੇਸ਼ ਇਕਵਚਨ ਹੈ:

ਪਾਠਕਾਂ ਨੂੰ ਮਸੀਹ ਵੱਲ ਇਸ਼ਾਰਾ ਕਰਨ ਲਈ - ਅਤੇ ਉਹਨਾਂ ਨੂੰ ਅਨੁਸ਼ਾਸਿਤ, ਨੇਮਬੱਧ ਆਗਿਆਕਾਰੀ ਵਿੱਚ ਬੁਲਾਉਣ ਲਈ।

ਸਵਰਗ ਉਸ ਵਿਅਕਤੀ ਉੱਤੇ ਖੁਸ਼ ਹੁੰਦਾ ਹੈ ਜੋ ਤੋਬਾ ਕਰਦਾ ਹੈ। ਤਮਾਸ਼ੇ ਤੋਂ ਪ੍ਰਭਾਵਿਤ ਭੀੜ ਉੱਤੇ ਨਹੀਂ।

ਜੇਕਰ ਇੱਕ ਵੀ ਪਾਠਕ ਇਨ੍ਹਾਂ ਪੰਨਿਆਂ ਤੋਂ ਦ੍ਰਿੜ ਵਿਸ਼ਵਾਸ, ਡੂੰਘੀ ਪਵਿੱਤਰਤਾ, ਵਧੇਰੇ ਅਨੁਸ਼ਾਸਨ, ਅਤੇ ਯਿਸੂ ਮਸੀਹ ਪ੍ਰਤੀ ਅਟੁੱਟ ਵਫ਼ਾਦਾਰੀ ਨਾਲ ਉੱਭਰਦਾ ਹੈ - ਤਾਂ ਇਸ ਰਚਨਾ ਨੇ ਆਪਣਾ ਕੰਮ ਪੂਰਾ ਕਰ ਲਿਆ ਹੈ।

ਧਿਆਨ ਨਾਲ ਪੜ੍ਹੋ।

ਇਮਾਨਦਾਰੀ ਨਾਲ ਸੋਚੋ।

ਜਾਣਬੁੱਝ ਕੇ ਜਵਾਬ ਦਿਓ।

ਸਿਰਫ਼ ਅੱਗੇ ਭੇਜੋ।

ਪ੍ਰਸਤਾਵਨਾ

ਰਾਤ ਨੂੰ ਅੱਗ ਲੱਗ ਗਈ

ਘਰ ਚੁੱਪ ਨਹੀਂ ਸੀ।

ਇਹ ਆਰਡਰ ਕੀਤਾ ਗਿਆ ਸੀ।

ਉਸ ਘਰ ਵਿੱਚ ਧਰਮ ਆਮ ਨਹੀਂ ਸੀ।

ਇਹ ਢਾਂਚਾ ਸੀ। ਇਹ ਅਧਿਕਾਰ ਸੀ। ਇਹ ਪਿਤਾ ਤੋਂ ਪੁੱਤਰ ਨੂੰ ਬਿਨਾਂ ਕਿਸੇ ਗੱਲਬਾਤ ਦੇ ਵਿਰਾਸਤ ਵਿੱਚ ਭੇਜਿਆ ਗਿਆ ਸੀ।

ਪਿਤਾ ਨਰਮ ਸੁਭਾਅ ਦਾ ਬੰਦਾ ਨਹੀਂ ਸੀ।

ਉਹ ਅਨੁਸ਼ਾਸਿਤ ਸੀ। ਸ਼ਰਧਾਲੂ। ਬਿਲਕੁਲ ਸਹੀ। ਦ੍ਰਿੜਤਾ ਅਤੇ ਫੌਜੀ ਕਠੋਰਤਾ ਦੁਆਰਾ ਘੜਿਆ ਗਿਆ ਇੱਕ ਆਦਮੀ।

ਉਸੇ ਘਰ ਦੇ ਅੰਦਰ, ਕੁਝ ਪਹਿਲਾਂ ਹੀ ਬਦਲ ਗਿਆ ਸੀ।

ਚੁੱਪਚਾਪ।

ਮਾਂ ਨੇ ਹੱਦ ਪਾਰ ਕਰ ਦਿੱਤੀ ਸੀ।

ਕੋਈ ਐਲਾਨ ਨਹੀਂ।

ਕੋਈ ਬਗਾਵਤ ਨਹੀਂ। ਕੋਈ ਜਨਤਕ ਛੁੱਟੀ ਨਹੀਂ।

ਉਹ ਅਜੇ ਵੀ ਖਾਣਾ ਬਣਾਉਂਦੀ ਸੀ।

ਫਿਰ ਵੀ ਵਰਤਾਉਂਦੀ ਸੀ। ਫਿਰ ਵੀ ਆਪਣੇ ਪਤੀ ਦਾ ਸਤਿਕਾਰ ਕਰਦੀ ਸੀ। ਫਿਰ ਵੀ ਇੱਕੋ ਛੱਤ ਹੇਠ ਰਹਿੰਦੀ ਸੀ।

ਪਰ ਉਸਦੀ ਵਫ਼ਾਦਾਰੀ ਬਦਲ ਗਈ ਸੀ।

ਅਤੇ ਜਦੋਂ ਵਫ਼ਾਦਾਰੀ ਬਦਲ ਜਾਂਦੀ ਹੈ, ਮਾਹੌਲ ਬਦਲ ਜਾਂਦਾ ਹੈ - ਭਾਵੇਂ ਕੋਈ ਬੋਲਦਾ ਹੀ ਨਾ ਹੋਵੇ।

ਜਲਦੀ ਹੀ ਵੱਡੇ ਪੁੱਤਰ ਨੇ ਸਵਾਲ ਕਰਨਾ ਸ਼ੁਰੂ ਕਰ ਦਿੱਤਾ।

ਵਿਸ਼ਵਾਸ ਹੁਣ ਵਿਰਾਸਤ ਵਿੱਚ ਨਹੀਂ ਸੀ।

ਇਸਦੀ ਜਾਂਚ ਕੀਤੀ ਗਈ।

ਪਿਤਾ ਨੂੰ ਇਸਦਾ ਐਲਾਨ ਹੋਣ ਤੋਂ ਪਹਿਲਾਂ ਹੀ ਅਹਿਸਾਸ ਹੋ ਗਿਆ।

ਜਦੋਂ ਪਛਾਣ ਖ਼ਤਰੇ ਵਿੱਚ ਪੈਂਦੀ ਹੈ ਤਾਂ ਸਜ਼ਾ ਵਿਸ਼ਵਾਸਘਾਤ ਮਹਿਸੂਸ ਕਰਦੀ ਹੈ।

ਅਤੇ ਇੱਕ ਦਿਨ, ਤਣਾਅ ਹਿੰਸਾ ਵਿੱਚ ਬਦਲ ਗਿਆ।

ਇੱਕ ਤਲਵਾਰ ਚੁੱਕੀ ਗਈ।

ਪ੍ਰਤੀਕਾਤਮਕ ਨਹੀਂ।

ਸਟੀਲ।

ਆਪਣੇ ਹੀ ਪੁੱਤਰ ਨੂੰ ਮਾਰਨ ਲਈ ਪਾਲਿਆ ਗਿਆ।

ਪਰ ਤਲਵਾਰ ਦੇ ਹੇਠਾਂ ਡਿੱਗਣ ਤੋਂ ਪਹਿਲਾਂ, ਪੁੱਤਰ ਹੁਣ ਉਸ ਥਾਂ 'ਤੇ ਨਹੀਂ ਸੀ ਜਿੱਥੇ ਇਸਦਾ ਨਿਸ਼ਾਨਾ ਸੀ।

ਉਹ ਬਾਅਦ ਵਿੱਚ ਦੱਸਦਾ ਸੀ ਕਿ ਉਸਨੂੰ ਸਰੀਰਕ ਤੌਰ 'ਤੇ ਤਬਦੀਲ ਕਰ ਦਿੱਤਾ ਗਿਆ ਸੀ - ਉਸ ਸਥਿਤੀ ਤੋਂ ਕਿਸੇ ਹੋਰ ਨੇੜਲੇ ਸਥਾਨ 'ਤੇ ਲਿਜਾਇਆ ਗਿਆ ਸੀ।

ਤਲਵਾਰ ਹੇਠਾਂ ਆ ਗਈ।

ਪਰ ਉਸ ਉੱਤੇ ਨਹੀਂ।

ਵਿਰਾਸਤ ਵਿੱਚ ਵਿਘਨ ਪਿਆ ਸੀ।

ਫਿਰ ਵੀ ਇਹ ਤਾਂ ਸਿਰਫ਼ ਸ਼ੁਰੂਆਤ ਸੀ।

ਇੱਕ ਸਲਾਹਕਾਰ ਸੀ।

ਇੱਕ ਇਮਾਮ।

ਸਤਿਕਾਰਯੋਗ। ਭਰੋਸੇਯੋਗ। ਰਚਨਾਤਮਕ।

ਉਹ ਆਦਮੀ ਜਿਸਨੇ ਅਨੁਸ਼ਾਸਨ ਨੂੰ ਆਕਾਰ ਦਿੱਤਾ, ਸ਼ਰਧਾ ਨੂੰ ਸਿਖਲਾਈ ਦਿੱਤੀ, ਅਤੇ ਉਸਨੂੰ ਡੂੰਘੇ ਅਧਿਆਤਮਿਕ ਅਭਿਆਸਾਂ ਵਿੱਚ ਸ਼ਾਮਲ ਕੀਤਾ - ਜਿਸ ਵਿੱਚ ਅਧਿਆਤਮਿਕ ਸ਼ਕਤੀ ਅਤੇ ਲੁਕਵੇਂ ਰਸਮਾਂ ਦਾ ਗਿਆਨ ਸ਼ਾਮਲ ਹੈ।

ਇਸ ਸਲਾਹਕਾਰ ਪ੍ਰਤੀ ਵਫ਼ਾਦਾਰੀ ਆਮ ਨਹੀਂ ਸੀ।

ਇਹ ਬਚਪਨ ਵਿੱਚ ਹੀ ਬਣਿਆ ਸੀ।

ਅਤੇ ਫਿਰ ਟਕਰਾਅ ਹੋਇਆ।

ਉਹ ਬਾਅਦ ਵਿੱਚ ਇਸਦਾ ਸਪਸ਼ਟ ਵਰਣਨ ਕਰੇਗਾ:

"ਮੈਂ ਸਵਰਗ ਤੋਂ ਅੱਗ ਆਉਂਦੀ ਦੇਖੀ।"

ਰੂਪਕ ਨਹੀਂ।

ਅੱਗ।

ਇਮਾਮ ਨੂੰ ਸੱਟ ਲੱਗੀ।

ਉਸਦੇ ਆਲੇ-ਦੁਆਲੇ ਦੇ ਲੋਕਾਂ ਨੇ ਸੁੱਜੇ ਹੋਏ ਜ਼ਖ਼ਮ ਦੇਖੇ।

ਉਸਨੇ ਰੁਕਾਵਟ ਦੇਖੀ।

ਕੁਝ ਨੇ ਸੱਟਾਂ ਦੇਖੀਆਂ।

ਉਸਨੇ ਐਕਸਪੋਜਰ ਦੇਖਿਆ।

ਸਵਰਗ ਤਮਾਸ਼ੇ ਲਈ ਨਹੀਂ ਹਿੱਲਦਾ।

ਇਹ ਸ਼ੁੱਧਤਾ ਲਈ ਚਲਦਾ ਹੈ।

ਉਹ ਅੱਗ ਭੀੜ ਲਈ ਨਹੀਂ ਸੀ।

ਇਹ ਇੱਕ ਲਈ ਸੀ।

ਬਾਅਦ ਵਿੱਚ, ਮੈਦੁਗੁਰੀ ਵਿੱਚ, ਇੱਕ ਹੋਰ ਮੁਲਾਕਾਤ ਹੋਈ।

ਉਸਨੂੰ ਨਰਕ ਦਿਖਾਇਆ ਗਿਆ।

ਉਸਨੇ ਚਿਹਰਿਆਂ ਨੂੰ ਪਛਾਣਿਆ - ਅਜਨਬੀਆਂ ਨੂੰ ਨਹੀਂ।

ਅਧਿਆਪਕ।

ਫਿਰ ਉਸਨੂੰ ਸਵਰਗ ਦਿਖਾਇਆ ਗਿਆ।

ਵਿਵਸਥਾ ਦਾ ਸ਼ਹਿਰ।

ਸੁੰਦਰਤਾ। ਰੌਸ਼ਨੀ। ਸੋਨਾ।

ਉਹ ਘਬਰਾ ਕੇ ਵਾਪਸ ਆਇਆ।

ਪਰ ਪ੍ਰਕਾਸ਼ ਨੇ ਤੁਰੰਤ ਸਮਰਪਣ ਪੈਦਾ ਨਹੀਂ ਕੀਤਾ।

ਦੇਖਣਾ ਉਪਜ ਦੇਣ ਦੇ ਬਰਾਬਰ ਨਹੀਂ ਹੈ।

ਸਾਲਾਂ ਬਾਅਦ, ਗੋਲੀਆਂ ਉਸਦੇ ਸਰੀਰ ਵਿੱਚ ਦਾਖਲ ਹੋ ਜਾਣਗੀਆਂ।

ਧਾਤ ਉਸਦੀ ਖੋਪੜੀ 'ਤੇ ਵਾਰ ਕਰੇਗੀ।

ਉਸਦੇ ਸਿਰ ਵਿੱਚੋਂ ਖ਼ੂਨ ਵਗਦਾ।

ਉਸਨੂੰ ਇੱਕ ਗੱਡੀ ਵਿੱਚ ਇਸ ਤਰ੍ਹਾਂ ਲਿਜਾਇਆ ਜਾਵੇਗਾ ਜਿਵੇਂ ਕਿਸੇ ਨੂੰ ਮ੍ਰਿਤਕ ਸਮਝਿਆ ਜਾਵੇ।

ਪਰ ਉਹ ਫਿਰ ਉੱਠੇਗਾ।

ਐਸਕਾਰਟ ਉਸਨੂੰ ਘੇਰ ਲੈਂਦੇ।

ਇੱਕ ਰਾਸ਼ਟਰਪਤੀ ਦਖਲ ਦੇਵੇਗਾ।

ਕਿਸੇ ਵਿਦੇਸ਼ੀ ਦੇਸ਼ ਦੇ ਡਾਕਟਰੀ ਮਾਹਰ ਇਸ ਗੱਲ ਦੀ ਪੁਸ਼ਟੀ ਕਰਨਗੇ ਕਿ ਤਰਕ ਦੀ ਉਲੰਘਣਾ ਕੀ ਹੈ:

ਜ਼ਿੰਦਾ।

ਬਰਕਰਾਰ। ਕੋਈ ਢਾਂਚਾਗਤ ਨੁਕਸਾਨ ਨਹੀਂ।

ਫਿਰ ਵੀ ਉਸਦੇ ਵਿਸ਼ਵਾਸ ਲਈ ਸਭ ਤੋਂ ਵੱਡਾ ਖ਼ਤਰਾ ਅੱਗ ਨਹੀਂ ਹੋਵੇਗਾ।

ਨਰਕ ਨਹੀਂ। ਸਵਰਗ ਨਹੀਂ। ਗੋਲੀਆਂ ਨਹੀਂ।

ਇਹ ਪਖੰਡ ਹੋਵੇਗਾ।

ਅਤੇ ਵਾਪਸ ਆਉਣ ਲਈ ਫੁਸਫੁਸਾਹਟ।

ਇੱਕ ਰਾਤ ਇੱਕ ਹੋਟਲ ਦੇ ਕਮਰੇ ਵਿੱਚ, ਜਦੋਂ ਉਸਨੇ ਇੱਕ ਦਰਵਾਜ਼ਾ ਖੋਲ੍ਹਿਆ - ਅਤੇ ਉਸ ਨੂੰ ਦੇਖਿਆ ਜਿਸਨੂੰ ਉਹ ਮਗਰ ਆਇਆ ਸੀ।

"ਅਸੀਂ ਬਹੁਤ ਦੂਰ ਚਲੇ ਗਏ ਹਾਂ," ਆਵਾਜ਼ ਨੇ ਕਿਹਾ।

"ਵਾਪਸ ਜਾਣ ਲਈ ਬਹੁਤ ਦੇਰ ਹੋ ਗਈ ਹੈ।"

ਇਹ ਤਮਾਸ਼ੇ ਬਾਰੇ ਕਹਾਣੀ ਨਹੀਂ ਹੈ।

ਇਹ ਵਫ਼ਾਦਾਰੀ ਬਾਰੇ ਹੈ।

ਅਤੇ ਇਸ ਕਿਤਾਬ ਦੇ ਖਤਮ ਹੋਣ ਤੋਂ ਪਹਿਲਾਂ, ਤੁਹਾਨੂੰ ਇਹੀ ਸਵਾਲ ਆਵੇਗਾ:

ਜਦੋਂ ਅੱਗ ਪੈਂਦੀ ਹੈ - ਕੀ ਬਚਦਾ ਹੈ?

ਜਾਣ-ਪਛਾਣ

ਇਹ ਅੱਗ ਬਾਰੇ ਕਹਾਣੀ ਨਹੀਂ ਹੈ

ਇਹ ਕਿਤਾਬ ਅੱਗ ਬਾਰੇ ਨਹੀਂ ਹੈ।

ਇਹ ਗੋਲੀਆਂ, ਦ੍ਰਿਸ਼ਟੀਕੋਣਾਂ, ਰਾਜਨੀਤਿਕ ਦਖਲਅੰਦਾਜ਼ੀ, ਜਾਂ ਨਾਟਕੀ ਬਚਾਅ ਬਾਰੇ ਨਹੀਂ ਹੈ।

ਉਹ ਘਟਨਾਵਾਂ ਵਾਪਰੀਆਂ।

ਉਹਨਾਂ ਦਾ ਦਸਤਾਵੇਜ਼ੀਕਰਨ ਕੀਤਾ ਗਿਆ ਹੈ। ਉਹਨਾਂ ਦੀ ਗਵਾਹੀ ਦਿੱਤੀ ਗਈ ਹੈ।

ਪਰ ਉਹ ਕੇਂਦਰ ਨਹੀਂ ਹਨ।

ਕੇਂਦਰ ਵਫ਼ਾਦਾਰੀ ਹੈ।

ਬਹੁਤ ਸਾਰੇ ਲੋਕ ਇਸ ਕਿਤਾਬ ਨੂੰ ਇਸ ਲਈ ਦੇਖਣਗੇ ਕਿਉਂਕਿ ਇਸ ਵਿੱਚ ਅਸਾਧਾਰਨ ਤੱਤ ਹਨ - ਅੱਗ ਲੱਗਣਾ, ਸਵਰਗ ਅਤੇ ਨਰਕ ਨਾਲ ਮੁਲਾਕਾਤਾਂ, ਕਤਲ ਦੀਆਂ ਕੋਸ਼ਿਸ਼ਾਂ, ਰਾਸ਼ਟਰਪਤੀ ਬਚਾਅ। ਇਹ ਵੇਰਵੇ ਧਿਆਨ ਖਿੱਚਦੇ ਹਨ। ਇਹ ਰੁਟੀਨ ਸੋਚ ਨੂੰ ਵਿਗਾੜਦੇ ਹਨ। ਇਹ ਧਾਰਨਾਵਾਂ ਦਾ ਸਾਹਮਣਾ ਕਰਦੇ ਹਨ।

ਪਰ ਤਮਾਸ਼ਾ ਤਬਦੀਲੀ ਨੂੰ ਕਾਇਮ ਨਹੀਂ ਰੱਖਦਾ।

ਵਫ਼ਾਦਾਰੀ ਕਰਦੀ ਹੈ।

ਇਹ ਇੱਕ ਕਿਤਾਬ ਹੈ ਕਿ ਕੀ ਹੁੰਦਾ ਹੈ ਜਦੋਂ ਵਿਰਾਸਤ ਵਿੱਚ ਮਿਲੀ ਦ੍ਰਿੜਤਾ ਦਾ ਸਾਹਮਣਾ ਪ੍ਰਗਟ ਸੱਚ ਨਾਲ ਹੁੰਦਾ ਹੈ। ਇਹ ਇਸ ਬਾਰੇ ਹੈ ਕਿ ਕੀ ਹੁੰਦਾ ਹੈ ਜਦੋਂ ਢਾਂਚਾ ਮੁਲਾਕਾਤ ਨਾਲ ਟਕਰਾ ਜਾਂਦਾ ਹੈ। ਇਹ ਇਸ ਬਾਰੇ ਹੈ ਕਿ ਜਦੋਂ ਪ੍ਰਣਾਲੀਆਂ ਨੂੰ ਹਿਲਾਇਆ ਜਾਂਦਾ ਹੈ ਅਤੇ ਪਛਾਣ ਦੀ ਜਾਂਚ ਕੀਤੀ ਜਾਂਦੀ ਹੈ ਤਾਂ ਕੀ ਬਚਦਾ ਹੈ।

ਇਹ ਅੱਗ ਹੇਠ ਵਫ਼ਾਦਾਰੀ ਬਾਰੇ ਹੈ।

ਵਿਰਾਸਤ ਅਤੇ ਰੁਕਾਵਟ

ਕੁਝ ਲੋਕਾਂ ਨੂੰ ਧਰਮ ਉਸੇ ਤਰ੍ਹਾਂ ਮਿਲਦਾ ਹੈ ਜਿਵੇਂ ਦੂਜਿਆਂ ਨੂੰ ਜ਼ਮੀਨ ਮਿਲਦੀ ਹੈ।

ਇਹ ਜਨਮ ਦੇ ਸਮੇਂ ਦਿੱਤਾ ਜਾਂਦਾ ਹੈ।
ਇਹ ਵਾਤਾਵਰਣ ਦੁਆਰਾ ਲਾਗੂ ਕੀਤਾ ਜਾਂਦਾ ਹੈ। ਇਸਨੂੰ ਸੱਭਿਆਚਾਰ ਦੁਆਰਾ ਮਜ਼ਬੂਤ ਕੀਤਾ ਜਾਂਦਾ ਹੈ।

ਅਜਿਹੇ ਵਾਤਾਵਰਣ ਵਿੱਚ, ਵਿਸ਼ਵਾਸ ਦੀ ਜਾਂਚ ਨਹੀਂ ਕੀਤੀ ਜਾਂਦੀ - ਇਹ ਲੀਨ ਹੋ ਜਾਂਦੀ ਹੈ।

ਅਨੁਸ਼ਾਸਨ ਸ਼ਰਧਾ ਬਣ ਜਾਂਦਾ ਹੈ।
ਰੁਟੀਨ ਧਾਰਮਿਕਤਾ ਬਣ ਜਾਂਦੀ ਹੈ। ਢਾਂਚਾ ਪਛਾਣ ਬਣ ਜਾਂਦਾ ਹੈ।

ਅਤੇ ਜਦੋਂ ਕੋਈ ਤਬਦੀਲੀ ਆਉਂਦੀ ਹੈ, ਤਾਂ ਇਹ ਮਾਮੂਲੀ ਨਹੀਂ ਹੁੰਦੀ।

ਇਹ ਭੂਚਾਲ ਵਾਲਾ ਹੈ।

ਇਹ ਕਿਤਾਬ ਉਸ ਭੂਚਾਲ ਵਾਲੇ ਬਦਲਾਅ ਦਾ ਪਤਾ ਲਗਾਉਂਦੀ ਹੈ।

ਇੱਕ ਮਾਂ ਜਿਸਦੀ ਵਫ਼ਾਦਾਰੀ ਚੁੱਪਚਾਪ ਪਰ ਫੈਸਲਾਕੁੰਨ ਢੰਗ ਨਾਲ ਬਦਲ ਗਈ।
ਇੱਕ ਭਰਾ ਜਿਸਦੀ ਜਾਨ ਤਲਵਾਰ ਦੀ ਧਾਰ ਹੇਠ ਬਚ ਗਈ। ਇੱਕ ਪਿਤਾ ਜਿਸਦੀ ਦੁਨੀਆਂ ਟੁੱਟਣ ਲੱਗੀ। ਇੱਕ ਸਲਾਹਕਾਰ ਜਿਸ ਨੂੰ ਉਸ ਚੀਜ਼ ਨੇ ਮਾਰਿਆ ਜਿਸਦੀ ਵਿਆਖਿਆ ਨਹੀਂ ਕੀਤੀ ਜਾ ਸਕਦੀ।

ਪਰ ਫਿਰ - ਇਹ ਹੈਰਾਨੀ ਪੈਦਾ ਕਰਨ ਲਈ ਪੇਸ਼ ਨਹੀਂ ਕੀਤੇ ਗਏ ਹਨ।

ਉਹਨਾਂ ਨੂੰ ਇਹ ਪ੍ਰਗਟ ਕਰਨ ਲਈ ਪੇਸ਼ ਕੀਤਾ ਜਾਂਦਾ ਹੈ ਕਿ ਸੱਚ ਅਕਸਰ ਸੁਧਾਰ ਹੋਣ ਤੋਂ ਪਹਿਲਾਂ ਹੀ ਵਿਘਨ ਪਾਉਂਦਾ ਹੈ।

ਅੱਗ ਸਬੂਤ ਨਹੀਂ ਹੈ

ਧਰਮ ਗ੍ਰੰਥਾਂ ਵਿੱਚ, ਅੱਗ ਅਕਸਰ ਦਿਖਾਈ ਦਿੰਦੀ ਹੈ।

ਇਹ ਏਲੀਯਾਹ ਦੀ ਜਗਵੇਦੀ ਉੱਤੇ ਡਿੱਗਿਆ।
ਇਸਨੇ ਨਾਦਾਬ ਅਤੇ ਅਬੀਹੂ ਨੂੰ ਭਸਮ ਕਰ ਦਿੱਤਾ। ਇਹ ਪੰਤੇਕੁਸਤ ਦੇ ਨਾਲ ਸੀ।

ਪਰ ਅੱਗ ਕਦੇ ਵੀ ਸੁਨੇਹਾ ਨਹੀਂ ਹੁੰਦੀ।

ਇਹ ਪੁਸ਼ਟੀ ਹੈ।

ਇਸ ਬਿਰਤਾਂਤ ਵਿੱਚ, ਅੱਗ ਨਿਸ਼ਚਤਤਾ ਦੀ ਇੱਕ ਪ੍ਰਣਾਲੀ ਵਿੱਚ ਵਿਘਨ ਪਾਉਂਦੀ ਹੈ। ਇਹ ਵਫ਼ਾਦਾਰੀ ਨੂੰ ਉਜਾਗਰ ਕਰਦੀ ਹੈ। ਇਹ ਇੱਕ ਮੋੜ ਨੂੰ ਦਰਸਾਉਂਦੀ ਹੈ। ਪਰ ਇਹ ਯਾਤਰਾ ਨੂੰ ਪੂਰਾ ਨਹੀਂ ਕਰਦੀ।

ਸਿਰਫ਼ ਪ੍ਰਕਾਸ਼ ਹੀ ਆਗਿਆਕਾਰੀ ਪੈਦਾ ਨਹੀਂ ਕਰਦਾ।

ਉਸਨੇ ਸਵਰਗ ਦੇਖਿਆ।

ਉਸਨੇ ਨਰਕ ਦੇਖਿਆ।

ਉਹ ਵਾਪਸ ਆ ਗਿਆ।

ਅਤੇ ਫਿਰ ਵੀ ਤੁਰੰਤ ਆਤਮ ਸਮਰਪਣ ਨਹੀਂ ਕੀਤਾ।

ਕਿਉਂ?

ਕਿਉਂਕਿ ਵਫ਼ਾਦਾਰੀ ਮੁਲਾਕਾਤ ਦੁਆਰਾ ਮਜਬੂਰ ਨਹੀਂ ਕੀਤੀ ਜਾਂਦੀ। ਇਹ ਫੈਸਲੇ ਦੁਆਰਾ ਬਣਾਈ ਜਾਂਦੀ ਹੈ।

ਵੱਡੀ ਲੜਾਈ

ਗੋਲੀਆਂ ਨੇ ਕਹਾਣੀ ਨੂੰ ਖਤਮ ਨਹੀਂ ਕੀਤਾ।

ਅੱਗ ਨੇ ਇਸਨੂੰ ਪਰਿਭਾਸ਼ਿਤ ਨਹੀਂ ਕੀਤਾ।

ਰਾਸ਼ਟਰਪਤੀ ਦੇ ਨਿਕਾਸੀ ਨੇ ਇਸਨੂੰ ਸੁਰੱਖਿਅਤ ਨਹੀਂ ਕੀਤਾ।

ਸਭ ਤੋਂ ਵੱਡਾ ਖ਼ਤਰਾ ਬਾਅਦ ਵਿੱਚ ਆਇਆ - ਚਰਚ ਦੇ ਅੰਦਰੋਂ।

ਪਖੰਡ।

ਨਿੱਘੀ ਸ਼ਰਧਾ।

ਅਨੁਸ਼ਾਸਨ ਤੋਂ ਬਿਨਾਂ ਪ੍ਰਦਰਸ਼ਨ।

ਅਪੂਰਣ ਭਾਈਚਾਰੇ ਨੂੰ ਸਹਿਣ ਦੀ ਬਜਾਏ ਢਾਂਚਾਗਤ ਧਰਮ ਵੱਲ ਵਾਪਸ ਜਾਣ ਦਾ ਲਾਲਚ।

ਅਤੇ ਇਹੀ ਉਹ ਥਾਂ ਹੈ ਜਿੱਥੇ ਇਹ ਕਿਤਾਬ ਜੀਵਨੀ ਤੋਂ ਸ਼ੀਸ਼ੇ ਵੱਲ ਬਦਲਦੀ ਹੈ।

ਕਿਉਂਕਿ ਬਹੁਤ ਸਾਰੇ ਲੋਕ ਸੱਚਾਈ ਨੂੰ ਪ੍ਰਗਟ ਹੋਣ ਦੀ ਘਾਟ ਕਾਰਨ ਨਹੀਂ ਛੱਡਦੇ।

ਉਹ ਨਿਰਾਸ਼ਾ ਦੇ ਕਾਰਨ ਚਲੇ ਜਾਂਦੇ ਹਨ।

ਇਹ ਕਿਤਾਬ ਕਿਉਂ ਮੌਜੂਦ ਹੈ

ਇਹ ਕਿਤਾਬ ਨਿਰਮਾਣ ਲਈ ਮੌਜੂਦ ਹੈ।

ਮੋਹ ਨਹੀਂ।

ਇਹ ਪਾਠਕ ਨੂੰ ਪ੍ਰਸ਼ੰਸਾ ਤੋਂ ਪਰੇ ਜਾਂਚ ਵਿੱਚ ਲਿਆਉਣ ਲਈ ਮੌਜੂਦ ਹੈ।

ਭਾਗ ਪਹਿਲਾ ਬਿਰਤਾਂਤ ਪੇਸ਼ ਕਰਦਾ ਹੈ - ਸਪੱਸ਼ਟ ਤੌਰ 'ਤੇ, ਸਿੱਧੇ ਤੌਰ 'ਤੇ, ਬਿਨਾਂ ਕਿਸੇ ਸਜਾਵਟ ਦੇ। ਇਹ ਵਿਰਾਸਤ, ਟਕਰਾਅ, ਮੁਲਾਕਾਤ, ਅਤਿਆਚਾਰ, ਸੰਭਾਲ ਅਤੇ ਕਮਿਸ਼ਨ ਨੂੰ ਦਰਸਾਉਂਦਾ ਹੈ।

ਭਾਗ II ਇੱਕ ਢਾਂਚਾਗਤ 40-ਦਿਨਾਂ ਦੀ ਯਾਤਰਾ ਪ੍ਰਦਾਨ ਕਰਦਾ ਹੈ — ਕਿਸੇ ਸ਼ਖਸੀਅਤ ਦੀ ਨਕਲ ਕਰਨ ਲਈ ਨਹੀਂ, ਸਗੋਂ ਮਸੀਹ ਪ੍ਰਤੀ ਅਨੁਸ਼ਾਸਿਤ ਵਫ਼ਾਦਾਰੀ ਪੈਦਾ ਕਰਨ ਲਈ।

ਇਹ ਬਹੁਤ ਜ਼ਰੂਰੀ ਹੈ:

ਅਸੀਂ ਪਾਠਕਾਂ ਨੂੰ ਕਿਸੇ ਆਦਮੀ ਵੱਲ ਇਸ਼ਾਰਾ ਨਹੀਂ ਕਰ ਰਹੇ।

ਅਸੀਂ ਪਾਠਕਾਂ ਨੂੰ ਮਸੀਹ ਵੱਲ ਇਸ਼ਾਰਾ ਕਰ ਰਹੇ ਹਾਂ।

ਇੱਥੇ ਦਰਜ ਜੀਵਨ ਇੱਕ ਕੇਸ ਸਟੱਡੀ ਵਜੋਂ ਕੰਮ ਕਰਦਾ ਹੈ, ਟੈਂਪਲੇਟ ਵਜੋਂ ਨਹੀਂ। ਉਦਾਹਰਣ ਵਜੋਂ, ਮੂਰਤੀ ਵਜੋਂ ਨਹੀਂ। ਗਵਾਹੀ, ਧਰਮ ਸ਼ਾਸਤਰ ਵਜੋਂ ਨਹੀਂ।

ਜਿੱਥੇ ਇਹ ਜੀਵਨ ਧਰਮ ਗ੍ਰੰਥ ਦੇ ਅਨੁਸਾਰ ਹੈ, ਉੱਥੇ ਇਸ ਤੋਂ ਸਿੱਖਿਆ ਜਾਣਾ ਚਾਹੀਦਾ ਹੈ।

ਜਿੱਥੇ ਕੋਈ ਵੀ ਜੀਵਨ ਧਰਮ-ਗ੍ਰੰਥ ਦੀ ਉਲੰਘਣਾ ਕਰਦਾ ਹੈ, ਉੱਥੇ ਧਰਮ-ਗ੍ਰੰਥ ਅੰਤਿਮ ਅਧਿਕਾਰ ਰਹਿੰਦਾ ਹੈ।

ਟੀਚਾ ਸ਼ਖ਼ਸੀਅਤ ਪ੍ਰਤੀ ਵਫ਼ਾਦਾਰੀ ਨਹੀਂ ਹੈ।

ਇਹ ਨੇਮ ਵਫ਼ਾਦਾਰੀ ਹੈ।

ਲੁਕੇ ਹੋਏ ਚੇਲੇ

ਸਾਰੀ ਪੋਥੀ ਵਿੱਚ, ਵਫ਼ਾਦਾਰੀ ਹਮੇਸ਼ਾ ਜਨਤਕ ਨਹੀਂ ਦਿਖਾਈ ਦਿੰਦੀ ਸੀ।

ਨਿਕੋਦੇਮਸ ਰਾਤ ਨੂੰ ਆਇਆ।
ਅਰਿਮਥੇਆ ਦੇ ਯੂਸੁਫ਼ ਨੇ ਦਫ਼ਨਾਉਣ ਵੇਲੇ ਕੰਮ ਕੀਤਾ। ਨਅਮਾਨ ਨੇ ਇੱਕ ਵਿਦੇਸ਼ੀ ਮੰਦਰ ਵਿੱਚ ਗੋਡੇ ਟੇਕ ਦਿੱਤੇ ਜਦੋਂ ਕਿ ਉਹ ਅੰਦਰੋਂ ਪ੍ਰਭੂ ਪ੍ਰਤੀ ਵਫ਼ਾਦਾਰ ਸੀ। ਦਾਊਦ ਨੇਮ ਦੀ ਪਛਾਣ ਬਣਾਈ ਰੱਖਦੇ ਹੋਏ ਫਲਿਸਤੀਆਂ ਦੇ

ਵਿਚਕਾਰ ਰਹਿੰਦਾ ਸੀ। ਐਸਤਰ ਨੇ ਵਿਰਾਸਤ ਨੂੰ ਉਦੋਂ ਤੱਕ ਛੁਪਾਇਆ ਜਦੋਂ ਤੱਕ ਸਮੇਂ ਅਨੁਸਾਰ ਪ੍ਰਗਟਾਵੇ ਦੀ ਲੋੜ ਨਹੀਂ ਸੀ।

ਵਫ਼ਾਦਾਰੀ ਕਈ ਵਾਰ ਉੱਚੀ ਹੁੰਦੀ ਹੈ।

ਕਈ ਵਾਰ ਇਹ ਰਣਨੀਤਕ ਹੁੰਦਾ ਹੈ।

ਪਰ ਇਹ ਅਸਲੀ ਹੋਣਾ ਚਾਹੀਦਾ ਹੈ।

ਇਹ ਬਿਰਤਾਂਤ ਇੱਕ ਕੇਂਦਰੀ ਸਵਾਲ ਪੈਦਾ ਕਰਦਾ ਹੈ:

ਤੁਹਾਡੀ ਵਫ਼ਾਦਾਰੀ ਕਿਸ ਉੱਤੇ ਟਿਕੀ ਹੋਈ ਹੈ - ਵਿਰਾਸਤ, ਮੁਲਾਕਾਤ, ਸੱਭਿਆਚਾਰ, ਜਾਂ ਦ੍ਰਿੜਤਾ?

ਪਾਠਕ ਲਈ

ਇਹ ਕਿਤਾਬ ਇਹਨਾਂ ਲਈ ਹੈ:

ਜਿਨ੍ਹਾਂ ਨੂੰ ਵਿਸ਼ਵਾਸ ਵਿਰਾਸਤ ਵਿੱਚ ਮਿਲਿਆ ਅਤੇ ਕਦੇ ਇਸਦੀ ਜਾਂਚ ਨਹੀਂ ਕੀਤੀ।
ਜਿਨ੍ਹਾਂ ਨੂੰ ਸੱਚਾਈ ਦਾ ਸਾਹਮਣਾ ਕਰਨਾ ਪਿਆ ਅਤੇ ਸਮਰਪਣ ਵਿੱਚ ਦੇਰੀ ਹੋਈ। ਜਿਹੜੇ ਹਮਲੇ ਤੋਂ ਬਚ ਗਏ ਪਰ ਨਿਰਾਸ਼ਾ ਨਾਲ ਜੂਝ ਰਹੇ ਹਨ। ਜਿਹੜੇ ਵੰਡੇ ਹੋਏ ਘਰਾਂ ਵਿੱਚ ਘੁੰਮ ਰਹੇ ਹਨ। ਜਿਹੜੇ ਧਾਰਮਿਕ ਪ੍ਰਣਾਲੀਆਂ ਦੇ ਅੰਦਰ ਪਖੰਡ ਦਾ ਸਾਹਮਣਾ ਕਰ ਰਹੇ ਹਨ। ਜਿਹੜੇ ਰੱਬ ਨੂੰ ਮੰਨਦੇ ਹਨ ਉਹ ਸਿਰਫ਼ ਭੀੜ ਵਿੱਚ ਘੁੰਮਦੇ ਹਨ।

ਸਵਰਗ ਇੱਕ ਉੱਤੇ ਖੁਸ਼ ਹੁੰਦਾ ਹੈ।

ਮਾਤਰਾ ਤੋਂ ਪਹਿਲਾਂ ਗੁਣਵੱਤਾ।

ਜੇ ਅੱਗ ਡਿੱਗਦੀ ਅਤੇ ਸਿਰਫ਼ ਇੱਕ ਹੀ ਜਵਾਬ ਦਿੰਦਾ - ਤਾਂ ਵੀ ਅਸਮਾਨ ਹਿੱਲਦਾ ਰਹਿੰਦਾ।

ਯਾਤਰਾ ਦੀ ਬਣਤਰ

ਭਾਗ ਪਹਿਲਾ - ਅੱਗ ਹੇਠ ਵਫ਼ਾਦਾਰੀ ਦੀ ਕਹਾਣੀ।
ਗਠਨ, ਟਕਰਾਅ, ਅਤਿਆਚਾਰ, ਸੰਭਾਲ ਅਤੇ ਕਮਿਸ਼ਨ ਦਾ ਇੱਕ ਕਾਲਕ੍ਰਮਿਕ ਅਤੇ ਧਰਮ ਸ਼ਾਸਤਰੀ ਟਰੇਸਿੰਗ।

ਭਾਗ II - 40-ਦਿਨਾਂ ਦੀ ਰਣਨੀਤਕ ਯਾਤਰਾ
ਰੋਜ਼ਾਨਾ ਬਿਰਤਾਂਤਕ ਐਂਕਰ, ਧਰਮ ਗ੍ਰੰਥ (ਪੁਰਾਣਾ ਅਤੇ ਨਵਾਂ ਨੇਮ), ਪ੍ਰਤੀਬਿੰਬ, ਘੋਸ਼ਣਾ, ਪ੍ਰਾਰਥਨਾ ਅਤੇ ਕਾਰਜ। ਲੁਕਵੇਂ ਵਿਸ਼ਵਾਸ ਤੋਂ ਅਨੁਸ਼ਾਸਿਤ ਧੀਰਜ ਤੱਕ ਇੱਕ ਜਾਣਬੁੱਝ ਕੇ ਅੰਦੋਲਨ।

ਇਹ ਪੈਸਿਵ ਰੀਡਿੰਗ ਨਹੀਂ ਹੈ।

ਇਹ ਜਾਣਬੁੱਝ ਕੇ ਬਣਾਈ ਗਈ ਰਚਨਾ ਹੈ।

ਅੰਤਿਮ ਸਥਿਤੀ

ਅੱਗੇ ਵਧਣ ਤੋਂ ਪਹਿਲਾਂ, ਇਹ ਸਮਝੋ:

ਇਹ ਕਿਤਾਬ ਤੁਹਾਡਾ ਮਨੋਰੰਜਨ ਨਹੀਂ ਕਰੇਗੀ।

ਇਹ ਤੁਹਾਡੀਆਂ ਧਾਰਨਾਵਾਂ ਦੀ ਪ੍ਰਸ਼ੰਸਾ ਨਹੀਂ ਕਰੇਗਾ।

ਇਹ ਦੁੱਖਾਂ ਨੂੰ ਸਨਸਨੀਖੇਜ਼ ਨਹੀਂ ਬਣਾਏਗਾ।

ਇਹ ਵਫ਼ਾਦਾਰੀ ਦਾ ਸਾਹਮਣਾ ਕਰੇਗਾ।

ਕਿਉਂਕਿ ਅੱਗ, ਨਰਕ, ਸਵਰਗ, ਗੋਲੀਆਂ, ਪਖੰਡ ਅਤੇ ਬਚਾਅ ਦੇ ਅੰਤ 'ਤੇ - ਇੱਕ ਸਵਾਲ ਬਾਕੀ ਹੈ:

ਤੁਸੀਂ ਕਿਸਦੇ ਹੋ?

ਅਤੇ ਜਦੋਂ ਅੱਗ ਪੈਂਦੀ ਹੈ ਤਾਂ ਕੀ ਬਚਦਾ ਹੈ?

ਅਧਿਆਇ 1

ਉਹ ਪਿਤਾ ਜਿਸਨੇ ਢਾਂਚਾ ਬਣਾਇਆ

ਘਰ ਵਿੱਚ ਝਗੜੇ ਤੋਂ ਪਹਿਲਾਂ, ਵਿਵਸਥਾ ਹੁੰਦੀ ਸੀ।

ਧਰਮ ਪਰਿਵਰਤਨ ਤੋਂ ਪਹਿਲਾਂ, ਅਨੁਸ਼ਾਸਨ ਸੀ।

ਸਵਰਗ ਤੋਂ ਅੱਗ ਆਉਣ ਤੋਂ ਪਹਿਲਾਂ, ਇੱਕ ਪਿਤਾ ਦੇ ਅਧੀਨ ਰਚਨਾ ਹੋਈ ਸੀ ਜੋ ਵਿਸ਼ਵਾਸ ਕਰਦਾ ਸੀ ਕਿ ਧਰਮ ਕੋਈ ਤਰਜੀਹ ਨਹੀਂ ਸੀ - ਇਹ ਹੁਕਮ ਸੀ।

ਈਸਾ ਦੇ ਪਿਤਾ ਦੂਜੇ ਵਿਸ਼ਵ ਯੁੱਧ ਦੇ ਇੱਕ ਸਾਬਕਾ ਸੈਨਿਕ ਸਨ। ਫੌਜੀ ਸ਼ੁੱਧਤਾ ਨੇ ਉਸਨੂੰ ਪਿਤਾ ਬਣਨ ਤੋਂ ਬਹੁਤ ਪਹਿਲਾਂ ਹੀ ਆਕਾਰ ਦਿੱਤਾ ਸੀ। ਇਹ ਸ਼ੁੱਧਤਾ ਘਰ ਵਿੱਚ ਵੀ ਲਾਗੂ ਹੋ ਗਈ। ਧਰਮ ਨੂੰ ਰੋਜ਼ਾਨਾ ਜੀਵਨ ਤੋਂ ਵੱਖਰਾ ਨਹੀਂ ਕੀਤਾ ਗਿਆ ਸੀ; ਇਹ ਇਸਨੂੰ ਨਿਯੰਤਰਿਤ ਕਰਦਾ ਸੀ।

ਪੈਟਰਨ ਇਕਸਾਰ ਸੀ:

ਦਫ਼ਤਰ ਤੋਂ ਮਸਜਿਦ।

ਮਸਜਿਦ ਤੋਂ ਘਰ। ਘਰ ਤੋਂ ਮਸਜਿਦ।

ਕੋਈ ਭਟਕਣਾ ਨਹੀਂ ਸੀ। ਕੋਈ ਵੰਡੀ ਹੋਈ ਵਫ਼ਾਦਾਰੀ ਨਹੀਂ ਸੀ। ਕੋਈ ਢਿੱਲੀ ਪਾਲਣਾ ਨਹੀਂ ਸੀ।

ਉਸ ਘਰ ਵਿੱਚ ਇਸਲਾਮ ਸੱਭਿਆਚਾਰਕ ਸਜਾਵਟ ਨਹੀਂ ਸੀ। ਇਹ ਇੱਕ ਢਾਂਚਾ ਸੀ।

ਬੱਚਿਆਂ ਦੀ ਪਰਵਰਿਸ਼ ਇੱਕ ਅਜਿਹੀ ਪ੍ਰਣਾਲੀ ਦੇ ਅੰਦਰ ਕੀਤੀ ਗਈ ਸੀ ਜਿੱਥੇ ਆਗਿਆਕਾਰੀ ਦੀ ਉਮੀਦ ਕੀਤੀ ਜਾਂਦੀ ਸੀ ਅਤੇ ਉਨ੍ਹਾਂ ਦੀ ਨਿਗਰਾਨੀ

ਕੀਤੀ ਜਾਂਦੀ ਸੀ। ਰਮਜ਼ਾਨ ਦੌਰਾਨ ਵਰਤ ਰੱਖਣਾ ਕਿਸ਼ੋਰ ਅਵਸਥਾ ਵਿੱਚ ਸ਼ੁਰੂ ਨਹੀਂ ਹੋਇਆ ਸੀ। ਈਸਾ ਨੇ ਪੰਜ ਸਾਲ ਦੀ ਉਮਰ ਵਿੱਚ ਵਰਤ ਰੱਖਣਾ ਸ਼ੁਰੂ ਕਰ ਦਿੱਤਾ ਸੀ। ਪੂਰੇ ਦਿਨ ਦੇ ਵਰਤ। ਉਮਰ ਦੇ ਕਾਰਨ ਕੋਈ ਛੋਟ ਨਹੀਂ।

ਪ੍ਰਾਰਥਨਾ ਸਿਰਫ਼ ਫ਼ਰਜ਼ ਤੱਕ ਸੀਮਿਤ ਨਹੀਂ ਸੀ।

ਉਸਨੇ ਗਵਾਹੀ ਦਿੱਤੀ ਹੈ ਕਿ ਉਹ ਰੋਜ਼ਾਨਾ 172 ਪ੍ਰਾਰਥਨਾ ਚੱਕਰ ਕਰਦਾ ਸੀ। ਇਨ੍ਹਾਂ ਵਿੱਚ ਜ਼ਰੂਰੀ ਪ੍ਰਾਰਥਨਾਵਾਂ ਅਤੇ ਵਾਧੂ ਸਵੈ-ਇੱਛਤ ਪਾਠ ਸ਼ਾਮਲ ਸਨ। ਕੁਰਾਨ ਦੀਆਂ ਆਇਤਾਂ ਨੂੰ ਹਜ਼ਾਰਾਂ ਵਾਰ ਦੁਹਰਾਇਆ ਗਿਆ ਸੀ। ਧਰਮ ਗ੍ਰੰਥ ਉੱਤੇ ਧਿਆਨ ਸ਼ਾਬਦਿਕ, ਦੁਹਰਾਉਣ ਵਾਲਾ ਅਤੇ ਤੀਬਰ ਸੀ। ਟੈਕਸਟ ਦੀ ਕੋਈ ਪੁਨਰ ਵਿਆਖਿਆ ਨਹੀਂ ਕੀਤੀ ਗਈ।

ਜੇ ਕੁਰਾਨ ਕਹਿੰਦਾ ਹੈ, "ਉਨ੍ਹਾਂ ਨੂੰ ਜਿੱਥੇ ਵੀ ਮਿਲੋ ਮਾਰ ਦਿਓ," ਤਾਂ ਇਸਨੂੰ ਸਿੱਧੇ ਤੌਰ 'ਤੇ ਸਵੀਕਾਰ ਕਰ ਲਿਆ ਗਿਆ ਸੀ।

ਕੋਈ ਪ੍ਰਸੰਗਿਕ ਸਮਾਯੋਜਨ ਨਹੀਂ ਸੀ। ਕੋਈ ਧਰਮ ਸ਼ਾਸਤਰੀ ਨਰਮਾਈ ਨਹੀਂ ਸੀ।

ਇਹ ਵਿਸ਼ਵਾਸ ਲਾਗੂ ਕੀਤਾ ਗਿਆ ਸੀ।

ਸੱਤ ਜਾਂ ਅੱਠ ਸਾਲ ਦੀ ਉਮਰ ਵਿੱਚ, ਈਸਾ ਦੱਸਦਾ ਹੈ ਕਿ ਉਸਨੇ ਅਧਿਆਤਮਿਕ ਪ੍ਰਗਟਾਵੇ ਅਨੁਭਵ ਕਰਨੇ ਸ਼ੁਰੂ ਕਰ ਦਿੱਤੇ ਜਿਸਨੂੰ ਉਹ "ਅਲ-ਜਿਨ" ਨਾਲ ਮੁਲਾਕਾਤਾਂ ਵਜੋਂ ਸਮਝਦਾ ਸੀ। ਉਸਨੇ ਜੀਵਾਂ ਨੂੰ ਦੇਖਣ ਦਾ ਵਰਣਨ ਕੀਤਾ ਜੋ ਹਾਈਬ੍ਰਿਡ ਰੂਪਾਂ ਵਿੱਚ ਪ੍ਰਗਟ ਹੋਏ, ਕਈ ਵਾਰ ਜਾਨਵਰਾਂ ਵਰਗੇ, ਕਈ ਵਾਰ ਚਮਕਦਾਰ। ਇਹਨਾਂ ਮੁਲਾਕਾਤਾਂ ਨੇ ਉਸਨੂੰ ਡਰਾਇਆ ਨਹੀਂ। ਉਹਨਾਂ ਨੇ ਉਸ ਵਿਚਾਰਧਾਰਾ ਨੂੰ ਹੋਰ ਮਜ਼ਬੂਤ ਕੀਤਾ ਜੋ ਉਸਨੂੰ ਸਿਖਾਈ ਜਾ ਰਹੀ ਸੀ।

ਉਸਦਾ ਮੰਨਣਾ ਸੀ ਕਿ ਇਹਨਾਂ ਤਜਰਬਿਆਂ ਨੇ ਇਸਲਾਮ ਦੀ ਸੱਚਾਈ ਦੀ ਪੁਸ਼ਟੀ ਕੀਤੀ।

ਬਾਰਾਂ ਵਜੇ ਤੱਕ, ਗਠਨ ਤੇਜ਼ ਹੋ ਗਿਆ।

ਉਹ ਸ਼ਹਿਰ ਤੋਂ ਬਾਹਰ ਸੰਗਠਿਤ ਇਸਲਾਮੀ ਅੱਤਵਾਦੀ ਸਿਖਲਾਈ ਵਿੱਚ ਦਾਖਲ ਹੋਇਆ। ਇਸ ਵਿੱਚ ਸਰੀਰਕ ਅਭਿਆਸ, ਮੁੱਕੇਬਾਜ਼ੀ, ਕਰਾਟੇ, ਹਥਿਆਰਾਂ ਦਾ ਪ੍ਰਦਰਸ਼ਨ, ਬਚਾਅ ਅਭਿਆਸ, ਅਤੇ ਗੁਰੀਲਾ-ਸ਼ੈਲੀ ਦੀ ਹਦਾਇਤ ਸ਼ਾਮਲ ਸੀ। ਮਾਪਿਆਂ ਨੇ ਇਸ ਸਿਖਲਾਈ ਦਾ ਸਮਰਥਨ ਕੀਤਾ ਅਤੇ ਫੰਡ ਦਿੱਤਾ। ਇਸਨੂੰ ਸਨਮਾਨਯੋਗ ਮੰਨਿਆ ਜਾਂਦਾ ਸੀ।

ਬਾਅਦ ਵਿੱਚ ਉਸਨੇ ਢਾਂਚਾਗਤ ਇਸਲਾਮੀ ਅੰਦੋਲਨਾਂ ਵਿੱਚ ਸ਼ਮੂਲੀਅਤ ਦਾ ਵਰਣਨ ਕੀਤਾ, ਜਿਸ ਵਿੱਚ ਇਸਲਾਮੀ ਵਿਸਥਾਰ ਲਈ ਰਣਨੀਤਕ ਯੋਜਨਾਬੰਦੀ ਸ਼ਾਮਲ ਹੈ। ਉਸਨੇ ਸਿੱਧੇ ਈਸਾਈ-ਵਿਰੋਧੀ ਹਮਲੇ ਵਿੱਚ ਹਿੱਸਾ ਲੈਣਾ ਸਵੀਕਾਰ ਕੀਤਾ ਹੈ - ਈਸਾਈਆਂ ਨੂੰ ਕੁੱਟਣਾ, ਚਰਚਾਂ ਨੂੰ ਸਾੜਨਾ, ਬਾਈਬਲਾਂ ਨੂੰ ਜਨਤਕ ਤੌਰ 'ਤੇ ਨਸ਼ਟ ਕਰਨਾ, ਅਤੇ ਮਨੋਵਿਗਿਆਨਕ ਡਰਾਉਣ-ਧਮਕਾਉਣ ਵਿੱਚ ਸ਼ਾਮਲ ਹੋਣਾ।

ਇਹ ਕੋਈ ਆਮ ਦੁਸ਼ਮਣੀ ਨਹੀਂ ਸੀ।

ਇਹ ਇੱਕ ਮਿਸ਼ਨ ਸੀ।

ਅਨੁਸ਼ਾਸਨ ਨੇ ਸਿਸਟਮ ਨੂੰ ਪਰਿਭਾਸ਼ਿਤ ਕੀਤਾ।

ਰਸਮਾਂ ਨੇ ਵਫ਼ਾਦਾਰੀ ਨੂੰ ਮਜ਼ਬੂਤ ਕੀਤਾ।

ਦੁਹਰਾਓ ਨੇ ਵਿਸ਼ਵਾਸ ਪੈਦਾ ਕੀਤਾ।

ਨਫ਼ਰਤ ਅਚਾਨਕ ਨਹੀਂ ਸੀ; ਇਹ ਸਿਖਾਈ ਗਈ ਸੀ।

ਈਸਾਈਅਤ ਨੂੰ ਦੁਸ਼ਮਣ ਵਜੋਂ ਪੇਸ਼ ਕੀਤਾ ਗਿਆ।

ਡੋਮੀਨੀਅਨ ਨੂੰ ਕਿਸਮਤ ਵਜੋਂ ਘੜਿਆ ਗਿਆ ਸੀ।

ਅਤੇ ਈਸਾ ਨੇ ਇਸਨੂੰ ਗ੍ਰਹਿਣ ਕਰ ਲਿਆ।

ਉਹ ਆਪਣੇ ਪਿਤਾ ਨੂੰ ਖੁਸ਼ ਕਰਨਾ ਚਾਹੁੰਦਾ ਸੀ।

ਉਹ ਆਪਣੇ ਵਿਸ਼ਵਾਸ ਦੀ ਰੱਖਿਆ ਕਰਨਾ ਚਾਹੁੰਦਾ ਸੀ।

ਉਹ ਉਸ ਉਦੇਸ਼ ਨੂੰ ਅੱਗੇ ਵਧਾਉਣਾ ਚਾਹੁੰਦਾ ਸੀ ਜਿਸਨੂੰ ਉਹ ਬ੍ਰਹਮ ਹੁਕਮ ਮੰਨਦਾ ਸੀ।

ਜਦੋਂ ਤੱਕ ਕਿਸ਼ੋਰ ਅਵਸਥਾ ਜਵਾਨੀ ਵਿੱਚ ਪਰਿਪੱਕ ਹੋ ਗਈ, ਉਹ ਵਿਸ਼ਵਾਸ ਦੀ ਪੜਚੋਲ ਨਹੀਂ ਕਰ ਰਿਹਾ ਸੀ।

ਉਹ ਇਸਨੂੰ ਲਾਗੂ ਕਰ ਰਿਹਾ ਸੀ।

ਢਾਂਚਾ ਪੂਰਾ ਸੀ।

ਵਫ਼ਾਦਾਰੀ ਸਪੱਸ਼ਟ ਸੀ।

ਸਿਸਟਮ ਬਿਲਕੁਲ ਉਸੇ ਤਰ੍ਹਾਂ ਕੰਮ ਕਰ ਰਿਹਾ ਸੀ ਜਿਵੇਂ ਡਿਜ਼ਾਈਨ ਕੀਤਾ ਗਿਆ ਸੀ।

ਫਿਰ ਟੁੱਟਣਾ ਸ਼ੁਰੂ ਹੋ ਗਿਆ।

ਬਾਹਰੋਂ ਨਹੀਂ।

ਅੰਦਰੋਂ।

ਉਸਦੀ ਮਾਂ ਨੇ ਧਰਮ ਬਦਲ ਲਿਆ।

ਅਧਿਆਇ 2

ਉਹ ਮਾਂ ਜਿਸਨੇ ਧਰਮ ਪਰਿਵਰਤਨ ਕੀਤਾ ਅਤੇ ਕਾਇਮ ਰਹੀ

ਘਰ ਵਿੱਚ ਪਹਿਲਾ ਧਰਮ ਪਰਿਵਰਤਨ ਜੰਗ ਦੇ ਮੈਦਾਨ ਵਿੱਚ ਨਹੀਂ ਹੋਇਆ।

ਇਹ ਚੁੱਪ-ਚਾਪ ਹੋਇਆ।

ਈਸਾ ਦੀ ਮਾਂ ਨੇ ਇੱਕ ਸਖ਼ਤ ਸ਼ਾਸਨ ਵਾਲੇ ਇਸਲਾਮੀ ਘਰ ਵਿੱਚ ਰਹਿੰਦੇ ਹੋਏ ਵੀ ਮਸੀਹ ਨੂੰ ਆਪਣਾ ਜੀਵਨ ਦੇ ਦਿੱਤਾ।

ਇਹ ਅਜਿਹਾ ਮਾਹੌਲ ਨਹੀਂ ਸੀ ਜਿੱਥੇ ਧਰਮ ਸੱਭਿਆਚਾਰ ਵਜੋਂ ਕੰਮ ਕਰਦਾ ਸੀ। ਇਹ ਪਛਾਣ ਸੀ। ਇਹ ਹੁਕਮ ਸੀ। ਇਹ ਆਦੇਸ਼ ਸੀ। ਪਿਤਾ ਦਾ ਅਧਿਕਾਰ ਅਤੇ ਪਰਿਵਾਰ ਦੀ ਇਸਲਾਮੀ ਸ਼ਰਧਾ ਆਪਸ ਵਿੱਚ ਜੁੜੇ ਹੋਏ ਸਨ। ਮਸਜਿਦ ਦਿਨ ਨੂੰ ਢਾਂਚਾਗਤ ਬਣਾਉਂਦੀ ਸੀ। ਕੁਰਾਨ ਨੇ ਸੋਚ ਨੂੰ ਢਾਂਚਾਗਤ ਬਣਾਇਆ ਸੀ। ਆਗਿਆਕਾਰੀ ਨੇ ਢਾਂਚਾਗਤ ਵਿਵਹਾਰ ਨੂੰ ਢਾਂਚਾਗਤ ਬਣਾਇਆ ਸੀ।

ਅਤੇ ਉਸ ਢਾਂਚੇ ਦੇ ਅੰਦਰ, ਮਾਂ ਨੇ ਵਫ਼ਾਦਾਰੀ ਬਦਲ ਦਿੱਤੀ।

ਉਸ ਦੇ ਧਰਮ ਪਰਿਵਰਤਨ ਦਾ ਐਲਾਨ ਪਹਿਲਾਂ ਜਨਤਕ ਤੌਰ 'ਤੇ ਨਹੀਂ ਕੀਤਾ ਗਿਆ ਸੀ। ਇਹ ਅੰਦਰੂਨੀ ਤੌਰ 'ਤੇ ਸ਼ੁਰੂ ਹੋਇਆ ਸੀ। ਪਰ ਅਨੁਸ਼ਾਸਿਤ ਧਾਰਮਿਕ ਘਰਾਂ ਵਿੱਚ, ਅੰਦਰੂਨੀ ਤਬਦੀਲੀਆਂ ਅੰਤ ਵਿੱਚ ਵਿਵਹਾਰ ਵਿੱਚ ਸਾਹਮਣੇ ਆਉਂਦੀਆਂ ਹਨ।

ਉਸਦੀ ਪ੍ਰਾਰਥਨਾ ਦਾ ਢੰਗ ਬਦਲ ਗਿਆ।

ਉਸਦਾ ਸੁਰ ਬਦਲ ਗਿਆ।

ਸ਼ਰਧਾ ਦੇ ਪਲਾਂ ਦੌਰਾਨ ਉਸਦਾ ਮੁਦਰਾ ਬਦਲ ਗਿਆ।

ਉਹ ਫਿਰ ਵੀ ਪਤਨੀ ਅਤੇ ਮਾਂ ਵਜੋਂ ਆਪਣੀਆਂ ਜ਼ਿੰਮੇਵਾਰੀਆਂ ਨਿਭਾਉਂਦੀ ਰਹੀ। ਉਹ ਖਾਣਾ ਪਰੋਸਦੀ ਰਹੀ। ਉਹ ਘਰ ਦੀ ਦੇਖਭਾਲ ਕਰਦੀ ਰਹੀ। ਉਹ ਸਰੀਰਕ ਤੌਰ 'ਤੇ ਪਰਿਵਾਰ ਤੋਂ ਪਿੱਛੇ ਨਹੀਂ ਹਟੀ। ਪਰ ਉਸਦੀ ਅਧਿਆਤਮਿਕ ਇਕਸਾਰਤਾ ਹੁਣ ਪਹਿਲਾਂ ਵਰਗੀ ਨਹੀਂ ਰਹੀ।

ਉਸ ਫ਼ਰਕ ਨੇ ਤਣਾਅ ਪੈਦਾ ਕਰ ਦਿੱਤਾ।

ਸਖ਼ਤ ਕ੍ਰਮਬੱਧ ਘਰਾਂ ਵਿੱਚ, ਇਕਸਾਰਤਾ ਸਥਿਰਤਾ ਬਣਾਈ ਰੱਖਦੀ ਹੈ।

ਜਦੋਂ ਇੱਕ ਮੈਂਬਰ ਵੱਖਰਾ ਹੋ ਜਾਂਦਾ ਹੈ, ਤਾਂ ਪੂਰਾ ਸਿਸਟਮ ਦਬਾਅ ਮਹਿਸੂਸ ਕਰਦਾ ਹੈ।

ਉਸਨੇ ਖਾਣੇ ਦੀ ਮੇਜ਼ 'ਤੇ ਧਰਮ ਸ਼ਾਸਤਰ 'ਤੇ ਬਹਿਸ ਨਹੀਂ ਕੀਤੀ। ਉਸਨੇ ਉਸ ਪ੍ਰਣਾਲੀ ਦਾ ਮਜ਼ਾਕ ਨਹੀਂ ਉਡਾਇਆ ਜਿਸ ਵਿੱਚ ਉਹ ਰਹਿੰਦੀ ਸੀ। ਉਸਨੇ ਆਪਣੇ ਪਤੀ ਦੇ ਅਧਿਕਾਰ ਨੂੰ ਖੁੱਲ੍ਹ ਕੇ ਚੁਣੌਤੀ ਨਹੀਂ ਦਿੱਤੀ। ਇਸ ਦੀ ਬਜਾਏ, ਉਹ ਮੌਜੂਦ ਰਹੀ।

ਬਾਕੀ ਰਹਿਣਾ ਕਮਜ਼ੋਰੀ ਨਹੀਂ ਸੀ।

ਬਣੇ ਰਹਿਣ ਦਾ ਮਤਲਬ ਸੀ ਕਿ ਉਸਨੂੰ ਦੂਰੋਂ ਨਹੀਂ ਸਗੋਂ ਸਿਸਟਮ ਦੇ ਅੰਦਰ ਨਤੀਜਿਆਂ ਦਾ ਸਾਹਮਣਾ ਕਰਨਾ ਪਵੇਗਾ।

ਉਸਦੀ ਨਵੀਂ ਵਫ਼ਾਦਾਰੀ ਹਮੇਸ਼ਾ ਲਈ ਲੁਕੀ ਨਹੀਂ ਸੀ।

ਪੁੱਤਰਾਂ ਨੇ ਧਿਆਨ ਨਾਲ ਦੇਖਿਆ।

ਉਹਨਾਂ ਨੂੰ ਅਨੁਸ਼ਾਸਨ ਵੱਲ ਧਿਆਨ ਦੇਣ ਦੀ ਸਿਖਲਾਈ ਦਿੱਤੀ ਗਈ ਸੀ।

ਉਹਨਾਂ ਨੂੰ ਗੰਭੀਰਤਾ ਦੀ ਪਛਾਣ ਕਰਨ ਦੀ ਸਿਖਲਾਈ ਦਿੱਤੀ ਗਈ ਸੀ।

ਉਹ ਜਾਣਦੇ ਸਨ ਕਿ ਸਖ਼ਤ ਇਸਲਾਮੀ ਸ਼ਰਧਾ ਕਿਵੇਂ ਦਿਖਾਈ ਦਿੰਦੀ ਹੈ।
ਉਹ ਜਾਣਦੇ ਸਨ ਕਿ ਪੂਰੀ ਭਾਗੀਦਾਰੀ ਦੀ ਕੀ ਲੋੜ ਹੈ।
ਕੁਝ ਵੱਖਰਾ ਸੀ।
ਉਸਦੀ ਸ਼ਾਂਤੀ ਇੱਕੋ ਜਿਹੇ ਪਾਠਾਂ 'ਤੇ ਨਹੀਂ ਬਣੀ ਸੀ।
ਉਸਦੀ ਸ਼ਰਧਾ ਹੁਣ ਉਸੇ ਦਿਸ਼ਾ ਵੱਲ ਨਹੀਂ ਚੱਲਦੀ ਸੀ। ਉਸਦਾ ਅੰਦਰੂਨੀ ਕੇਂਦਰ ਬਦਲ ਗਿਆ ਸੀ।
ਪਿਤਾ ਨੇ ਵਿਵਸਥਾ ਬਣਾਈ ਰੱਖੀ । ਢਾਂਚਾ ਢਿੱਲਾ ਨਹੀਂ ਪਿਆ। ਅਨੁਕੂਲਤਾ ਦੀ ਉਮੀਦ ਭੰਗ ਨਹੀਂ ਹੋਈ।
ਪਰ ਹੁਣ ਘਰ ਵਿੱਚ ਦੋ ਵਫ਼ਾਦਾਰੀਆਂ ਸਨ।
ਮਾਹੌਲ ਤਣਾਅਪੂਰਨ ਹੋ ਗਿਆ।
ਇਹ ਅਜੇ ਵਿਸਫੋਟਕ ਨਹੀਂ ਸੀ।
ਪਰ ਇਹ ਵੰਡਿਆ ਹੋਇਆ ਸੀ।
ਈਸਾ ਲਈ, ਜੋ ਅਜੇ ਵੀ ਅੱਤਵਾਦੀ ਇਸਲਾਮੀ ਵਿਸ਼ਵਾਸ ਵਿੱਚ ਡੂੰਘਾਈ ਨਾਲ ਬਣਿਆ ਹੋਇਆ ਸੀ, ਇਹ ਉਲਝਣ ਵਾਲਾ ਸੀ। ਜਿਸ ਪ੍ਰਣਾਲੀ ਨੂੰ ਉਹ ਸੰਪੂਰਨ ਮੰਨਦਾ ਸੀ, ਹੁਣ ਉਸਦੇ ਆਪਣੇ ਘਰ ਦੇ ਅੰਦਰ ਵਿਰੋਧਾਭਾਸ ਦਾ ਸਾਹਮਣਾ ਕਰ ਰਿਹਾ ਸੀ। ਜਿਸ ਵਿਅਕਤੀ ਨੇ ਉਸਨੂੰ ਪਾਲਿਆ ਸੀ, ਹੁਣ ਇੱਕ ਵੱਖਰੀ ਵਫ਼ਾਦਾਰੀ ਦਾ ਰੂਪ ਧਾਰਨ ਕਰ ਰਿਹਾ ਸੀ।
ਅਜਿਹੇ ਮਾਹੌਲ ਵਿੱਚ ਧਰਮ ਪਰਿਵਰਤਨ ਸਿਰਫ਼ ਧਰਮ ਪਰਿਵਰਤਨ ਨਹੀਂ ਸੀ।
ਇਸਨੂੰ ਵੰਸ਼, ਵਫ਼ਾਦਾਰੀ ਅਤੇ ਕਿਸਮਤ ਨਾਲ ਵਿਸ਼ਵਾਸਘਾਤ ਵਜੋਂ ਸਮਝਿਆ ਗਿਆ।
ਫਿਰ ਵੀ ਉਹ ਰਹੀ।

ਉਸਨੇ ਵਿਆਹ ਨਹੀਂ ਛੱਡਿਆ।

ਉਸਨੇ ਪਰਿਵਾਰ ਨੂੰ ਨਹੀਂ ਛੱਡਿਆ। ਉਸਨੇ ਕਿਤੇ ਹੋਰ ਸੁਰੱਖਿਆ ਨਹੀਂ ਭਾਲੀ।

ਉਹ ਤਣਾਅ ਦੇ ਅੰਦਰ ਹੀ ਰਹੀ।

ਉਸਦੀ ਨਿਹਚਾ ਜਨਤਕ ਟਕਰਾਅ ਵਿੱਚ ਪ੍ਰਗਟ ਨਹੀਂ ਹੋਈ ਸੀ, ਸਗੋਂ ਧੀਰਜ ਵਿੱਚ ਪ੍ਰਗਟ ਹੋਈ ਸੀ।

ਉਸ ਧੀਰਜ ਦੀ ਜਲਦੀ ਹੀ ਬਿਨਾਂ ਕਿਸੇ ਝਿਜਕ ਦੇ ਪਰਖ ਕੀਤੀ ਜਾਵੇਗੀ।

ਅਗਲਾ ਪਰਿਵਰਤਨ ਸੀਮਤ ਨਹੀਂ ਰਹੇਗਾ।

ਵੱਡੇ ਪੁੱਤਰ ਨੇ ਮਸੀਹ ਨੂੰ ਮਿਲਿਆ।

ਅਤੇ ਜਦੋਂ ਉਸਨੇ ਅਜਿਹਾ ਕੀਤਾ, ਤਾਂ ਘਰੇਲੂ ਟੁੱਟ-ਭੱਜ ਖੁੱਲ੍ਹੇ ਟਕਰਾਅ ਵਿੱਚ ਬਦਲ ਗਈ।

ਅਧਿਆਇ 3

ਅਮਾਡੂ ਅਲਮਾਡੂ ਬੂਬਾ ਅਤੇ ਤਲਵਾਰ

ਘਰ ਵਿੱਚ ਦੂਜਾ ਧਰਮ ਪਰਿਵਰਤਨ ਹੌਲੀ-ਹੌਲੀ ਨਹੀਂ ਹੋਇਆ।

ਇਹ ਫੈਸਲਾਕੁੰਨ ਸੀ।

ਈਸਾ ਦਾ ਸਭ ਤੋਂ ਵੱਡਾ ਭਰਾ, **ਅਮਾਦੂ ਅਲਮਾਦੂ ਬੂਬਾ** , ਨੇ ਆਪਣਾ ਜੀਵਨ ਮਸੀਹ ਨੂੰ ਦੇ ਦਿੱਤਾ।

ਇਹ ਨਿੱਜੀ ਉਤਸੁਕਤਾ ਨਹੀਂ ਸੀ। ਇਹ ਵਫ਼ਾਦਾਰੀ ਵਿੱਚ ਇੱਕ ਐਲਾਨਿਆ ਬਦਲਾਅ ਸੀ। ਅੱਤਵਾਦੀ ਇਸਲਾਮੀ ਵਿਸ਼ਵਾਸ ਦੇ ਆਲੇ-ਦੁਆਲੇ ਬਣੇ ਘਰ

ਵਿੱਚ, ਅਜਿਹੇ ਫੈਸਲੇ ਨੂੰ ਅਸਹਿਮਤੀ ਵਜੋਂ ਨਹੀਂ, ਸਗੋਂ ਬਗਾਵਤ ਵਜੋਂ ਮੰਨਿਆ ਜਾਂਦਾ ਸੀ।

ਅਮਾਡੂ ਆਪਣੇ ਧਰਮ ਪਰਿਵਰਤਨ ਤੋਂ ਤੁਰੰਤ ਬਾਅਦ ਘਰੋਂ ਨਹੀਂ ਨਿਕਲਿਆ। ਉਹ ਉਸੇ ਮਾਹੌਲ ਵਿੱਚ ਰਿਹਾ ਜਿਸ ਵਿੱਚ ਉਸਦੀ ਮਾਂ ਰਹੀ ਸੀ।

ਪਰ ਉਸਦੇ ਧਰਮ ਪਰਿਵਰਤਨ ਪ੍ਰਤੀ ਪ੍ਰਤੀਕਿਰਿਆ ਵੱਖਰੀ ਸੀ।

ਜਿੱਥੇ ਉਸਦੀ ਮਾਂ ਦੇ ਬਦਲਣ ਨੇ ਤਣਾਅ ਪੈਦਾ ਕੀਤਾ, ਉੱਥੇ ਉਸਦੇ ਧਰਮ ਪਰਿਵਰਤਨ ਨੇ ਟਕਰਾਅ ਪੈਦਾ ਕਰ ਦਿੱਤਾ।

ਪਾਸਟਰ ਈਸਾ ਦੀ ਗਵਾਹੀ ਦੇ ਅਨੁਸਾਰ, ਸਥਿਤੀ ਤੇਜ਼ੀ ਨਾਲ ਵਿਗੜਦੀ ਗਈ। ਪਿਤਾ, ਜਿਸਨੇ ਫੌਜੀ ਅਨੁਸ਼ਾਸਨ ਅਤੇ ਪੂਰੀ ਧਾਰਮਿਕ ਗੰਭੀਰਤਾ ਨਾਲ ਘਰ ਦਾ ਪ੍ਰਬੰਧ ਕੀਤਾ ਸੀ, ਨੇ ਜ਼ੋਰ ਨਾਲ ਜਵਾਬ ਦਿੱਤਾ।

ਟਕਰਾਅ ਸ਼ਬਦਾਂ ਤੋਂ ਪਰੇ ਸੀ।

ਈਸਾ ਦੱਸਦਾ ਹੈ ਕਿ ਉਸਦਾ ਪਿਤਾ ਅਮਾਦੂ ਦੇ ਪਿੱਛੇ ਤੋਂ ਤਲਵਾਰ ਲੈ ਕੇ ਆਇਆ।

ਕੋਈ ਪ੍ਰਤੀਕਾਤਮਕ ਇਸ਼ਾਰਾ ਨਹੀਂ।

ਇੱਕ ਅਸਲੀ ਹਥਿਆਰ।

ਉਸਨੇ ਬਲੇਡ ਨੂੰ ਬਹੁਤ ਤਿੱਖਾ ਦੱਸਿਆ ਹੈ - ਜੋ ਕਿ ਥੋੜ੍ਹੀ ਜਿਹੀ ਛੂਹ 'ਤੇ ਚਮੜੀ ਨੂੰ ਕੱਟਣ ਦੇ ਸਮਰੱਥ ਹੈ। ਇਰਾਦਾ ਡਰਾਉਣਾ ਨਹੀਂ ਸੀ। ਇਹ ਫਾਂਸੀ ਸੀ।

ਪਿਤਾ ਨੇ ਆਪਣੇ ਪੁੱਤਰ ਨੂੰ ਈਸਾਈ ਧਰਮ ਅਪਣਾਉਣ 'ਤੇ ਮਾਰਨ ਲਈ ਤਲਵਾਰ ਚੁੱਕੀ।

ਉਸ ਵੇਲੇ ਕੋਈ ਗੱਲਬਾਤ ਨਹੀਂ ਹੋਈ ਸੀ।

ਬਲੇਡ ਚੁੱਕਿਆ ਗਿਆ।

ਹੜਤਾਲ ਆ ਰਹੀ ਸੀ।

ਫਿਰ, ਈਸਾ ਦੇ ਬਿਰਤਾਂਤ ਅਨੁਸਾਰ, ਕੁਝ ਅਜਿਹਾ ਵਾਪਰਿਆ ਜਿਸਨੇ ਪਰਿਵਾਰ ਦੀ ਚਾਲ ਬਦਲ ਦਿੱਤੀ।

ਉਸਨੇ ਕਿਹਾ ਹੈ ਕਿ ਪਵਿੱਤਰ ਆਤਮਾ ਨੇ ਦਖਲ ਦਿੱਤਾ।

ਉਹ ਦੱਸਦਾ ਹੈ ਕਿ ਅਮਾਡੂ ਸਰੀਰਕ ਤੌਰ 'ਤੇ ਉਸ ਸਥਿਤੀ ਤੋਂ ਹਿੱਲ ਗਿਆ ਸੀ ਜਿੱਥੇ ਉਹ ਖੜ੍ਹਾ ਸੀ।

ਸੰਘਰਸ਼ ਰਾਹੀਂ ਨਹੀਂ।

ਮਨੁੱਖੀ ਦਖਲਅੰਦਾਜ਼ੀ ਰਾਹੀਂ ਨਹੀਂ। ਦੌੜ ਕੇ ਨਹੀਂ।

ਉਹ ਕਹਿੰਦਾ ਹੈ ਕਿ ਆਤਮਾ ਨੇ ਉਸਦੇ ਭਰਾ ਨੂੰ "ਚੁਣਿਆ" ਅਤੇ ਉਸਨੂੰ ਤਲਵਾਰ ਦੇ ਰਸਤੇ ਤੋਂ ਦੂਰ ਕਰ ਦਿੱਤਾ।

ਤਲਵਾਰ ਹੇਠਾਂ ਡਿੱਗ ਪਈ।

ਪਰ ਇਹ ਮਾਸ 'ਤੇ ਨਹੀਂ ਉਤਰਿਆ।

ਇਸ ਦੀ ਬਜਾਏ, ਇਹ ਅਮਾਡੂ ਦੇ ਪਿੱਛੇ ਇੱਕ ਟ੍ਰੈਂਪੋਲਿਨ ਨੂੰ ਕੱਟ ਕੇ ਜ਼ਮੀਨ ਵਿੱਚ ਜਾ ਵੱਜਿਆ।

ਜਿਸ ਥਾਂ 'ਤੇ ਬਲੇਡ ਵੱਜਿਆ ਸੀ, ਉਹੀ ਉਹ ਥਾਂ ਸੀ ਜਿੱਥੇ ਕੁਝ ਪਲ ਪਹਿਲਾਂ ਉਸਦੀ ਲਾਸ਼ ਪਈ ਸੀ।

ਅਮਾਡੂ ਹੁਣ ਉੱਥੇ ਨਹੀਂ ਸੀ।

ਉਸਨੂੰ ਨੇੜਲੇ ਸਥਾਨ 'ਤੇ ਭੇਜ ਦਿੱਤਾ ਗਿਆ ਸੀ।

ਹੜਤਾਲ ਖੁੰਝ ਗਈ।

ਕਤਲ ਦੀ ਕੋਸ਼ਿਸ਼ ਸਫਲ ਨਹੀਂ ਹੋਈ।

ਉਹ ਪਲ ਘਰ ਵਿੱਚ ਇੱਕ ਨਵਾਂ ਮੋੜ ਸੀ।

ਇਹ ਹੁਣ ਸਿਧਾਂਤ ਬਾਰੇ ਕੋਈ ਅਸਹਿਮਤੀ ਨਹੀਂ ਸੀ।

ਇਹ ਇੱਕ ਕੋਸ਼ਿਸ਼ ਕੀਤੀ ਗਈ ਫਾਂਸੀ ਸੀ।

ਪਿਤਾ ਨੇ ਅਦਾਕਾਰੀ ਕੀਤੀ ਸੀ।

ਤਲਵਾਰ ਉੱਠੀ ਹੋਈ ਸੀ।

ਬਲੇਡ ਡਿੱਗ ਪਿਆ ਸੀ।

ਅਤੇ ਫਿਰ ਵੀ ਪੁੱਤਰ ਜ਼ਿੰਦਾ ਰਿਹਾ।

ਇਸ ਘਟਨਾ ਤੋਂ ਬਾਅਦ ਅਮਾਡੂ ਨੇ ਆਪਣਾ ਫੈਸਲਾ ਨਹੀਂ ਬਦਲਿਆ।

ਉਸਨੇ ਆਪਣਾ ਧਰਮ ਪਰਿਵਰਤਨ ਨਹੀਂ ਤਿਆਗਿਆ।

ਉਹ ਵਚਨਬੱਧ ਰਿਹਾ।

ਈਸਾ ਦੀ ਗਵਾਹੀ ਦੇ ਅਨੁਸਾਰ, ਉਹੀ ਭਰਾ ਬਾਅਦ ਵਿੱਚ ਡੀਪਰ ਲਾਈਫ ਚਰਚ ਦੇ ਅੰਦਰ ਇੱਕ ਸੀਨੀਅਰ ਪਾਦਰੀ ਬਣ ਗਿਆ, ਇੱਕ ਰਾਸ਼ਟਰੀ ਨਿਗਾਹਬਾਨ ਪੱਧਰ 'ਤੇ ਸੇਵਾ ਕਰਦਾ ਰਿਹਾ।

ਤਲਵਾਰ ਨੇ ਉਸਦੀ ਜ਼ਿੰਦਗੀ ਨੂੰ ਖਤਮ ਨਹੀਂ ਕੀਤਾ ਸੀ।

ਇਹ ਉਸਦੇ ਬੁਲਾਉਣ ਤੋਂ ਪਹਿਲਾਂ ਸੀ।

ਘਰ ਦੇ ਅੰਦਰ, ਮਾਹੌਲ ਸਥਾਈ ਤੌਰ 'ਤੇ ਬਦਲ ਗਿਆ।

ਮਾਂ ਦੇ ਚੁੱਪ-ਚਾਪ ਧਰਮ ਪਰਿਵਰਤਨ ਨੇ ਅੰਦਰੂਨੀ ਵੰਡ ਪੈਦਾ ਕਰ ਦਿੱਤੀ ਸੀ।

ਅਮਾਡੂ ਦੇ ਧਰਮ ਪਰਿਵਰਤਨ ਅਤੇ ਤਲਵਾਰ ਦੀ ਘਟਨਾ ਨੇ ਖੁੱਲ੍ਹ ਕੇ ਫੁੱਟ ਪਾ ਦਿੱਤੀ।

ਸਿਸਟਮ ਨੂੰ ਅੰਦਰੋਂ ਚੁਣੌਤੀ ਦਿੱਤੀ ਗਈ ਸੀ।

ਅਤੇ ਜੋ ਕਦੇ ਇੱਕਸਾਰ ਵਫ਼ਾਦਾਰੀ ਸੀ, ਹੁਣ ਮੁਕਾਬਲੇ ਵਾਲੀਆਂ ਵਫ਼ਾਦਾਰੀਆਂ ਕਾਰਨ ਟੁੱਟ ਗਈ।

ਈਸਾ ਲਈ, ਜੋ ਉਸ ਸਮੇਂ ਵੀ ਅੱਤਵਾਦੀ ਇਸਲਾਮੀ ਗਠਨ ਵਿੱਚ ਡੂੰਘਾਈ ਨਾਲ ਜੜ੍ਹਿਆ ਹੋਇਆ ਸੀ, ਇਸ ਘਟਨਾ ਨੂੰ ਆਸਾਨੀ ਨਾਲ ਰੱਦ ਨਹੀਂ ਕੀਤਾ ਜਾ ਸਕਦਾ ਸੀ।

ਉਸਨੇ ਆਪਣੇ ਪਿਤਾ ਦੇ ਇਰਾਦੇ ਨੂੰ ਦੇਖ ਲਿਆ ਸੀ।

ਉਸਨੇ ਬਲੇਡ ਡਿੱਗਦਾ ਦੇਖਿਆ ਸੀ।

ਉਸਨੇ ਆਪਣੇ ਭਰਾ ਨੂੰ ਕਿਤੇ ਹੋਰ ਖੜ੍ਹਾ ਦੇਖਿਆ ਸੀ।

ਇਸ ਘਟਨਾ ਨੇ ਉਸਨੂੰ ਤੁਰੰਤ ਨਹੀਂ ਬਦਲਿਆ।

ਪਰ ਇਸਨੇ ਉਸਦੀ ਨਿਸ਼ਚਤਤਾ ਵਿੱਚ ਵਿਘਨ ਪਾਇਆ।

ਉਸਦੀ ਵਿਸ਼ਵਾਸ ਪ੍ਰਣਾਲੀ ਦੀ ਬਣਤਰ ਬਰਕਰਾਰ ਰਹੀ।

ਪਰ ਤਰੇੜਾਂ ਪੈਣੀਆਂ ਸ਼ੁਰੂ ਹੋ ਗਈਆਂ ਸਨ।

ਅਗਲੇ ਟਕਰਾਅ ਵਿੱਚ ਤਲਵਾਰ ਸ਼ਾਮਲ ਨਹੀਂ ਹੋਵੇਗੀ।

ਇਸ ਵਿੱਚ ਅੱਗ ਸ਼ਾਮਲ ਹੋਵੇਗੀ।

ਅਧਿਆਇ 4

ਗਠਨ ਤੇਜ਼

ਜਦੋਂ ਕਿ ਉਸਦੀ ਮਾਂ ਅਤੇ ਭਰਾ ਨੇ ਵਫ਼ਾਦਾਰੀ ਬਦਲ ਲਈ ਸੀ, ਈਸਾ ਨੇ ਨਹੀਂ ਬਦਲੀ।

ਜੇ ਕੁਝ ਵੀ ਸੀ, ਤਾਂ ਘਰ ਦੇ ਅੰਦਰਲੇ ਤਣਾਅ ਨੇ ਉਸਦੇ ਇਰਾਦੇ ਨੂੰ ਹੋਰ ਮਜ਼ਬੂਤ ਕਰ ਦਿੱਤਾ।

ਉਸਨੂੰ ਇਹ ਵਿਸ਼ਵਾਸ ਕਰਨ ਲਈ ਪਾਲਿਆ ਗਿਆ ਸੀ ਕਿ ਇਸਲਾਮ ਸਿਰਫ਼ ਇੱਕ ਧਰਮ ਨਹੀਂ ਸੀ, ਸਗੋਂ ਪ੍ਰਭੂਸੱਤਾ ਲਈ ਇੱਕ ਆਦੇਸ਼ ਸੀ।

ਬਚਪਨ ਤੋਂ ਹੀ, ਅਨੁਸ਼ਾਸਨ ਨੇ ਉਸਦੀ ਪਛਾਣ ਨੂੰ ਢਾਂਚਾ ਬਣਾਇਆ।

ਉਸਦੇ ਭਰਾ ਨਾਲ ਜੁੜੀ ਤਲਵਾਰ ਦੀ ਘਟਨਾ ਨੇ ਉਸ ਬਣਤਰ ਨੂੰ ਖਤਮ ਨਹੀਂ ਕੀਤਾ। ਇਸਨੇ ਉਸਦੇ ਵਿਸ਼ਵਾਸ ਨੂੰ ਹੋਰ ਵੀ ਮਜ਼ਬੂਤ ਕਰ ਦਿੱਤਾ ਕਿ ਭਟਕਣਾ ਦਾ ਵਿਰੋਧ ਕਰਨਾ ਚਾਹੀਦਾ ਹੈ।

ਉਸਦੇ ਪਿਤਾ ਦੇ ਫੌਜੀ ਪਿਛੋਕੜ ਨੇ ਰੋਜ਼ਾਨਾ ਦੇ ਕੰਮਾਂ ਤੋਂ ਵੱਧ ਆਕਾਰ ਦਿੱਤਾ ਸੀ। ਇਸਨੇ ਵਫ਼ਾਦਾਰੀ ਅਤੇ ਤਾਕਤ ਦੀਆਂ ਉਮੀਦਾਂ ਨੂੰ ਆਕਾਰ ਦਿੱਤਾ।

ਭਾਵਨਾਤਮਕ ਕੋਮਲਤਾ ਨੂੰ ਉਤਸ਼ਾਹਿਤ ਨਹੀਂ ਕੀਤਾ ਗਿਆ ਸੀ।

ਆਗਿਆਕਾਰੀ ਸੀ।

ਈਸਾ ਦਾ ਵਿਕਾਸ ਖਾੜਕੂ ਲੀਹਾਂ 'ਤੇ ਜਾਰੀ ਰਿਹਾ।

ਆਪਣੀ ਕਿਸ਼ੋਰ ਅਵਸਥਾ ਦੇ ਸ਼ੁਰੂਆਤੀ ਸਾਲਾਂ ਤੱਕ, ਉਹ ਇਸਲਾਮੀ ਸਿਖਲਾਈ ਢਾਂਚਿਆਂ ਵਿੱਚ ਪੂਰੀ ਤਰ੍ਹਾਂ ਡੁੱਬ ਗਿਆ ਸੀ। ਸ਼ਹਿਰ ਤੋਂ ਬਾਹਰ, ਦੂਰ-ਦੁਰਾਡੇ ਇਲਾਕਿਆਂ ਵਿੱਚ, ਉਸਨੇ ਅਤੇ ਹੋਰ ਨੌਜਵਾਨ ਰੰਗਰੂਟਾਂ ਨੇ

ਸਰੀਰਕ ਕੰਡੀਸ਼ਨਿੰਗ ਅਤੇ ਵਿਚਾਰਧਾਰਕ ਮਜ਼ਬੂਤੀ ਪ੍ਰਾਪਤ ਕੀਤੀ।

ਸਿਖਲਾਈ ਵਿੱਚ ਸ਼ਾਮਲ ਸਨ:

- ਹੱਥੋ-ਹੱਥ ਲੜਾਈ।
- ਕਰਾਟੇ ਅਤੇ ਮੁੱਕੇਬਾਜ਼ੀ ਦੇ ਅਭਿਆਸ।
- ਸਰੀਰਕ ਸਹਿਣਸ਼ੀਲਤਾ ਕੰਡੀਸ਼ਨਿੰਗ।
- ਕਠੋਰ ਹਾਲਤਾਂ ਵਿੱਚ ਬਚਾਅ ਦੀ ਸਿਖਲਾਈ।
- ਹਥਿਆਰਾਂ ਦੀ ਸੰਭਾਲ ਦਾ ਸਾਹਮਣਾ ਕਰਨਾ।
- ਗੁਰੀਲਾ ਯੁੱਧ ਵਿੱਚ ਰਣਨੀਤਕ ਹਦਾਇਤਾਂ।

ਮਾਪਿਆਂ ਨੇ ਇਸ ਸਿਖਲਾਈ ਲਈ ਆਪਣੀ ਮਰਜ਼ੀ ਨਾਲ ਫੰਡ ਦਿੱਤੇ। ਭਾਗੀਦਾਰੀ ਨੂੰ ਸਨਮਾਨਜਨਕ ਮੰਨਿਆ ਜਾਂਦਾ ਸੀ। ਇਸਲਾਮ ਦੀ ਰੱਖਿਆ ਕਰਨਾ ਕੱਟੜਤਾ ਵਜੋਂ ਨਹੀਂ ਦੇਖਿਆ ਜਾਂਦਾ ਸੀ - ਇਹ ਧਾਰਮਿਕਤਾ ਸੀ। ਸਰੀਰਕ ਸਿਖਲਾਈ ਦੇ ਨਾਲ-ਨਾਲ ਵਿਚਾਰਧਾਰਕ ਮਜ਼ਬੂਤੀ ਵੀ ਸੀ। ਕੁਰਾਨ ਦੀਆਂ ਆਇਤਾਂ ਨੂੰ ਯਾਦ ਕੀਤਾ ਜਾਂਦਾ ਸੀ ਅਤੇ ਅਵਿਸ਼ਵਾਸੀਆਂ ਨਾਲ ਟਕਰਾਅ 'ਤੇ ਜ਼ੋਰ ਦਿੰਦੇ ਹੋਏ ਪੜ੍ਹਿਆ ਜਾਂਦਾ ਸੀ। ਈਸਾਈਆਂ ਅਤੇ ਯਹੂਦੀਆਂ ਪ੍ਰਤੀ ਨਫ਼ਰਤ ਭਾਵਨਾਤਮਕ ਵਿਸਫੋਟ ਨਹੀਂ ਸੀ; ਇਸਨੂੰ ਦੁਹਰਾਉਣ ਦੁਆਰਾ ਪੈਦਾ ਕੀਤਾ ਜਾਂਦਾ ਸੀ।

ਈਸਾ ਨੇ ਦੁਸ਼ਮਣੀ ਭਰੇ ਕੰਮਾਂ ਵਿੱਚ ਸਿੱਧੀ ਭਾਗੀਦਾਰੀ ਸਵੀਕਾਰ ਕੀਤੀ ਹੈ:

- ਈਸਾਈਆਂ ਨੂੰ ਕੁੱਟਣਾ।
- ਜ਼ਬਰਦਸਤੀ ਡਰਾਉਣਾ।
- ਜਨਤਕ ਤੌਰ 'ਤੇ ਬਾਈਬਲਾਂ ਨੂੰ ਨਸ਼ਟ ਕਰਨਾ।
- ਚਰਚ ਸਾੜਨ ਵਿੱਚ ਹਿੱਸਾ ਲੈਣਾ।
- ਸੰਗਠਿਤ ਧਾਰਮਿਕ ਹਮਲੇ ਵਿੱਚ ਸ਼ਾਮਲ ਹੋਣਾ।

ਉਸਨੇ ਆਪਣੇ ਆਪ ਨੂੰ ਝਿਜਕਦੇ ਹੋਏ ਸ਼ਾਮਲ ਹੋਣ ਦਾ ਵਰਣਨ ਨਹੀਂ ਕੀਤਾ।

ਉਸਨੂੰ ਵਿਸ਼ਵਾਸ ਸੀ ਕਿ ਉਹ ਸੱਚ ਦਾ ਬਚਾਅ ਕਰ ਰਿਹਾ ਸੀ।

ਅੱਤਵਾਦੀ ਸਿਖਲਾਈ ਤੋਂ ਇਲਾਵਾ, ਉਸਨੇ ਤੀਬਰ ਭਗਤੀ ਅਭਿਆਸ ਜਾਰੀ ਰੱਖਿਆ। ਪੰਜ ਰੋਜ਼ਾਨਾ ਲਾਜ਼ਮੀ ਪ੍ਰਾਰਥਨਾਵਾਂ ਤੋਂ ਇਲਾਵਾ, ਉਸਨੇ ਵਾਧੂ ਚੱਕਰ ਵੀ ਕੀਤੇ। ਉਸਨੇ ਰੋਜ਼ਾਨਾ 172 ਪ੍ਰਾਰਥਨਾ ਚੱਕਰਾਂ ਤੱਕ ਪ੍ਰਾਰਥਨਾ ਕਰਨ ਦੀ ਗਵਾਹੀ ਦਿੱਤੀ ਹੈ।

ਪਾਠ ਪ੍ਰਤੀਕਾਤਮਕ ਨਹੀਂ ਸੀ। ਧਿਆਨ ਵਿੱਚ ਆਇਤਾਂ ਨੂੰ ਹਜ਼ਾਰਾਂ ਵਾਰ ਦੁਹਰਾਇਆ ਜਾਂਦਾ ਸੀ। ਆਗਿਆਕਾਰੀ ਸ਼ਾਬਦਿਕ ਸੀ।

ਸੱਤ ਜਾਂ ਅੱਠ ਸਾਲ ਦੀ ਉਮਰ ਵਿੱਚ, ਉਸਨੇ ਅਧਿਆਤਮਿਕ ਪ੍ਰਗਟਾਵੇ ਦੱਸੇ ਜਿਨ੍ਹਾਂ ਦੀ ਵਿਆਖਿਆ ਉਸਨੇ ਇਸਲਾਮ ਦੀ ਪੁਸ਼ਟੀ ਵਜੋਂ ਕੀਤੀ। ਉਸਨੇ ਉਹਨਾਂ ਜੀਵਾਂ ਨੂੰ ਦੇਖਣ ਦਾ ਵਰਣਨ ਕੀਤਾ ਜਿਨ੍ਹਾਂ ਨੂੰ ਉਹ "ਅਲ-ਜਿਨ" ਮੰਨਦਾ ਸੀ। ਇਹਨਾਂ ਤਜ਼ਰਬਿਆਂ ਨੇ ਉਸਨੂੰ ਡਰਾਇਆ ਨਹੀਂ; ਉਹਨਾਂ ਨੇ ਉਸਦੇ ਇਰਾਦੇ ਨੂੰ ਮਜ਼ਬੂਤ ਕੀਤਾ।

ਉਸਦੀ ਵਿਸ਼ਵਾਸ ਪ੍ਰਣਾਲੀ ਕਮਜ਼ੋਰ ਨਹੀਂ ਸੀ।

ਇਹ ਅਨੁਸ਼ਾਸਨ, ਦੁਹਰਾਓ, ਅਧਿਆਤਮਿਕ ਅਨੁਭਵ, ਅਤੇ ਭਾਈਚਾਰਕ ਮਜ਼ਬੂਤੀ ਦੁਆਰਾ ਮਜ਼ਬੂਤ ਹੋਇਆ ਸੀ।

ਜਦੋਂ ਤੱਕ ਉਹ ਜਵਾਨੀ ਵਿੱਚ ਪਹੁੰਚਿਆ, ਉਹ ਸਿਰਫ਼ ਇੱਕ ਭਾਗੀਦਾਰ ਨਹੀਂ ਸੀ।

ਉਹ ਢਾਂਚਾਗਤ ਇਸਲਾਮੀ ਰਣਨੀਤਕ ਯੋਜਨਾਬੰਦੀ ਵਿੱਚ ਸ਼ਾਮਲ ਸੀ।

ਉਸਨੇ ਉਨ੍ਹਾਂ ਅੰਦੋਲਨਾਂ ਵਿੱਚ ਸ਼ਮੂਲੀਅਤ ਦਾ ਹਵਾਲਾ ਦਿੱਤਾ ਹੈ ਜੋ ਖੇਤਰਾਂ ਵਿੱਚ ਇਸਲਾਮੀ ਪ੍ਰਭਾਵ ਦੇ ਲੰਬੇ ਸਮੇਂ ਦੇ ਵਿਸਥਾਰ ਦੀ ਕਲਪਨਾ ਕਰਦੇ ਸਨ। ਸੋਚ ਪੀੜ੍ਹੀ-ਦਰ-ਪੀੜ੍ਹੀ ਸੀ। ਰਣਨੀਤੀ ਧੀਰਜ ਵਾਲੀ ਸੀ।

ਆਪਣੇ ਘਰ ਦੇ ਅੰਦਰ ਧਰਮ ਪਰਿਵਰਤਨ ਨੇ ਉਸਨੂੰ ਮਨਾ ਨਹੀਂ ਕੀਤਾ।

ਇਸਨੇ ਉਸਨੂੰ ਨਾਰਾਜ਼ ਕੀਤਾ।

ਉਹ ਈਸਾਈ ਧਰਮ ਨੂੰ ਕਮਜ਼ੋਰ ਸਮਝਦਾ ਸੀ।

ਉਹ ਈਸਾਈਆਂ ਨੂੰ ਸਮਝੌਤਾਵਾਦੀ ਸਮਝਦਾ ਸੀ।

ਉਸਨੇ ਚਰਚ ਨੂੰ ਸਾਹਮਣਾ ਕਰਨ ਵਾਲੀ ਚੀਜ਼ ਵਜੋਂ ਦੇਖਿਆ।

ਫਿਰ ਉਸਦੇ ਇਮਾਮ ਨਾਲ ਜੁੜੀ ਘਟਨਾ ਵਾਪਰੀ।

ਅਤੇ ਟਕਰਾਅ ਵਿਚਾਰਧਾਰਾ ਤੋਂ ਟਕਰਾਅ ਵੱਲ ਵਧਿਆ।

ਅਧਿਆਇ 5

ਮੈਦੁਗੁਰੀ, ਨਰਕ ਦਾ ਦਰਸ਼ਨ, ਅਤੇ ਇਨਕਾਰ

ਈਸਾ ਦੀ ਜ਼ਿੰਦਗੀ ਵਿੱਚ ਤਬਦੀਲੀ ਅੱਗ ਨਾਲ ਸ਼ੁਰੂ ਨਹੀਂ ਹੋਈ ਸੀ।

ਇਹ ਗੜਬੜ ਨਾਲ ਸ਼ੁਰੂ ਹੋਇਆ।

ਆਪਣੇ ਖਾੜਕੂ ਵਿਕਾਸ ਦੇ ਸਾਲਾਂ ਦੌਰਾਨ, ਈਸਾ ਨੇ ਮੈਦੁਗੁਰੀ ਦੀ ਯਾਤਰਾ ਕੀਤੀ।

ਇਸ ਸਮੇਂ, ਉਹ ਇਸਲਾਮ ਪ੍ਰਤੀ ਪੂਰੀ ਤਰ੍ਹਾਂ ਵਚਨਬੱਧ ਰਿਹਾ। ਉਸਦੀ ਵਿਚਾਰਧਾਰਕ ਬਣਤਰ ਬਰਕਰਾਰ ਸੀ। ਈਸਾਈ ਧਰਮ ਪ੍ਰਤੀ ਉਸਦੀ

ਦੁਸ਼ਮਣੀ ਸਰਗਰਮ ਰਹੀ। ਉਸਦਾ ਅਨੁਸ਼ਾਸਨ ਕਮਜ਼ੋਰ ਨਹੀਂ ਹੋਇਆ ਸੀ।

ਮੈਦੁਗੁਰੀ ਵਿੱਚ ਰਹਿੰਦਿਆਂ, ਉਹ ਇੱਕ ਅਲੌਕਿਕ ਅਨੁਭਵ ਦਾ ਜ਼ਿਕਰ ਕਰਦਾ ਹੈ ਜਿਸਨੇ ਉਸਦੀ ਅੰਦਰੂਨੀ ਨਿਸ਼ਚਤਤਾ ਨੂੰ ਬਦਲ ਦਿੱਤਾ।

ਉਹ ਕਹਿੰਦਾ ਹੈ ਕਿ ਉਸਨੂੰ ਨਰਕ ਦਿਖਾਇਆ ਗਿਆ ਸੀ।

ਉਸਨੇ ਇਸਨੂੰ ਕਲਪਨਾ ਜਾਂ ਸੁਪਨੇ ਵਜੋਂ ਨਹੀਂ, ਸਗੋਂ ਇੱਕ ਮੁਲਾਕਾਤ ਵਜੋਂ ਦਰਸਾਇਆ।

ਉਸਦੀ ਗਵਾਹੀ ਦੇ ਅਨੁਸਾਰ, ਉਸਨੇ ਅੱਗ ਦੀਆਂ ਲਪਟਾਂ ਅਤੇ ਤੀਬਰ ਦੁੱਖ ਦੇਖੇ। ਉਸਨੇ ਲੋਕਾਂ ਨੂੰ ਤਸੀਹੇ ਵਿੱਚ ਦੇਖਿਆ।

ਅਤੇ ਜਿਨ੍ਹਾਂ ਲੋਕਾਂ ਨੂੰ ਉਸਨੇ ਪਛਾਣਿਆ ਉਨ੍ਹਾਂ ਵਿੱਚ **ਮੁਸਲਿਮ ਅਧਿਆਪਕ - ਮੱਲਮ - ਉਹ ਵਿਅਕਤੀ ਸਨ ਜਿਨ੍ਹਾਂ ਨੇ ਉਸਨੂੰ ਇਸਲਾਮੀ ਸਿਧਾਂਤ ਸਿਖਾਇਆ ਸੀ।**

ਇਹ ਇਸਲਾਮ ਦੇ ਦੁਸ਼ਮਣ ਨਹੀਂ ਸਨ।

ਉਹ ਇਸਦੇ ਅੰਦਰ ਆਗੂ ਸਨ।

ਉਸਨੇ ਸਤਿਕਾਰਯੋਗ ਇਸਲਾਮੀ ਗੁਰੂਆਂ ਨੂੰ ਦੁੱਖ ਵਿੱਚ ਦੇਖਿਆ।

ਉਸਨੇ ਉਨ੍ਹਾਂ ਨੂੰ ਅੱਗ ਦੀਆਂ ਲਪਟਾਂ ਦੇ ਅੰਦਰ, ਪੀੜ ਵਿੱਚ, ਰੋਂਦੇ ਹੋਏ ਦੱਸਿਆ।

ਇਹ ਉਸ ਢਾਂਚੇ ਦੇ ਅਨੁਕੂਲ ਨਹੀਂ ਸੀ ਜੋ ਉਸਨੂੰ ਸਿਖਾਇਆ ਗਿਆ ਸੀ।

ਉਸਨੂੰ ਇਹ ਵਿਸ਼ਵਾਸ ਕਰਨ ਲਈ ਪਾਲਿਆ ਗਿਆ ਸੀ ਕਿ ਇਸਲਾਮ ਹੀ ਇੱਕੋ ਇੱਕ ਸੱਚਾ ਰਸਤਾ ਹੈ। ਮੁਸਲਿਮ ਅਧਿਆਪਕ ਸੱਚ ਦੇ ਰਖਵਾਲੇ ਸਨ।

ਉਨ੍ਹਾਂ ਦੀ ਸਦੀਵੀ ਮੰਜ਼ਿਲ ਨੂੰ ਸੁਰੱਖਿਅਤ ਮੰਨਿਆ ਗਿਆ ਸੀ।

ਪਰ ਉਸ ਦਰਸ਼ਣ ਵਿੱਚ ਜਿਸ ਦਾ ਉਹ ਵਰਣਨ ਕਰਦਾ ਹੈ, ਉਹ ਸੁਰੱਖਿਅਤ ਨਹੀਂ ਸਨ।

ਉਨ੍ਹਾਂ ਦੀ ਨਿੰਦਾ ਕੀਤੀ ਗਈ।

ਉਸਨੂੰ ਈਸਾਈਆਂ ਨੂੰ ਤਸੀਹੇ ਵਿੱਚ ਨਹੀਂ ਦਿਖਾਇਆ ਗਿਆ।

ਉਸਨੂੰ ਇਸਲਾਮੀ ਅਧਿਕਾਰੀਆਂ ਨੂੰ ਤਸੀਹੇ ਵਿੱਚ ਦਿਖਾਇਆ ਗਿਆ।

ਉਸ ਵੇਰਵੇ ਨੇ ਉਸਨੂੰ ਪਰੇਸ਼ਾਨ ਕਰ ਦਿੱਤਾ।

ਇਸ ਤੋਂ ਬਾਅਦ, ਉਹ ਉੱਪਰ ਵੱਲ ਲਿਜਾਏ ਜਾਣ ਅਤੇ ਸਵਰਗ ਦਿਖਾਏ ਜਾਣ ਦਾ ਵਰਣਨ ਕਰਦਾ ਹੈ।

ਉਸਨੇ ਸਵਰਗ ਨੂੰ ਢਾਂਚਾਗਤ, ਚਮਕਦਾਰ, ਵਿਵਸਥਿਤ, ਸ਼ਾਂਤਮਈ ਦੱਸਿਆ।

ਉਹ ਕਹਿੰਦਾ ਹੈ ਕਿ ਉਸਨੇ ਉਨ੍ਹਾਂ ਵਿਅਕਤੀਆਂ ਨੂੰ ਦੇਖਿਆ ਜੋ ਮਰ ਚੁੱਕੇ ਸਨ।

ਉਹ ਇਸ ਅਨੁਭਵ ਨੂੰ ਠੋਸ ਅਤੇ ਜੀਵੰਤ ਦੱਸਦਾ ਹੈ।

ਉਸਨੂੰ ਦੋ ਮੰਜ਼ਿਲਾਂ ਦਿਖਾਈਆਂ ਗਈਆਂ:

ਤਸੀਹੇ।

ਅਤੇ ਆਰਡਰ ਕਰੋ।

ਨਿਰਣਾ।

ਅਤੇ ਸ਼ਾਂਤੀ।

ਉਹ ਤਜਰਬੇ ਤੋਂ ਵਾਪਸ ਆਇਆ।

ਅਤੇ ਉਸਨੇ ਧਰਮ ਪਰਿਵਰਤਨ ਨਹੀਂ ਕੀਤਾ।

ਦਰਸ਼ਣ ਨੇ ਉਸਦੀ ਵਫ਼ਾਦਾਰੀ ਨੂੰ ਤੁਰੰਤ ਨਹੀਂ ਤੋੜਿਆ।

ਉਸਦੀ ਬਣਤਰ ਬਹੁਤ ਡੂੰਘੀ ਸੀ।

ਸਾਲਾਂ ਦਾ ਅਨੁਸ਼ਾਸਨ, ਦੁਹਰਾਓ, ਜੁਝਾਰੂ ਵਿਚਾਰਧਾਰਾ, ਅਤੇ ਢਾਂਚਾਗਤ ਵਿਸ਼ਵਾਸ ਇੱਕ ਅਨੁਭਵ ਦੇ ਅਧੀਨ ਨਹੀਂ ਢਹਿ ਜਾਂਦੇ।

ਉਹ ਆਪਣੇ ਪਿਛਲੇ ਰਸਤੇ ਤੇ ਵਾਪਸ ਆ ਗਿਆ।

ਉਸਨੇ ਇਸਲਾਮ ਦਾ ਅਭਿਆਸ ਜਾਰੀ ਰੱਖਿਆ।

ਉਸਨੇ ਖਾੜਕੂ ਵਚਨਬੱਧਤਾ ਜਾਰੀ ਰੱਖੀ।

ਉਸਨੇ ਈਸਾਈ ਧਰਮ ਪ੍ਰਤੀ ਦੁਸ਼ਮਣੀ ਜਾਰੀ ਰੱਖੀ।

ਪਰ ਪਰੇਸ਼ਾਨੀ ਬਣੀ ਰਹੀ।

ਉਸਨੇ ਕੁਝ ਅਜਿਹਾ ਦੇਖਿਆ ਸੀ ਜੋ ਉਸਨੂੰ ਸਿਖਾਈਆਂ ਗਈਆਂ ਗੱਲਾਂ ਨਾਲ ਮੇਲ ਨਹੀਂ ਖਾਂਦਾ ਸੀ।

ਵਿਚਾਰਧਾਰਕ ਢਾਂਚਾ ਅਜੇ ਵੀ ਖੜ੍ਹਾ ਸੀ।

ਪਰ ਹੁਣ ਇਸ ਵਿੱਚ ਤਰੇੜਾਂ ਆ ਗਈਆਂ ਸਨ।

ਫੈਸਲਾਕੁੰਨ ਟਕਰਾਅ ਮੈਦੁਗੁਰੀ ਵਿੱਚ ਨਹੀਂ ਹੋਵੇਗਾ।

ਇਹ ਬਾਅਦ ਵਿੱਚ ਹੋਣਾ ਸੀ।

ਇਸ ਵਿੱਚ ਉਸਦਾ ਇਮਾਮ ਸ਼ਾਮਲ ਹੋਵੇਗਾ।

ਅਤੇ ਇਸ ਵਿੱਚ ਅੱਗ ਸ਼ਾਮਲ ਹੋਵੇਗੀ।

ਅਧਿਆਇ 6

ਤੀਜਾ ਦ੍ਰਿਸ਼ਟੀਕੋਣ: 1982 — ਸਮਰਪਣ

ਈਸਾ ਨੇ ਪਹਿਲਾਂ ਹੀ ਇੱਕ ਘੱਟ ਉਮਰ ਦੇ ਆਦਮੀ ਨੂੰ ਅਸਥਿਰ ਕਰਨ ਲਈ ਕਾਫ਼ੀ ਕੁਝ ਦੇਖ ਲਿਆ ਸੀ।

ਉਸਨੇ ਮੁਸਲਿਮ ਗੁਰੂਆਂ ਨੂੰ ਤਸੀਹੇ ਵਿੱਚ ਦੇਖਿਆ ਸੀ।

ਉਸਨੇ ਸਵਰਗ ਦੇਖਿਆ ਸੀ। ਉਸਨੇ ਉਸ ਇਮਾਮ ਦੀ ਮੌਤ ਦੇਖੀ ਸੀ ਜਿਸਨੇ ਉਸਨੂੰ ਅਧਿਆਤਮਿਕ ਭੇਦਾਂ ਵਿੱਚ ਮਾਰਗਦਰਸ਼ਨ ਕੀਤਾ ਸੀ।

ਫਿਰ ਵੀ ਉਨ੍ਹਾਂ ਵਿੱਚੋਂ ਕਿਸੇ ਵੀ ਘਟਨਾ ਨੇ ਉਸਦੀ ਵਫ਼ਾਦਾਰੀ ਨਹੀਂ ਤੋੜੀ।

ਉਸਦੇ ਅੰਦਰ ਦੀ ਬਣਤਰ ਬਹੁਤ ਡੂੰਘੀ ਸੀ।

ਉਸਨੂੰ ਪੰਜ ਵਜੇ ਦੇ ਵਰਤ ਰੱਖਣ ਦੁਆਰਾ ਆਕਾਰ ਦਿੱਤਾ ਗਿਆ ਸੀ।

ਫ਼ਰਜ਼ ਤੋਂ ਪਰੇ ਪ੍ਰਾਰਥਨਾ ਚੱਕਰਾਂ ਦੁਆਰਾ। ਅੱਤਵਾਦੀ ਅਭਿਆਸਾਂ ਦੁਆਰਾ।

ਗੁਪਤ ਪ੍ਰਾਰਥਨਾਵਾਂ ਦੁਆਰਾ। ਆਇਤਾਂ ਦੇ ਦੁਹਰਾਓ ਦੁਆਰਾ ਜਿਨ੍ਹਾਂ ਨੇ ਦੁਨੀਆ ਨੂੰ ਸੰਪੂਰਨ ਸ਼੍ਰੇਣੀਆਂ ਵਿੱਚ ਵੰਡਿਆ ਸੀ।

ਇਸਲਾਮ ਕੋਈ ਵਿਸ਼ਵਾਸ ਪ੍ਰਣਾਲੀ ਨਹੀਂ ਸੀ ਜਿਸਨੂੰ ਉਹ ਮੰਨਦਾ ਸੀ।

ਇਹ ਉਸਦੀ ਪਛਾਣ ਦਾ ਪਿੰਜਰ ਸੀ।

ਫਿਰ 1982 ਆਇਆ।

ਉਹ ਇਸਨੂੰ ਤੀਜੇ ਅਤੇ ਆਖਰੀ ਟਕਰਾਅ ਵਜੋਂ ਦਰਸਾਉਂਦਾ ਹੈ।

ਉਹ ਬੋਰਨੋ ਸਟੇਟ ਵਿੱਚ ਸੀ। ਖਾੜਕੂ ਮਾਨਸਿਕਤਾ ਨਰਮ ਨਹੀਂ ਹੋਈ ਸੀ।

ਅਜੇ ਵੀ ਯੋਜਨਾਵਾਂ, ਅਭਿਆਸ, ਰਣਨੀਤੀਆਂ ਸਨ। ਉਹ ਈਸਾਈ ਧਰਮ

ਵੱਲ ਨਹੀਂ ਵਧ ਰਿਹਾ ਸੀ। ਉਹ ਉਤਸੁਕ ਨਹੀਂ ਸੀ। ਉਹ ਭਾਲ ਨਹੀਂ ਕਰ ਰਿਹਾ ਸੀ।

ਉਸਨੇ ਸਾਫ਼-ਸਾਫ਼ ਕਿਹਾ ਹੈ: ਬਿਨਾਂ ਕਿਸੇ ਦਲੀਲ ਤੋਂ ਯਿਸੂ ਵਿੱਚ ਵਿਸ਼ਵਾਸ ਕਰਨ ਦਾ ਕੋਈ ਤਰੀਕਾ ਨਹੀਂ ਸੀ - ਉਸਦੇ ਸ਼ਬਦਾਂ ਵਿੱਚ "ਸੁਪਰ, ਸੁਪਰ,"।

ਮੁਲਾਕਾਤ ਅਚਾਨਕ ਹੋਈ।

ਉਸਨੇ ਬੈਠੇ ਹੋਣ ਦਾ ਵਰਣਨ ਕੀਤਾ - ਫਿਰ ਉਸ ਵਿੱਚ ਦਾਖਲ ਹੋਣਾ ਜਿਸਨੂੰ ਉਹ ਟ੍ਰਾਂਸ ਕਹਿੰਦੇ ਸਨ।

ਉਸਦੇ ਆਲੇ-ਦੁਆਲੇ ਦਾ ਭੌਤਿਕ ਵਾਤਾਵਰਣ ਫਿੱਕਾ ਪੈ ਗਿਆ।

ਫਿਰ ਉਸਨੇ ਉਸਨੂੰ ਦੇਖਿਆ।

ਯਿਸੂ।

ਉਸਨੇ ਯਿਸੂ ਨੂੰ ਅੱਗ ਨਾਲ ਦਰਸਾਇਆ - ਪ੍ਰਤੀਕਾਤਮਕ ਨਿੱਘ ਨਾਲ ਨਹੀਂ, ਸਗੋਂ ਬਲਦੀ ਹੋਈ ਮੌਜੂਦਗੀ ਨਾਲ। ਉਸਨੇ ਕਿਹਾ ਕਿ ਉਸ ਉੱਤੇ ਅੱਗ ਤੀਬਰ ਸੀ। ਮੁਲਾਕਾਤ ਕੋਮਲ ਨਹੀਂ ਸੀ। ਇਹ ਬਹੁਤ ਜ਼ਿਆਦਾ ਸੀ।

ਫਿਰ ਨਜ਼ਰ ਬਦਲ ਗਈ।

ਨਰਕ ਖੁੱਲ੍ਹ ਗਿਆ।

ਉਸਨੇ ਕਿਹਾ ਕਿ ਉਸਨੇ ਇਸਨੂੰ ਸਾਫ਼-ਸਾਫ਼ ਦੇਖਿਆ।

ਅੱਗ ਦੀਆਂ ਲਾਟਾਂ।

ਦੁੱਖ। ਪੀੜਾ।

ਉਸਨੇ ਚਿਹਰੇ ਪਛਾਣ ਲਏ।

ਉਸਨੇ ਆਪਣੇ ਜਾਣ-ਪਛਾਣ ਵਾਲੇ ਲੋਕਾਂ ਨੂੰ ਦੇਖਿਆ।

ਉਸਨੇ ਮੁਸਲਿਮ ਅਧਿਆਪਕਾਂ ਨੂੰ ਦੇਖਿਆ।

ਉਸਨੇ ਉਨ੍ਹਾਂ ਲੋਕਾਂ ਨੂੰ ਦੇਖਿਆ ਜਿਨ੍ਹਾਂ ਦਾ ਉਹ ਸਤਿਕਾਰ ਕਰਦਾ ਸੀ।

ਉਸਨੇ ਆਪਣੇ ਦਾਦਾ ਜੀ ਨੂੰ ਦੇਖਿਆ।

ਇਹ ਧਰਮ ਸ਼ਾਸਤਰੀ ਸਿਧਾਂਤ ਨਹੀਂ ਸੀ।

ਇਹ ਮਾਨਤਾ ਸੀ।

ਜਿਨ੍ਹਾਂ ਲੋਕਾਂ ਨੂੰ ਉਹ ਸੁਰੱਖਿਅਤ ਸਮਝਦਾ ਸੀ, ਉਹ ਸੜ ਰਹੇ ਸਨ।

ਉਸਨੂੰ ਇਹ ਵਿਸ਼ਵਾਸ ਕਰਨ ਲਈ ਸਿਖਲਾਈ ਦਿੱਤੀ ਗਈ ਸੀ ਕਿ ਇਸਲਾਮ ਪ੍ਰਤੀ ਵਫ਼ਾਦਾਰੀ ਸਵਰਗ ਦੀ ਗਰੰਟੀ ਦਿੰਦੀ ਹੈ।

ਫਿਰ ਵੀ ਉਸ ਦਰਸ਼ਣ ਵਿੱਚ ਜੋ ਉਹ ਦੱਸਦਾ ਹੈ, ਉਹ ਤੜਫ ਰਹੇ ਸਨ।

ਮੁਲਾਕਾਤ ਇੱਥੇ ਹੀ ਨਹੀਂ ਰੁਕੀ।

ਉਸਨੇ ਕਿਹਾ ਕਿ ਫਿਰ ਉਸਨੂੰ ਸਵਰਗ ਦਿਖਾਇਆ ਗਿਆ।

ਉਸਨੇ ਬਣਤਰ, ਵਿਵਸਥਾ, ਚਮਕ, ਸ਼ਾਂਤੀ ਦਾ ਵਰਣਨ ਕੀਤਾ।

ਉਸਨੂੰ ਉਸ ਲਈ ਮਰਨ ਦੀ ਸਿਖਲਾਈ ਦਿੱਤੀ ਗਈ ਸੀ ਜੋ ਉਹ ਵਿਸ਼ਵਾਸ ਕਰਦਾ ਸੀ।

ਉਸਨੂੰ ਦੱਸਿਆ ਗਿਆ ਸੀ ਕਿ ਸ਼ਹਾਦਤ ਹੀ ਤਰੱਕੀ ਹੈ। ਜੇਹਾਦ ਵਿੱਚ ਮੌਤ ਹੀ ਤਰੱਕੀ ਸੀ।

ਉਸਨੂੰ ਮਰਨ ਦਾ ਡਰ ਨਹੀਂ ਸੀ।

ਉਸਨੇ ਇਸਦਾ ਸਵਾਗਤ ਕੀਤਾ ਸੀ।

ਇਸ ਲਈ ਇਹ ਟਕਰਾਅ ਮੌਤ ਦੇ ਡਰ ਬਾਰੇ ਨਹੀਂ ਸੀ।

ਇਹ ਧੋਖੇ ਦੇ ਪਰਦਾਫਾਸ਼ ਬਾਰੇ ਸੀ।

ਉਹ ਕਹਿੰਦਾ ਹੈ ਕਿ ਉਸ ਪਲ, ਉਸਦੇ ਅੰਦਰ ਸਭ ਕੁਝ ਟੁੱਟ ਗਿਆ।

ਹੌਲੀ-ਹੌਲੀ ਨਹੀਂ।

ਭਾਵਨਾਤਮਕ ਤੌਰ 'ਤੇ ਨਹੀਂ।

ਢਾਂਚਾਗਤ ਤੌਰ 'ਤੇ।

ਵਿਚਾਰਧਾਰਕ ਇਮਾਰਤ ਢਹਿ ਗਈ।

ਉਸਨੇ ਆਤਮ ਸਮਰਪਣ ਕਰ ਦਿੱਤਾ।

1982 ਵਿੱਚ, ਈਸਾ ਨੇ ਆਪਣਾ ਜੀਵਨ ਯਿਸੂ ਮਸੀਹ ਨੂੰ ਦੇ ਦਿੱਤਾ।

ਇਸਲਾਮ ਦੇ ਖਾੜਕੂ ਰਾਖੇ ਨੇ ਵਫ਼ਾਦਾਰੀ ਦਾ ਸਬੂਤ ਦਿੱਤਾ।

ਪਰ ਸਮਰਪਣ ਕਰਨ ਨਾਲ ਸ਼ਾਂਤੀ ਨਹੀਂ ਮਿਲੀ।

ਇਸਨੇ ਯੁੱਧ ਸ਼ੁਰੂ ਕਰ ਦਿੱਤਾ।

ਅਧਿਆਇ 7

ਮੈਂ ਸਵਰਗ ਤੋਂ ਅੱਗ ਦੇਖੀ - ਸਲਾਹਕਾਰ

ਟਕਰਾਅ ਤੋਂ ਪਹਿਲਾਂ, ਵਿਸ਼ਵਾਸ ਸੀ।

ਇਮਾਮ ਈਸਾ ਨੂੰ ਬਚਪਨ ਤੋਂ ਹੀ ਜਾਣਦਾ ਸੀ। ਉਸਨੇ ਉਸਨੂੰ ਵਧਦੇ ਹੋਏ ਦੇਖਿਆ ਸੀ। ਉਸਨੇ ਉਸਦੇ ਉਚਾਰਨ ਨੂੰ ਸੁਧਾਰਿਆ ਸੀ, ਉਸਦੀ ਯਾਦਦਾਸ਼ਤ ਨੂੰ ਸਿਖਲਾਈ ਦਿੱਤੀ ਸੀ, ਪ੍ਰਾਰਥਨਾ ਵਿੱਚ ਉਸਦੇ ਆਸਣ ਨੂੰ ਢਾਲਿਆ ਸੀ। ਉਹ ਕਦੇ-ਕਦਾਈਂ ਸਿਖਾਉਣ ਵਾਲਾ ਨਹੀਂ ਸੀ; ਉਹ ਇੱਕ ਰਚਨਾਤਮਕ ਪ੍ਰਭਾਵ ਸੀ।

ਉਸਦੇ ਅਧੀਨ, ਈਸਾ ਨੇ ਅਨੁਸ਼ਾਸਨ ਸਿੱਖਿਆ - ਆਮ ਵਿਸ਼ਵਾਸ ਨਹੀਂ, ਸਗੋਂ ਢਾਂਚਾਗਤ ਸ਼ਰਧਾ। ਉਸਨੇ ਪਾਠ ਕਰਨਾ, ਵਿਆਖਿਆ ਕਿਵੇਂ ਕਰਨੀ ਹੈ, ਕਿਵੇਂ ਕਾਇਮ ਰਹਿਣਾ ਹੈ, ਇਹ ਸਿੱਖਿਆ। ਪਰ ਜਨਤਕ ਸਿੱਖਿਆ ਤੋਂ ਪਰੇ, ਡੂੰਘੀਆਂ ਪਰਤਾਂ ਸਨ। ਅਭਿਆਸ ਜਿਨ੍ਹਾਂ 'ਤੇ ਖੁੱਲ੍ਹ ਕੇ ਚਰਚਾ ਨਹੀਂ ਕੀਤੀ ਗਈ। ਪ੍ਰਾਰਥਨਾਵਾਂ। ਅਧਿਆਤਮਿਕ ਅਭਿਆਸ। ਜਿਸਨੂੰ ਈਸਾ ਬਾਅਦ ਵਿੱਚ ਬਿਨਾਂ ਕਿਸੇ ਝਿਜਕ ਦੇ "ਡੂੰਘੇ ਗੁਪਤ ਹਿੱਸੇ" ਵਜੋਂ ਵਰਣਨ ਕਰੇਗਾ। ਗੰਭੀਰਤਾ ਦੇ ਭੁੱਖੇ ਇੱਕ ਨੌਜਵਾਨ ਮੁੰਡੇ ਲਈ, ਇਹ ਸ਼ਕਤੀ ਸੀ।

ਇਮਾਮ ਸਿਰਫ਼ ਇੱਕ ਧਾਰਮਿਕ ਆਗੂ ਨਹੀਂ ਸੀ। ਉਹ ਗਿਆਨ ਦਾ ਦਰਬਾਨ ਸੀ। ਇੱਕ ਆਦਮੀ ਉਸ ਚੀਜ਼ 'ਤੇ ਭਰੋਸਾ ਕਰਦਾ ਸੀ ਜਿਸ ਤੱਕ ਦੂਸਰੇ ਨਹੀਂ ਪਹੁੰਚ ਸਕਦੇ ਸਨ।

ਇਸ ਲਈ ਜਦੋਂ ਈਸਾ ਦੀ ਅਧਿਆਤਮਿਕ ਯਾਤਰਾ ਵਿੱਚ ਤਣਾਅ ਪੈਦਾ ਹੋਣਾ ਸ਼ੁਰੂ ਹੋਇਆ, ਇਹ ਅਜਨਬੀਆਂ ਨਾਲ ਤਣਾਅ ਨਹੀਂ ਸੀ। ਇਹ ਕਿਸੇ

ਅਜਿਹੇ ਵਿਅਕਤੀ ਨਾਲ ਤਣਾਅ ਸੀ ਜਿਸਦੇ ਹੱਥਾਂ ਨੇ ਉਸਨੂੰ ਆਕਾਰ ਦਿੱਤਾ ਸੀ।

ਅਤੇ ਫਿਰ ਰੁਕਾਵਟ ਆਈ।

ਈਸਾ ਨੇ ਜੋ ਦੇਖਿਆ, ਉਸ ਦੀ ਭਾਸ਼ਾ ਕਦੇ ਵੀ ਨਰਮ ਨਹੀਂ ਕੀਤੀ। ਉਹ ਇਸਨੂੰ ਸੁਪਨੇ ਜਾਂ ਅਲੰਕਾਰ ਵਜੋਂ ਪੇਸ਼ ਨਹੀਂ ਕਰਦਾ। ਉਹ ਸਾਫ਼-ਸਾਫ਼ ਕਹਿੰਦਾ ਹੈ:

"ਮੈਂ ਸਵਰਗ ਤੋਂ ਅੱਗ ਆਉਂਦੀ ਦੇਖੀ।"

ਉਹ ਰਥਾਂ ਦਾ ਵਰਣਨ ਕਰਦਾ ਹੈ।

ਅੱਗ ਦੇ ਰੱਥ।

ਉਤਰਦਾ ਹੋਇਆ।

ਉਸਨੇ ਇਸਨੂੰ ਟਕਰਾਉਂਦੇ ਦੇਖਿਆ।

ਇਮਾਮ ਢਹਿ ਪਿਆ।

ਦੂਜਿਆਂ ਨੇ ਉਸ ਦਾ ਵਰਣਨ ਨਹੀਂ ਕੀਤਾ ਜੋ ਉਸਨੇ ਦੱਸਿਆ ਸੀ। ਨੇੜੇ ਦੇ ਲੋਕਾਂ ਨੇ ਬਾਅਦ ਵਿੱਚ ਇਮਾਮ ਦੇ ਸਰੀਰ 'ਤੇ ਫੋੜੇ ਆਉਣ ਬਾਰੇ ਦੱਸਿਆ। ਸੋਜ। ਸਰੀਰਕ ਪ੍ਰਗਟਾਵੇ ਬਾਰੇ। ਉਨ੍ਹਾਂ ਨੇ ਅੱਗ ਬਾਰੇ ਨਹੀਂ ਕਿਹਾ। ਉਨ੍ਹਾਂ ਨੇ ਰਥਾਂ ਬਾਰੇ ਨਹੀਂ ਕਿਹਾ।

ਈਸਾ ਇਸ ਭੇਦ 'ਤੇ ਜ਼ੋਰ ਦਿੰਦਾ ਹੈ:

ਉਸਨੇ ਅੱਗ ਦੇਖੀ।

ਉਨ੍ਹਾਂ ਨੇ ਫੋੜੇ ਦੇਖੇ।

ਇਮਾਮ ਦੀ ਮੌਤ ਹੋ ਗਈ।

ਉਸ ਪਲ ਨੇ ਉਸਦੇ ਅੰਦਰ ਕੁਝ ਟੁੱਟ ਗਿਆ।

ਇਹ ਉਹ ਆਦਮੀ ਸੀ ਜਿਸਨੇ ਉਸਨੂੰ ਲੁਕਵੇਂ ਅਭਿਆਸਾਂ ਨਾਲ ਜਾਣੂ ਕਰਵਾਇਆ ਸੀ, ਜੋ ਉਸ ਪ੍ਰਣਾਲੀ ਵਿੱਚ ਅਧਿਕਾਰ ਨੂੰ ਮੂਰਤੀਮਾਨ ਕਰਦੇ

ਸਨ। ਜੇਕਰ ਉਸ ਅਧਿਕਾਰ ਨੂੰ ਮਾਰਿਆ ਜਾ ਸਕਦਾ ਹੈ - ਜੇਕਰ ਉਸ ਅਧਿਆਤਮਿਕ ਢਾਂਚੇ ਨੂੰ ਪ੍ਰਵੇਸ਼ ਕੀਤਾ ਜਾ ਸਕਦਾ ਹੈ - ਤਾਂ ਕੁਝ ਵੱਡਾ ਕੰਮ ਕਰ ਰਿਹਾ ਸੀ।

ਪਰ ਇੱਥੇ ਉਹ ਹੈ ਜੋ ਕਹਾਣੀ ਨੂੰ ਇਮਾਨਦਾਰ ਬਣਾਉਂਦਾ ਹੈ।

ਉਸ ਦਿਨ ਉਸਨੇ ਧਰਮ ਪਰਿਵਰਤਨ ਨਹੀਂ ਕੀਤਾ।

ਕੋਈ ਤੁਰੰਤ ਸਮਰਪਣ ਨਹੀਂ ਸੀ। ਵਫ਼ਾਦਾਰੀ ਦਾ ਕੋਈ ਤੁਰੰਤ ਉਲਟਾ ਨਹੀਂ ਸੀ। ਕਿਸੇ ਨਵੇਂ ਵਿਸ਼ਵਾਸ ਵਿੱਚ ਕੋਈ ਭਾਵਨਾਤਮਕ ਢਹਿਣ ਨਹੀਂ ਸੀ।

ਇਸ ਦੀ ਬਜਾਏ, ਕੁਝ ਹੋਰ ਵੀ ਖ਼ਤਰਨਾਕ ਵਾਪਰਿਆ।

ਉਹ ਸਖ਼ਤ ਹੋ ਗਿਆ।

ਟਕਰਾਅ ਨੇ ਉਸਨੂੰ ਨਰਮ ਨਹੀਂ ਕੀਤਾ। ਇਸਨੇ ਉਸਨੂੰ ਹੋਰ ਤੇਜ਼ ਕਰ ਦਿੱਤਾ। ਜਦੋਂ ਕੋਈ ਸਿਸਟਮ ਹਿੱਲਦਾ ਹੈ, ਤਾਂ ਕੁਝ ਭੱਜ ਜਾਂਦੇ ਹਨ। ਦੂਸਰੇ ਦੁੱਗਣੇ ਹੋ ਜਾਂਦੇ ਹਨ। ਈਸਾ ਦੁੱਗਣਾ ਹੋ ਜਾਂਦਾ ਹੈ। ਉਸਦਾ ਅਨੁਸ਼ਾਸਨ ਵਧਦਾ ਹੈ। ਉਸਦਾ ਇਰਾਦਾ ਮਜ਼ਬੂਤ ਹੁੰਦਾ ਹੈ। ਉਸਦੀ ਖਾੜਕੂ ਪਛਾਣ ਤਿੱਖੀ ਹੁੰਦੀ ਹੈ।

ਅੱਗ ਨੇ ਕੁਝ ਬੇਨਕਾਬ ਕਰ ਦਿੱਤਾ - ਪਰ ਬੇਨਕਾਬ ਹੋਣ ਨਾਲ ਆਪਣੇ ਆਪ ਆਗਿਆਕਾਰੀ ਪੈਦਾ ਨਹੀਂ ਹੁੰਦੀ।

ਉਸ ਦਿਨ ਜੋ ਮਰ ਗਿਆ ਉਹ ਸਿਰਫ਼ ਇੱਕ ਸਲਾਹਕਾਰ ਨਹੀਂ ਸੀ।

ਇਹ ਪੱਕਾ ਸੀ।

ਪਰ ਨਿਸ਼ਚਤਤਾ ਦੇ ਢਹਿ ਜਾਣ ਦਾ ਮਤਲਬ ਵਫ਼ਾਦਾਰੀ ਦਾ ਢਹਿ ਜਾਣਾ ਨਹੀਂ ਹੈ - ਤੁਰੰਤ ਨਹੀਂ।

ਅੱਗ ਬਿਲਕੁਲ ਸਹੀ ਸੀ। ਇਹ ਭੀੜ ਲਈ ਨਾਟਕੀ ਪ੍ਰਦਰਸ਼ਨ ਨਹੀਂ ਸੀ। ਇਹ ਇੱਕ ਆਦਮੀ ਲਈ ਨਿਸ਼ਾਨਾ ਵਿਘਨ ਸੀ ਜਿਸਦੀ ਨੀਂਹ ਉਸ ਗੁਰੂ ਦੇ ਅਧਿਕਾਰ 'ਤੇ ਬਣੀ ਸੀ।

ਅਤੇ ਫਿਰ ਵੀ ਅੱਗ ਦੇਖਣ ਤੋਂ ਬਾਅਦ ਵੀ।

ਮੌਤ ਨੂੰ ਦੇਖਣ ਤੋਂ ਬਾਅਦ ਵੀ।

ਰੁਕਾਵਟ ਮਹਿਸੂਸ ਕਰਨ ਤੋਂ ਬਾਅਦ ਵੀ।

ਉਸਨੇ ਜਾਰੀ ਰੱਖਿਆ।

ਇਸੇ ਲਈ ਅਗਲਾ ਟਕਰਾਅ ਹੋਰ ਡੂੰਘਾ ਹੋਣਾ ਪਿਆ। ਬਾਹਰੀ ਅੱਗ ਨਹੀਂ। ਦ੍ਰਿਸ਼ਮਾਨ ਪ੍ਰਗਟਾਵਾ ਨਹੀਂ। ਕੁਝ ਅਜਿਹਾ ਜੋ ਪਿਛਲੀ ਬਣਤਰ ਨੂੰ ਪਾਰ ਕਰਕੇ ਵਫ਼ਾਦਾਰੀ ਵਿੱਚ ਹੀ ਪ੍ਰਵੇਸ਼ ਕਰੇਗਾ।

ਅੱਗ ਸਲਾਹਕਾਰ ਨੂੰ ਲੱਗ ਗਈ।

ਪਰ ਸਮਰਪਣ ਅਜੇ ਵੀ ਆ ਰਿਹਾ ਸੀ।

ਅਧਿਆਇ 8

ਨੌਂ ਵਾਰ ਉਨ੍ਹਾਂ ਨੇ ਉਸਨੂੰ ਮਾਰਨ ਦੀ ਕੋਸ਼ਿਸ਼ ਕੀਤੀ

ਜਦੋਂ ਈਸਾ ਨੇ 1982 ਵਿੱਚ ਆਤਮ ਸਮਰਪਣ ਕਰ ਦਿੱਤਾ, ਤਾਂ ਅਧਿਆਤਮਿਕ ਲੜਾਈ ਸ਼ਾਂਤ ਨਹੀਂ ਹੋਈ।

ਇਹ ਸਾਹਮਣੇ ਆਇਆ।

ਉਹ ਅੰਦਰੂਨੀ ਤੋਂ ਵਿਰੋਧੀ ਬਣ ਗਿਆ ਸੀ।

ਉਹ ਹੁਣ ਸਿਰਫ਼ ਇੱਕ ਮੁਸਲਮਾਨ ਨਹੀਂ ਰਿਹਾ।

ਉਹ ਹੁਣ ਸਿਰਫ਼ ਇੱਕ ਖਾੜਕੂ ਨਹੀਂ ਰਿਹਾ।

ਉਹ ਇੱਕ ਪਹਿਲਾਂ ਰਣਨੀਤੀਕਾਰ ਸੀ ਜੋ ਹੁਣ ਮਸੀਹ ਦਾ ਪ੍ਰਚਾਰ ਕਰਦਾ ਹੈ।

ਅਤੇ ਇਸਨੇ ਉਸਨੂੰ ਖ਼ਤਰਨਾਕ ਬਣਾ ਦਿੱਤਾ।

ਉਸਨੇ ਸਾਫ਼-ਸਾਫ਼ ਕਿਹਾ ਹੈ: ਉਸਦੀ ਜ਼ਿੰਦਗੀ 'ਤੇ ਨੌਂ ਕਤਲ ਦੀਆਂ ਕੋਸ਼ਿਸ਼ਾਂ ਹੋਈਆਂ।

ਧਮਕੀਆਂ ਨਹੀਂ।

ਕੋਸ਼ਿਸ਼ਾਂ।

ਪਹਿਲੇ ਵੱਡੇ ਹਮਲੇ ਵਿੱਚ ਗੋਲੀਬਾਰੀ ਸ਼ਾਮਲ ਸੀ।

ਉਸਨੇ ਜਿਹਾਦੀਆਂ ਨਾਲ ਸਿੱਧੇ ਤੌਰ 'ਤੇ ਸਾਹਮਣਾ ਕਰਨ ਦਾ ਵਰਣਨ ਕੀਤਾ। ਇਹ ਅਣਜਾਣ ਦੁਸ਼ਮਣ ਨਹੀਂ ਸਨ। ਉਨ੍ਹਾਂ ਵਿੱਚੋਂ ਕੁਝ ਸਮਝਦੇ ਸਨ

ਕਿ ਉਹ ਕੌਣ ਸੀ। ਉਹ ਉਸਦੀ ਸਿਖਲਾਈ ਨੂੰ ਜਾਣਦੇ ਸਨ। ਉਹ ਉਸਦੀ ਭੂਮਿਕਾ ਨੂੰ ਜਾਣਦੇ ਸਨ। ਉਹ ਉਸਦੇ ਰਣਨੀਤਕ ਦਿਮਾਗ ਨੂੰ ਜਾਣਦੇ ਸਨ। ਗੋਲੀਆਂ ਚਲਾਈਆਂ ਗਈਆਂ।

ਉਹ ਦੱਸਦਾ ਹੈ ਕਿ ਗੋਲੀਆਂ ਉਸਦੇ ਸਰੀਰ ਵਿੱਚ ਦਾਖਲ ਹੋ ਗਈਆਂ ਸਨ। ਹਮਲੇ ਦੌਰਾਨ, ਉਸਦੇ ਸਿਰ 'ਤੇ ਧਾਤ ਨਾਲ ਇੱਕ ਹਿੰਸਕ ਵਾਰ ਵੀ ਕੀਤਾ ਗਿਆ ਸੀ। ਉਹ ਇਸ ਪ੍ਰਭਾਵ ਨੂੰ ਗੰਭੀਰ ਦੱਸਦਾ ਹੈ। ਖ਼ੂਨ ਤੁਰੰਤ ਅਤੇ ਭਾਰੀ ਵਹਿ ਗਿਆ। ਇੱਕ ਕਿਸਮ ਦਾ ਖ਼ੂਨ ਵਹਿ ਰਿਹਾ ਸੀ ਜੋ ਦੇਖਣ ਵਾਲਿਆਂ ਨੂੰ ਯਕੀਨ ਦਿਵਾਉਂਦਾ ਹੈ ਕਿ ਖੋਪੜੀ ਕੁਚਲ ਦਿੱਤੀ ਗਈ ਹੈ।

ਉਹ ਢਹਿ ਗਿਆ।

ਉੱਥੇ ਮੌਜੂਦ ਲੋਕਾਂ ਨੇ ਸਮਝ ਲਿਆ ਕਿ ਉਹ ਮਰ ਗਿਆ ਹੈ।

ਉਸਨੂੰ ਇੱਕ ਗੱਡੀ ਵਿੱਚ ਇਸ ਤਰ੍ਹਾਂ ਬਿਠਾ ਦਿੱਤਾ ਗਿਆ ਜਿਵੇਂ ਉਹ ਖਤਮ ਹੋ ਗਿਆ ਹੋਵੇ।

ਲਿਜਾਇਆ ਗਿਆ।

ਉਮੀਦ ਵਿੱਚ ਛੱਡ ਦਿੱਤਾ ਗਿਆ।

ਪਰ ਉਹ ਨਹੀਂ ਮਰਿਆ।

ਉਸਦੇ ਸਿਰ ਤੋਂ ਦਿਖਾਈ ਦੇਣ ਵਾਲੇ ਖ਼ੂਨ ਦੇ ਬਾਵਜੂਦ, ਗੋਲੀਬਾਰੀ ਦੇ ਬਾਵਜੂਦ, ਹਮਲੇ ਦੇ ਬਾਵਜੂਦ - ਉਹ ਬਚ ਗਿਆ।

ਉਸਨੇ ਬਾਅਦ ਵਿੱਚ ਦੱਸਿਆ ਕਿ ਉਸਦੇ ਸਰੀਰ ਵਿੱਚੋਂ ਗੋਲੀਆਂ ਕੱਢੀਆਂ ਗਈਆਂ ਸਨ।

ਉਹ ਬਚ ਗਿਆ।

ਉਹ ਉਸ ਬਚਾਅ ਨੂੰ ਮੌਕਾ ਨਹੀਂ, ਸਗੋਂ ਦਖਲਅੰਦਾਜ਼ੀ ਵਜੋਂ ਦਰਸਾਉਂਦਾ ਹੈ।

ਅਗਲਾ ਵੱਡਾ ਯਤਨ ਜ਼ਹਿਰ ਦੇ ਕੇ ਕੀਤਾ ਗਿਆ।

ਉਸਨੂੰ ਖਾਣਾ ਦਿੱਤਾ ਗਿਆ।

ਉਸਨੇ ਬਿਨਾਂ ਸ਼ੱਕ ਖਾ ਲਿਆ।

ਜਿਨ੍ਹਾਂ ਵਿਅਕਤੀਆਂ ਨੇ ਇਸਨੂੰ ਤਿਆਰ ਕੀਤਾ ਸੀ, ਉਨ੍ਹਾਂ ਨੂੰ ਉਮੀਦ ਸੀ ਕਿ ਉਸਦੀ ਜ਼ਿੰਦਗੀ ਕੁਝ ਘੰਟਿਆਂ ਵਿੱਚ ਹੀ ਖਤਮ ਹੋ ਜਾਵੇਗੀ।

ਉਹ ਉਡੀਕ ਕਰਦੇ ਰਹੇ।

ਉਹ ਡਿੱਗਿਆ ਨਹੀਂ।

ਉਹਨਾਂ ਨੇ ਹੋਰ ਉਡੀਕ ਕੀਤੀ।

ਉਹ ਜ਼ਿੰਦਾ ਰਿਹਾ।

ਉਸਦੇ ਬਿਆਨ ਅਨੁਸਾਰ, ਜਿਨ੍ਹਾਂ ਲੋਕਾਂ ਨੇ ਜ਼ਹਿਰ ਦਿੱਤਾ ਸੀ, ਉਹ ਬਾਅਦ ਵਿੱਚ ਵਾਪਸ ਆਏ ਅਤੇ ਆਪਣੇ ਕੀਤੇ ਨੂੰ ਸਵੀਕਾਰ ਕੀਤਾ। ਉਨ੍ਹਾਂ ਨੂੰ ਇੱਕ ਲਾਸ਼ ਦੇਖਣ ਦੀ ਉਮੀਦ ਸੀ। ਇਸ ਦੀ ਬਜਾਏ, ਉਨ੍ਹਾਂ ਨੇ ਉਸਨੂੰ ਕੰਮ ਕਰਦੇ ਦੇਖਿਆ।

ਉਹ ਨਤੀਜੇ ਨੂੰ ਵਿਨਾਸ਼ ਦੇ ਉਲਟ ਦੱਸਦਾ ਹੈ।

ਉਹ ਕਹਿੰਦਾ ਹੈ ਕਿ ਕਮਜ਼ੋਰ ਹੋਣ ਦੀ ਬਜਾਏ ਉਸਦਾ ਸਰੀਰ ਮਜ਼ਬੂਤ ਹੋਇਆ।

ਇਸਦੇ ਹਮਲਾਵਰਾਂ ਨੇ ਇਸਨੂੰ ਆਮ ਰਿਕਵਰੀ ਵਜੋਂ ਨਹੀਂ ਸਮਝਿਆ।

ਇਸ ਨੇ ਦੁਸ਼ਮਣੀ ਨੂੰ ਹੋਰ ਡੂੰਘਾ ਕਰ ਦਿੱਤਾ।

ਕੋਸ਼ਿਸ਼ਾਂ ਜਾਰੀ ਰਹੀਆਂ।

ਉਹ ਸ਼ਿਕਾਰ ਕੀਤੇ ਜਾਣ ਦਾ ਵਰਣਨ ਕਰਦਾ ਹੈ।

ਉਹ ਥਾਂ-ਥਾਂ ਤੋਂ ਦੂਜੀ ਥਾਂ ਜਾਣ ਦਾ ਵਰਣਨ ਕਰਦਾ ਹੈ।

ਉਹ ਪਿੰਡਾਂ ਵਿੱਚ ਪ੍ਰਚਾਰ ਕਰਨ ਅਤੇ ਬਦਲਾ ਲੈਣ ਦੇ ਪ੍ਰਬੰਧ ਤੋਂ ਪਹਿਲਾਂ ਚਲੇ ਜਾਣ ਦਾ ਵਰਣਨ ਕਰਦਾ ਹੈ।

ਉਹ ਗੁਪਤ ਢੰਗ ਨਾਲ ਕੰਮ ਕਰਨ ਦਾ ਵਰਣਨ ਕਰਦਾ ਹੈ ਕਿਉਂਕਿ ਵਿਸ਼ਵਾਸੀਆਂ ਨਾਲ ਨੇੜਤਾ ਉਨ੍ਹਾਂ ਨੂੰ ਜੋਖਮ ਵਿੱਚ ਪਾਉਂਦੀ ਹੈ। ਈਸਾਈ ਉਸ

ਨਾਲ ਸੰਗਤ ਤੋਂ ਡਰਦੇ ਸਨ ਕਿਉਂਕਿ ਉਸਦੇ ਪੁਰਾਣੇ ਪਿਛੋਕੜ ਨੇ ਉਸਨੂੰ ਹਿੰਸਕ ਪ੍ਰਤੀਕਿਰਿਆ ਲਈ ਇੱਕ ਚੁੰਬਕ ਬਣਾਇਆ ਸੀ।

ਉਸਨੇ ਕਿਹਾ ਕਿ ਮੁਸਲਮਾਨ ਬਣਨਾ ਇੱਕ ਲੜਾਈ ਹੈ।

ਧਰਮ ਪਰਿਵਰਤਨ ਰੱਖਣਾ ਇੱਕ ਹੋਰ ਗੱਲ ਹੈ।

ਦੁਸ਼ਮਣੀ ਭਾਵਨਾਤਮਕ ਨਹੀਂ ਸੀ।

ਇਹ ਰਣਨੀਤਕ ਸੀ।

ਉਹ ਕਹਿੰਦਾ ਹੈ ਕਿ ਸਿਸਟਮ ਅਤੇ ਸਰਕਾਰੀ ਢਾਂਚੇ ਕੁਝ ਪੱਧਰਾਂ 'ਤੇ ਸ਼ਾਮਲ ਹੋ ਗਏ। ਦਬਾਅ ਇਕੱਲੇ-ਇਕੱਲੇ ਅੱਤਵਾਦੀਆਂ ਤੋਂ ਪਰੇ ਵਧ ਗਿਆ।

ਇੱਕ ਬਿੰਦੂ 'ਤੇ, ਖ਼ਤਰੇ ਦੀ ਗੰਭੀਰਤਾ ਨੂੰ ਦਖਲ ਦੇਣ ਦੀ ਲੋੜ ਸੀ।

ਉਹ ਦੱਸਦਾ ਹੈ ਕਿ ਰਾਸ਼ਟਰਪਤੀ-ਪੱਧਰ ਦੇ ਪ੍ਰਬੰਧਾਂ ਨੇ ਉਸਨੂੰ ਸੰਯੁਕਤ ਰਾਜ ਅਮਰੀਕਾ ਭੇਜਣ ਵਿੱਚ ਸਹਾਇਤਾ ਕੀਤੀ।

ਹਟਾਉਣ ਦੀ ਲੋੜ ਸਹੂਲਤ ਲਈ ਨਹੀਂ ਸੀ।

ਇਹ ਬਚਾਅ ਲਈ ਸੀ।

ਇਸ ਤੋਂ ਬਾਅਦ ਡਾਕਟਰੀ ਸਹਾਇਤਾ ਦਿੱਤੀ ਗਈ।

ਉਹ ਬਚ ਗਿਆ।

ਉਹ ਪੈਟਰਨ ਨੂੰ ਸਪਸ਼ਟ ਰੂਪ ਵਿੱਚ ਫਰੇਮ ਕਰਦਾ ਹੈ:

ਗੋਲੀਆਂ ਉਸਨੂੰ ਹੇਠਾਂ ਨਹੀਂ ਲੈ ਗਈਆਂ।

ਜ਼ਹਿਰ ਨੇ ਉਸਨੂੰ ਖਤਮ ਨਹੀਂ ਕੀਤਾ।

ਐਂਬੂਸ਼ ਨੇ ਉਸਨੂੰ ਖਤਮ ਨਹੀਂ ਕੀਤਾ।

ਨੌਂ ਕੋਸ਼ਿਸ਼ਾਂ।

ਨੌਂ ਅਸਫਲਤਾਵਾਂ।

ਉਹ ਹਰੇਕ ਨੂੰ ਬ੍ਰਹਮ ਸੰਭਾਲ ਦਾ ਸਿਹਰਾ ਦਿੰਦਾ ਹੈ।

ਉਹ ਅੱਤਵਾਦੀ ਜਿਸਨੇ ਕਦੇ ਜਿਹਾਦ ਨੂੰ ਅੱਗੇ ਵਧਾਇਆ ਸੀ, ਹੁਣ ਇੱਕ ਈਸਾਈ ਨੇਤਾ ਦੇ ਰੂਪ ਵਿੱਚ ਲਗਾਤਾਰ ਖ਼ਤਰੇ ਹੇਠ ਖੜ੍ਹਾ ਹੈ।

ਅਤੇ ਫਿਰ ਵੀ, ਉਹ ਜ਼ਿੰਦਾ ਰਿਹਾ।

ਅਧਿਆਇ 9

ਲੁਕੇ ਹੋਏ ਚੇਲੇ ਅਤੇ ਪਰਦੇ ਹੇਠ ਵਫ਼ਾਦਾਰੀ

ਕਤਲ ਦੀਆਂ ਕੋਸ਼ਿਸ਼ਾਂ ਤੋਂ ਬਾਅਦ, ਗੋਲੀਆਂ ਅਤੇ ਜ਼ਹਿਰ ਤੋਂ ਬਾਅਦ, ਸਥਾਨਾਂਤਰਣ ਅਤੇ ਬਚਾਅ ਤੋਂ ਬਾਅਦ, ਈਸਾ ਦੀ ਜ਼ਿੰਦਗੀ ਇੱਕ ਵੱਖਰੀ ਤਰ੍ਹਾਂ ਦੇ ਤਣਾਅ ਵਿੱਚ ਦਾਖਲ ਹੋ ਗਈ।

ਜਨਤਕ ਧਰਮ ਪਰਿਵਰਤਨ ਇੱਕ ਲੜਾਈ ਹੈ।

ਵਿਰੋਧੀ ਮਾਹੌਲ ਵਿੱਚ ਨਿਰੰਤਰ ਵਫ਼ਾਦਾਰੀ ਇੱਕ ਹੋਰ ਗੱਲ ਹੈ।

ਆਪਣੀ ਗਵਾਹੀ ਵਿੱਚ, ਉਸਨੇ ਅਜਿਹੇ ਵਾਤਾਵਰਣ ਵਿੱਚ ਰਹਿਣ ਦੀ ਜਟਿਲਤਾ ਦਾ ਵਰਣਨ ਕੀਤਾ ਜਿੱਥੇ ਸੰਪਰਕ ਦਾ ਅਰਥ ਤੁਰੰਤ ਮੌਤ ਹੋ ਸਕਦੀ ਹੈ - ਨਾ ਸਿਰਫ਼ ਉਸਦੇ ਲਈ, ਸਗੋਂ ਉਸਦੇ ਨਾਲ ਜੁੜੇ ਹੋਰ ਲੋਕਾਂ ਲਈ ਵੀ।

ਉਸਨੇ ਸਾਵਧਾਨੀ ਨਾਲ ਕੰਮ ਕਰਨ ਦੀ ਗੱਲ ਕੀਤੀ।

ਉਸਨੇ ਸੀਮਤ ਸੰਗਤ ਦੀ ਗੱਲ ਕੀਤੀ ਕਿਉਂਕਿ ਵਿਸ਼ਵਾਸੀਆਂ ਨੂੰ ਡਰ ਸੀ ਕਿ ਨੇੜਤਾ ਉਨ੍ਹਾਂ ਨੂੰ ਨਿਸ਼ਾਨਾ ਬਣਾ ਸਕਦੀ ਹੈ।

ਉਸਨੇ "ਵਿਚਕਾਰ" ਰਹਿਣ ਦਾ ਵਰਣਨ ਕੀਤਾ - ਸ਼ੁਰੂ ਵਿੱਚ ਉਸਦੀ ਪੁਰਾਣੀ ਅੱਤਵਾਦੀ ਸਥਿਤੀ ਦੇ ਕਾਰਨ ਈਸਾਈਆਂ ਦੁਆਰਾ ਪੂਰੀ ਤਰ੍ਹਾਂ ਵਿਸ਼ਵਾਸ ਨਹੀਂ ਕੀਤਾ ਗਿਆ ਸੀ, ਅਤੇ ਉਸਦੀ ਨਵੀਂ ਵਫ਼ਾਦਾਰੀ ਦੇ ਕਾਰਨ ਜੇਹਾਦੀਆਂ ਦੁਆਰਾ ਉਸਦਾ ਸ਼ਿਕਾਰ ਕੀਤਾ ਗਿਆ ਸੀ।

ਇਹ ਚੇਲੇਪਣ ਦੇ ਇੱਕ ਅਕਸਰ-ਗਲਤ ਸਮਝੇ ਜਾਣ ਵਾਲੇ ਪਹਿਲੂ ਨੂੰ ਪੇਸ਼ ਕਰਦਾ ਹੈ:

ਲੁਕਵੀਂ ਵਫ਼ਾਦਾਰੀ ਜ਼ਰੂਰੀ ਤੌਰ 'ਤੇ ਸਮਝੌਤਾ ਨਹੀਂ ਹੁੰਦੀ।
ਧਰਮ-ਗ੍ਰੰਥ ਇਸੇ ਤਰ੍ਹਾਂ ਦੇ ਨਮੂਨੇ ਦਰਜ ਕਰਦਾ ਹੈ।
ਨਿਕੋਦੇਮੁਸ ਰਾਤ ਨੂੰ ਆਇਆ।
ਅਰਿਮਥੇਆ ਦਾ ਯੂਸੁਫ਼ ਦਫ਼ਨਾਉਣ ਦੇ ਸਮੇਂ ਤੱਕ ਗੁਪਤ ਰੂਪ ਵਿੱਚ ਉਸਦਾ ਪਿੱਛਾ ਕਰਦਾ ਰਿਹਾ।
ਐਸਥਰ ਨੇ ਸਮਾਂ ਇਕਸਾਰ ਹੋਣ ਤੱਕ ਆਪਣੀ ਪਛਾਣ ਲੁਕਾਈ ਰੱਖੀ।
ਨਅਮਾਨ ਨੇ ਇੱਕ ਵਿਦੇਸ਼ੀ ਮੰਦਰ ਵਿੱਚ ਇੱਕ ਰਾਜੇ ਦੇ ਨਾਲ ਖੜ੍ਹੇ ਹੋ ਕੇ ਇਸਰਾਏਲ ਦੇ ਪਰਮੇਸ਼ੁਰ ਪ੍ਰਤੀ ਵਫ਼ਾਦਾਰੀ ਦਾ ਵਾਅਦਾ ਕੀਤਾ।
ਲੁਕਿਆ ਹੋਇਆ ਚੇਲਾਪਨ ਇਨਕਾਰ ਨਹੀਂ ਹੈ।
ਇਹ ਬਚਾਅ ਹੈ ਜਦੋਂ ਕਿ ਵਫ਼ਾਦਾਰੀ ਅੰਦਰੂਨੀ ਤੌਰ 'ਤੇ ਬਦਲ ਜਾਂਦੀ ਹੈ।
ਜਿਨ੍ਹਾਂ ਇਲਾਕਿਆਂ ਵਿੱਚ ਇਸਲਾਮ ਸਮਾਜਿਕ ਅਤੇ ਰਾਜਨੀਤਿਕ ਢਾਂਚੇ ਨੂੰ ਨਿਯੰਤਰਿਤ ਕਰਦਾ ਹੈ, ਉੱਥੇ ਕੁਝ ਧਰਮ ਪਰਿਵਰਤਨ ਕਰਨ ਵਾਲੇ ਆਪਣੇ ਭੌਤਿਕ ਵਾਤਾਵਰਣ ਨੂੰ ਤੁਰੰਤ ਨਹੀਂ ਛੱਡਦੇ।
ਕੁਝ ਲੋਕ ਬਾਹਰੀ ਤੌਰ 'ਤੇ ਮਸਜਿਦਾਂ ਵਿੱਚ ਜਾਂਦੇ ਰਹਿੰਦੇ ਹਨ ਜਦੋਂ ਕਿ ਅੰਦਰੂਨੀ ਤੌਰ 'ਤੇ ਮਸੀਹ ਦੁਆਰਾ ਪ੍ਰਾਰਥਨਾ ਕਰਦੇ ਹਨ।
ਇਹ ਧਰਮ ਸ਼ਾਸਤਰੀ ਉਲਝਣ ਨਹੀਂ ਹੈ।
ਇਹ ਰਣਨੀਤਕ ਬਚਾਅ ਹੈ।
ਈਸਾ ਨੇ ਇਸ ਹਕੀਕਤ ਦਾ ਵਰਣਨ ਕੀਤਾ ਕਿ ਇੱਕ ਮੁਸਲਮਾਨ ਨੂੰ ਧਰਮ ਪਰਿਵਰਤਨ ਕਰਨਾ ਇੱਕ ਟਕਰਾਅ ਹੈ।
ਉਸ ਧਰਮ ਪਰਿਵਰਤਨ ਨੂੰ ਜ਼ਿੰਦਾ ਅਤੇ ਵਿਸ਼ਵਾਸ ਵਿੱਚ ਸਥਿਰ ਰੱਖਣਾ ਇੱਕ ਹੋਰ ਗੱਲ ਹੈ।
ਲੜਾਈ ਇਕਬਾਲ ਕਰਨ 'ਤੇ ਖਤਮ ਨਹੀਂ ਹੁੰਦੀ।
ਇਹ ਤੇਜ਼ ਹੋ ਜਾਂਦਾ ਹੈ।

ਕੁਝ ਵਿਸ਼ਵਾਸੀ ਅਜਿਹੇ ਹਨ ਜੋ ਪ੍ਰਣਾਲੀਆਂ ਦੇ ਅੰਦਰ ਰਹਿੰਦੇ ਹਨ ਜਦੋਂ ਕਿ ਵਫ਼ਾਦਾਰੀ ਬਦਲ ਗਈ ਹੈ।

ਉਹ ਵੱਖਰੇ ਢੰਗ ਨਾਲ ਪ੍ਰਾਰਥਨਾ ਕਰਦੇ ਹਨ।

ਉਹ ਵੱਖਰੇ ਢੰਗ ਨਾਲ ਵਿਸ਼ਵਾਸ ਕਰਦੇ ਹਨ। ਉਹ ਅੰਦਰੂਨੀ ਤੌਰ 'ਤੇ ਮਸੀਹ ਨੂੰ ਸਵੀਕਾਰ ਕਰਦੇ ਹਨ। ਉਹ ਧਿਆਨ ਨਾਲ ਕੰਮ ਕਰਦੇ ਹਨ।

ਇਹ ਕਾਲਪਨਿਕ ਰਚਨਾਵਾਂ ਨਹੀਂ ਹਨ।

ਉਹ ਵਿਰੋਧੀ ਖੇਤਰਾਂ ਵਿੱਚ ਤਣਾਅ ਭਰੇ ਜੀਵਨ ਬਤੀਤ ਕਰ ਰਹੇ ਹਨ।

ਈਸਾ ਦੀ ਕਹਾਣੀ ਜਨਤਕ ਨਾਟਕਾਂ ਨੂੰ ਵਫ਼ਾਦਾਰੀ ਦੇ ਇੱਕੋ ਇੱਕ ਰੂਪ ਵਜੋਂ ਸੁਝਾਉਂਦੀ ਨਹੀਂ ਹੈ।

ਇਹ ਦਰਸਾਉਂਦਾ ਹੈ ਕਿ ਵਫ਼ਾਦਾਰੀ ਪਹਿਲਾਂ ਅਧਿਆਤਮਿਕ ਹੁੰਦੀ ਹੈ, ਫਿਰ ਦ੍ਰਿਸ਼ਟੀਗਤ ਹੁੰਦੀ ਹੈ।

ਕੁਝ ਚੇਲਿਆਂ ਨੂੰ ਚੁੱਪ-ਚਾਪ ਚੱਲਣਾ ਪੈਂਦਾ ਹੈ।

ਕੁਝ ਨੂੰ ਜਨਤਕ ਤੌਰ 'ਤੇ ਘੁੰਮਣਾ ਪੈਂਦਾ ਹੈ।

ਇਹ ਸਮਝਣ ਦੀ ਬੁੱਧੀ ਕਿ ਕੀ ਜ਼ਰੂਰੀ ਹੈ, ਕਮਜ਼ੋਰੀ ਨਹੀਂ ਹੈ - ਇਹ ਪਰਿਪੱਕਤਾ ਹੈ।

ਉਹ ਖਾੜਕੂ ਜੋ ਕਦੇ ਈਸਾਈਆਂ ਨੂੰ ਤਬਾਹ ਕਰਨ ਲਈ ਸਿਖਲਾਈ ਪ੍ਰਾਪਤ ਕਰਦਾ ਸੀ, ਹੁਣ ਕੁਝ ਵੱਖਰਾ ਸਮਝਦਾ ਹੈ:

ਹਰ ਲੜਾਈ ਐਕਸਪੋਜ਼ਰ ਨਾਲ ਨਹੀਂ ਲੜੀ ਜਾਂਦੀ।

ਕੁਝ ਨੂੰ ਧੀਰਜ ਨਾਲ ਲੜਿਆ ਜਾਂਦਾ ਹੈ।

ਅਧਿਆਇ 10

ਬਚਾਅ ਤੋਂ ਢਾਂਚੇ ਤੱਕ: ਮੰਤਰਾਲੇ ਦਾ ਆਦੇਸ਼

ਸਿਰਫ਼ ਬਚਾਅ ਹੀ ਵਿਰਾਸਤ ਨਹੀਂ ਹੈ।

ਬਹੁਤ ਸਾਰੇ ਲੋਕ ਹਮਲਿਆਂ ਤੋਂ ਬਚ ਜਾਂਦੇ ਹਨ।

ਬਾਅਦ ਵਿੱਚ ਬਹੁਤ ਘੱਟ ਲੋਕ ਸੰਸਥਾਵਾਂ ਬਣਾਉਂਦੇ ਹਨ।

ਕਤਲ ਦੀਆਂ ਕੋਸ਼ਿਸ਼ਾਂ ਤੋਂ ਬਾਅਦ, ਨਿਕਾਸੀ ਤੋਂ ਬਾਅਦ, ਡਾਕਟਰੀ ਰਿਕਵਰੀ ਤੋਂ ਬਾਅਦ, ਧਮਕੀ ਦੇ ਅਧੀਨ ਸਾਲਾਂ ਤੱਕ ਪ੍ਰਚਾਰ ਕਰਨ ਤੋਂ ਬਾਅਦ, ਈਸਾ ਦੀ ਕਹਾਣੀ ਲੁਕਣ ਵਿੱਚ ਖਤਮ ਨਹੀਂ ਹੋਈ।

ਇਹ ਢਾਂਚੇ ਵਿੱਚ ਤਬਦੀਲ ਹੋ ਗਿਆ।

ਉਸਨੇ ਸ਼ਖਸੀਅਤ ਦਾ ਪਲੇਟਫਾਰਮ ਨਹੀਂ ਬਣਾਇਆ।

ਉਸਨੇ ਇੱਕ ਕਮਿਸ਼ਨ ਬਣਾਇਆ।

ਉਸ ਕਮਿਸ਼ਨ ਨੂੰ **ਈਵੈਂਜਲੀਕਲ ਬਿਬਲੀਕਲ ਆਊਟਰੀਚ ਮਿਨਿਸਟ੍ਰੀਜ਼ ਇੰਟਰਨੈਸ਼ਨਲ** (EBOMI) **ਵਜੋਂ ਜਾਣਿਆ ਜਾਂਦਾ ਹੈ** ।

ਇਸਦਾ ਆਦੇਸ਼, ਜਿਵੇਂ ਕਿ ਜਨਤਕ ਤੌਰ 'ਤੇ ਕਿਹਾ ਗਿਆ ਹੈ, ਸਪੱਸ਼ਟ ਹੈ: ਵਿਸ਼ਵਾਸੀਆਂ, ਚਰਚ ਦੇ ਆਗੂਆਂ, ਸਿਵਲ ਸੇਵਕਾਂ ਅਤੇ ਰਾਜਨੀਤਿਕ ਹਸਤੀਆਂ ਨੂੰ ਆਪਣੀ ਭਵਿੱਖਬਾਣੀ ਦੀ ਕਿਸਮਤ ਵਿੱਚ ਜਾਣ ਅਤੇ ਸੇਵਕਾਈ ਦੁਆਰਾ ਦੱਸੇ ਗਏ ਅਣਗਿਣਤ ਇੰਜੀਲ ਦਾ ਪ੍ਰਚਾਰ ਕਰਨ ਲਈ ਲਾਮਬੰਦ

ਕਰਨਾ, ਸਿਖਲਾਈ ਦੇਣਾ, ਤਿਆਰ ਕਰਨਾ ਅਤੇ ਸ਼ਕਤੀ ਪ੍ਰਦਾਨ ਕਰਨਾ - ਵਿਚੋਲਗੀ ਅਤੇ ਪੁਨਰ ਸੁਰਜੀਤੀ ਦੁਆਰਾ ਰਾਜ ਦੇ ਵਿਕਾਸ ਨੂੰ ਤੇਜ਼ ਕਰਨਾ।

ਸੇਵਕਾਈ ਦੀ ਭਾਸ਼ਾ ਉਸਦੇ ਜੀਵਨ ਦੇ ਇੱਕ ਇਕਸਾਰ ਵਿਸ਼ੇ ਨੂੰ ਦਰਸਾਉਂਦੀ ਹੈ: ਚੌਕੀਦਾਰ।

ਵੈੱਬਸਾਈਟ ਹਿਜ਼ਕੀਏਲ 33:7, ਹਿਜ਼ਕੀਏਲ 22:26-30, ਅਤੇ ਯਸਾਯਾਹ 62:6 ਦਾ ਹਵਾਲਾ ਦਿੰਦੀ ਹੈ - ਉਹ ਹਵਾਲੇ ਜੋ ਪਹਿਰੇਦਾਰਾਂ ਨੂੰ ਸਿਸਟਮ ਦੇ ਢਹਿ ਜਾਣ 'ਤੇ ਪਾੜੇ ਵਿੱਚ ਖੜ੍ਹੇ ਹੋਣ ਲਈ ਕਹਿੰਦੇ ਹਨ।

ਸੰਦੇਸ਼ ਨਿਸ਼ਕਿਰਿਆ ਈਸਾਈਅਤ ਨਹੀਂ ਹੈ।

ਇਹ ਜ਼ਿੰਮੇਵਾਰੀ ਹੈ।

ਉਸਨੇ ਜਨਤਕ ਤੌਰ 'ਤੇ ਕਿਹਾ ਹੈ:

"ਜਦੋਂ ਮੈਂ ਇਸਲਾਮੀ ਜਿਹਾਦੀਵਾਦ ਤੋਂ ਬਚ ਗਿਆ, ਤਾਂ ਪ੍ਰਭੂ ਨੇ ਮੈਨੂੰ ਕਿਹਾ, ਪੁੱਤਰ ਜਾ ਅਤੇ ਪਹਿਰੇਦਾਰਾਂ ਨੂੰ ਉਨ੍ਹਾਂ ਦੀ ਜਗ੍ਹਾ ਲੈਣ ਲਈ ਉਕਸਾਇਆ ਤਾਂ ਜੋ ਮੈਂ ਲੋਕਾਂ ਨੂੰ ਤਬਾਹ ਨਾ ਕਰਾਂ।"

ਭਾਸ਼ਾ ਸਿੱਧੀ ਹੈ।

ਇਹ ਫਤਵਾ ਟਕਰਾਅ ਵਾਲਾ ਹੈ।

"ਪ੍ਰਾਚੀਨ ਨਿਸ਼ਾਨੀਆਂ" ਦੀ ਬਹਾਲੀ 'ਤੇ ਜ਼ੋਰ ਦਿੱਤਾ ਜਾ ਰਿਹਾ ਹੈ।

EBOMI ਦਾ ਮੁੱਖ ਦਫਤਰ ਜੋਸ, ਪਠਾਰ ਰਾਜ, ਨਾਈਜੀਰੀਆ ਵਿੱਚ ਹੈ।

ਇਹ ਇਸ ਤਰ੍ਹਾਂ ਕੰਮ ਕਰਦਾ ਹੈ:

- ਇੱਕ ਚਰਚ ਸੇਵਕਾਈ।
- ਇੱਕ ਸਿਖਲਾਈ ਕਮਿਸ਼ਨ।
- ਇੱਕ ਪੁਨਰ ਸੁਰਜੀਤੀ ਪਲੇਟਫਾਰਮ।
- ਇੱਕ ਭਵਿੱਖਬਾਣੀ ਗਤੀਸ਼ੀਲਤਾ ਢਾਂਚਾ।

ਪਰ ਕਹਾਣੀ ਪ੍ਰਚਾਰ ਕਰਨ ਤੱਕ ਨਹੀਂ ਰੁਕਦੀ।

ਇੱਕ ਦੂਜਾ ਪਹਿਲੂ ਹੈ: ਮਾਨਵਤਾਵਾਦੀ ਸ਼ਮੂਲੀਅਤ।

ਐਲ- ਬੂਬਾ ਫਾਊਂਡੇਸ਼ਨ ਰਾਹੀਂ , ਇਹ ਪਹੁੰਚ ਵਿਹਾਰਕ ਸੇਵਾ ਤੱਕ ਫੈਲਦੀ ਹੈ।

ਤੁਸੀਂ ਕਿਹਾ ਸੀ - ਅਤੇ ਇਹ ਧਿਆਨ ਨਾਲ ਸ਼ਾਮਲ ਕੀਤਾ ਜਾਣਾ ਚਾਹੀਦਾ ਹੈ - ਕਿ 80% ਤੋਂ ਵੱਧ ਲਾਭਪਾਤਰੀ ਮੁਸਲਮਾਨ ਹਨ।

ਉਹ ਵੇਰਵਾ ਮਾਇਨੇ ਰੱਖਦਾ ਹੈ।

ਇਹ ਸਾਬਕਾ ਖਾੜਕੂ ਹੁਣ ਉਸ ਧਾਰਮਿਕ ਸਮੂਹ ਤੋਂ ਬਣੇ ਭਾਈਚਾਰਿਆਂ ਨੂੰ ਭੋਜਨ ਦਿੰਦਾ ਹੈ, ਸਿੱਖਿਅਤ ਕਰਦਾ ਹੈ ਅਤੇ ਸਸ਼ਕਤ ਬਣਾਉਂਦਾ ਹੈ ਜਿਸਦਾ ਉਹ ਕਦੇ ਹਿੰਸਕ ਢੰਗ ਨਾਲ ਬਚਾਅ ਕਰਦਾ ਸੀ।

ਇਹ ਫਾਊਂਡੇਸ਼ਨ ਕੰਮ ਕਰਦੀ ਹੈ:

- ਵਿਦਿਅਕ ਸੰਸਥਾਵਾਂ।
- ਖੇਤੀਬਾੜੀ ਪਹਿਲਕਦਮੀਆਂ।
- ਖੇਤੀ ਲਈ ਨਿਰਧਾਰਤ ਖੇਤ ਅਤੇ ਜ਼ਮੀਨ।
- ਗਰੀਬਾਂ ਅਤੇ ਬੇਸਹਾਰਾ ਲੋਕਾਂ ਲਈ ਸਹਾਇਤਾ।

ਜਿਨ੍ਹਾਂ ਲੋਕਾਂ ਦਾ ਸਮਰਥਨ ਕੀਤਾ ਜਾਂਦਾ ਹੈ, ਉਨ੍ਹਾਂ ਵਿੱਚੋਂ ਬਹੁਤ ਸਾਰੇ ਮੁਸਲਮਾਨ ਹਨ।

ਇਹ ਵਿਚਾਰਧਾਰਕ ਬਿਆਨਬਾਜ਼ੀ ਨਹੀਂ ਹੈ।

ਇਹ ਸਮਾਜਿਕ ਉਲਟਾ ਹੈ।

ਉਹ ਆਦਮੀ ਜੋ ਕਦੇ ਚਰਚਾਂ ਨੂੰ ਤਬਾਹ ਕਰਨ ਲਈ ਸਿਖਲਾਈ ਪ੍ਰਾਪਤ ਕਰਦਾ ਸੀ ਹੁਣ ਸਕੂਲ ਚਲਾਉਂਦਾ ਹੈ।

ਸਾਬਕਾ ਜਿਹਾਦੀ ਹੁਣ ਗਰੀਬਾਂ ਲਈ ਖੇਤਾਂ ਦੀ ਜ਼ਮੀਨ ਮੁਹੱਈਆ ਕਰਵਾਉਂਦਾ ਹੈ।

ਸੇਵਾ ਹਮਲਾਵਰਤਾ ਦੀ ਥਾਂ ਲੈਂਦੀ ਹੈ।

ਢਾਂਚਾ ਖਾੜਕੂਵਾਦ ਦੀ ਥਾਂ ਲੈਂਦਾ ਹੈ।

ਵਿਵਸਥਾ ਹਿੰਸਾ ਦੀ ਥਾਂ ਲੈਂਦੀ ਹੈ।

ਉਸਦੇ ਆਪਣੇ ਘਰ ਦੇ ਅੰਦਰ ਵੀ, ਵੰਡ ਅਤੇ ਸਹਿ-ਹੋਂਦ ਦੀ ਕਹਾਣੀ ਬਣੀ ਹੋਈ ਹੈ।

ਤੁਸੀਂ ਦੇਖਿਆ ਹੈ ਕਿ ਉਸਦਾ ਪਰਿਵਾਰ ਵੰਡਿਆ ਹੋਇਆ ਹੈ - ਕੁਝ ਮੁਸਲਮਾਨ, ਕੁਝ ਈਸਾਈ - ਫਿਰ ਵੀ ਉਹ ਇਕੱਠੇ ਖਾਂਦੇ ਹਨ।

ਉਹ ਵੇਰਵਾ ਸ਼ਕਤੀਸ਼ਾਲੀ ਹੈ।

ਇਹ ਦਰਸਾਉਂਦਾ ਹੈ ਕਿ ਪਰਿਵਰਤਨ ਨੇ ਸੰਬੰਧਕ ਸਬੰਧ ਨੂੰ ਨਹੀਂ ਮਿਟਾਇਆ।

ਵਫ਼ਾਦਾਰੀ ਬਦਲ ਗਈ।

ਮਨੁੱਖੀ ਮਾਣ ਬਣਿਆ ਰਿਹਾ।

ਇਹ ਅਧਿਆਇ ਜ਼ਰੂਰੀ ਹੈ ਕਿਉਂਕਿ ਇਹ ਬਿਰਤਾਂਤ ਨੂੰ ਸਿਰਫ਼ ਅਤਿਆਚਾਰ ਵਿੱਚ ਖਤਮ ਹੋਣ ਤੋਂ ਰੋਕਦਾ ਹੈ।

ਇਹ ਫਲ ਦਿਖਾਉਂਦਾ ਹੈ।

ਇਹ ਬੁਨਿਆਦੀ ਢਾਂਚਾ ਦਰਸਾਉਂਦਾ ਹੈ।

ਇਹ ਸੰਸਥਾਗਤ ਨਿਰੰਤਰਤਾ ਨੂੰ ਦਰਸਾਉਂਦਾ ਹੈ।

ਇਹ ਦਰਸਾਉਂਦਾ ਹੈ ਕਿ ਅਨੁਸ਼ਾਸਿਤ ਗਠਨ, ਜਦੋਂ ਮੁੜ ਨਿਰਦੇਸ਼ਤ ਕੀਤਾ ਜਾਂਦਾ ਹੈ, ਤਾਂ ਸਮਾਜ ਉੱਤੇ ਹਮਲਾ ਕਰਨ ਦੀ ਬਜਾਏ ਉਸਦਾ ਨਿਰਮਾਣ ਕਰ ਸਕਦਾ ਹੈ।

ਭਾਗ I ਦਾ ਸਿੱਟਾ

ਵਫ਼ਾਦਾਰੀ ਕੀ ਪੈਦਾ ਕਰਦੀ ਹੈ

ਇੱਕ ਪੰਜ ਸਾਲ ਦਾ ਵਰਤ ਰੱਖਣ ਵਾਲਾ ਬੱਚਾ।

ਇੱਕ ਖਾੜਕੂ ਕਿਸ਼ੋਰ। ਅੱਗ ਨਾਲ ਜ਼ਖਮੀ ਇੱਕ ਸਲਾਹਕਾਰ। ਇੱਕ ਆਦਮੀ ਜਿਸਨੇ ਨਰਕ ਦੇਖਿਆ। 1982 ਵਿੱਚ ਇੱਕ ਆਤਮ ਸਮਰਪਣ। ਨੌਂ ਕਤਲ ਦੀਆਂ ਕੋਸ਼ਿਸ਼ਾਂ। ਗੋਲੀਆਂ। ਜ਼ਹਿਰ। ਨਿਕਾਸੀ। ਬਚਾਅ।

ਅਤੇ ਫਿਰ-

ਸਕੂਲ।

ਫਾਰਮ। ਨੀਂਹ ਪੱਥਰ ਦਾ ਕੰਮ। ਚੌਕੀਦਾਰ ਜੁਟਾਏ ਗਏ। ਮੁਸਲਿਮ ਭਾਈਚਾਰਿਆਂ ਨੇ ਸੇਵਾ ਕੀਤੀ। ਇੱਕ ਵੰਡਿਆ ਹੋਇਆ ਪਰਿਵਾਰ ਅਜੇ ਵੀ ਇੱਕ ਮੇਜ਼ 'ਤੇ ਖਾ ਰਿਹਾ ਹੈ।

ਕਹਾਣੀ ਹਿੰਸਾ ਦੀ ਵਡਿਆਈ ਨਹੀਂ ਕਰਦੀ।

ਇਹ ਬਣਤਰ ਨੂੰ ਉਜਾਗਰ ਕਰਦਾ ਹੈ।

ਇਹ ਅਤਿਆਚਾਰ ਨੂੰ ਰੋਮਾਂਟਿਕ ਨਹੀਂ ਬਣਾਉਂਦਾ।

ਇਹ ਧੀਰਜ ਦਰਸਾਉਂਦਾ ਹੈ।

ਇਹ ਪਰਿਵਰਤਨ ਨੂੰ ਭੱਜਣ ਵਜੋਂ ਪੇਸ਼ ਨਹੀਂ ਕਰਦਾ।

ਇਹ ਇਸਨੂੰ ਨਤੀਜੇ ਵਜੋਂ ਵਫ਼ਾਦਾਰੀ ਦੇ ਤਬਾਦਲੇ ਵਜੋਂ ਪੇਸ਼ ਕਰਦਾ ਹੈ।

ਹੁਣ ਸਵਾਲ ਪਾਠਕ ਕੋਲ ਵਾਪਸ ਆਉਂਦਾ ਹੈ:

ਜੇਕਰ ਅੱਤਵਾਦੀ ਅਨੁਸ਼ਾਸਨ ਤਬਾਹੀ ਦਾ ਕਾਰਨ ਬਣ ਸਕਦਾ ਹੈ, ਤਾਂ

ਮਸੀਹ ਪ੍ਰਤੀ

ਅਨੁਸ਼ਾਸਿਤ ਵਫ਼ਾਦਾਰੀ ਕੀ ਬਣਾ ਸਕਦੀ ਹੈ?

ਭਾਗ II ਸੁਝਾਅ ਨਹੀਂ ਹੈ।

ਇਹ ਪ੍ਰਤੀਕਿਰਿਆ ਹੈ।

ਜੀਵਤ ਪੱਤਰ - 40 ਦਿਨਾਂ ਦੀ ਭਗਤੀ ਲੜੀ

- 3 ਅਧਿਐਨ ਸ਼ੁਰੂ... >>>>>

ਇਸ ਭਗਤੀ ਦੀ ਵਰਤੋਂ ਕਿਵੇਂ ਕਰੀਏ

ਵਿਅਕਤੀਆਂ, ਪਰਿਵਾਰਾਂ ਅਤੇ ਭਾਈਚਾਰਿਆਂ ਲਈ ਇੱਕ ਗਠਨ ਗਾਈਡ

ਇਹ 40 ਦਿਨਾਂ ਦਾ ਸਫ਼ਰ ਖਾਣ ਲਈ ਨਹੀਂ ਬਣਾਇਆ ਗਿਆ ਹੈ।

ਇਹ ਤੁਹਾਨੂੰ ਆਕਾਰ ਦੇਣ ਲਈ ਤਿਆਰ ਕੀਤਾ ਗਿਆ ਹੈ।

ਇਹ ਪੜ੍ਹਨ ਦਾ ਸਮਾਂ-ਸਾਰਣੀ ਨਹੀਂ ਹੈ।

ਇਹ ਇੱਕ ਨਿਰਮਾਣ ਮਾਰਗ ਹੈ।

ਹੌਲੀ-ਹੌਲੀ ਚੱਲੋ।

ਇਮਾਨਦਾਰੀ ਨਾਲ ਚੱਲੋ। ਜਾਣਬੁੱਝ ਕੇ ਚੱਲੋ।

ਵਿਅਕਤੀਆਂ ਲਈ

ਇਹ ਭਗਤੀ ਇੱਕ ਦਿਨ ਕਰਕੇ ਜੀਉਣ ਲਈ ਹੈ।

ਤੇਜ਼ ਨਹੀਂ।

ਸਟੈਕਡ ਨਹੀਂ। ਜਲਦਬਾਜ਼ੀ ਨਹੀਂ।

ਇੱਕ ਸੁਝਾਇਆ ਗਿਆ ਰੋਜ਼ਾਨਾ ਤਾਲ (20-30 **ਮਿੰਟ**)

ਹਰ ਦਿਨ ਵਿੱਚ ਸ਼ਾਮਲ ਹਨ:

• ਇੱਕ ਬਿਰਤਾਂਤਕ ਐਂਕਰ

• ਦੋ ਸ਼ਾਸਤਰ (ਪੁਰਾਣਾ ਅਤੇ ਨਵਾਂ ਨੇਮ) • ਸਬਕ • ਪ੍ਰਤੀਬਿੰਬ ਸਵਾਲ • ਇੱਕ ਘੋਸ਼ਣਾ • ਇੱਕ ਪ੍ਰਾਰਥਨਾ • ਇੱਕ ਕਾਰਵਾਈ ਕਦਮ

ਇਹਨਾਂ ਵਿੱਚੋਂ ਇਸ ਕ੍ਰਮ ਵਿੱਚ ਅੱਗੇ ਵਧੋ:

1. **ਹੌਲੀ-ਹੌਲੀ ਪੜ੍ਹੋ**

ਧਿਆਨ ਨਾਲ ਨਾ ਦੇਖੋ।

ਹਾਈਲਾਈਟਸ ਦੀ ਭਾਲ ਨਾ ਕਰੋ। ਇਸ ਤਰ੍ਹਾਂ ਪੜ੍ਹੋ ਜਿਵੇਂ ਤੁਹਾਡੀ ਜ਼ਿੰਦਗੀ ਦੀ ਜਾਂਚ ਕੀਤੀ ਜਾ ਰਹੀ ਹੋਵੇ - ਕਿਉਂਕਿ ਇਹ ਹੈ।

2. **ਧਰਮ ਗ੍ਰੰਥਾਂ ਨਾਲ ਬੈਠੋ**

ਜੇ ਸੰਭਵ ਹੋਵੇ ਤਾਂ ਦੋਵੇਂ ਪੈਰੇ ਉੱਚੀ ਆਵਾਜ਼ ਵਿੱਚ ਪੜ੍ਹੋ।

ਤਣਾਅ ਵੱਲ ਧਿਆਨ ਦਿਓ। ਵਿਰੋਧ ਵੱਲ ਧਿਆਨ ਦਿਓ। ਦ੍ਰਿੜਤਾ ਵੱਲ ਧਿਆਨ ਦਿਓ।

ਆਪਣੇ ਆਪ ਨੂੰ ਬਚਨ ਤੋਂ ਬਚਾਓ ਨਾ।

3. **ਪ੍ਰਦਰਸ਼ਨ ਤੋਂ ਬਿਨਾਂ ਪ੍ਰਤੀਬਿੰਬਤ ਕਰੋ**

ਸਵਾਲ ਬੌਧਿਕ ਪ੍ਰਦਰਸ਼ਨ ਲਈ ਨਹੀਂ ਹਨ।

ਇਹ ਸ਼ੀਸ਼ੇ ਹਨ।

ਸੰਖੇਪ ਵਿੱਚ ਜਵਾਬ ਦਿਓ।

ਇਮਾਨਦਾਰੀ ਨਾਲ ਜਵਾਬ ਦਿਓ। ਤੁਹਾਨੂੰ ਗ੍ਰੇਡ ਨਹੀਂ ਦਿੱਤਾ ਗਿਆ ਹੈ - ਤੁਹਾਨੂੰ ਬਣਾਇਆ ਜਾ ਰਿਹਾ ਹੈ।

4. ਇਰਾਦੇ ਨਾਲ ਐਲਾਨ ਕਰੋ

ਇਹ ਘੋਸ਼ਣਾਵਾਂ ਪ੍ਰੇਰਕ ਬਿਆਨ ਨਹੀਂ ਹਨ।

ਇਹ ਇਕਸਾਰਤਾ ਬਿਆਨ ਹਨ।

ਉਨ੍ਹਾਂ ਨੂੰ ਹੌਲੀ-ਹੌਲੀ ਬੋਲੋ।

ਆਪਣੀਆਂ ਭਾਵਨਾਵਾਂ ਨੂੰ ਮੰਨਣ ਤੋਂ ਪਹਿਲਾਂ ਆਪਣੀ ਮਰਜ਼ੀ ਨੂੰ ਮੰਨਣ ਦਿਓ।

5. ਕਾਰਵਾਈ ਦੇ ਕਦਮ ਦੀ ਪਾਲਣਾ ਕਰੋ

ਹਰ ਦਿਨ ਵਿੱਚ ਆਗਿਆਕਾਰੀ ਦਾ ਇੱਕ ਛੋਟਾ ਜਿਹਾ ਕੰਮ ਸ਼ਾਮਲ ਹੁੰਦਾ ਹੈ।

ਇਸਨੂੰ ਚੁੱਪਚਾਪ ਕਰੋ।

ਇਸਦਾ ਐਲਾਨ ਨਾ ਕਰੋ।

ਇਸਨੂੰ ਪੋਸਟ ਨਾ ਕਰੋ। ਇਸਨੂੰ ਨਾਟਕੀ ਨਾ ਬਣਾਓ।

ਗਠਨ ਲੁਕਵੀਂ ਆਗਿਆਕਾਰੀ ਵਿੱਚ ਹੁੰਦਾ ਹੈ।

ਨਿੱਜੀ ਵਰਤੋਂ ਲਈ ਆਸਣ

ਇਸ ਭਗਤੀ ਨੂੰ ਆਪਣਾ ਕੰਮ ਕਰਨ ਲਈ:

• ਪ੍ਰਤੀ ਦਿਨ ਸਿਰਫ਼ ਇੱਕ ਦਿਨ ਪੜ੍ਹੋ

• ਅੱਗੇ ਵਧਣ ਦੀ ਇੱਛਾ ਦਾ ਵਿਰੋਧ ਕਰੋ • ਭਾਵਨਾਤਮਕ ਅਨੁਭਵਾਂ ਦੀ ਭਾਲ ਨਾ ਕਰੋ - ਇਕਸਾਰਤਾ ਦੀ ਭਾਲ ਕਰੋ • ਸਿਰਫ਼ ਉਹੀ ਜਰਨਲ ਕਰੋ ਜੋ

ਆਗਿਆਕਾਰੀ ਨੂੰ ਸਪੱਸ਼ਟ ਕਰਦਾ ਹੈ • ਜੇਕਰ ਕੋਈ ਦਿਨ ਤੁਹਾਨੂੰ ਡੂੰਘਾਈ ਨਾਲ ਦੋਸ਼ੀ ਠਹਿਰਾਉਂਦਾ ਹੈ, ਤਾਂ 24-48 ਘੰਟਿਆਂ ਲਈ ਉੱਥੇ ਰਹੋ। ਪਰਿਵਰਤਨ ਨੂੰ ਗਤੀ ਨਾਲ ਨਹੀਂ ਮਾਪਿਆ ਜਾਂਦਾ।

ਪਰਿਵਾਰਾਂ ਲਈ

ਇਸ ਯਾਤਰਾ ਨੂੰ ਵੰਡੇ ਹੋਏ ਵਿਸ਼ਵਾਸ, ਪੀੜ੍ਹੀ-ਦਰ-ਪੀੜ੍ਹੀ ਤਣਾਅ, ਜਾਂ ਵਿਰਾਸਤ ਵਿੱਚ ਪ੍ਰਾਪਤ ਵਿਸ਼ਵਾਸ ਢਾਂਚੇ ਨੂੰ ਨੈਵੀਗੇਟ ਕਰਨ ਵਾਲੇ ਪਰਿਵਾਰਾਂ ਦੇ ਅੰਦਰ ਵੀ ਵਰਤਿਆ ਜਾ ਸਕਦਾ ਹੈ।

ਇੱਕ ਸੁਝਾਈ ਗਈ ਤਾਲ:

• ਹਰੇਕ ਵਿਅਕਤੀ ਰੋਜ਼ਾਨਾ ਪਾਠ ਨੂੰ ਵਿਅਕਤੀਗਤ ਤੌਰ 'ਤੇ ਪੂਰਾ ਕਰਦਾ ਹੈ

• ਹਫ਼ਤੇ ਵਿੱਚ ਇੱਕ ਵਾਰ, ਸਿਰਫ਼ ਉਹੀ ਸਾਂਝਾ ਕਰੋ ਜੋ ਨਿੱਜੀ ਤੌਰ 'ਤੇ ਸਾਹਮਣਾ ਕੀਤਾ ਗਿਆ ਸੀ • ਕੋਈ ਸੁਧਾਰ ਨਹੀਂ। ਕੋਈ ਸਿੱਖਿਆ ਨਹੀਂ। ਕੋਈ ਬਹਿਸ ਨਹੀਂ।

ਪ੍ਰਕਿਰਿਆ ਦਾ ਸਨਮਾਨ ਕਰੋ।

ਬਣਤਰ ਦਲੀਲ ਨਾਲ ਨਹੀਂ ਬਚ ਸਕਦੀ।

ਛੋਟੇ ਸਮੂਹਾਂ ਅਤੇ ਚੇਲੇ ਮੰਡਲਾਂ ਲਈ

ਇਹ ਭਗਤੀ ਇਹਨਾਂ ਵਿੱਚ ਸ਼ਕਤੀਸ਼ਾਲੀ ਢੰਗ ਨਾਲ ਕੰਮ ਕਰਦੀ ਹੈ:

• ਲੀਡਰਸ਼ਿਪ ਸਮੂਹ

• ਪ੍ਰਾਰਥਨਾ ਭਾਈਚਾਰੇ • ਵਿਚੋਲਗੀ ਸਮੂਹ • ਚੇਲੇ ਬਣਾਉਣ ਵਾਲੀਆਂ ਟੀਮਾਂ • ਅਧਿਆਤਮਿਕ ਨਿਰਮਾਣ ਚੱਕਰ

ਸਿਫਾਰਸ਼ੀ ਢਾਂਚਾ

ਰੋਜ਼ਾਨਾ ਮਿਲਣ ਦੀ ਬਜਾਏ, ਸਮੂਹਾਂ ਨੂੰ:

• ਪੰਜ ਭਗਤੀ ਦਿਨ ਨਿੱਜੀ ਤੌਰ 'ਤੇ ਪੂਰੇ ਕਰੋ

• ਹਫ਼ਤੇ ਵਿੱਚ ਇੱਕ ਵਾਰ ਇਕੱਠੇ ਹੋਵੋ • ਆਰਾਮ ਕਰਨ ਜਾਂ ਮਿਲਣ-ਜੁਲਣ ਲਈ ਇੱਕ ਦਿਨ ਛੱਡੋ

ਇਹ ਆਗਿਆਕਾਰੀ ਨੂੰ ਨਿੱਜੀ ਤੌਰ 'ਤੇ ਅਭਿਆਸ ਕਰਨ ਅਤੇ ਕਾਰਪੋਰੇਟ ਤੌਰ 'ਤੇ ਪ੍ਰਕਿਰਿਆ ਕਰਨ ਦੀ ਆਗਿਆ ਦਿੰਦਾ ਹੈ।

60-90 ਮਿੰਟ ਦਾ ਸਮੂਹ ਪ੍ਰਵਾਹ

1. ਪੰਜ ਮਿੰਟ ਦੀ ਚੁੱਪੀ

ਕੋਈ ਅੱਪਡੇਟ ਨਹੀਂ। ਕੋਈ ਐਲਾਨ ਨਹੀਂ। ਕਮਰੇ ਨੂੰ ਸ਼ਾਂਤ ਹੋਣ ਦਿਓ।

2. ਸਾਂਝਾ ਵਿਚਾਰ (ਕੋਈ ਟਿੱਪਣੀ ਨਹੀਂ)

ਹਰੇਕ ਵਿਅਕਤੀ ਸਿਰਫ਼ ਇਸ ਤਰ੍ਹਾਂ ਜਵਾਬ ਦਿੰਦਾ ਹੈ: • ਇਸ ਹਫ਼ਤੇ ਮੈਨੂੰ ਕਿਸ ਚੀਜ਼ ਨੇ ਬੇਨਕਾਬ ਕੀਤਾ? • ਮੈਂ ਕਿੱਥੇ ਵਿਰੋਧ ਕੀਤਾ? • ਪਰਮਾਤਮਾ ਨੇ ਕੀ ਸਪੱਸ਼ਟ ਕੀਤਾ?

ਕੋਈ ਸਿੱਖਿਆ ਨਹੀਂ।

ਕੋਈ ਸੁਧਾਰ ਨਹੀਂ। ਕੋਈ ਗੱਲਬਾਤ ਨਹੀਂ।

3. **ਧਰਮ-ਗ੍ਰੰਥ ਦਾ ਮੁੜ-ਪੜ੍ਹਨਾ**

ਇੱਕ ਪੁਰਾਣੇ ਨੇਮ ਅਤੇ ਇੱਕ ਨਵੇਂ ਨੇਮ ਦੇ ਹਵਾਲੇ ਨੂੰ ਦੁਬਾਰਾ ਉੱਚੀ ਆਵਾਜ਼ ਵਿੱਚ ਪੜ੍ਹੋ।

ਪੁੱਛੋ:

• ਕਿਸ ਤਰ੍ਹਾਂ ਦੀ ਇਕਸਾਰਤਾ ਦੀ ਲੋੜ ਹੈ? • ਕਿਹੜਾ ਫਲ ਬਣਨਾ ਸ਼ੁਰੂ ਹੋ ਰਿਹਾ ਹੈ?

4. **ਪ੍ਰਾਰਥਨਾ**

ਆਗਿਆਕਾਰੀ ਲਈ ਪ੍ਰਾਰਥਨਾ ਕਰੋ - ਦਿਲਾਸੇ ਲਈ ਨਹੀਂ। ਇਕੱਠੇ ਇਕਸਾਰਤਾ ਦਾ ਐਲਾਨ ਕਰੋ।

ਸਮੂਹ ਇਕਰਾਰ (ਗੈਰ-ਗੱਲਬਾਤ ਯੋਗ)

ਇਸ ਨੂੰ ਇੱਕ ਗਠਨ ਵਾਤਾਵਰਣ ਬਣਾਈ ਰੱਖਣ ਲਈ:

• ਇੱਕ ਦੂਜੇ ਨੂੰ ਸੁਧਾਰਨਾ ਨਹੀਂ

• ਕੋਈ ਬੇਲੋੜੀ ਸਿੱਖਿਆ ਨਹੀਂ • ਸੱਦਾ ਦਿੱਤੇ ਬਿਨਾਂ ਕੋਈ ਸਲਾਹ ਨਹੀਂ • ਸਮੂਹ ਤੋਂ ਬਾਹਰ ਸਾਂਝਾਕਰਨ ਨਹੀਂ • ਕੋਈ ਅਧਿਆਤਮਿਕ ਤੁਲਨਾ ਨਹੀਂ

ਇਹ ਪਵਿੱਤਰ ਧਰਤੀ ਹੈ।

ਇਸਦੀ ਰੱਖਿਆ ਕਰੋ।

ਆਗੂਆਂ ਅਤੇ ਸੁਵਿਧਾਕਾਰਾਂ ਲਈ

ਜੇਕਰ ਤੁਸੀਂ ਇਸ ਯਾਤਰਾ ਦੌਰਾਨ ਦੂਜਿਆਂ ਦਾ ਮਾਰਗਦਰਸ਼ਨ ਕਰ ਰਹੇ ਹੋ:

ਤੁਹਾਡੀ ਭੂਮਿਕਾ ਹਾਵੀ ਹੋਣਾ ਨਹੀਂ ਹੈ।

ਤੁਹਾਡੀ ਭੂਮਿਕਾ ਰਫ਼ਤਾਰ ਅਤੇ ਮਾਹੌਲ ਦੀ ਰਾਖੀ ਕਰਨਾ ਹੈ।

• ਇਮਾਨਦਾਰੀ ਦਾ ਨਮੂਨਾ ਬਣਾਓ

• ਚੁੱਪ ਰਹਿਣ ਦਿਓ • ਬੇਆਰਾਮ ਪਲਾਂ ਨੂੰ ਜਲਦਬਾਜ਼ੀ ਵਿੱਚ ਨਾ ਕਰੋ • ਪ੍ਰਤੀਬਿੰਬ ਨੂੰ ਉਪਦੇਸ਼ਾਂ ਵਿੱਚ ਬਦਲਣ ਦਾ ਵਿਰੋਧ ਕਰੋ

ਇਹ ਕਿਤਾਬ ਸਮਰੱਥਾ ਤੋਂ ਪਹਿਲਾਂ ਚਰਿੱਤਰ ਨੂੰ ਘੜਦੀ ਹੈ।

ਜੇਕਰ ਸਮਰੱਥਾ ਚਰਿੱਤਰ ਤੋਂ ਬਿਨਾਂ ਵਧਦੀ ਹੈ, ਤਾਂ ਪਤਨ ਹੁੰਦਾ ਹੈ।

ਇਹ ਕਿਤਾਬ ਕੀ ਹੈ - ਅਤੇ ਕੀ ਨਹੀਂ ਹੈ

ਇਹ ਕਿਤਾਬ ਹੈ:

• ਇੱਕ ਢਾਂਚਾਗਤ ਗਠਨ ਮਾਰਗ

• ਇੱਕ ਚੇਲਾਪਣ ਸਾਧਨ • ਵਫ਼ਾਦਾਰੀ ਦਾ ਟਕਰਾਅ • ਧੀਰਜ ਲਈ ਇੱਕ ਸਿਖਲਾਈ ਦਾ ਆਧਾਰ

ਇਹ ਕਿਤਾਬ ਇਹ ਨਹੀਂ ਹੈ:

• ਇੱਕ ਧਰਮ ਸ਼ਾਸਤਰ ਪਾਠ ਪੁਸਤਕ

• ਇੱਕ ਪ੍ਰੇਰਣਾਦਾਇਕ ਭਗਤੀ • ਇੱਕ ਸ਼ਖਸੀਅਤ-ਕੇਂਦ੍ਰਿਤ ਅਧਿਐਨ • ਗਵਾਹੀ ਦਾ ਇੱਕ ਤਮਾਸ਼ਾ

ਇਹ ਛਾਪ ਛੱਡਣ ਲਈ ਤਿਆਰ ਕੀਤਾ ਗਿਆ ਹੈ - ਛਾਪਾਂ ਲਈ ਨਹੀਂ।

ਇੱਕ ਅੰਤਿਮ ਸ਼ਬਦ

ਭਾਵੇਂ ਤੁਸੀਂ ਇਸ ਯਾਤਰਾ ਵਿੱਚੋਂ ਇਕੱਲੇ ਚੱਲੋ ਜਾਂ ਭਾਈਚਾਰੇ ਵਿੱਚ,
ਜ਼ਿੰਮੇਵਾਰੀ ਇੱਕੋ ਜਿਹੀ ਹੈ:
ਤੁਹਾਨੂੰ ਕਹਾਣੀ ਦੀ ਪ੍ਰਸ਼ੰਸਾ ਕਰਨ ਲਈ ਨਹੀਂ ਕਿਹਾ ਜਾਂਦਾ।
ਤੁਹਾਨੂੰ ਆਪਣੀ ਵਫ਼ਾਦਾਰੀ ਦੀ ਜਾਂਚ ਕਰਨ ਲਈ ਕਿਹਾ ਜਾਂਦਾ ਹੈ।
ਹੌਲੀ-ਹੌਲੀ ਪੜ੍ਹੋ।
ਚੁੱਪਚਾਪ ਪਾਲਣਾ ਕਰੋ। ਦ੍ਰਿੜਤਾ ਨਾਲ ਸਹਿਣ ਕਰੋ।
ਦੁਨੀਆਂ ਤੁਹਾਡੀ ਜ਼ਿੰਦਗੀ ਪੜ੍ਹ ਰਹੀ ਹੈ।
ਪੜ੍ਹਨਯੋਗ ਬਣੋ।

ਭਾਗ II

40-ਦਿਨਾਂ ਰਣਨੀਤਕ ਵਫ਼ਾਦਾਰੀ ਯਾਤਰਾ

ਅੱਗ ਦਾ ਸਾਹਮਣਾ ਕਰਨ ਲਈ ਬਣਾਇਆ ਗਿਆ - ਪਹਿਰੇਦਾਰ ਦੀ ਜ਼ਿੰਮੇਵਾਰੀ

ਵਾਚਮੈਨ ਥੀਮ ਕਾਵਿਕ ਭਾਸ਼ਾ ਨਹੀਂ ਹੈ।
ਇਹ ਜ਼ਿੰਮੇਵਾਰੀ ਹੈ।
ਹਿਜ਼ਕੀਏਲ 33:7 ਉਸ ਵਿਅਕਤੀ ਬਾਰੇ ਗੱਲ ਕਰਦਾ ਹੈ ਜੋ ਖ਼ਤਰਾ ਦੇਖਦਾ ਹੈ ਅਤੇ ਉਸਨੂੰ ਬੋਲਣਾ ਚਾਹੀਦਾ ਹੈ।

ਈਸਾ ਦੀ ਸੇਵਕਾਈ ਇਸ ਪੀੜ੍ਹੀ ਨੂੰ ਇੱਕ ਅਜਿਹੀ ਪੀੜ੍ਹੀ ਵਜੋਂ ਦਰਸਾਉਂਦੀ ਹੈ ਜਿਸ ਵਿੱਚ ਪੁਜਾਰੀਆਂ ਨੇ ਸਮਝੌਤਾ ਕੀਤਾ, ਨਬੀਆਂ ਨੇ ਭਟਕਣਾ ਕੀਤੀ, ਆਗੂਆਂ ਨੂੰ ਜ਼ੁਲਮ ਕੀਤਾ, ਅਤੇ ਲੋਕਾਂ ਨੇ ਪਵਿੱਤਰਤਾ ਨੂੰ ਤਿਆਗ ਦਿੱਤਾ।

ਅਸਫਲਤਾ ਸਿਰਫ਼ ਆਗੂਆਂ ਵਿੱਚ ਹੀ ਨਹੀਂ ਸੀ।

ਇਹ ਉਨ੍ਹਾਂ ਚੌਕੀਦਾਰਾਂ ਵਿੱਚੋਂ ਸੀ ਜਿਨ੍ਹਾਂ ਨੇ ਆਪਣਾ ਅਹੁਦਾ ਛੱਡ ਦਿੱਤਾ ਸੀ।

ਭਾਗ II ਪ੍ਰਸ਼ੰਸਾ ਨਹੀਂ ਹੈ।

ਇਹ ਸਥਿਤੀ ਨਿਰਧਾਰਤ ਕਰ ਰਿਹਾ ਹੈ।

ਚਾਲੀ ਦਿਨਾਂ ਤੱਕ, ਤੁਸੀਂ ਉਹ ਬਣਾਓਗੇ ਜੋ ਤੁਸੀਂ ਸ਼ਾਇਦ ਨਜ਼ਰਅੰਦਾਜ਼ ਕੀਤਾ ਹੋਵੇਗਾ।

ਤੁਸੀਂ ਭਾਵਨਾਵਾਂ ਦਾ ਪਿੱਛਾ ਨਹੀਂ ਕਰੋਗੇ।

ਤੁਸੀਂ ਢਾਂਚੇ ਦਾ ਪਿੱਛਾ ਕਰੋਗੇ।

ਤੁਸੀਂ ਤਜਰਬੇ ਦਾ ਪਿੱਛਾ ਨਹੀਂ ਕਰੋਗੇ।

ਤੁਸੀਂ ਧੀਰਜ ਪੈਦਾ ਕਰੋਗੇ।

ਤੁਸੀਂ ਖਾੜਕੂਵਾਦ ਦੀ ਨਕਲ ਨਹੀਂ ਕਰੋਗੇ।

ਤੁਸੀਂ ਅਨੁਸ਼ਾਸਿਤ ਵਫ਼ਾਦਾਰੀ ਪੈਦਾ ਕਰੋਗੇ।

ਇਹ ਉੱਚੀ ਆਵਾਜ਼ ਵਿੱਚ ਬੋਲਣ ਬਾਰੇ ਨਹੀਂ ਹੈ।

ਇਹ ਸਥਿਰ ਹੋਣ ਬਾਰੇ ਹੈ।

ਅਗਲੇ ਚਾਲੀ ਦਿਨ ਪ੍ਰਤੀਕਾਤਮਕ ਨਹੀਂ ਹਨ।

ਉਹ ਆਰਕੀਟੈਕਚਰਲ ਹਨ।

ਭਾਗ ਪਹਿਲਾ ਨੇ ਤੁਹਾਨੂੰ ਅੱਗ ਹੇਠ ਬਣੀ ਜ਼ਿੰਦਗੀ ਦਿਖਾਈ।

ਭਾਗ II ਤੁਹਾਨੂੰ ਇੱਕ ਅਜਿਹਾ ਬਣਾਉਣ ਵਿੱਚ ਮਦਦ ਕਰੇਗਾ ਜੋ ਅੱਗ ਆਉਣ 'ਤੇ ਵੀ ਖੜ੍ਹਾ ਰਹੇ।

ਪੰਨਾ ਪਲਟੋ।

ਦਿਨ 1

ਅੱਗ ਤੋਂ ਪਹਿਲਾਂ ਬਣਤਰ

ਸਟੋਰੀ ਐਂਕਰ

ਈਸਾ ਦੇ ਸਵਰਗ ਦੇਖਣ ਤੋਂ ਪਹਿਲਾਂ।

ਨਰਕ ਦੇਖਣ ਤੋਂ ਪਹਿਲਾਂ।

ਇਸ ਤੋਂ ਪਹਿਲਾਂ ਕਿ ਉਸਨੇ ਸਵਰਗ ਤੋਂ ਅੱਗ ਵੇਖੀ।

ਇਸ ਤੋਂ ਪਹਿਲਾਂ ਕਿ ਉਹ ਗੋਲੀਆਂ ਤੋਂ ਬਚ ਜਾਵੇ।

ਉਹ ਬਣਿਆ ਸੀ।

ਉਸਦੇ ਪਿਤਾ ਨੇ ਘਰ ਵਿੱਚ ਢਾਂਚਾ ਬਣਾਇਆ ਸੀ।

ਪ੍ਰਾਰਥਨਾ ਅਨੁਸ਼ਾਸਿਤ ਸੀ। ਰੁਟੀਨ ਗੈਰ-ਸਮਝੌਤੇਯੋਗ ਸੀ। ਧਾਰਮਿਕ ਗੰਭੀਰਤਾ ਲਾਗੂ ਕੀਤੀ ਗਈ ਸੀ।

ਪੰਜ ਸਾਲ ਦੀ ਉਮਰ ਤੱਕ, ਵਰਤ ਰੱਖਣਾ ਸ਼ੁਰੂ ਹੋ ਗਿਆ ਸੀ।

ਕਿਸ਼ੋਰ ਅਵਸਥਾ ਤੱਕ, ਦੁਹਰਾਓ ਪਛਾਣ ਬਣ ਗਿਆ ਸੀ।

ਜਦੋਂ ਸੰਕਟ ਆਇਆ, ਤਾਂ ਉਸਨੇ ਅਚਾਨਕ ਪ੍ਰਤੀਕਿਰਿਆ ਨਹੀਂ ਕੀਤੀ।

ਉਸਨੇ ਬਣਤਰ ਤੋਂ ਪ੍ਰਤੀਕਿਰਿਆ ਕੀਤੀ।

ਅੱਗ ਨੇ ਤਾਕਤ ਨਹੀਂ ਪੈਦਾ ਕੀਤੀ।

ਗਠਨ ਨੇ ਕੀਤਾ।

ਧਰਮ ਗ੍ਰੰਥ ਦੇ ਐਂਕਰ

ਪੁਰਾਣਾ ਨੇਮ

"ਜੇ ਨੀਂਹਾਂ ਢਾਹ ਦਿੱਤੀਆਂ ਜਾਣ, ਤਾਂ ਧਰਮੀ ਕੀ ਕਰ ਸਕਦੇ ਹਨ?"

—ਜ਼ਬੂਰ 11:3

ਅੱਗ ਨੀਂਹ ਨੂੰ ਬੇਨਕਾਬ ਕਰ ਦਿੰਦੀ ਹੈ।

ਨਵਾਂ ਨੇਮ

"ਹਰੇਕ ਜੋ ਮੇਰੇ ਇਹ ਬਚਨ ਸੁਣਦਾ ਅਤੇ ਉਨ੍ਹਾਂ ਉੱਤੇ ਚੱਲਦਾ ਹੈ... ਉਹ ਉਸ ਬੁੱਧੀਮਾਨ ਵਰਗਾ ਜਾਣਿਆ ਜਾਵੇਗਾ ਜਿਸਨੇ ਆਪਣਾ ਘਰ ਪੱਥਰ ਉੱਤੇ ਬਣਾਇਆ।"

—ਮੱਤੀ 7:24.

ਤੂਫਾਨਾਂ ਦੇ ਆਉਣ ਤੋਂ ਪਹਿਲਾਂ ਹੀ ਧੀਰਜ ਪੈਦਾ ਹੋ ਜਾਂਦਾ ਹੈ।

ਪਾਠ

ਤੁਸੀਂ ਆਪਣੀ ਇੱਛਾ ਦੇ ਪੱਧਰ ਤੱਕ ਨਹੀਂ ਉੱਠੋਗੇ।

ਤੁਸੀਂ ਆਪਣੀ ਬਣਤਰ ਦੇ ਪੱਧਰ 'ਤੇ ਡਿੱਗ ਜਾਓਗੇ।

ਈਸਾ ਦੇ ਸ਼ੁਰੂਆਤੀ ਗਠਨ ਨੇ ਖਾੜਕੂ ਤੀਬਰਤਾ ਪੈਦਾ ਕੀਤੀ।

ਬਾਅਦ ਵਿੱਚ, ਈਸਾਈ ਅਨੁਸ਼ਾਸਨ ਨੂੰ ਢਾਂਚੇ ਨੂੰ ਦੁਬਾਰਾ ਬਣਾਉਣਾ ਪਿਆ।

ਤੁਹਾਡੇ ਲਈ ਸਬਕ:

ਦਬਾਅ ਹੇਠ ਆਮ ਵਿਸ਼ਵਾਸ ਢਹਿ ਜਾਂਦਾ ਹੈ।

ਅਨੁਸ਼ਾਸਿਤ ਵਿਸ਼ਵਾਸ ਇਸ ਤੋਂ ਬਚਦਾ ਹੈ।

ਤੁਸੀਂ ਸੰਕਟ ਦੀ ਨੀਂਹ ਬਣਾਉਣ ਲਈ ਇੰਤਜ਼ਾਰ ਨਹੀਂ ਕਰ ਸਕਦੇ।

ਪ੍ਰਤੀਬਿੰਬ ਸਵਾਲ

1. ਮੇਰੀ ਮੌਜੂਦਾ ਅਧਿਆਤਮਿਕ ਨੀਂਹ ਕਿਸ ਉੱਤੇ ਬਣੀ ਹੋਈ ਹੈ?
2. ਜੇ ਅਤਿਆਚਾਰ ਜਾਂ ਦਬਾਅ ਆਇਆ, ਤਾਂ ਕਿਹੜੀਆਂ ਆਦਤਾਂ ਮੇਰਾ ਸਮਰਥਨ ਕਰਨਗੀਆਂ?
3. ਕੀ ਮੇਰੀ ਪ੍ਰਾਰਥਨਾ ਅਨੁਸ਼ਾਸਿਤ ਹੈ ਜਾਂ ਭਾਵੁਕ?
4. ਕੀ ਮੈਂ ਨਿੱਜੀ ਸ਼ਰਧਾ ਨਾਲੋਂ ਚਰਚ ਦੇ ਇਕੱਠਾਂ 'ਤੇ ਜ਼ਿਆਦਾ ਭਰੋਸਾ ਕਰਦਾ ਹਾਂ?
5. ਮੇਰੀ ਵਫ਼ਾਦਾਰੀ ਨੂੰ ਰੋਜ਼ਾਨਾ ਦੀ ਕਿਹੜੀ ਬਣਤਰ ਢਾਲ ਰਹੀ ਹੈ?

ਆਪਣੇ ਜਵਾਬ ਲਿਖੋ।

ਘੋਸ਼ਣਾ

ਖੜ੍ਹੇ ਹੋਵੋ ਅਤੇ ਐਲਾਨ ਕਰੋ:

"ਮੇਰੀ ਨੀਂਹ ਅਚਾਨਕ ਨਹੀਂ ਹੋਵੇਗੀ।

ਮੈਂ ਤੂਫਾਨ ਤੋਂ ਪਹਿਲਾਂ ਬਣਾਵਾਂਗਾ। ਮੇਰੀ ਵਫ਼ਾਦਾਰੀ ਢਾਂਚਾਗਤ ਹੋਵੇਗੀ।

ਮੇਰਾ ਵਿਸ਼ਵਾਸ ਦਬਾਅ ਹੇਠ ਨਹੀਂ ਡਿੱਗੇਗਾ।"

ਇਸਨੂੰ ਹੌਲੀ-ਹੌਲੀ ਦੁਹਰਾਓ।

ਢਾਂਚਾਗਤ ਪ੍ਰਾਰਥਨਾ (30 **ਮਿੰਟ**)

1. **ਪੂਜਾ** (10 **ਮਿੰਟ**)

ਮਸੀਹ ਨੂੰ ਆਪਣੀ ਨੀਂਹ ਵਜੋਂ ਸਵੀਕਾਰ ਕਰੋ।

2. **ਪਛਤਾਵਾ** (10 **ਮਿੰਟ**)

ਅਧਿਆਤਮਿਕ ਅਸੰਗਤਤਾ ਅਤੇ ਆਲਸ ਦਾ ਇਕਬਾਲ ਕਰੋ।

3. **ਇਕਸਾਰਤਾ** (10 **ਮਿੰਟ**)

ਪਰਮਾਤਮਾ ਨੂੰ ਆਪਣੇ ਰੋਜ਼ਾਨਾ ਜੀਵਨ ਵਿੱਚ ਅਨੁਸ਼ਾਸਨ ਬਣਾਉਣ ਲਈ ਕਹੋ।

ਐਕਸ਼ਨ ਪੁਆਇੰਟ

ਅੱਜ ਤੁਸੀਂ:

1. ਰੋਜ਼ਾਨਾ ਪ੍ਰਾਰਥਨਾ ਦਾ ਸਮਾਂ (ਘੱਟੋ-ਘੱਟ 20 ਮਿੰਟ) ਨਿਸ਼ਚਿਤ ਕਰੋ।
2. 30 ਦਿਨਾਂ ਤੱਕ ਲਗਾਤਾਰ ਪੜ੍ਹਨ ਲਈ ਇੱਕ ਇੰਜੀਲ ਚੁਣੋ।
3. ਇੱਕ ਭਟਕਾਅ ਨੂੰ ਦੂਰ ਕਰੋ ਜੋ ਧਿਆਨ ਨੂੰ ਕਮਜ਼ੋਰ ਕਰਦਾ ਹੈ।
4. ਇੱਕ ਨਿੱਜੀ ਅਧਿਆਤਮਿਕ ਸਮਾਂ-ਸਾਰਣੀ ਲਿਖੋ ਅਤੇ ਇਸਨੂੰ ਪ੍ਰਦਰਸ਼ਿਤ ਰੂਪ ਵਿੱਚ ਪੋਸਟ ਕਰੋ।
5. ਕਿਸੇ ਨੂੰ ਦੱਸੋ ਕਿ ਤੁਸੀਂ ਅਨੁਸ਼ਾਸਿਤ ਵਿਕਾਸ ਲਈ ਵਚਨਬੱਧ ਹੋ।

ਦਿਨ 2

ਮਾਹੌਲ ਨੂੰ ਬਦਲਣ ਵਾਲੀ ਸ਼ਾਂਤ ਸ਼ਕਤੀ

ਸਟੋਰੀ ਐਂਕਰ

ਘਰ ਵਿੱਚ ਪਹਿਲਾ ਧਰਮ ਪਰਿਵਰਤਨ ਉੱਚੀ ਆਵਾਜ਼ ਵਿੱਚ ਨਹੀਂ ਸੀ।

ਇਹ ਖਾੜਕੂ ਨਹੀਂ ਸੀ।

ਇਹ ਟਕਰਾਅ ਵਾਲਾ ਨਹੀਂ ਸੀ। ਇਸਨੇ ਤੁਰੰਤ ਬਦਲਾਅ ਦੀ ਮੰਗ ਨਹੀਂ ਕੀਤੀ।

ਇਹ ਇੱਕ ਮਾਂ ਸੀ।

ਉਹ ਘਰੋਂ ਨਹੀਂ ਗਈ।

ਉਸਨੇ ਜਨਤਕ ਬਹਿਸਾਂ ਸ਼ੁਰੂ ਨਹੀਂ ਕੀਤੀਆਂ। ਉਸਨੇ ਜ਼ਿੰਮੇਵਾਰੀ ਨਹੀਂ ਛੱਡੀ।

ਉਹ ਰਹੀ।

ਇੱਕ ਸਖ਼ਤੀ ਨਾਲ ਬਣੇ ਇਸਲਾਮੀ ਘਰ ਦੇ ਅੰਦਰ।

ਅੰਦਰ ਤਣਾਅ। ਅੰਦਰ ਜੋਖਮ।

ਉਸਦਾ ਧਰਮ ਪਰਿਵਰਤਨ ਦਲੀਲ ਨਾਲ ਸ਼ੁਰੂ ਨਹੀਂ ਹੋਇਆ ਸੀ।

ਇਹ ਇਕਸਾਰਤਾ ਨਾਲ ਸ਼ੁਰੂ ਹੋਇਆ।

ਕਈ ਵਾਰ ਇਤਿਹਾਸ ਤਾਕਤ ਨਾਲ ਨਹੀਂ,

ਸਗੋਂ ਸ਼ਾਂਤ ਸਬਰ ਨਾਲ ਬਦਲਦਾ ਹੈ।

ਧਰਮ ਗ੍ਰੰਥ ਦੇ ਐਂਕਰ

ਪੁਰਾਣਾ ਨੇਮ

"ਬੁੱਧ ਨਾਲ ਘਰ ਬਣਾਇਆ ਜਾਂਦਾ ਹੈ, ਅਤੇ ਸਮਝ ਨਾਲ ਉਹ ਸਥਿਰ ਰਹਿੰਦਾ ਹੈ।"

—ਕਹਾਉਤਾਂ 24:3.

ਹਰ ਨੀਂਹ ਤਾਕਤ ਦੁਆਰਾ ਨਹੀਂ ਰੱਖੀ ਜਾਂਦੀ।

ਕੁਝ ਸਥਿਰਤਾ ਦੁਆਰਾ ਰੱਖੀਆਂ ਜਾਂਦੀਆਂ ਹਨ।

ਨਵਾਂ ਨੇਮ

"ਇਸੇ ਤਰਾਂ ਹੇ ਪਤਨੀਓ, ਆਪਣਿਆਂ ਪਤੀਆਂ ਦੇ ਅਧੀਨ ਹੋਵੋ ਭਈ ਭਾਵੇਂ ਕੁਝ ਬਚਨ ਨਾ ਵੀ ਮੰਨਦੇ ਹੋਣ ਓਹ ਬਚਨ ਤੋਂ ਬਿਨਾ ਆਪਣੀਆਂ ਪਤਨੀਆਂ ਦੀ ਚਾਲ ਢਾਲ ਦੇ ਕਾਰਨ ਖਿੱਚੇ ਜਾਣ।"

—1 ਪਤਰਸ 3:1.

ਪਰਿਵਰਤਨ ਹਮੇਸ਼ਾ ਉੱਚੀ ਆਵਾਜ਼ ਵਿੱਚ ਨਹੀਂ ਹੁੰਦਾ।

ਇਹ ਅਕਸਰ ਦੇਖਿਆ ਜਾਂਦਾ ਹੈ।

ਪਾਠ

ਸ਼ਕਤੀ ਹਮੇਸ਼ਾ ਆਪਣੇ ਆਪ ਨੂੰ ਪ੍ਰਗਟ ਨਹੀਂ ਕਰਦੀ।

ਕਈ ਵਾਰ ਇਹ ਸਹਿਣ ਕਰਦਾ ਹੈ।

ਮਾਂ ਨੇ ਧਰਮ ਪਰਿਵਰਤਨ ਲਈ ਮਜਬੂਰ ਨਹੀਂ ਕੀਤਾ।

ਉਸਨੇ ਦ੍ਰਿੜ ਵਿਸ਼ਵਾਸ ਦੀ ਮਿਸਾਲ ਬਣਾਈ।

ਉਸਨੇ ਆਪਣੇ ਆਪ ਨੂੰ ਮੁਸ਼ਕਲ ਤੋਂ ਨਹੀਂ ਹਟਾਇਆ।

ਉਹ ਇਸ ਦੇ ਅੰਦਰ ਹੀ ਰਹੀ।

ਬਹੁਤ ਸਾਰੇ ਵਿਸ਼ਵਾਸੀ ਮੰਨਦੇ ਹਨ ਕਿ ਬਚਣਾ ਹੀ ਵਿਸ਼ਵਾਸ ਹੈ।

ਪਰ ਕਈ ਵਾਰ ਧੀਰਜ ਹੀ ਵਿਸ਼ਵਾਸ ਹੁੰਦਾ ਹੈ।

ਤੁਹਾਡਾ ਘਰ।

ਤੁਹਾਡਾ ਕੰਮ ਵਾਲੀ ਥਾਂ। ਤੁਹਾਡਾ ਵਾਤਾਵਰਣ।

ਤੁਸੀਂ ਆਪਣੇ ਆਲੇ ਦੁਆਲੇ ਦੀ ਬਣਤਰ ਨੂੰ ਕੰਟਰੋਲ ਨਹੀਂ ਕਰ ਸਕਦੇ।

ਪਰ ਤੁਸੀਂ ਇਸਦੇ ਅੰਦਰ ਆਪਣੀ ਇਕਸਾਰਤਾ ਨੂੰ ਨਿਯੰਤਰਿਤ ਕਰਦੇ ਹੋ।

ਪ੍ਰਤੀਬਿੰਬ ਸਵਾਲ

1. ਰੱਬ ਨੇ ਮੈਨੂੰ ਕਿੱਥੇ ਰੱਖਿਆ ਹੈ ਜੋ ਮੈਨੂੰ ਦੁਸ਼ਮਣੀ ਜਾਂ ਅਧਿਆਤਮਿਕ ਤੌਰ 'ਤੇ ਖੁਸ਼ਕ ਮਹਿਸੂਸ ਕਰਦਾ ਹੈ?
2. ਕੀ ਮੈਂ ਸਹਿਣ ਦੀ ਬਜਾਏ ਭੱਜਣ ਦੀ ਕੋਸ਼ਿਸ਼ ਕੀਤੀ ਹੈ?
3. ਕੀ ਮੇਰਾ ਆਚਰਣ ਪਰਿਵਰਤਨ ਨੂੰ ਦਰਸਾਉਂਦਾ ਹੈ?
4. ਕੀ ਮੇਰੇ ਨਾਲ ਰਹਿਣ ਵਾਲਾ ਕੋਈ ਮੇਰੇ ਪ੍ਰਚਾਰ ਤੋਂ ਬਿਨਾਂ ਮਸੀਹ ਨੂੰ ਦੇਖ ਸਕੇਗਾ?
5. ਕੀ ਮੈਂ ਅਣਦੇਖੇ ਸਮੇਂ ਇਕਸਾਰ ਹਾਂ?

ਆਪਣੇ ਜਵਾਬ ਹੌਲੀ-ਹੌਲੀ ਲਿਖੋ।

ਘੋਸ਼ਣਾ

ਉੱਚੀ ਆਵਾਜ਼ ਵਿੱਚ ਕਹੋ:

"ਮੈਂ ਆਪਣਾ ਅਹੁਦਾ ਨਹੀਂ ਛੱਡਾਂਗਾ।

ਮੇਰੀ ਇਕਸਾਰਤਾ ਬੋਲੇਗੀ। ਮੇਰਾ ਆਚਰਣ ਮਸੀਹ ਨੂੰ ਦਰਸਾਉਂਦਾ ਹੈ। ਮੈਂ ਬਿਨਾਂ ਕਿਸੇ ਸਮਝੌਤੇ ਦੇ ਸਹਿਣ ਕਰਾਂਗਾ।"

ਇਸਨੂੰ ਜਾਣਬੁੱਝ ਕੇ ਦੁਹਰਾਓ।

ਢਾਂਚਾਗਤ ਪ੍ਰਾਰਥਨਾ (30 ਮਿੰਟ)

1. ਪੂਜਾ (10 ਮਿੰਟ)

ਪਰਮਾਤਮਾ ਦਾ ਧੰਨਵਾਦ ਕਰੋ ਜਿਸ ਵਾਤਾਵਰਣ ਵਿੱਚ ਉਸਨੇ ਤੁਹਾਨੂੰ ਰੱਖਿਆ ਹੈ।

2. ਸਮਰਪਣ (10 ਮਿੰਟ)

ਔਖੇ ਮਾਹੌਲ ਬਾਰੇ ਆਪਣੀ ਨਿਰਾਸ਼ਾ ਨੂੰ ਛੱਡ ਦਿਓ।

3. ਤਾਕਤ (10 ਮਿੰਟ)

ਸ਼ਾਂਤ ਧੀਰਜ ਅਤੇ ਸਥਿਰ ਦ੍ਰਿੜਤਾ ਲਈ ਬੇਨਤੀ ਕਰੋ।

ਐਕਸ਼ਨ ਪੁਆਇੰਟ

ਅੱਜ ਤੁਸੀਂ:

1. ਇੱਕ ਅਜਿਹਾ ਰਿਸ਼ਤਾ ਚੁਣੋ ਜਿੱਥੇ ਤੁਸੀਂ ਮਸੀਹ ਨੂੰ ਵਿਵਹਾਰ ਰਾਹੀਂ ਮਾਡਲ ਕਰੋਗੇ, ਨਾ ਕਿ ਦਲੀਲ ਰਾਹੀਂ।
2. ਇੱਕ ਪ੍ਰਤੀਕਿਰਿਆਸ਼ੀਲ ਆਦਤ (ਸ਼ਿਕਾਇਤ, ਕਠੋਰ ਬੋਲੀ, ਪਰਹੇਜ਼) ਛੱਡ ਦਿਓ।
3. ਇਕਸਾਰਤਾ ਬਾਰੇ ਇੱਕ ਵਾਕ ਵਚਨਬੱਧਤਾ ਲਿਖੋ ਅਤੇ ਇਸਨੂੰ ਕਿਤੇ ਦਿਖਾਈ ਦੇਣ ਵਾਲੀ ਪੋਸਟ ਕਰੋ।
4. ਆਪਣੇ ਵਾਤਾਵਰਣ ਵਿੱਚ ਕਿਸੇ ਅਜਿਹੇ ਵਿਅਕਤੀ ਲਈ ਖਾਸ ਤੌਰ 'ਤੇ ਪ੍ਰਾਰਥਨਾ ਕਰੋ ਜੋ ਤੁਹਾਡੇ ਨਾਲ ਅਸਹਿਮਤ ਹੈ।
5. ਅਗਲੇ 7 ਦਿਨਾਂ ਲਈ ਬਿਨਾਂ ਕਿਸੇ ਪਿੱਛੇ ਹਟਣ ਦੇ ਜਿੱਥੇ ਵੀ ਤੁਸੀਂ ਹੋ, ਉੱਥੇ ਵਫ਼ਾਦਾਰ ਰਹਿਣ ਲਈ ਵਚਨਬੱਧ ਹੋਵੋ।

ਦਿਨ 3

ਤਲਵਾਰ ਤੋਂ ਬਚਣ ਵਾਲਾ ਵਿਸ਼ਵਾਸ

ਸਟੋਰੀ ਐਂਕਰ

ਜਦੋਂ ਦ੍ਰਿੜਤਾ ਸ਼ਾਂਤ ਧੀਰਜ ਤੋਂ ਪ੍ਰਤੱਖ ਘੋਸ਼ਣਾ ਵੱਲ ਵਧੀ, ਤਾਂ ਪ੍ਰਤੀਕਿਰਿਆ ਤੇਜ਼ ਹੋ ਗਈ।

ਇੱਕ ਪੁੱਤਰ ਨੇ ਵੱਖਰਾ ਫੈਸਲਾ ਲਿਆ।

ਇਹ ਫੈਸਲਾ ਸਿਧਾਂਤਕ ਨਹੀਂ ਸੀ।

ਇਹ ਜਨਤਕ ਸੀ।

ਅਤੇ ਜਵਾਬ ਹਲਕਾ ਨਹੀਂ ਸੀ।

ਇੱਕ ਤਲਵਾਰ ਉੱਠੀ।

ਵਫ਼ਾਦਾਰੀ ਦੀ ਕੀਮਤ ਤੁਰੰਤ ਬਣ ਗਈ।

ਸਜ਼ਾ ਨਿੱਜੀ ਹੋਣ 'ਤੇ ਵੀ ਬਰਦਾਸ਼ਤ ਕੀਤੀ ਜਾਂਦੀ ਹੈ।

ਜਦੋਂ ਇਹ ਦਿਖਾਈ ਦਿੰਦਾ ਹੈ ਤਾਂ ਇਸਦਾ ਵਿਰੋਧ ਕੀਤਾ ਜਾਂਦਾ ਹੈ।

ਚੁੱਪ ਰਹਿਣ ਵਾਲਾ ਵਿਸ਼ਵਾਸ ਅਕਸਰ ਟਕਰਾਅ ਤੋਂ ਬਚਦਾ ਹੈ।

ਜੋ ਵਿਸ਼ਵਾਸ ਜਾਣਿਆ ਜਾਂਦਾ ਹੈ ਉਹ ਵਿਰੋਧ ਨੂੰ ਆਕਰਸ਼ਿਤ ਕਰਦਾ ਹੈ।

ਵਫ਼ਾਦਾਰੀ ਦਾ ਹਮੇਸ਼ਾ ਨਤੀਜਾ ਹੁੰਦਾ ਹੈ।

ਧਰਮ ਗ੍ਰੰਥ ਦੇ ਐਂਕਰ

ਪੁਰਾਣਾ ਨੇਮ

"ਅੱਜ ਤੁਸੀਂ ਆਪਣੇ ਲਈ ਚੁਣ ਲਓ ਕਿ ਤੁਸੀਂ ਜਿਹਦੀ ਸੇਵਾ ਕਰੋਗੇ... ਪਰ ਮੈਂ ਅਤੇ ਮੇਰਾ ਘਰਾਣਾ, ਅਸੀਂ ਯਹੋਵਾਹ ਦੀ ਸੇਵਾ ਕਰਾਂਗੇ।"

—ਯਹੋਸ਼ੁਆ 24:15

ਜਨਤਕ ਵਫ਼ਾਦਾਰੀ ਫੈਸਲੇ ਦੀ ਮੰਗ ਕਰਦੀ ਹੈ।

ਨਵਾਂ ਨੇਮ

"ਸੱਚ-ਮੁੱਚ, ਜਿੰਨੇ ਮਸੀਹ ਯਿਸੂ ਵਿੱਚ ਭਗਤੀ ਨਾਲ ਉਮਰ ਕੱਟਣੀ ਚਾਹੁੰਦੇ ਹਨ, ਉਹ ਸਭ ਸਤਾਏ ਜਾਣਗੇ।"

—2 ਤਿਮੋਥਿਉਸ 3:12.

ਸਜ਼ਾ ਨਿਰਪੱਖ ਨਹੀਂ ਹੈ।

ਇਹ ਪ੍ਰਤੀਕਿਰਿਆ ਨੂੰ ਭੜਕਾਉਂਦੀ ਹੈ।

ਪਾਠ

ਹਰ ਵਿਸ਼ਵਾਸੀ ਨੂੰ ਅੰਤ ਵਿੱਚ ਇਸ ਸਵਾਲ ਦਾ ਸਾਹਮਣਾ ਕਰਨਾ ਪੈਂਦਾ ਹੈ:

ਕੀ ਮੇਰੀ ਵਫ਼ਾਦਾਰੀ ਅੰਦਰੂਨੀ ਰਹੇਗੀ,

ਜਾਂ ਇਹ ਦਿਖਾਈ ਦੇਵੇਗੀ?

ਜਿਸ ਪਲ ਸਜ਼ਾ ਸੋਚ ਤੋਂ ਘੋਸ਼ਣਾ ਵੱਲ ਵਧਦੀ ਹੈ,

ਦਬਾਅ ਵੱਧ ਜਾਂਦਾ ਹੈ।

ਇਸਦਾ ਮਤਲਬ ਹਮੇਸ਼ਾ ਸਰੀਰਕ ਹਿੰਸਾ ਨਹੀਂ ਹੁੰਦਾ।

ਇਸਦਾ ਅਰਥ ਹੋ ਸਕਦਾ ਹੈ:

- ਸਮਾਜਿਕ ਵਿਰੋਧ
- ਪਰਿਵਾਰਕ ਤਣਾਅ
- ਕਰੀਅਰ ਸੀਮਾ
- ਅਸਵੀਕਾਰ

- ਗਲਤਫਹਿਮੀ

ਤਲਵਾਰ ਧਾਤ ਦੀ ਨਹੀਂ ਹੋ ਸਕਦੀ।
ਪਰ ਇਹ ਅਸਲੀ ਹੋਵੇਗਾ।
ਉਹ ਦ੍ਰਿੜ ਵਿਸ਼ਵਾਸ ਜੋ ਵਿਰੋਧ ਤੋਂ ਬਚ ਨਹੀਂ ਸਕਦਾ, ਅਜੇ ਜੜ੍ਹ ਨਹੀਂ ਫੜਿਆ ਹੈ।

ਪ੍ਰਤੀਬਿੰਬ ਸਵਾਲ

1. ਬੇਅਰਾਮੀ ਤੋਂ ਬਚਣ ਲਈ ਮੈਂ ਆਪਣੇ ਵਿਸ਼ਵਾਸ ਨੂੰ ਕਿੱਥੇ ਚੁੱਪ ਰੱਖਿਆ ਹੈ?
2. ਜੇ ਮੈਂ ਆਪਣੀ ਵਫ਼ਾਦਾਰੀ ਬਾਰੇ ਪੂਰੀ ਤਰ੍ਹਾਂ ਪਾਰਦਰਸ਼ੀ ਹੋਵਾਂ ਤਾਂ ਕਿਹੜੇ ਰਿਸ਼ਤੇ ਬਦਲ ਜਾਣਗੇ?
3. ਕੀ ਮੈਂ ਗਲਤਫਹਿਮੀ ਲਈ ਤਿਆਰ ਹਾਂ?
4. ਕਿਹੜਾ ਡਰ ਮੇਰੇ ਵਿਸ਼ਵਾਸ ਨੂੰ ਅੰਸ਼ਕ ਤੌਰ 'ਤੇ ਲੁਕਾਉਂਦਾ ਹੈ?
5. ਜੇ ਦਬਾਅ ਵਧ ਜਾਂਦਾ ਹੈ ਤਾਂ ਕੀ ਮੈਂ ਸਥਿਰ ਰਹਾਂਗਾ?

ਅਧਿਆਤਮਿਕ ਅਤਿਕਥਨੀ ਤੋਂ ਬਿਨਾਂ ਜਵਾਬ ਦਿਓ।

ਘੋਸ਼ਣਾ

ਖੜ੍ਹੇ ਹੋਵੋ ਅਤੇ ਐਲਾਨ ਕਰੋ:
"ਮੇਰੀ ਵਫ਼ਾਦਾਰੀ ਸ਼ਰਤਬੱਧ ਨਹੀਂ ਹੈ।
ਮੈਂ ਆਪਣੇ ਵਿਸ਼ਵਾਸ ਨੂੰ ਕਮਜ਼ੋਰ ਨਹੀਂ ਕਰਾਂਗਾ। ਮੈਂ ਦਬਾਅ ਹੇਠ ਦ੍ਰਿੜ ਰਹਾਂਗਾ। ਮੈਂ ਮਸੀਹ ਨੂੰ ਖੁੱਲ੍ਹ ਕੇ ਅਤੇ ਬਿਨਾਂ ਕਿਸੇ ਸਮਝੌਤੇ ਦੇ ਚੁਣਦਾ ਹਾਂ।"
ਹੌਲੀ ਬੋਲੋ।

ਢਾਂਚਾਗਤ ਪ੍ਰਾਰਥਨਾ (30 ਮਿੰਟ)

1. ਪੂਜਾ (10 ਮਿੰਟ)

ਆਪਣੀ ਸਾਖ ਉੱਤੇ ਮਸੀਹ ਨੂੰ ਪ੍ਰਭੂ ਮੰਨੋ।

2. ਹਿੰਮਤ (10 ਮਿੰਟ)

ਬਿਨਾਂ ਕਿਸੇ ਦੁਸ਼ਮਣੀ ਅਤੇ ਡਰ ਦੇ ਖੜ੍ਹੇ ਰਹਿਣ ਲਈ ਤਾਕਤ ਮੰਗੋ।

3. ਸੁਰੱਖਿਆ (10 ਮਿੰਟ)

ਦ੍ਰਿਸ਼ਟੀਗਤ ਵਫ਼ਾਦਾਰੀ ਉੱਤੇ ਬੁੱਧੀ ਅਤੇ ਬ੍ਰਹਮ ਪਰਦਾ ਪਾਉਣ ਲਈ ਪ੍ਰਾਰਥਨਾ ਕਰੋ।

ਐਕਸ਼ਨ ਪੁਆਇੰਟ

ਅੱਜ ਤੁਸੀਂ:

1. ਇੱਕ ਛੋਟੇ ਪਰ ਜਾਣਬੁੱਝ ਕੇ ਤਰੀਕੇ ਨਾਲ ਜਨਤਕ ਤੌਰ 'ਤੇ ਮਸੀਹ ਨਾਲ ਪਛਾਣ ਕਰੋ।
2. ਇੱਕ ਵੀ ਸਮਝੌਤਾ ਨਾ ਕਰੋ ਜੋ ਇਮਾਨਦਾਰੀ ਨੂੰ ਕਮਜ਼ੋਰ ਕਰਦਾ ਹੈ।
3. ਇੱਕ ਇਮਾਨਦਾਰ ਗੱਲਬਾਤ ਕਰੋ ਜਿਸ ਤੋਂ ਤੁਸੀਂ ਬਚਿਆ ਹੈ।
4. ਯਹੋਸ਼ੁਆ 24 ਉੱਚੀ ਆਵਾਜ਼ ਵਿੱਚ ਪੜ੍ਹੋ।
5. ਦਿਲਾਸੇ ਲਈ ਨਹੀਂ, ਸਗੋਂ ਹਿੰਮਤ ਲਈ ਪ੍ਰਾਰਥਨਾ ਕਰੋ।

ਦਿਨ 4

ਜਦੋਂ ਰੱਬ ਬਲੇਡ ਨੂੰ ਰੋਕਦਾ ਹੈ

ਸਟੋਰੀ ਐਂਕਰ

ਤਲਵਾਰ ਅਸਲੀ ਸੀ।

ਇਰਾਦਾ ਅੰਤਿਮ ਸੀ।

ਇਹ ਹੜਤਾਲ ਪ੍ਰਤੀਕਾਤਮਕ ਨਹੀਂ ਸੀ।

ਅਤੇ ਫਿਰ ਵੀ ਬਲੇਡ ਨਹੀਂ ਡਿੱਗਿਆ।

ਜਿਸ ਚੀਜ਼ ਨੂੰ ਜ਼ਿੰਦਗੀ ਦਾ ਅੰਤ ਕਰਨਾ ਚਾਹੀਦਾ ਸੀ, ਉਹ ਕਾਮਯਾਬ ਨਹੀਂ ਹੋਈ।

ਜ਼ਿੰਦਗੀ ਵਿੱਚ ਅਜਿਹੇ ਪਲ ਆਉਂਦੇ ਹਨ ਜਿੱਥੇ ਦਖਲਅੰਦਾਜ਼ੀ ਤੋਂ ਇਨਕਾਰ ਨਹੀਂ ਕੀਤਾ ਜਾ ਸਕਦਾ।

ਜਿੱਥੇ ਹਾਲਾਤ ਮਨੁੱਖੀ ਵਿਆਖਿਆ ਤੋਂ ਪਰੇ ਹੁੰਦੇ ਹਨ।

ਜਿੱਥੇ ਬਚਾਅ ਰਣਨੀਤੀ ਨਹੀਂ ਹੈ।

ਇਹ ਰੁਕਾਵਟ ਹੈ।

ਸਮਰਪਣ ਤੋਂ ਪਹਿਲਾਂ।

ਸੇਵਕਾਈ ਤੋਂ ਪਹਿਲਾਂ। ਜਨਤਕ ਪ੍ਰਭਾਵ ਤੋਂ ਪਹਿਲਾਂ।

ਸੰਭਾਲ ਸੀ।

ਕਈ ਵਾਰ ਪਰਮਾਤਮਾ ਤੁਹਾਨੂੰ ਪੂਰੀ ਤਰ੍ਹਾਂ ਸਮਝਣ ਤੋਂ ਪਹਿਲਾਂ ਹੀ ਸੁਰੱਖਿਅਤ ਰੱਖਦਾ ਹੈ ਕਿ ਕਿਉਂ।

ਧਰਮ ਗ੍ਰੰਥ ਦੇ ਐਂਕਰ

ਪੁਰਾਣਾ ਨੇਮ

"ਹਰ ਹਥਿਆਰ ਜੋ ਤੇਰੇ ਵਿਰੁੱਧ ਬਣਾਇਆ ਜਾਵੇ ਨਿਕੰਮਾ ਹੋਵੇਗਾ।"

—ਯਸਾਯਾਹ 54:17.

ਹਥਿਆਰ ਬਣ ਸਕਦੇ ਹਨ।

ਉਹ ਹਮੇਸ਼ਾ ਮਕਸਦ ਪੂਰਾ ਨਹੀਂ ਕਰਦੇ।

ਨਵਾਂ ਨੇਮ

"ਪ੍ਰਭੂ ਮੈਨੂੰ ਹਰ ਬੁਰੇ ਹਮਲੇ ਤੋਂ ਬਚਾਵੇਗਾ ਅਤੇ ਮੈਨੂੰ ਆਪਣੇ ਸਵਰਗੀ ਰਾਜ ਵਿੱਚ ਸੁਰੱਖਿਅਤ ਲੈ ਜਾਵੇਗਾ।"

—2 ਤਿਮੋਥਿਉਸ 4:18.

ਬਚਾਅ ਹਮਲੇ ਨੂੰ ਨਹੀਂ ਹਟਾਉਂਦਾ।

ਇਹ ਇਸਨੂੰ ਓਵਰਰਾਈਡ ਕਰਦਾ ਹੈ।

ਪਾਠ

ਦਖਲਅੰਦਾਜ਼ੀ ਹੱਕਦਾਰ ਨਹੀਂ ਹੈ।

ਇਹ ਦਇਆ ਹੈ।

ਸੰਭਾਲ ਸੰਪੂਰਨਤਾ ਦਾ ਸਬੂਤ ਨਹੀਂ ਹੈ।

ਇਹ ਮਕਸਦ ਦਾ ਸਬੂਤ ਹੈ।

ਕੁਝ ਲੋਕ ਬਚਾਅ ਨੂੰ ਕਿਸਮਤ ਵਜੋਂ ਸਮਝਦੇ ਹਨ।

ਦੂਸਰੇ ਇਸਨੂੰ ਸਮੇਂ ਦੇ ਰੂਪ ਵਿੱਚ ਸਮਝਦੇ ਹਨ।

ਪਰ ਜਦੋਂ ਤੁਹਾਨੂੰ ਤਬਾਹ ਕਰਨ ਵਾਲੀ ਕੋਈ ਚੀਜ਼ ਅਸਫਲ ਹੋ ਜਾਂਦੀ ਹੈ, ਤਾਂ

ਇਹ ਸੋਚ-ਵਿਚਾਰ ਦੀ ਮੰਗ ਕਰਦੀ ਹੈ।

ਆਪਣੇ ਆਪ ਤੋਂ ਪੁੱਛੋ:

ਮੈਂ ਅਜੇ ਵੀ ਇੱਥੇ ਕਿਉਂ ਹਾਂ?

ਤੁਸੀਂ ਬਚ ਗਏ ਹੋ:

- ਹਾਦਸੇ।
- ਬਿਮਾਰੀ.
- ਵਿੱਤੀ ਢਹਿ-ਢੇਰੀ।
- ਭਾਵਨਾਤਮਕ ਟੁੱਟਣਾ।
- ਉਹ ਹਾਲਾਤ ਜਿਨ੍ਹਾਂ ਦਾ ਅੰਤ ਵੱਖਰੇ ਢੰਗ ਨਾਲ ਹੋਣਾ ਚਾਹੀਦਾ ਸੀ।

ਸੰਭਾਲ ਪੈਸਿਵ ਨਹੀਂ ਹੈ।

ਇਹ ਜ਼ਿੰਮੇਵਾਰੀ ਨਿਭਾਉਂਦਾ ਹੈ।

ਜੇ ਤੁਹਾਨੂੰ ਬਚਾਇਆ ਗਿਆ ਹੈ, ਤਾਂ

ਤੁਹਾਨੂੰ ਕਿਸੇ ਚੀਜ਼ ਲਈ ਬਚਾਇਆ ਗਿਆ ਹੈ।

ਪ੍ਰਤੀਬਿੰਬ ਸਵਾਲ

1. ਆਪਣੀ ਜ਼ਿੰਦਗੀ ਵਿੱਚ ਕਿੱਥੇ ਸਪਸ਼ਟ ਤੌਰ 'ਤੇ ਸੰਭਾਲ ਦੇਖੀ ਹੈ ?
2. ਕੀ ਮੈਂ ਬਚਾਅ ਨੂੰ ਸਾਧਾਰਨ ਸਮਝਿਆ?
3. ਕੀ ਮੈਂ ਪੁੱਛਿਆ ਹੈ ਕਿ ਰੱਬ ਨੇ ਮੈਨੂੰ ਕਿਉਂ ਬਖਸ਼ਿਆ?
4. ਕੀ ਮੈਂ ਇਸ ਤਰ੍ਹਾਂ ਜੀ ਰਿਹਾ ਹਾਂ ਜਿਵੇਂ ਮੇਰੀ ਜ਼ਿੰਦਗੀ ਦਾ ਕੋਈ ਮਕਸਦ ਹੋਵੇ?

5. ਕਿਹੜੀ ਚੀਜ਼ ਨੇ ਮੈਨੂੰ ਪਹਿਲਾਂ ਲਗਭਗ ਤਬਾਹ ਕਰ ਦਿੱਤਾ ਹੈ? ਖਾਸ ਪਲ ਲਿਖੋ।

ਘੋਸ਼ਣਾ

ਉੱਚੀ ਆਵਾਜ਼ ਵਿੱਚ ਕਹੋ:

"ਮੈਨੂੰ ਕਿਸੇ ਮਕਸਦ ਲਈ ਸੁਰੱਖਿਅਤ ਰੱਖਿਆ ਗਿਆ ਹੈ।
ਮੇਰਾ ਬਚਾਅ ਅਚਾਨਕ ਨਹੀਂ ਹੈ।
ਮੈਂ ਬ੍ਰਹਮ ਦਇਆ ਨੂੰ ਬਰਬਾਦ ਨਹੀਂ ਕਰਾਂਗਾ।
ਮੈਂ ਜਾਣਬੁੱਝ ਕੇ ਜੀਵਾਂਗਾ।"

ਇਸਨੂੰ ਹੌਲੀ-ਹੌਲੀ ਦੁਹਰਾਓ।

ਢਾਂਚਾਗਤ ਪ੍ਰਾਰਥਨਾ (30-35 **ਮਿੰਟ**)

1. **ਸ਼ੁਕਰਗੁਜ਼ਾਰੀ** (10 **ਮਿੰਟ**)

ਸੰਭਾਲ ਦੇ ਖਾਸ ਪਲਾਂ ਲਈ ਪਰਮਾਤਮਾ ਦਾ ਧੰਨਵਾਦ ਕਰੋ।

2. **ਸਮਰਪਣ** (10 **ਮਿੰਟ**)

ਆਪਣਾ ਭਵਿੱਖ ਉਸਨੂੰ ਜਾਣਬੁੱਝ ਕੇ ਵਾਪਸ ਸੌਂਪ ਦਿਓ।

3. **ਇਕਸਾਰਤਾ** (10-15 **ਮਿੰਟ**)

ਆਪਣੇ ਕੰਮ ਸੰਬੰਧੀ ਸਪੱਸ਼ਟਤਾ ਮੰਗੋ।

ਐਕਸ਼ਨ ਪੁਆਇੰਟ

ਅੱਜ ਤੁਸੀਂ:

1. ਤਿੰਨ ਖਾਸ ਪਲ ਲਿਖੋ ਜਿੱਥੇ ਤੁਹਾਨੂੰ ਸੁਰੱਖਿਅਤ ਰੱਖਿਆ ਗਿਆ ਸੀ।
2. ਇਹਨਾਂ ਵਿੱਚੋਂ ਇੱਕ ਗਵਾਹੀ ਕਿਸੇ ਨਾਲ ਸਾਂਝੀ ਕਰੋ।

3. ਇੱਕ ਅਜਿਹੀ ਆਦਤ ਨੂੰ ਦੂਰ ਕਰੋ ਜੋ ਬਚਾਅ ਦੇ ਤੋਹਫ਼ੇ ਦਾ ਨਿਰਾਦਰ ਕਰਦੀ ਹੈ।
4. ਜ਼ਬੂਰ 23 ਨੂੰ ਉੱਚੀ ਆਵਾਜ਼ ਵਿੱਚ ਪ੍ਰਾਰਥਨਾ ਕਰੋ।
5. ਆਪਣੀ ਜ਼ਿੰਦਗੀ ਦੇ ਇੱਕ ਖੇਤਰ ਨੂੰ ਪੂਰੀ ਤਰ੍ਹਾਂ ਪਰਮਾਤਮਾ ਦੇ ਮਕਸਦ ਲਈ ਸਮਰਪਿਤ ਕਰੋ।

ਦਿਨ 5

ਜਦੋਂ ਸੱਚ ਤੁਹਾਨੂੰ ਪਰੇਸ਼ਾਨ ਕਰਦਾ ਹੈ

ਸਟੋਰੀ ਐਂਕਰ

ਉਸਨੇ ਦੇਖਿਆ।

ਉਸਨੂੰ ਨਰਕ ਦਿਖਾਇਆ ਗਿਆ।

ਉਸਨੇ ਚਿਹਰੇ ਪਛਾਣ ਲਏ।

ਉਸਨੇ ਸਤਿਕਾਰਯੋਗ ਧਾਰਮਿਕ ਗੁਰੂਆਂ ਨੂੰ ਤਸੀਹੇ ਵਿੱਚ ਦੇਖਿਆ।

ਉਸਨੇ ਸਵਰਗ ਦੇਖਿਆ।

ਉਸਨੇ ਵਿਵਸਥਾ ਅਤੇ ਸ਼ਾਂਤੀ ਦੇਖੀ।

ਉਹ ਵਾਪਸ ਆ ਗਿਆ।

ਅਤੇ ਉਸਨੇ ਆਤਮ ਸਮਰਪਣ ਨਹੀਂ ਕੀਤਾ।

ਸੱਚਾਈ ਹਮੇਸ਼ਾ ਤੁਰੰਤ ਆਗਿਆਕਾਰੀ ਪੈਦਾ ਨਹੀਂ ਕਰਦੀ।

ਕਈ ਵਾਰ ਇਹ ਪਰੇਸ਼ਾਨੀ ਪੈਦਾ ਕਰਦਾ ਹੈ।

ਗੜਬੜ ਧਰਮ ਪਰਿਵਰਤਨ ਨਹੀਂ ਹੈ।

ਇਹ ਐਕਸਪੋਜਰ ਹੈ।

ਤੁਸੀਂ ਦੇਖ ਸਕਦੇ ਹੋ ਅਤੇ ਫਿਰ ਵੀ ਵਿਰੋਧ ਕਰ ਸਕਦੇ ਹੋ।

ਤੁਸੀਂ ਜਾਣ ਸਕਦੇ ਹੋ ਅਤੇ ਫਿਰ ਵੀ ਦੇਰੀ ਕਰ ਸਕਦੇ ਹੋ।

ਤੁਹਾਡਾ ਸਾਹਮਣਾ ਕੀਤਾ ਜਾ ਸਕਦਾ ਹੈ ਅਤੇ ਫਿਰ ਵੀ ਤੁਸੀਂ ਸਖ਼ਤ ਹੋ ਸਕਦੇ ਹੋ।

ਇੱਕ ਮੌਸਮ ਆਉਂਦਾ ਹੈ ਜਦੋਂ ਸੱਚਾਈ ਦਰਵਾਜ਼ੇ 'ਤੇ ਖੜ੍ਹੀ ਹੁੰਦੀ ਹੈ,
ਅਤੇ ਤੁਸੀਂ ਫੈਸਲਾ ਕਰਦੇ ਹੋ ਕਿ ਖੋਲ੍ਹਣਾ ਹੈ ਜਾਂ ਨਹੀਂ।

ਧਰਮ ਗ੍ਰੰਥ ਦੇ ਐਂਕਰ

ਪੁਰਾਣਾ ਨੇਮ

"ਫ਼ਿਰਊਨ ਨੇ ਆਪਣਾ ਦਿਲ ਕਠੋਰ ਕਰ ਲਿਆ ਅਤੇ ਨਾ ਸੁਣਿਆ।"

—ਕੂਚ 8:15

ਸੰਕੇਤ ਦੇਖਣਾ ਸਮਰਪਣ ਦੀ ਗਰੰਟੀ ਨਹੀਂ ਦਿੰਦਾ।

ਨਵਾਂ ਨੇਮ

"ਅੱਜ, ਜੇ ਤੁਸੀਂ ਉਹ ਦੀ ਅਵਾਜ਼ ਸੁਣੋ, ਤਾਂ ਆਪਣੇ ਦਿਲਾਂ ਨੂੰ ਕਠੋਰ ਨਾ ਕਰੋ।"

—ਇਬਰਾਨੀਆਂ 3:15.

ਦੇਰੀ ਵਿਰੋਧ ਬਣ ਸਕਦੀ ਹੈ।

ਪਾਠ

ਬਹੁਤ ਸਾਰੇ ਵਿਸ਼ਵਾਸੀ ਸੋਚਦੇ ਹਨ ਕਿ ਅਗਿਆਨਤਾ ਉਨ੍ਹਾਂ ਦੀ ਸਮੱਸਿਆ ਹੈ।

ਅਕਸਰ ਅਜਿਹਾ ਨਹੀਂ ਹੁੰਦਾ।

ਅਕਸਰ ਸਮੱਸਿਆ ਦੇਰੀ ਦੀ ਹੁੰਦੀ ਹੈ।

ਤੁਸੀਂ ਪਹਿਲਾਂ ਹੀ ਜਾਣਦੇ ਹੋ:

- ਜਿੱਥੇ ਸਮਝੌਤਾ ਹੁੰਦਾ ਹੈ।
- ਜਿੱਥੇ ਅਨੁਸ਼ਾਸਨ ਦੀ ਘਾਟ ਹੈ।
- ਜਿੱਥੇ ਵਫ਼ਾਦਾਰੀ ਵੰਡੀ ਹੋਈ ਹੈ।

• ਜਿੱਥੇ ਪਛਤਾਵੇ ਦੀ ਲੋੜ ਹੈ।

ਸੱਚ ਤੁਹਾਨੂੰ ਪਹਿਲਾਂ ਹੀ ਪਰੇਸ਼ਾਨ ਕਰ ਚੁੱਕਾ ਹੈ।

ਸਵਾਲ ਇਹ ਹੈ:

ਕੀ ਤੁਸੀਂ ਅਦਾਕਾਰੀ ਕੀਤੀ?

ਪਰੇਸ਼ਾਨੀ ਦਇਆ ਹੈ।

ਪਰ ਦਇਆ ਦਾ ਜਵਾਬ ਜ਼ਰੂਰ ਦੇਣਾ ਚਾਹੀਦਾ ਹੈ।

ਪ੍ਰਤੀਬਿੰਬ ਸਵਾਲ

1. ਰੱਬ ਨੇ ਮੈਨੂੰ ਕਿਹੜਾ ਸੱਚ ਦਿਖਾਇਆ ਹੈ ਜਿਸ 'ਤੇ ਮੈਂ ਅਮਲ ਕਰਨ ਵਿੱਚ ਦੇਰੀ ਕੀਤੀ ਹੈ?
2. ਮੈਂ ਇਸ ਵੇਲੇ ਸੁਧਾਰ ਦਾ ਵਿਰੋਧ ਕਿੱਥੇ ਕਰ ਰਿਹਾ ਹਾਂ?
3. ਮੈਨੂੰ ਕਿਹੜੀ ਆਦਤ ਪਤਾ ਹੈ ਕਿ ਮੈਨੂੰ ਬਦਲਣੀ ਚਾਹੀਦੀ ਹੈ ਪਰ ਮੈਂ ਅਜੇ ਤੱਕ ਇਸ ਵੱਲ ਧਿਆਨ ਨਹੀਂ ਦਿੱਤਾ?
4. ਕੀ ਮੈਂ ਸਜ਼ਾ ਮਿਲਣ 'ਤੇ ਜਲਦੀ ਪ੍ਰਤੀਕਿਰਿਆ ਦਿੰਦਾ ਹਾਂ?
5. ਕੀ ਮੈਂ ਅਧਿਆਤਮਿਕ ਤੌਰ 'ਤੇ ਸੁੰਨ ਹੋ ਰਿਹਾ ਹਾਂ?

ਇਮਾਨਦਾਰੀ ਨਾਲ ਜਵਾਬ ਦਿਓ।

ਘੋਸ਼ਣਾ

ਉੱਚੀ ਆਵਾਜ਼ ਵਿੱਚ ਕਹੋ:

"ਮੈਂ ਸੱਚ ਦਾ ਵਿਰੋਧ ਨਹੀਂ ਕਰਾਂਗਾ।

ਮੈਂ ਆਗਿਆਕਾਰੀ ਵਿੱਚ ਦੇਰੀ ਨਹੀਂ ਕਰਾਂਗਾ। ਜਦੋਂ ਵਿਸ਼ਵਾਸ ਆਵੇਗਾ, ਮੈਂ ਜਵਾਬ ਦੇਵਾਂਗਾ। ਮੇਰਾ ਦਿਲ ਨਰਮ ਰਹੇਗਾ।"

ਇਸਨੂੰ ਹੌਲੀ-ਹੌਲੀ ਦੁਹਰਾਓ।

ਢਾਂਚਾਗਤ ਪ੍ਰਾਰਥਨਾ (30-40 **ਮਿੰਟ**)

1. **ਇਕਬਾਲ** (10 **ਮਿੰਟ**)

ਉਨ੍ਹਾਂ ਖਾਸ ਖੇਤਰਾਂ ਦੇ ਨਾਮ ਦੱਸੋ ਜਿੱਥੇ ਤੁਸੀਂ ਸਜ਼ਾ ਦਾ ਵਿਰੋਧ ਕੀਤਾ ਸੀ।

2. **ਨਰਮ ਕਰਨਾ** (10 **ਮਿੰਟ**)

ਪਰਮਾਤਮਾ ਨੂੰ ਦਿਲ ਦੀ ਕਠੋਰਤਾ ਦੂਰ ਕਰਨ ਲਈ ਕਹੋ।

3. **ਆਗਿਆਕਾਰੀ** (10-15 **ਮਿੰਟ**)

ਸਾਹਮਣਾ ਹੋਣ 'ਤੇ ਤੁਰੰਤ ਕਾਰਵਾਈ ਕਰਨ ਲਈ ਹਿੰਮਤ ਲਈ ਪ੍ਰਾਰਥਨਾ ਕਰੋ।

ਇਸ ਨਾਲ ਸਮਾਪਤ ਕਰੋ:

"ਅੱਜ ਮੈਂ ਦੇਰੀ ਦੀ ਬਜਾਏ ਆਗਿਆਕਾਰੀ ਨੂੰ ਚੁਣਿਆ ਹੈ।"

ਐਕਸ਼ਨ ਪੁਆਇੰਟ

ਅੱਜ ਤੁਸੀਂ:

1. ਇੱਕ ਅਜਿਹਾ ਕੰਮ ਕਰੋ ਜਿਸਨੂੰ ਤੁਸੀਂ ਅਧਿਆਤਮਿਕ ਤੌਰ 'ਤੇ ਮੁਲਤਵੀ ਕਰ ਦਿੱਤਾ ਹੈ।
2. ਜਿੱਥੇ ਤੁਸੀਂ ਪਛਤਾਵਾ ਕਰਨ ਵਿੱਚ ਦੇਰੀ ਕੀਤੀ ਹੈ, ਉੱਥੇ ਮੁਆਫ਼ੀ ਮੰਗੋ।
3. ਇੱਕ ਵਾਰ-ਵਾਰ ਕੀਤਾ ਸਮਝੌਤਾ ਹਟਾਓ।
4. ਪ੍ਰਤੀਕਿਰਿਆ ਦੇ ਸੰਕੇਤ ਵਜੋਂ ਇੱਕ ਭੋਜਨ ਵਰਤ ਰੱਖੋ।
5. ਤੁਰੰਤ ਆਗਿਆਕਾਰੀ ਦਾ ਇੱਕ ਖੇਤਰ ਲਿਖੋ ਅਤੇ ਇਸਨੂੰ ਅੱਜ ਹੀ ਪੂਰਾ ਕਰੋ।

ਦਿਨ 6

ਦਿ ਡੇ ਐਲੀਜੈਂਸ ਟ੍ਰਾਂਸਫਰ

ਸਟੋਰੀ ਐਂਕਰ

ਪਰੇਸ਼ਾਨੀ ਤੋਂ ਬਾਅਦ।

ਵਿਰੋਧ ਤੋਂ ਬਾਅਦ।

ਟਕਰਾਅ ਤੋਂ ਬਾਅਦ।

ਅੱਗ ਲੱਗਣ ਤੋਂ ਬਾਅਦ।

ਬਚਾਅ ਤੋਂ ਬਾਅਦ।

ਇੱਕ ਅਜਿਹਾ ਪਲ ਆਇਆ ਜਿਸਨੇ ਉਸਨੂੰ ਬਾਹਰੋਂ ਨਹੀਂ ਹਿਲਾਇਆ।

ਇਸਨੇ ਉਸਨੂੰ ਅੰਦਰੂਨੀ ਤੌਰ 'ਤੇ ਤੋੜ ਦਿੱਤਾ।

ਉਸਨੇ ਇਸਨੂੰ ਇੱਕ ਟ੍ਰਾਂਸ ਦੱਸਿਆ।

ਉਸਨੇ ਯਿਸੂ ਨੂੰ ਦੇਖਿਆ।

ਉਸਨੇ ਫਿਰ ਨਰਕ ਦੇਖਿਆ।

ਉਸਨੇ ਫਿਰ ਸਵਰਗ ਦੇਖਿਆ।

ਪਰ ਇਸ ਵਾਰ, ਕੁਝ ਵੱਖਰਾ ਹੋਇਆ।

ਉਹ ਬਿਨਾਂ ਕਿਸੇ ਬਦਲਾਅ ਦੇ ਵਾਪਸ ਨਹੀਂ ਆਇਆ।

ਉਸਨੇ ਆਤਮ ਸਮਰਪਣ ਕਰ ਦਿੱਤਾ।

1982 ਵਿੱਚ, ਵਫ਼ਾਦਾਰੀ ਤਬਦੀਲ ਹੋ ਗਈ।

ਉਸਨੇ ਯਿਸੂ ਨੂੰ ਆਪਣੇ ਵਿਸ਼ਵਾਸ ਪ੍ਰਣਾਲੀ ਵਿੱਚ ਸ਼ਾਮਲ ਨਹੀਂ ਕੀਤਾ।

ਉਸਨੇ ਪਛਾਣ ਦਾ ਸੌਦਾ ਨਹੀਂ ਕੀਤਾ।

ਉਸਨੇ ਇਸਲਾਮ ਨੂੰ ਨਹੀਂ ਬਦਲਿਆ।

ਉਸਨੇ ਵਫ਼ਾਦਾਰੀ ਤਬਦੀਲ ਕਰ ਦਿੱਤੀ।

ਇਹੀ ਅਸਲ ਵਿੱਚ ਧਰਮ ਪਰਿਵਰਤਨ ਹੈ:

ਟ੍ਰਾਂਸਫਰ।

ਧਰਮ ਗ੍ਰੰਥ ਦੇ ਐਂਕਰ

ਪੁਰਾਣਾ ਨੇਮ

"ਤੁਸੀਂ ਕਦੋਂ ਤੱਕ ਦੋ ਵਿਚਾਰਾਂ ਵਿਚਕਾਰ ਡਗਮਗਾਓਗੇ? ਜੇ ਯਹੋਵਾਹ ਪਰਮੇਸ਼ੁਰ ਹੈ, ਤਾਂ ਉਸਦੇ ਪਿੱਛੇ ਲੱਗੋ; ਪਰ ਜੇ ਬਆਲ ਹੈ, ਤਾਂ ਉਸਦੇ ਪਿੱਛੇ ਲੱਗੋ।"

- 1 ਰਾਜਿਆਂ 18:21

ਵਫ਼ਾਦਾਰੀ ਨੂੰ ਅਣਮਿੱਥੇ ਸਮੇਂ ਲਈ ਵੰਡਿਆ ਨਹੀਂ ਜਾ ਸਕਦਾ।

ਨਵਾਂ ਨੇਮ

"ਕਿਉਂਕਿ ਉਸਨੇ ਸਾਨੂੰ ਹਨੇਰੇ ਦੇ ਰਾਜ ਤੋਂ ਛੁਡਾਇਆ ਹੈ ਅਤੇ ਸਾਨੂੰ ਆਪਣੇ ਪਿਆਰੇ ਪੁੱਤਰ ਦੇ ਰਾਜ ਵਿੱਚ ਲਿਆਂਦਾ ਹੈ।"

- ਕੁਲੁੱਸੀਆਂ 1:13

ਮੁਕਤੀ ਸਥਾਨਾਂਤਰਣ ਹੈ।

ਇਹ ਰਾਜ ਦਾ ਤਬਾਦਲਾ ਹੈ।

ਪਾਠ

ਬਹੁਤ ਸਾਰੇ ਵਿਸ਼ਵਾਸੀ ਯਿਸੂ ਦੀ ਪ੍ਰਸ਼ੰਸਾ ਕਰਦੇ ਹਨ।

ਕੁਝ ਹੀ ਲੋਕ ਵਫ਼ਾਦਾਰੀ ਦਾ ਤਬਾਦਲਾ ਕਰਦੇ ਹਨ।

ਪ੍ਰਸ਼ੰਸਾ ਕਹਿੰਦੀ ਹੈ:

"ਮੈਂ ਸਹਿਮਤ ਹਾਂ।."

ਟ੍ਰਾਂਸਫਰ ਕਹਿੰਦਾ ਹੈ:

"ਮੈਂ ਸਬੰਧਤ ਹਾਂ।"

ਟ੍ਰਾਂਸਫਰ ਦਾ ਮਤਲਬ ਹੈ:

- ਮਸੀਹ ਡਰ ਤੋਂ ਕਿਤੇ ਵਧੀਆ ਹੈ।
- ਮਸੀਹ ਕਬੀਲੇ ਤੋਂ ਅੱਗੇ ਹੈ।
- ਮਸੀਹ ਪਿਛਲੀ ਪਛਾਣ ਤੋਂ ਉੱਪਰ ਹੈ।
- ਮਸੀਹ ਵਿਚਾਰਧਾਰਾ ਤੋਂ ਉੱਪਰ ਹੈ।
- ਮਸੀਹ ਬਚਾਅ ਤੋਂ ਵਧੀਆ ਹੈ।

ਜਦੋਂ ਤੱਕ ਵਫ਼ਾਦਾਰੀ ਤਬਦੀਲ ਨਹੀਂ ਹੁੰਦੀ,

ਗਠਨ ਵੰਡਿਆ ਰਹਿੰਦਾ ਹੈ।

ਤੁਸੀਂ ਦੋ ਮਾਲਕਾਂ ਦੀ ਸੇਵਾ ਨਹੀਂ ਕਰ ਸਕਦੇ।

ਤੁਸੀਂ ਦੋ ਰਾਜਾਂ ਵਿੱਚ ਨਹੀਂ ਰਹਿ ਸਕਦੇ।

ਇੱਕ ਦਿਨ ਅਜਿਹਾ ਹੁੰਦਾ ਹੈ ਜਦੋਂ ਫੈਸਲਾ ਅੰਤਿਮ ਹੋ ਜਾਂਦਾ ਹੈ।

ਪ੍ਰਤੀਬਿੰਬ ਸਵਾਲ

1. ਕੀ ਮੈਂ ਸੱਚਮੁੱਚ ਵਫ਼ਾਦਾਰੀ ਬਦਲ ਦਿੱਤੀ ਹੈ, ਜਾਂ ਕੀ ਮੈਂ ਅਧਿਆਤਮਿਕ ਤੌਰ 'ਤੇ ਵੰਡਿਆ ਹੋਇਆ ਹਾਂ?
2. ਕਿਹੜੀ ਪ੍ਰਤੀਯੋਗੀ ਵਫ਼ਾਦਾਰੀ ਅਜੇ ਵੀ ਮੈਨੂੰ ਨਿਯੰਤਰਿਤ ਕਰਦੀ ਹੈ?
3. ਕੀ ਮੈਨੂੰ ਕੁਝ ਗੁਆਉਣ ਦਾ ਡਰ ਹੈ ਜੇ ਮੈਂ ਪੂਰੀ ਤਰ੍ਹਾਂ ਅੰਦਰ ਚਲਾ ਜਾਂਦਾ ਹਾਂ?

4. ਪੂਰੀ ਤਰ੍ਹਾਂ ਸਮਰਪਣ ਕਰਨ ਦਾ ਮੈਨੂੰ ਕੀ ਮੁੱਲ ਪਵੇਗਾ?

5. ਜੇ ਅੱਜ ਮੇਰਾ ਤਬਾਦਲਾ ਦਿਨ ਹੁੰਦਾ, ਤਾਂ ਤੁਰੰਤ ਕੀ ਬਦਲ ਜਾਂਦਾ?

ਅਧਿਆਤਮਿਕ ਪ੍ਰਦਰਸ਼ਨ ਤੋਂ ਬਿਨਾਂ ਲਿਖੋ।

ਘੋਸ਼ਣਾ

ਸਰੀਰਕ ਤੌਰ 'ਤੇ ਖੜ੍ਹੇ ਰਹੋ।

ਉੱਚੀ ਆਵਾਜ਼ ਵਿੱਚ ਕਹੋ:

"ਮੈਂ ਆਪਣੀ ਵਫ਼ਾਦਾਰੀ ਪੂਰੀ ਤਰ੍ਹਾਂ ਯਿਸੂ ਮਸੀਹ ਨੂੰ ਸੌਂਪਦਾ ਹਾਂ।
ਉਹ ਮੇਰੀ ਪਛਾਣ, ਮੇਰੇ ਅਤੀਤ, ਮੇਰੇ ਭਵਿੱਖ ਦਾ ਪ੍ਰਭੂ ਹੈ। ਮੈਂ ਵੰਡੀ ਹੋਈ ਵਫ਼ਾਦਾਰੀ ਦਾ ਤਿਆਗ ਕਰਦਾ ਹਾਂ। ਮੈਂ ਮਸੀਹ ਦਾ ਹਾਂ।"

ਇਸਨੂੰ ਹੌਲੀ-ਹੌਲੀ ਅਤੇ ਜਾਣਬੁੱਝ ਕੇ ਦੁਹਰਾਓ।

ਢਾਂਚਾਗਤ ਪ੍ਰਾਰਥਨਾ (40 **ਮਿੰਟ**)

1. **ਪੂਜਾ** (10 **ਮਿੰਟ**)

ਆਪਣੇ ਜੀਵਨ ਦੇ ਹਰ ਖੇਤਰ ਉੱਤੇ ਮਸੀਹ ਦੀ ਪ੍ਰਭੂਤਾ ਦਾ ਐਲਾਨ ਕਰੋ।

2. **ਤਿਆਗ** (10 **ਮਿੰਟ**)

ਮੁਕਾਬਲੇ ਵਾਲੀਆਂ ਵਫ਼ਾਦਾਰੀਆਂ ਨੂੰ ਜ਼ੁਬਾਨੀ ਤਿਆਗ ਦਿਓ।

3. **ਸਮਰਪਣ** (10 **ਮਿੰਟ**)

ਆਪਣੀ ਪਛਾਣ, ਵੱਕਾਰ ਅਤੇ ਭਵਿੱਖ ਦੀ ਪੇਸ਼ਕਸ਼ ਕਰੋ।

4. **ਇਕਰਾਰ** (10 **ਮਿੰਟ**)

ਆਪਣੀ ਵਫ਼ਾਦਾਰੀ ਨੂੰ ਬੋਲੇ ਹੋਏ ਵਾਅਦੇ ਵਿੱਚ ਮੋਹਰ ਲਗਾਓ।

ਇਸ ਨਾਲ ਸਮਾਪਤ ਕਰੋ:

"ਮੇਰੀ ਵਫ਼ਾਦਾਰੀ ਪੱਕੀ ਹੋ ਗਈ ਹੈ।"

ਐਕਸ਼ਨ ਪੁਆਇੰਟ

ਅੱਜ ਤੁਸੀਂ:

1. ਇੱਕ ਪੰਨੇ ਦਾ ਵਫ਼ਾਦਾਰੀ ਦਾ ਇਕਰਾਰਨਾਮਾ ਲਿਖੋ ਅਤੇ ਉਸ 'ਤੇ ਦਸਤਖਤ ਕਰੋ।
2. ਵੰਡੀ ਹੋਈ ਵਫ਼ਾਦਾਰੀ ਨਾਲ ਜੁੜੀ ਇੱਕ ਵਸਤੂ ਜਾਂ ਆਦਤ ਨੂੰ ਨਸ਼ਟ ਕਰੋ ਜਾਂ ਹਟਾਓ।
3. ਜਨਤਕ ਤੌਰ 'ਤੇ ਆਪਣੇ ਆਪ ਨੂੰ ਇੱਕ ਸਪੱਸ਼ਟ ਤਰੀਕੇ ਨਾਲ ਮਸੀਹ ਦੇ ਚੇਲੇ ਵਜੋਂ ਪਛਾਣੋ।
4. ਸਮਰਪਣ ਦੀ ਇੱਕ ਸਰੀਰਕ ਕਿਰਿਆ ਵਜੋਂ ਇੱਕ ਭੋਜਨ ਵਰਤ ਰੱਖੋ।
5. ਕੁਲੁੱਸੀਆਂ 1:13 ਨੂੰ ਯਾਦ ਕਰੋ।

ਦਿਨ 7

ਜਦੋਂ ਵਫ਼ਾਦਾਰੀ ਵਿਰੋਧ ਨੂੰ ਆਕਰਸ਼ਿਤ ਕਰਦੀ ਹੈ

ਸਟੋਰੀ ਐਂਕਰ

ਸਮਰਪਣ ਕਰਨ ਨਾਲ ਦਿਲਾਸਾ ਨਹੀਂ ਮਿਲਿਆ।

ਇਸ ਨਾਲ ਟਕਰਾਅ ਹੋਇਆ।

ਵਫ਼ਾਦਾਰੀ ਤਬਦੀਲ ਹੋਣ ਤੋਂ ਬਾਅਦ, ਵਿਰੋਧ ਤੇਜ਼ ਹੋ ਗਿਆ।

ਉਹ ਨਿਸ਼ਾਨਾ ਬਣ ਗਿਆ।

ਉਹੀ ਪ੍ਰਣਾਲੀ ਜਿਸਦਾ ਉਹ ਕਦੇ ਬਚਾਅ ਕਰਦਾ ਸੀ, ਹੁਣ ਉਸਨੂੰ ਖਤਮ ਕਰਨ ਲਈ ਨਿਸ਼ਾਨਦੇਹੀ ਕਰ ਰਿਹਾ ਹੈ।

ਗੋਲੀਆਂ ਚਲਾਈਆਂ ਗਈਆਂ।

ਜ਼ਹਿਰ ਦਿੱਤਾ ਗਿਆ।

ਇਕਬਾਲ ਤੋਂ ਬਾਅਦ ਪਿੱਛਾ ਕੀਤਾ ਗਿਆ।

ਧਰਮ ਪਰਿਵਰਤਨ ਟਕਰਾਅ ਤੋਂ ਛੁਟਕਾਰਾ ਨਹੀਂ ਹੈ।

ਇਹ ਇੱਕ ਵੱਖਰੇ ਵਿੱਚ ਪ੍ਰਵੇਸ਼ ਹੈ।

ਵਫ਼ਾਦਾਰੀ ਤੁਹਾਨੂੰ ਬੇਨਕਾਬ ਕਰਦੀ ਹੈ।

ਧਰਮ ਗ੍ਰੰਥ ਦੇ ਐਂਕਰ

ਪੁਰਾਣਾ ਨੇਮ

"ਤਦ ਸ਼ਾਊਲ ਬਹੁਤ ਗੁੱਸੇ ਹੋਇਆ... ਅਤੇ ਉਸ ਦਿਨ ਤੋਂ ਸ਼ਾਊਲ ਦਾਊਦ ਉੱਤੇ ਨਜ਼ਰ ਰੱਖਣ ਲੱਗ ਪਿਆ।"

—1 ਸਮੂਏਲ 18:8-9

ਜਦੋਂ ਪੱਖ ਬਦਲਦਾ ਹੈ, ਵਿਰੋਧੀ ਧਿਰ ਦੇਖਦੀ ਰਹਿੰਦੀ ਹੈ।

ਨਵਾਂ ਨੇਮ

"ਜੇ ਦੁਨੀਆਂ ਤੁਹਾਡੇ ਨਾਲ ਨਫ਼ਰਤ ਕਰਦੀ ਹੈ, ਤਾਂ ਯਾਦ ਰੱਖੋ ਕਿ ਉਸਨੇ ਪਹਿਲਾਂ ਮੇਰੇ ਨਾਲ ਨਫ਼ਰਤ ਕੀਤੀ ਸੀ।"

—ਯੂਹੰਨਾ 15:18.

ਵਿਰੋਧ ਅਸਫਲਤਾ ਦਾ ਸਬੂਤ ਨਹੀਂ ਹੈ।

ਇਹ ਇਕਸਾਰਤਾ ਦਾ ਸਬੂਤ ਹੈ।

ਪਾਠ

ਬਹੁਤ ਸਾਰੇ ਵਿਸ਼ਵਾਸੀ ਸਮਰਪਣ ਤੋਂ ਤੁਰੰਤ ਬਾਅਦ ਸ਼ਾਂਤੀ ਦੀ ਉਮੀਦ ਕਰਦੇ ਹਨ।

ਪਰ ਵਫ਼ਾਦਾਰੀ ਵਫ਼ਾਦਾਰੀ ਨੂੰ ਮੁੜ ਵਿਵਸਥਿਤ ਕਰਦੀ ਹੈ।

ਅਤੇ ਪੁਨਰਗਠਿਤ ਵਫ਼ਾਦਾਰੀਆਂ ਪ੍ਰਤੀਕਰਮ ਨੂੰ ਭੜਕਾਉਂਦੀਆਂ ਹਨ।

ਵਿਰੋਧ ਸ਼ਾਇਦ ਗੋਲੀਬਾਰੀ ਵਰਗਾ ਨਾ ਲੱਗੇ।

ਇਹ ਇਸ ਤਰ੍ਹਾਂ ਦਿਖਾਈ ਦੇ ਸਕਦਾ ਹੈ:

- ਇਕਾਂਤਵਾਸ.
- ਸੂਖਮ ਅਸਵੀਕਾਰ।
- ਮੌਕੇ ਦਾ ਨੁਕਸਾਨ।
- ਸ਼ੱਕ।

- ਸਾਖ ਨੂੰ ਨੁਕਸਾਨ।

ਜੇ ਤੁਸੀਂ ਵਫ਼ਾਦਾਰੀ ਨੂੰ ਆਰਾਮ ਨਾਲ ਮਾਪਦੇ ਹੋ, ਤਾਂ
ਤੁਸੀਂ ਪਿੱਛੇ ਹਟ ਜਾਓਗੇ।
ਜੇ ਤੁਸੀਂ ਵਫ਼ਾਦਾਰੀ ਨੂੰ ਆਗਿਆਕਾਰੀ ਨਾਲ ਮਾਪਦੇ ਹੋ, ਤਾਂ
ਤੁਸੀਂ ਸਹਿਣ ਕਰੋਗੇ।
ਵਿਰੋਧੀ ਧਿਰ ਪਛਾਣ ਸਪੱਸ਼ਟ ਕਰਦੀ ਹੈ।

ਪ੍ਰਤੀਬਿੰਬ ਸਵਾਲ

1. ਮਸੀਹ ਪ੍ਰਤੀ ਗੰਭੀਰ ਬਣਨ ਤੋਂ ਬਾਅਦ ਮੇਰੀ ਜ਼ਿੰਦਗੀ ਵਿੱਚ ਕੀ ਬਦਲਾਅ ਆਇਆ?
2. ਮੈਂ ਵਿਰੋਧ ਨੂੰ ਅਸਫਲਤਾ ਕਿੱਥੇ ਸਮਝ ਲਿਆ ਹੈ?
3. ਕੀ ਮੈਂ ਵਿਰੋਧ ਮਹਿਸੂਸ ਕਰਨ 'ਤੇ ਪਿੱਛੇ ਹਟ ਜਾਂਦਾ ਹਾਂ?
4. ਮੈਨੂੰ ਕਿਸ ਤਰ੍ਹਾਂ ਦਾ ਵਿਰੋਧ ਸਭ ਤੋਂ ਵੱਧ ਡਰਾਉਂਦਾ ਹੈ?
5. ਕੀ ਮੈਨੂੰ ਹੈਰਾਨੀ ਹੁੰਦੀ ਹੈ ਜਦੋਂ ਆਗਿਆਕਾਰੀ ਦੀ ਮੈਨੂੰ ਕੋਈ ਕੀਮਤ ਚੁਕਾਉਣੀ ਪੈਂਦੀ ਹੈ?

ਸ਼ੁੱਧਤਾ ਨਾਲ ਲਿਖੋ।

ਘੋਸ਼ਣਾ

ਉੱਚੀ ਆਵਾਜ਼ ਵਿੱਚ ਕਹੋ:
"ਮੈਂ ਵਿਰੋਧ ਦੇ ਬਾਵਜੂਦ ਪਿੱਛੇ ਨਹੀਂ ਹਟਾਂਗਾ।
ਵਿਰੋਧ ਮੈਨੂੰ ਸੁਧਾਰੇਗਾ, ਮੈਨੂੰ ਦੂਰ ਨਹੀਂ ਕਰੇਗਾ। ਮੇਰੀ ਵਫ਼ਾਦਾਰੀ ਦਿਲਾਸੇ 'ਤੇ ਨਿਰਭਰ ਨਹੀਂ ਹੈ। ਮੈਂ ਦ੍ਰਿੜ ਹਾਂ।"
ਇਸਨੂੰ ਤਾਕਤ ਨਾਲ ਦੁਹਰਾਓ।

ਢਾਂਚਾਗਤ ਪ੍ਰਾਰਥਨਾ (35 ਮਿੰਟ)

1. ਪੂਜਾ (10 ਮਿੰਟ)

ਆਪਣੀਆਂ ਲੜਾਈਆਂ ਉੱਤੇ ਮਸੀਹ ਨੂੰ ਪ੍ਰਭੂ ਮੰਨੋ।

2. ਤਾਕਤ (10 ਮਿੰਟ)

ਵਿਰੋਧ ਦੇ ਬਾਵਜੂਦ ਲਚਕੀਲੇਪਣ ਲਈ ਪ੍ਰਾਰਥਨਾ ਕਰੋ।

3. ਸੁਰੱਖਿਆ (10 ਮਿੰਟ)

ਆਪਣੇ ਜੀਵਨ ਅਤੇ ਪਰਿਵਾਰ ਉੱਤੇ ਬ੍ਰਹਮ ਕਵਰ ਦੀ ਮੰਗ ਕਰੋ।

4. ਦ੍ਰਿੜਤਾ (5 ਮਿੰਟ)

ਨਤੀਜੇ ਦੀ ਪਰਵਾਹ ਕੀਤੇ ਬਿਨਾਂ ਧੀਰਜ ਲਈ ਵਚਨਬੱਧ ਰਹੋ।

ਇਸ ਨਾਲ ਬੰਦ ਕਰੋ:

"ਮੈਂ ਸਥਿਰ ਰਹਿੰਦਾ ਹਾਂ।"

ਐਕਸ਼ਨ ਪੁਆਇੰਟ

ਅੱਜ ਤੁਸੀਂ:

1. ਇੱਕ ਅਜਿਹਾ ਖੇਤਰ ਪਛਾਣੋ ਜਿੱਥੇ ਵਿਰੋਧ ਨੇ ਤੁਹਾਨੂੰ ਝਿਜਕਾਇਆ।
2. ਉਸ ਖੇਤਰ ਨੂੰ ਦਲੇਰੀ ਨਾਲ ਦੁਬਾਰਾ ਸ਼ਾਮਲ ਕਰੋ।
3. ਵਿਰੋਧ ਦਾ ਸਾਹਮਣਾ ਕਰ ਰਹੇ ਕਿਸੇ ਹੋਰ ਨੂੰ ਉਤਸ਼ਾਹਿਤ ਕਰੋ।
4. 1 ਸਮੂਏਲ 18 ਨੂੰ ਹੌਲੀ-ਹੌਲੀ ਪੜ੍ਹੋ।
5. ਡਰ-ਅਧਾਰਤ ਫੈਸਲੇ ਤੋਂ ਇਨਕਾਰ ਕਰੋ।

ਦਿਨ 8

ਅੱਗ ਹੇਠ ਸੁਰੱਖਿਅਤ

ਸਟੋਰੀ ਐਂਕਰ

ਆਤਮ ਸਮਰਪਣ ਤੋਂ ਬਾਅਦ, ਹਮਲੇ ਤੇਜ਼ ਹੋ ਗਏ।

ਗੋਲੀਆਂ ਉਸਦੇ ਸਰੀਰ ਵਿੱਚ ਲੱਗੀਆਂ।

ਮੈਟਲ ਨੇ ਉਸਦੇ ਸਿਰ 'ਤੇ ਵਾਰ ਕੀਤਾ।

ਖ਼ੂਨ ਵਹਿ ਗਿਆ।

ਉਸਨੂੰ ਮਰਿਆ ਹੋਇਆ ਮੰਨਿਆ ਗਿਆ ਸੀ।

ਜ਼ਹਿਰ ਦਿੱਤਾ ਗਿਆ।

ਪਿੱਛਾ ਤੇਜ਼ ਹੋ ਗਿਆ।

ਨੌਂ ਕੋਸ਼ਿਸ਼ਾਂ ਕੀਤੀਆਂ ਗਈਆਂ।

ਅਤੇ ਫਿਰ ਵੀ, ਉਹ ਜ਼ਿੰਦਾ ਰਿਹਾ।

ਬਚਾਅ ਖ਼ਤਰੇ ਤੋਂ ਇਨਕਾਰ ਨਹੀਂ ਹੈ।

ਇਹ ਤਬਾਹੀ ਦਾ ਵਿਘਨ ਹੈ।

ਕੁਝ ਮੌਸਮ ਅਜਿਹੇ ਹੁੰਦੇ ਹਨ ਜਦੋਂ ਬਚਾਅ ਖੁਦ ਗਵਾਹੀ ਬਣ ਜਾਂਦਾ ਹੈ।

ਸਵਾਲ ਸਿਰਫ਼ ਇਹ ਨਹੀਂ ਹੈ:

"ਮੇਰੇ 'ਤੇ ਹਮਲਾ ਕਿਉਂ ਕੀਤਾ ਗਿਆ?"

ਲੇਕਿਨ ਇਹ ਵੀ:

"ਮੈਂ ਅਜੇ ਵੀ ਇੱਥੇ ਕਿਉਂ ਹਾਂ?"

ਧਰਮ ਗ੍ਰੰਥ ਦੇ ਐਂਕਰ

ਪੁਰਾਣਾ ਨੇਮ

"ਧਰਮੀ ਉੱਤੇ ਬਹੁਤ ਸਾਰੀਆਂ ਮੁਸੀਬਤਾਂ ਪੈਂਦੀਆਂ ਹਨ, ਪਰ ਯਹੋਵਾਹ ਉਨ੍ਹਾਂ ਸਭਨਾਂ ਤੋਂ ਉਸ ਨੂੰ ਛੁਡਾਉਂਦਾ ਹੈ।"

—ਜ਼ਬੂਰ 34:19.

ਦੁੱਖ ਧਾਰਮਿਕਤਾ ਨੂੰ ਨਕਾਰਦਾ ਨਹੀਂ ਹੈ।

ਛੁਟਕਾਰਾ ਮਕਸਦ ਦੀ ਪੁਸ਼ਟੀ ਕਰਦਾ ਹੈ।

ਨਵਾਂ ਨੇਮ

"ਅਸੀਂ ਹਰ ਪਾਸਿਓਂ ਕਸ਼ਟ ਵਿੱਚ ਹਾਂ, ਪਰ ਕੁਚਲੇ ਨਹੀਂ ਗਏ; ਉਲਝਣ ਵਿੱਚ ਹਾਂ, ਪਰ ਨਿਰਾਸ਼ਾ ਵਿੱਚ ਨਹੀਂ; ਸਤਾਏ ਜਾਂਦੇ ਹਾਂ, ਪਰ ਤਿਆਗੇ ਨਹੀਂ ਜਾਂਦੇ; ਕੁੱਟੇ ਜਾਂਦੇ ਹਾਂ, ਪਰ ਨਾਸ ਨਹੀਂ ਹੁੰਦੇ।"

—2 ਕੁਰਿੰਥੀਆਂ 4:8-9

ਮਾਰਿਆ ਜਾਣਾ ਅਤੇ ਤਬਾਹ ਹੋਣਾ ਇੱਕੋ ਜਿਹਾ ਨਹੀਂ ਹੈ।

ਪਾਠ

ਕੁਝ ਲੋਕ ਉਨ੍ਹਾਂ ਚੀਜ਼ਾਂ ਤੋਂ ਬਚ ਗਏ ਜਿਨ੍ਹਾਂ ਨੂੰ ਉਨ੍ਹਾਂ ਨੂੰ ਖਤਮ ਕਰ ਦੇਣਾ ਚਾਹੀਦਾ ਸੀ।

ਹਾਦਸੇ।

ਹਮਲੇ। ਬਿਮਾਰੀ। ਵਿੱਤੀ ਪਤਨ। ਮਾਨਸਿਕ ਟੁੱਟਣਾ।

ਤੁਸੀਂ ਅਜੇ ਵੀ ਇੱਥੇ ਹੋ।

ਸੰਭਾਲ ਜ਼ਿੰਮੇਵਾਰੀ ਹੈ।

ਜੇ ਰੱਬ ਨੇ ਤੁਹਾਨੂੰ ਬਚਾਇਆ ਹੈ, ਤਾਂ
ਉਸਨੇ ਤੁਹਾਨੂੰ ਕਿਸੇ ਚੀਜ਼ ਲਈ ਬਚਾਇਆ ਹੈ।

ਬਿਨਾਂ ਮਕਸਦ ਦੇ ਜੀਣਾ ਵਿਅਰਥ ਬਣ ਜਾਂਦਾ ਹੈ।
ਮਕਸਦ ਨਾਲ ਜਿਉਂਦਾ ਰਹਿਣਾ ਮਿਸ਼ਨ ਬਣ ਜਾਂਦਾ ਹੈ।
ਤੁਹਾਨੂੰ ਇਹ ਫੈਸਲਾ ਕਰਨਾ ਪਵੇਗਾ ਕਿ ਤੁਹਾਡੀ ਜ਼ਿੰਦਗੀ ਕਿਹੜੀ ਬਣੇਗੀ।

ਪ੍ਰਤੀਬਿੰਬ ਸਵਾਲ

1. ਮੈਂ ਅਜਿਹਾ ਕੀ ਬਚਿਆ ਹਾਂ ਜਿਸਨੂੰ ਮੈਂ ਘੱਟ ਹੀ ਸਵੀਕਾਰ ਕਰਦਾ ਹਾਂ?
2. ਕੀ ਮੈਂ ਸੰਭਾਲ ਨੂੰ ਸਾਧਾਰਨ ਸਮਝਦਾ ਹਾਂ?
3. ਰੱਬ ਕਿਸ ਮਕਸਦ ਲਈ ਮੇਰੀ ਰੱਖਿਆ ਕਰ ਰਿਹਾ ਹੋ ਸਕਦਾ ਹੈ?
4. ਕੀ ਮੈਂ ਆਪਣੀ ਰੱਖਿਆ ਤੋਂ ਬਾਅਦ ਜਾਣਬੁੱਝ ਕੇ ਜੀ ਰਿਹਾ ਹਾਂ?
5. ਜੇ ਮੈਂ ਮੰਨਦਾ ਹਾਂ ਕਿ ਮੇਰਾ ਬਚਾਅ ਇੱਕ ਕੰਮ ਹੈ ਤਾਂ ਕੀ ਬਦਲ ਜਾਵੇਗਾ?

ਖਾਸ ਘਟਨਾਵਾਂ ਲਿਖੋ।

ਘੋਸ਼ਣਾ

ਖੜ੍ਹੇ ਹੋਵੋ ਅਤੇ ਐਲਾਨ ਕਰੋ:
"ਮੈਨੂੰ ਕਿਸੇ ਮਕਸਦ ਲਈ ਸੁਰੱਖਿਅਤ ਰੱਖਿਆ ਗਿਆ ਹੈ।
ਜਿਸ ਚੀਜ਼ ਨੇ ਮੈਨੂੰ ਤਬਾਹ ਕਰਨਾ ਚਾਹੀਦਾ ਸੀ, ਉਹ ਨਹੀਂ ਹੋਈ। ਮੈਂ ਆਪਣਾ ਬਚਾਅ ਬਰਬਾਦ ਨਹੀਂ ਕਰਾਂਗਾ। ਮੇਰੀ ਜ਼ਿੰਦਗੀ ਵਿੱਚ ਇੱਕ ਜ਼ਿੰਮੇਵਾਰੀ ਹੈ।"
ਇਸਨੂੰ ਜਾਣਬੁੱਝ ਕੇ ਦੁਹਰਾਓ।

ਢਾਂਚਾਗਤ ਪ੍ਰਾਰਥਨਾ (35-40 **ਮਿੰਟ**)

1. ਸ਼ੁਕਰਗੁਜ਼ਾਰੀ (10 **ਮਿੰਟ**)

ਖਾਸ ਸੁਰੱਖਿਅਤ ਪਲਾਂ ਲਈ ਪਰਮਾਤਮਾ ਦਾ ਧੰਨਵਾਦ ਕਰੋ।

2. ਪਛਤਾਵਾ (10 **ਮਿੰਟ**)

ਇਕਬਾਲ ਕਰੋ ਕਿ ਤੁਸੀਂ ਆਪਣਾ ਬਚਾਅ ਕਿੱਥੇ ਬਰਬਾਦ ਕੀਤਾ ਹੈ।

3. ਇਕਸਾਰਤਾ (10-15 **ਮਿੰਟ**)

ਉਦੇਸ਼ ਵਿੱਚ ਚੱਲਣ ਲਈ ਸਪਸ਼ਟਤਾ ਅਤੇ ਦਲੇਰੀ ਦੀ ਮੰਗ ਕਰੋ।

4. ਵਚਨਬੱਧਤਾ (5 **ਮਿੰਟ**)

ਆਪਣੀ ਸੁਰੱਖਿਅਤ ਜ਼ਿੰਦਗੀ ਪਰਮਾਤਮਾ ਨੂੰ ਵਾਪਸ ਸੌਂਪ ਦਿਓ।

ਇਸ ਨਾਲ ਬੰਦ ਕਰੋ:

"ਮੈਂ ਜਾਣਬੁੱਝ ਕੇ ਜੀਉਂਦਾ ਹਾਂ।"

ਐਕਸ਼ਨ ਪੁਆਇੰਟ

ਅੱਜ ਤੁਸੀਂ:

1. ਆਪਣੀ ਜ਼ਿੰਦਗੀ ਦੇ ਤਿੰਨ ਬਚਾਅ ਪਲ ਲਿਖੋ।
2. ਕਿਸੇ ਨਾਲ ਇੱਕ ਗਵਾਹੀ ਸਾਂਝੀ ਕਰੋ।
3. ਇੱਕ ਅਜਿਹੀ ਆਦਤ ਨੂੰ ਦੂਰ ਕਰੋ ਜੋ ਬਚਾਅ ਦੇ ਤੋਹਫ਼ੇ ਦਾ ਨਿਰਾਦਰ ਕਰਦੀ ਹੈ।
4. ਜ਼ਬੂਰ 34 ਉੱਚੀ ਆਵਾਜ਼ ਵਿੱਚ ਪ੍ਰਾਰਥਨਾ ਕਰੋ।
5. ਉਦੇਸ਼ਪੂਰਨ ਆਗਿਆਕਾਰੀ ਵੱਲ ਇੱਕ ਕਦਮ ਵਧਾਓ।

ਦਿਨ 9

ਬਿਨਾਂ ਐਲਾਨ ਦੇ ਵਫ਼ਾਦਾਰੀ

ਸਟੋਰੀ ਐਂਕਰ

ਸਮਰਪਣ ਤੋਂ ਬਾਅਦ, ਦ੍ਰਿਸ਼ਟੀ ਖ਼ਤਰਨਾਕ ਹੋ ਗਈ।

ਸਿਰਫ਼ ਉਸਦੇ ਲਈ ਹੀ ਨਹੀਂ -

ਸਗੋਂ ਉਸਦੇ ਆਲੇ ਦੁਆਲੇ ਦੇ ਲੋਕਾਂ ਲਈ ਵੀ।

ਉਸਨੇ "ਵਿਚਕਾਰ" ਰਹਿਣ ਦਾ ਵਰਣਨ ਕੀਤਾ।

ਪੁਰਾਣੇ ਸਹਿਯੋਗੀਆਂ ਨੇ ਉਸਨੂੰ ਗੱਦਾਰ ਵਜੋਂ ਨਿਸ਼ਾਨਬੱਧ ਕੀਤਾ।

ਨਵੇਂ ਵਿਸ਼ਵਾਸੀਆਂ ਨੇ ਉਸਨੂੰ ਸਾਵਧਾਨੀ ਨਾਲ ਦੇਖਿਆ।

ਉਸ ਨਾਲ ਜੁੜਨ ਨਾਲ ਹਮਲਾ ਹੋ ਸਕਦਾ ਹੈ।

ਉਹ ਉੱਚੀ-ਉੱਚੀ ਹਿੱਲ ਨਹੀਂ ਸਕਦਾ ਸੀ।

ਉਸਨੂੰ ਸਮਝਦਾਰੀ ਨਾਲ ਅੱਗੇ ਵਧਣਾ ਪਿਆ।

ਬਹੁਤ ਸਾਰੇ ਵਿਰੋਧੀ ਵਾਤਾਵਰਣਾਂ ਵਿੱਚ, ਕੁਝ ਧਰਮ ਪਰਿਵਰਤਨ ਕਰਨ ਵਾਲੇ ਤੁਰੰਤ ਸਥਾਨਾਂਤਰਿਤ ਨਹੀਂ ਹੁੰਦੇ।

ਉਹ ਆਪਣੇ ਪਰਿਵਾਰਾਂ ਦੇ ਅੰਦਰ ਰਹਿੰਦੇ ਹਨ।

ਆਪਣੇ ਭਾਈਚਾਰਿਆਂ ਦੇ ਅੰਦਰ। ਕਈ ਵਾਰ ਤਾਂ ਮਸਜਿਦ ਦੇ ਢਾਂਚੇ ਦੇ ਅੰਦਰ ਵੀ ਬਾਹਰੀ ਤੌਰ 'ਤੇ।

ਪਰ ਅੰਦਰੂਨੀ ਤੌਰ 'ਤੇ, ਵਫ਼ਾਦਾਰੀ ਬਦਲ ਗਈ ਹੈ।

ਲੁਕਿਆ ਹੋਇਆ ਚੇਲਾਪਨ ਇਨਕਾਰ ਨਹੀਂ ਹੈ।

ਇਹ ਰਣਨੀਤੀ ਹੈ।

ਹਰ ਸੀਜ਼ਨ ਬਿਨਾਂ ਕਿਸੇ ਨਤੀਜੇ ਦੇ ਜਨਤਕ ਐਲਾਨ ਦੀ ਆਗਿਆ ਨਹੀਂ ਦਿੰਦਾ।

ਸਿਆਣਪ ਕਾਇਰਤਾ ਨਹੀਂ ਹੈ।

ਇਹ ਪ੍ਰਬੰਧਕੀ ਹੈ।

ਧਰਮ ਗ੍ਰੰਥ ਦੇ ਐਂਕਰ

ਪੁਰਾਣਾ ਨੇਮ

ਰਿੰਮੋਨ ਦੇ ਮੰਦਰ ਵਿੱਚ ਪੂਜਾ ਕਰਨ ਲਈ ਜਾਂਦਾ ਹੈ... ਤਾਂ ਯਹੋਵਾਹ ਤੇਰੇ ਸੇਵਕ ਨੂੰ ਇਸ ਗੱਲ ਵਿੱਚ ਮਾਫ਼ ਕਰੇ।"

- 2 ਰਾਜਿਆਂ 5:18

ਵਾਤਾਵਰਣ ਤੋਂ ਪਹਿਲਾਂ ਵਫ਼ਾਦਾਰੀ ਬਦਲ ਗਈ।

ਨਵਾਂ ਨੇਮ

"ਫ਼ਰੀਸੀਆਂ ਵਿੱਚੋਂ ਨਿਕੋਦੇਮੁਸ ਨਾਮ ਦਾ ਇੱਕ ਮਨੁੱਖ ਸੀ... ਜੋ ਰਾਤ ਨੂੰ ਯਿਸੂ ਕੋਲ ਆਇਆ।"

—ਯੂਹੰਨਾ 3:1-2

ਕੁਝ ਚੇਲੇ ਜਨਤਕ ਤੌਰ 'ਤੇ ਖੜ੍ਹੇ ਹੋਣ ਤੋਂ ਪਹਿਲਾਂ ਗੁਪਤ ਵਿੱਚ ਸ਼ੁਰੂਆਤ ਕਰਦੇ ਹਨ।

ਪਾਠ

ਵਫ਼ਾਦਾਰੀ ਹਮੇਸ਼ਾ ਨਾਟਕੀ ਨਹੀਂ ਲੱਗਦੀ।

ਕੁਝ ਰੁੱਤਾਂ ਆਉਂਦੀਆਂ ਹਨ ਜਦੋਂ ਸਿਆਣਪ ਵਿਵੇਕ ਦੀ ਮੰਗ ਕਰਦੀ ਹੈ।

ਟੀਚਾ ਦ੍ਰਿਸ਼ਟੀ ਨਹੀਂ ਹੈ।

ਟੀਚਾ ਵਫ਼ਾਦਾਰੀ ਹੈ।

ਕੁਝ ਵਿਸ਼ਵਾਸੀ ਸ਼ੋਰ ਨੂੰ ਹਿੰਮਤ ਨਾਲ ਉਲਝਾਉਂਦੇ ਹਨ।

ਦੂਸਰੇ ਚੁੱਪ ਨੂੰ ਸਮਝੌਤਾ ਸਮਝਦੇ ਹਨ।

ਫ਼ਰਕ ਮਨੋਰਥ ਦਾ ਹੈ।

ਕੀ ਤੁਸੀਂ ਡਰ ਕਾਰਨ ਚੁੱਪ ਹੋ -

ਜਾਂ ਰਣਨੀਤਕ ਆਗਿਆਕਾਰੀ?

ਕੀ ਤੁਸੀਂ ਦੁੱਖਾਂ ਤੋਂ ਬਚਣ ਲਈ ਲੁਕੇ ਹੋਏ ਹੋ -

ਜਾਂ ਆਪਣੀ ਜ਼ਿੰਮੇਵਾਰੀ ਨੂੰ ਸੁਰੱਖਿਅਤ ਰੱਖਣ ਲਈ?

ਰੱਬ ਕਈ ਵਾਰ ਤੁਹਾਨੂੰ ਜ਼ਮੀਨ ਤੋਂ ਉੱਪਰ ਲਿਆਉਣ ਤੋਂ ਪਹਿਲਾਂ ਜ਼ਮੀਨਦੋਜ਼ ਕੰਮ ਕਰਦਾ ਹੈ।

ਪ੍ਰਤੀਬਿੰਬ ਸਵਾਲ

1. ਕੀ ਮੈਂ ਡਰ ਦੇ ਮਾਰੇ ਆਪਣਾ ਵਿਸ਼ਵਾਸ ਲੁਕਾ ਰਿਹਾ ਹਾਂ - ਜਾਂ ਸਿਆਣਪ ਦੀ ਵਰਤੋਂ ਕਰ ਰਿਹਾ ਹਾਂ?
2. ਮੈਨੂੰ ਹੋਰ ਦਲੇਰ ਹੋਣ ਦੀ ਕੀ ਲੋੜ ਹੈ?
3. ਮੈਨੂੰ ਹੋਰ ਰਣਨੀਤਕ ਕਿੱਥੇ ਹੋਣ ਦੀ ਲੋੜ ਹੈ?
4. ਕੀ ਮੈਂ ਚੁੱਪ ਨੂੰ ਸਮਝੌਤਾ ਸਮਝ ਲਿਆ ਹੈ?
5. ਕੀ ਮੇਰੀ ਅੰਦਰੂਨੀ ਵਫ਼ਾਦਾਰੀ ਅਣਦੇਖੇ ਹੋਣ 'ਤੇ ਵੀ ਪੱਕੀ ਹੈ?

ਧਿਆਨ ਨਾਲ ਜਵਾਬ ਦਿਓ।

ਘੋਸ਼ਣਾ

ਉੱਚੀ ਆਵਾਜ਼ ਵਿੱਚ ਕਹੋ:

"ਮੇਰੀ ਵਫ਼ਾਦਾਰੀ ਸੁਰੱਖਿਅਤ ਹੈ, ਭਾਵੇਂ ਦਿਖਾਈ ਦੇਵੇ ਜਾਂ ਨਾ ਵੇਖੇ। ਮੈਂ ਬੁੱਧੀ ਨਾਲ ਅੱਗੇ ਵਧਾਂਗਾ। ਮੈਂ ਮਸੀਹ ਤੋਂ ਇਨਕਾਰ ਨਹੀਂ ਕਰਾਂਗਾ। ਮੈਂ ਮੂਰਖਤਾਪੂਰਨ ਕੰਮ ਨਹੀਂ ਕਰਾਂਗਾ। ਮੇਰੀ ਵਫ਼ਾਦਾਰੀ ਤੈਅ ਹੈ।"

ਇਸਨੂੰ ਜਾਣਬੁੱਝ ਕੇ ਦੁਹਰਾਓ।

ਢਾਂਚਾਗਤ ਪ੍ਰਾਰਥਨਾ (35 **ਮਿੰਟ**)

1. **ਪੂਜਾ** (10 **ਮਿੰਟ**)

ਆਪਣੀ ਜਨਤਕ ਅਤੇ ਨਿੱਜੀ ਜ਼ਿੰਦਗੀ ਉੱਤੇ ਮਸੀਹ ਨੂੰ ਪ੍ਰਭੂ ਵਜੋਂ ਸਤਿਕਾਰੋ।

2. **ਸਮਝ** (10 **ਮਿੰਟ**)

ਕਦੋਂ ਬੋਲਣਾ ਹੈ ਅਤੇ ਕਦੋਂ ਉਡੀਕ ਕਰਨੀ ਹੈ, ਇਹ ਜਾਣਨ ਲਈ ਬੁੱਧੀ ਮੰਗੋ।

3. **ਹਿੰਮਤ** (10 **ਮਿੰਟ**)

ਜਦੋਂ ਦ੍ਰਿਸ਼ਟੀ ਦਾ ਸਮਾਂ ਆਵੇ ਤਾਂ ਹਿੰਮਤ ਲਈ ਪ੍ਰਾਰਥਨਾ ਕਰੋ।

4. **ਸੁਰੱਖਿਆ** (5 **ਮਿੰਟ**)

ਆਪਣੇ ਆਪ ਨੂੰ ਅਤੇ ਦੂਜਿਆਂ ਨੂੰ ਬ੍ਰਹਮ ਕਵਰ ਲਈ ਸਮਰਪਿਤ ਕਰੋ।

ਇਸ ਨਾਲ ਬੰਦ ਕਰੋ:

"ਮੈਨੂੰ ਸਿਆਣਾ ਅਤੇ ਵਫ਼ਾਦਾਰ ਬਣਾ।"

ਐਕਸ਼ਨ ਪੁਆਇੰਟ

ਅੱਜ ਤੁਸੀਂ:

1. ਇੱਕ ਅਜਿਹਾ ਖੇਤਰ ਪਛਾਣੋ ਜਿੱਥੇ ਤੁਹਾਨੂੰ ਹਿੰਮਤ ਦੀ ਲੋੜ ਹੈ।
2. ਇੱਕ ਖੇਤਰ ਦੀ ਪਛਾਣ ਕਰੋ ਜਿੱਥੇ ਤੁਹਾਨੂੰ ਸੰਜਮ ਦੀ ਲੋੜ ਹੈ।

3. ਦੁਸ਼ਮਣ ਵਾਲੇ ਖੇਤਰਾਂ ਵਿੱਚ ਵਿਸ਼ਵਾਸੀਆਂ ਲਈ ਜਾਣਬੁੱਝ ਕੇ ਪ੍ਰਾਰਥਨਾ ਕਰੋ।
4. 2 ਰਾਜਿਆਂ 5 ਅਤੇ ਯੂਹੰਨਾ 3 ਨੂੰ ਹੌਲੀ-ਹੌਲੀ ਪੜ੍ਹੋ।
5. ਭਾਵੁਕਤਾ ਦੀ ਬਜਾਏ ਆਗਿਆਕਾਰੀ ਚੁਣੋ।

ਦਿਨ 10

ਜਦੋਂ ਪਖੰਡ ਤੁਹਾਨੂੰ ਪਿੱਛੇ ਮੁੜਨ ਲਈ ਮਜਬੂਰ ਕਰਦਾ ਹੈ

ਸਟੋਰੀ ਐਂਕਰ

ਅਤਿਆਚਾਰ ਨੇ ਉਸਨੂੰ ਲਗਭਗ ਖਤਮ ਨਹੀਂ ਕੀਤਾ।

ਗੋਲੀਆਂ ਨੇ ਨਹੀਂ ਕੀਤਾ।

ਜ਼ਹਿਰ ਨੇ ਨਹੀਂ ਕੀਤਾ।

ਪਖੰਡ ਲਗਭਗ ਖਤਮ ਹੋ ਗਿਆ।

ਸਮਰਪਣ ਤੋਂ ਬਾਅਦ।

ਬਚਾਅ ਤੋਂ ਬਾਅਦ। ਸੇਵਕਾਈ ਸ਼ੁਰੂ ਹੋਣ ਤੋਂ ਬਾਅਦ।

ਉਹ ਈਸਾਈ ਥਾਵਾਂ ਵਿੱਚ ਦਾਖਲ ਹੋਇਆ।

ਉਹ ਅਨੁਸ਼ਾਸਨ ਦੀ ਉਮੀਦ ਕਰਦਾ ਸੀ।

ਉਹ ਇਮਾਨਦਾਰੀ ਦੀ ਉਮੀਦ ਕਰਦਾ ਸੀ। ਉਹ ਅਭਿਆਸ ਦੀ ਉਮੀਦ ਕਰਦਾ ਸੀ ਜੋ ਪ੍ਰਚਾਰ ਦੇ ਨਾਲ ਮੇਲ ਖਾਂਦਾ ਹੋਵੇ।

ਇਸ ਦੀ ਬਜਾਏ, ਉਸਨੇ ਅਸੰਗਤਤਾ ਦੇਖੀ।

ਉਸਨੇ ਆਗੂਆਂ ਨੂੰ ਉਹ ਪ੍ਰਚਾਰ ਕਰਦੇ ਦੇਖਿਆ ਜੋ ਉਹ ਨਹੀਂ ਕਰਦੇ ਸਨ।

ਉਸਨੇ ਅਧਿਆਤਮਿਕ ਪ੍ਰਦਰਸ਼ਨ ਨੂੰ ਬਿਨਾਂ ਕਿਸੇ ਪਦਾਰਥ ਦੇ ਦੇਖਿਆ।

ਉਸਨੇ ਦੋਹਰੇ ਮਾਪਦੰਡ ਦੇਖੇ।

ਉਸਨੇ ਸਪੱਸ਼ਟ ਤੌਰ 'ਤੇ ਕਿਹਾ ਹੈ: ਇੱਕ ਸਮਾਂ ਅਜਿਹਾ ਸੀ ਜਦੋਂ ਉਹ ਇਸਲਾਮ ਵਿੱਚ ਵਾਪਸ ਆਉਣ ਦੇ ਕਰੀਬ ਸੀ - ਇਸ ਲਈ ਨਹੀਂ ਕਿ ਇਸਲਾਮ ਨੇ ਉਸਨੂੰ ਦੁਬਾਰਾ ਯਕੀਨ ਦਿਵਾਇਆ, ਸਗੋਂ ਇਸ ਲਈ ਕਿਉਂਕਿ ਈਸਾਈਅਤ ਦੇ ਅੰਦਰਲੇ ਪਖੰਡ ਨੇ ਉਸਨੂੰ ਘਿਣਾਉਣਾ ਸੀ।

ਦਬਾਅ ਬਾਹਰੋਂ ਨਹੀਂ ਆਇਆ।

ਇਹ ਅੰਦਰੋਂ ਆਇਆ।

ਇਹ ਜ਼ਿਆਦਾ ਖ਼ਤਰਨਾਕ ਹੈ।

ਧਰਮ ਗ੍ਰੰਥ ਦੇ ਐਂਕਰ

ਪੁਰਾਣਾ ਨੇਮ

"ਹਾਇ ਓਹਨਾਂ ਅਯਾਲੀਆਂ ਉੱਤੇ ਜਿਹੜੇ ਮੇਰੀ ਚਰਾਗਾਹ ਦੀਆਂ ਭੇਡਾਂ ਨੂੰ ਨਾਸ ਕਰਦੇ ਅਤੇ ਖਿੰਡਾ ਦਿੰਦੇ ਹਨ!"

—ਯਿਰਮਿਯਾਹ 23:1

ਲੀਡਰਸ਼ਿਪ ਦੀ ਅਸਫਲਤਾ ਵਿਸ਼ਵਾਸ ਨੂੰ ਨੁਕਸਾਨ ਪਹੁੰਚਾਉਂਦੀ ਹੈ।

ਨਵਾਂ ਨੇਮ

"ਤੁਹਾਡੇ ਤੇ ਹਾਇ, ਨੇਮ ਦੇ ਉਪਦੇਸ਼ਕੋ ਅਤੇ ਫ਼ਰੀਸੀਓ, ਹੇ ਕਪਟੀਓ!"

—ਮੱਤੀ 23:27

ਪਖੰਡ ਅਧਿਆਤਮਿਕ ਤੌਰ ਤੇ ਖੋਰਨ ਵਾਲਾ ਹੈ।

ਪਾਠ

ਬਹੁਤ ਸਾਰੇ ਵਿਸ਼ਵਾਸੀ ਅਤਿਆਚਾਰ ਤੋਂ ਬਚ ਸਕਦੇ ਹਨ।

ਨਿਰਾਸ਼ਾ ਤੋਂ ਬਹੁਤ ਘੱਟ ਲੋਕ ਬਚਦੇ ਹਨ।

ਬਾਹਰੀ ਵਿਰੋਧ ਇਰਾਦੇ ਨੂੰ ਮਜ਼ਬੂਤ ਕਰਦਾ ਹੈ।

ਅੰਦਰੂਨੀ ਪਖੰਡ ਵਿਸ਼ਵਾਸ ਨੂੰ ਕਮਜ਼ੋਰ ਕਰਦਾ ਹੈ।

ਜੇ ਤੁਸੀਂ ਲੋਕਾਂ 'ਤੇ ਆਪਣਾ ਵਿਸ਼ਵਾਸ ਬਣਾਉਂਦੇ ਹੋ, ਤਾਂ
ਲੋਕ ਤੁਹਾਨੂੰ ਅਸਥਿਰ ਕਰ ਦੇਣਗੇ।
ਜੇਕਰ ਤੁਸੀਂ ਮਸੀਹ ਉੱਤੇ ਆਪਣਾ ਵਿਸ਼ਵਾਸ ਬਣਾਉਂਦੇ ਹੋ, ਤਾਂ
ਲੋਕ ਤੁਹਾਨੂੰ ਜੜ੍ਹੋਂ ਨਹੀਂ ਪੁੱਟ ਸਕਦੇ।
ਦੂਜਿਆਂ ਦੀ ਅਸਫਲਤਾ ਸੱਚਾਈ ਨੂੰ ਰੱਦ ਨਹੀਂ ਕਰਦੀ।
ਆਗੂਆਂ ਦੀ ਅਸੰਗਤੀ ਮਸੀਹ ਨੂੰ ਅਯੋਗ ਨਹੀਂ ਬਣਾਉਂਦੀ।
ਤੁਹਾਨੂੰ ਇਹ ਫੈਸਲਾ ਕਰਨਾ ਪਵੇਗਾ:
ਕੀ ਪਖੰਡ ਤੁਹਾਡਾ ਬਹਾਨਾ ਬਣੇਗਾ -
ਜਾਂ ਤੁਹਾਡੀ ਸੁਧਾਈ?

ਪ੍ਰਤੀਬਿੰਬ ਸਵਾਲ

1. ਕੀ ਕਿਸੇ ਦੀ ਅਸੰਗਤੀ ਨੇ ਮੇਰਾ ਵਿਸ਼ਵਾਸ ਕਮਜ਼ੋਰ ਕਰ ਦਿੱਤਾ ਹੈ?
2. ਕੀ ਮੈਂ ਦੂਜਿਆਂ ਦੇ ਕਾਰਨ ਗੁਪਤ ਰੂਪ ਵਿੱਚ ਆਪਣੇ ਸਮਝੌਤੇ ਨੂੰ ਜਾਇਜ਼ ਠਹਿਰਾਇਆ ਹੈ?
3. ਕੀ ਮੇਰੀ ਵਫ਼ਾਦਾਰੀ ਮਸੀਹ ਪ੍ਰਤੀ ਹੈ - ਜਾਂ ਲੋਕਾਂ ਪ੍ਰਤੀ?
4. ਨਿਰਾਸ਼ਾ ਦੇ ਕਾਰਨ ਮੈਨੂੰ ਕਿੱਥੇ ਪਿੱਛੇ ਹਟਣ ਦਾ ਲਾਲਚ ਹੁੰਦਾ ਹੈ?
5. ਕੀ ਮੈਂ ਉਸ ਪਖੰਡ ਵਿੱਚ ਯੋਗਦਾਨ ਪਾ ਰਿਹਾ ਹਾਂ ਜਿਸਦੀ ਮੈਂ ਆਲੋਚਨਾ ਕਰਦਾ ਹਾਂ?

ਬਿਨਾਂ ਕਿਸੇ ਬਚਾਅ ਦੇ ਜਵਾਬ ਦਿਓ।

ਘੋਸ਼ਣਾ

ਉੱਚੀ ਆਵਾਜ਼ ਵਿੱਚ ਕਹੋ:

"ਮੇਰਾ ਵਿਸ਼ਵਾਸ ਮਸੀਹ ਵਿੱਚ ਟਿਕਿਆ ਹੋਇਆ ਹੈ, ਲੋਕਾਂ ਵਿੱਚ ਨਹੀਂ।
ਦੂਜਿਆਂ ਦੀ ਅਸਫਲਤਾ ਮੇਰੀ ਆਗਿਆਕਾਰੀ ਨੂੰ ਪਰਿਭਾਸ਼ਿਤ ਨਹੀਂ ਕਰੇਗੀ।
ਮੈਂ ਆਪਣੀ ਜ਼ਿੰਦਗੀ ਵਿੱਚ ਪਖੰਡ ਨੂੰ ਰੱਦ ਕਰਦਾ ਹਾਂ।
ਮੈਂ ਵਫ਼ਾਦਾਰ ਰਹਿੰਦਾ ਹਾਂ।"
ਇਸਨੂੰ ਹੌਲੀ-ਹੌਲੀ ਦੁਹਰਾਓ।

ਢਾਂਚਾਗਤ ਪ੍ਰਾਰਥਨਾ (40 ਮਿੰਟ)

1. ਪੂਜਾ (10 ਮਿੰਟ)
ਆਪਣੀ ਨਿਹਚਾ ਸਿਰਫ਼ ਮਸੀਹ ਉੱਤੇ ਕੇਂਦ੍ਰਿਤ ਕਰੋ।

2. ਛੱਡੋ (10 ਮਿੰਟ)
ਉਨ੍ਹਾਂ ਨੂੰ ਮਾਫ਼ ਕਰੋ ਜਿਨ੍ਹਾਂ ਦੀ ਅਸੰਗਤੀ ਨੇ ਤੁਹਾਨੂੰ ਦੁੱਖ ਪਹੁੰਚਾਇਆ ਹੈ।

3. ਸ਼ੁੱਧੀਕਰਨ (10-15 ਮਿੰਟ)
ਪਰਮਾਤਮਾ ਨੂੰ ਆਪਣੇ ਜੀਵਨ ਵਿੱਚੋਂ ਪਖੰਡ ਨੂੰ ਦੂਰ ਕਰਨ ਲਈ ਕਹੋ।

4. ਸੰਕਲਪ (5 ਮਿੰਟ)
ਨਿੱਜੀ ਇਮਾਨਦਾਰੀ ਲਈ ਵਚਨਬੱਧ ਹੋਵੋ।
ਇਸ ਨਾਲ ਬੰਦ ਕਰੋ:
"ਮੈਂ ਜੋ ਐਲਾਨ ਕਰਦਾ ਹਾਂ, ਉਹੀ ਕਰਾਂਗਾ।"

ਐਕਸ਼ਨ ਪੁਆਇੰਟ

ਅੱਜ ਤੁਸੀਂ:

1. ਉਸ ਵਿਅਕਤੀ ਨੂੰ ਮਾਫ਼ ਕਰ ਦਿਓ ਜਿਸਦੀ ਅਸੰਗਤੀ ਨੇ ਤੁਹਾਨੂੰ ਸੱਟ ਪਹੁੰਚਾਈ ਹੈ।

2. ਇੱਕ ਅਜਿਹੇ ਖੇਤਰ ਦੀ ਪਛਾਣ ਕਰੋ ਜਿੱਥੇ ਤੁਹਾਡਾ ਅਭਿਆਸ ਤੁਹਾਡੇ ਪ੍ਰਚਾਰ ਨਾਲ ਮੇਲ ਖਾਂਦਾ ਹੋਵੇ।
3. ਮੱਤੀ 23 ਨੂੰ ਧਿਆਨ ਨਾਲ ਪੜ੍ਹੋ।
4. ਆਪਣੀ ਜ਼ਿੰਦਗੀ ਵਿੱਚੋਂ ਇੱਕ ਦੋਹਰਾ ਮਿਆਰ ਹਟਾ ਦਿਓ।
5. ਆਪਣੀ ਨਿੱਜੀ ਸ਼ਰਧਾ ਨੂੰ ਮਜ਼ਬੂਤ ਕਰੋ — ਦੂਜਿਆਂ ਦੁਆਰਾ ਅਦ੍ਰਿਸ਼।

ਦਿਨ 11

"ਅਸੀਂ ਬਹੁਤ ਦੂਰ ਚਲੇ ਗਏ ਹਾਂ"

ਸਟੋਰੀ ਐਂਕਰ

ਉਸਦੇ ਧਰਮ ਪਰਿਵਰਤਨ ਤੋਂ ਬਾਅਦ ਇੱਕ ਪਲ ਆਇਆ।

ਸੇਵਕਾਈ ਸ਼ੁਰੂ ਹੋਣ ਤੋਂ ਬਾਅਦ।

ਪ੍ਰਚਾਰ ਤੋਂ ਬਾਅਦ। ਦਿਖਾਈ ਦੇਣ ਵਾਲੇ ਫਲ ਤੋਂ ਬਾਅਦ।

ਨਿਰਾਸ਼ਾ ਪੈਦਾ ਹੋ ਗਈ।

ਉਸਨੇ ਪਖੰਡ ਦੇਖਿਆ।

ਉਸਨੇ ਅਸੰਗਤਤਾ ਵੇਖੀ। ਉਸਨੇ ਅਧਿਆਤਮਿਕ ਦੋਹਰੇ ਮਾਪਦੰਡ ਵੇਖੇ।

ਅਤੇ ਅੰਦਰੂਨੀ ਤੌਰ 'ਤੇ, ਉਸਨੇ ਇੱਕ ਫੈਸਲਾ ਲਿਆ।

ਉਹ ਵਾਪਸ ਆ ਜਾਂਦਾ।

ਉਸਨੇ ਪਹਿਲਾਂ ਹੀ ਆਪਣੇ ਦਿਲ ਵਿੱਚ ਇਹ ਤੈਅ ਕਰ ਲਿਆ ਸੀ ਕਿ ਜਿਸ ਸੰਦੇਸ਼ ਦਾ ਉਹ ਪ੍ਰਚਾਰ ਕਰਨ ਵਾਲਾ ਸੀ, ਉਹ ਉਸਦਾ ਆਖਰੀ ਸੰਦੇਸ਼ ਹੋਵੇਗਾ।

ਇਸ ਤੋਂ ਬਾਅਦ, ਉਹ ਇਸਲਾਮ ਵਿੱਚ ਵਾਪਸ ਚਲਾ ਜਾਵੇਗਾ।

ਉਸਨੇ ਇਹ ਸਿੱਟਾ ਕੱਢਿਆ ਸੀ ਕਿ ਜੋ ਉਸਨੇ ਛੱਡਿਆ ਉਹ ਘੱਟੋ ਘੱਟ ਅਨੁਸ਼ਾਸਿਤ ਸੀ।

ਜੋ ਉਹ ਅੰਦਰ ਗਿਆ ਉਸਨੂੰ ਇਤਰਾਜ਼ਯੋਗ ਲੱਗਿਆ।

ਫਿਰ, ਉਸਨੇ ਆਪਣੇ ਹੋਟਲ ਦੇ ਕਮਰੇ ਦਾ ਦਰਵਾਜ਼ਾ ਖੋਲ੍ਹਿਆ।

ਅਤੇ ਉਹ ਕਹਿੰਦਾ ਹੈ ਕਿ ਯਿਸੂ ਉੱਥੇ ਖੜ੍ਹਾ ਸੀ।

ਉਹ ਸੱਤਾ ਹੇਠ ਆਉਣ ਦਾ ਵਰਣਨ ਕਰਦਾ ਹੈ।

ਅਤੇ ਉਹ ਸ਼ਬਦਾਂ ਨੂੰ ਸਾਫ਼-ਸਾਫ਼ ਦੱਸਦਾ ਹੈ:

"ਅਸੀਂ ਬਹੁਤ ਦੂਰ ਚਲੇ ਗਏ ਹਾਂ। ਵਾਪਸ ਜਾਣ ਲਈ ਬਹੁਤ ਦੇਰ ਹੋ ਗਈ ਹੈ।"

ਉਹ ਪਲ ਮੁਕਤੀ ਬਾਰੇ ਨਹੀਂ ਸੀ।

ਇਹ ਦ੍ਰਿੜਤਾ ਬਾਰੇ ਸੀ।

ਧਰਮ ਪਰਿਵਰਤਨ ਬਾਰੇ ਨਹੀਂ।

ਵਚਨਬੱਧਤਾ ਬਾਰੇ।

ਕੁਝ ਪਲ ਅਜਿਹੇ ਹੁੰਦੇ ਹਨ ਜਦੋਂ ਪਿੱਛੇ ਹਟਣਾ ਤਰਕਪੂਰਨ ਮਹਿਸੂਸ ਹੁੰਦਾ ਹੈ।

ਅਤੇ ਸਵਰਗ ਰੁਕਾਵਟ ਪਾਉਂਦਾ ਹੈ।

ਧਰਮ ਗ੍ਰੰਥ ਦੇ ਐਂਕਰ

ਪੁਰਾਣਾ ਨੇਮ

"ਲੂਤ ਦੀ ਪਤਨੀ ਨੂੰ ਯਾਦ ਰੱਖੋ।"

—ਲੂਕਾ 17:32 (ਉਤਪਤ 19 ਦਾ ਹਵਾਲਾ)

ਪਿੱਛੇ ਮੁੜ ਕੇ ਦੇਖਣਾ ਕਿਸਮਤ ਨੂੰ ਤਬਾਹ ਕਰ ਸਕਦਾ ਹੈ।

ਨਵਾਂ ਨੇਮ

"ਜਿਹੜਾ ਵੀ ਆਪਣਾ ਹੱਥ ਹਲ ਤੇ ਰੱਖ ਕੇ ਪਿੱਛੇ ਮੁੜਦਾ ਹੈ, ਉਹ ਪਰਮੇਸ਼ੁਰ ਦੇ ਰਾਜ ਵਿੱਚ ਸੇਵਾ ਕਰਨ ਦੇ ਯੋਗ ਨਹੀਂ ਹੈ।"

—ਲੂਕਾ 9:62

ਤਰੱਕੀ ਲਈ ਪਿੱਛੇ ਹਟਣ ਤੋਂ ਇਨਕਾਰ ਕਰਨਾ ਜ਼ਰੂਰੀ ਹੈ।

ਪਾਠ

ਅਧਿਆਤਮਿਕ ਇਕਾਂਤਵਾਸ ਜਨਤਕ ਤੌਰ 'ਤੇ ਬਹੁਤ ਘੱਟ ਸ਼ੁਰੂ ਹੁੰਦਾ ਹੈ।

ਇਹ ਨਿੱਜੀ ਤੌਰ 'ਤੇ ਸ਼ੁਰੂ ਹੁੰਦਾ ਹੈ।

ਬਾਹਰੀ ਤੌਰ 'ਤੇ ਐਲਾਨ ਕਰਨ ਤੋਂ ਪਹਿਲਾਂ ਤੁਸੀਂ ਅੰਦਰੂਨੀ ਤੌਰ 'ਤੇ ਫੈਸਲਾ ਲੈਂਦੇ ਹੋ।

ਨਿਰਾਸ਼ਾ ਬਹੁਤ ਸ਼ਕਤੀਸ਼ਾਲੀ ਹੁੰਦੀ ਹੈ।

ਨਿਰਾਸ਼ਾ ਵੀ ਇਸੇ ਤਰ੍ਹਾਂ ਹੈ।

ਪਰ ਪਿੱਛੇ ਹਟਣਾ ਖ਼ਤਰਨਾਕ ਹੈ।

ਤੁਸੀਂ ਸਰੀਰਕ ਤੌਰ 'ਤੇ ਵਿਸ਼ਵਾਸ ਨਹੀਂ ਛੱਡ ਸਕਦੇ।

ਪਰ ਤੁਸੀਂ ਤੀਬਰਤਾ ਵਿੱਚ ਪਿੱਛੇ ਹਟ ਸਕਦੇ ਹੋ।

ਅਨੁਸ਼ਾਸਨ ਵਿੱਚ। ਸ਼ਰਧਾ ਵਿੱਚ। ਗੰਭੀਰਤਾ ਵਿੱਚ।

ਕੁਝ ਪਲ ਅਜਿਹੇ ਹੁੰਦੇ ਹਨ ਜਦੋਂ ਪਰਮਾਤਮਾ ਨੂੰ ਤੁਹਾਡੇ ਭਟਕਣ ਦੇ ਫੈਸਲੇ ਦਾ ਸਾਹਮਣਾ ਕਰਨਾ ਪੈਂਦਾ ਹੈ।

ਅਤੇ ਜਦੋਂ ਉਹ ਕਰਦਾ ਹੈ, ਤਾਂ ਤੁਹਾਨੂੰ ਜਵਾਬ ਦੇਣਾ ਚਾਹੀਦਾ ਹੈ।

ਇੱਕ ਅਜਿਹਾ ਬਿੰਦੂ ਹੈ ਜਿੱਥੇ ਵਾਪਸ ਜਾਣਾ ਹੁਣ ਕੋਈ ਵਿਕਲਪ ਨਹੀਂ ਹੈ।

ਕਿਉਂਕਿ ਸੱਚਾਈ ਪ੍ਰਗਟ ਹੋ ਗਈ ਹੈ।

ਕਿਉਂਕਿ ਸਮਰਪਣ ਦਾ ਐਲਾਨ ਕਰ ਦਿੱਤਾ ਗਿਆ ਹੈ।

ਕਿਉਂਕਿ ਵਫ਼ਾਦਾਰੀ ਤਬਦੀਲ ਹੋ ਗਈ ਹੈ।

ਤੁਸੀਂ ਜੋ ਜਾਣਦੇ ਹੋ ਉਸਨੂੰ ਅਣਜਾਣ ਨਹੀਂ ਕਰ ਸਕਦੇ।

ਤੁਸੀਂ ਜੋ ਦੇਖਿਆ ਹੈ ਉਸਨੂੰ ਅਣਦੇਖਾ ਨਹੀਂ ਕਰ ਸਕਦੇ।

ਪ੍ਰਤੀਬਿੰਬ ਸਵਾਲ

1. ਮੈਂ ਅਧਿਆਤਮਿਕ ਤੌਰ 'ਤੇ ਪਿੱਛੇ ਹਟਣ ਬਾਰੇ ਕਿੱਥੇ ਸੋਚਿਆ ਹੈ?
2. ਕਿਹੜੀ ਨਿਰਾਸ਼ਾ ਨੇ ਇਹ ਵਿਚਾਰ ਪੈਦਾ ਕੀਤਾ?
3. ਕੀ ਮੈਂ ਚੁੱਪ-ਚਾਪ ਆਪਣਾ ਅਨੁਸ਼ਾਸਨ ਘਟਾ ਦਿੱਤਾ ਹੈ?
4. ਮੈਂ ਆਗਿਆਕਾਰੀ ਦੇ ਕਿਹੜੇ ਖੇਤਰ ਨੂੰ ਉਲਟਾਉਣ ਲਈ ਪਰਤਾਇਆ ਜਾਂਦਾ ਹਾਂ?
5. ਜੇ ਯਿਸੂ ਅੱਜ ਮੇਰੇ ਸਾਹਮਣੇ ਖੜ੍ਹਾ ਹੁੰਦਾ, ਤਾਂ ਉਹ ਕਿਸ ਚੀਜ਼ ਦਾ ਸਾਹਮਣਾ ਕਰਦਾ?

ਇਮਾਨਦਾਰੀ ਨਾਲ ਜਵਾਬ ਦਿਓ।

ਘੋਸ਼ਣਾ

ਖੜ੍ਹੇ ਹੋਵੋ ਅਤੇ ਐਲਾਨ ਕਰੋ:

"ਮੇਰੇ ਵਾਪਸ ਜਾਣ ਲਈ ਬਹੁਤ ਦੇਰ ਹੋ ਗਈ ਹੈ।
ਮੇਰੀ ਵਫ਼ਾਦਾਰੀ ਪੱਕੀ ਹੋ ਗਈ ਹੈ। ਨਿਰਾਸ਼ਾ ਮੇਰੇ ਇਕਰਾਰ ਨੂੰ ਨਹੀਂ ਬਦਲ ਸਕਦੀ। ਮੈਂ ਜੋ ਸ਼ੁਰੂ ਕੀਤਾ ਸੀ ਉਹ ਪੂਰਾ ਕਰਾਂਗਾ।"

ਇਸਨੂੰ ਦ੍ਰਿੜਤਾ ਨਾਲ ਦੁਹਰਾਓ।

ਢਾਂਚਾਗਤ ਪ੍ਰਾਰਥਨਾ (40 **ਮਿੰਟ**)

1. **ਪੂਜਾ** (10 **ਮਿੰਟ**)

ਆਪਣੇ ਭੂਤਕਾਲ ਅਤੇ ਭਵਿੱਖ ਦੇ ਪ੍ਰਭੂ ਵਜੋਂ ਮਸੀਹ ਨੂੰ ਸਵੀਕਾਰ ਕਰੋ।

2. **ਪਛਤਾਵਾ** (10 **ਮਿੰਟ**)

ਕਿਸੇ ਵੀ ਅੰਦਰੂਨੀ ਫੈਸਲੇ ਨੂੰ ਭਟਕਣ ਦਾ ਇਕਬਾਲ ਕਰੋ।

3. ਦੁਬਾਰਾ ਵਚਨਬੱਧਤਾ (10-15 ਮਿੰਟ)

ਆਪਣੇ ਇਕਰਾਰ ਨੂੰ ਜ਼ੁਬਾਨੀ ਤੌਰ 'ਤੇ ਨਵਿਆਓ।

4. ਤਾਕਤ (5-10 ਮਿੰਟ)

ਨਿਰਾਸ਼ਾ ਦੇ ਅਧੀਨ ਦ੍ਰਿੜਤਾ ਲਈ ਪ੍ਰਾਰਥਨਾ ਕਰੋ।

ਇਸ ਨਾਲ ਬੰਦ ਕਰੋ:

"ਮੈਂ ਚੰਗੀ ਤਰ੍ਹਾਂ ਖਤਮ ਕਰਦਾ ਹਾਂ।"

ਐਕਸ਼ਨ ਪੁਆਇੰਟ

ਅੱਜ ਤੁਸੀਂ:

1. ਇੱਕ ਅਜਿਹੇ ਖੇਤਰ ਦੀ ਪਛਾਣ ਕਰੋ ਜਿੱਥੇ ਤੁਸੀਂ ਚੁੱਪਚਾਪ ਵਹਿ ਗਏ ਹੋ।
2. ਉਸ ਅਨੁਸ਼ਾਸਨ ਨੂੰ ਤੁਰੰਤ ਬਹਾਲ ਕਰੋ।
3. ਇੱਕ ਅਜਿਹਾ ਪ੍ਰਭਾਵ ਦੂਰ ਕਰੋ ਜੋ ਨਿਰਾਸ਼ਾ ਨੂੰ ਵਧਾਉਂਦਾ ਹੈ।
4. ਲੂਕਾ 9:57-62 ਨੂੰ ਹੌਲੀ-ਹੌਲੀ ਪੜ੍ਹੋ।
5. ਸੌਣ ਤੋਂ ਪਹਿਲਾਂ ਆਪਣੀ ਵਫ਼ਾਦਾਰੀ ਨੂੰ ਦੁਬਾਰਾ ਉੱਚੀ ਆਵਾਜ਼ ਵਿੱਚ ਬੋਲੋ।

ਦਿਨ 12

ਆਪਣੀ ਪੋਸਟ ਲਓ

ਸਟੋਰੀ ਐਂਕਰ

ਇੱਕ ਪਿਤਾ ਸੀ।

ਢਾਂਚਾਗਤ।

ਅਨੁਸ਼ਾਸਿਤ। ਗੰਭੀਰ। ਸਮਝੌਤਾ ਨਾ ਕਰਨ ਵਾਲਾ।

ਇੱਕ ਮਾਂ ਸੀ।

ਬਦਲਿਆ ਹੋਇਆ।

ਸ਼ਾਂਤ। ਸਹਿਣਸ਼ੀਲ। ਤਣਾਅ ਦੇ ਅੰਦਰ ਸਥਿਰ।

ਇੱਕ ਭਰਾ ਸੀ।

ਦੋਸ਼ੀ ਠਹਿਰਾਇਆ ਗਿਆ।

ਜਨਤਕ। ਨਿਸ਼ਾਨਾ ਬਣਾਇਆ ਗਿਆ। ਸੁਰੱਖਿਅਤ ਰੱਖਿਆ ਗਿਆ।

ਈਸਾ ਸੀ।

ਅੱਤਵਾਦੀ।

ਪਰੇਸ਼ਾਨ। ਸਾਹਮਣਾ ਕੀਤਾ ਗਿਆ। ਟ੍ਰਾਂਸਫਰ ਕੀਤਾ ਗਿਆ।

ਇਹ ਕਹਾਣੀ ਇਕੱਲੇ ਆਦਮੀ ਬਾਰੇ ਨਹੀਂ ਹੈ।

ਇਹ ਅਹੁਦਿਆਂ ਬਾਰੇ ਹੈ।

ਹਰ ਵਿਅਕਤੀ ਕਿਤੇ ਨਾ ਕਿਤੇ ਖੜ੍ਹਾ ਸੀ।

ਪਿਤਾ ਹੁਕਮ ਦੇ ਹੱਕ ਵਿੱਚ ਖੜ੍ਹਾ ਸੀ - ਭਾਵੇਂ ਉਹ ਹੁਕਮ ਗਲਤ ਸੀ।

ਮਾਂ ਸਜ਼ਾ ਦੇ ਹੱਕ ਵਿੱਚ ਖੜ੍ਹੀ ਸੀ - ਜ਼ਿੰਮੇਵਾਰੀ ਛੱਡੇ ਬਿਨਾਂ। ਭਰਾ ਜਨਤਕ ਤੌਰ 'ਤੇ ਖੜ੍ਹਾ ਸੀ - ਅਤੇ ਤਲਵਾਰ ਦਾ ਸਾਹਮਣਾ ਕੀਤਾ।

ਈਸਾ ਖਾੜਕੂਵਾਦ ਵਿੱਚ ਖੜ੍ਹਾ ਸੀ - ਫਿਰ ਬਾਅਦ ਵਿੱਚ ਆਤਮ ਸਮਰਪਣ ਵਿੱਚ।

ਪਰਿਵਾਰ ਵੰਡਿਆ ਹੋਇਆ ਸੀ - ਪਰ ਫਿਰ ਵੀ ਜੁੜਿਆ ਹੋਇਆ ਸੀ।

ਸਾਰਿਆਂ ਕੋਲ ਇੱਕ ਅਹੁਦਾ ਸੀ।

ਕੋਈ ਵੀ ਨਿਰਪੱਖ ਨਹੀਂ ਸੀ।

ਸਵਾਲ ਇਹ ਨਹੀਂ ਹੈ ਕਿ ਤੁਹਾਡਾ ਕੋਈ ਪ੍ਰਭਾਵ ਹੈ ਜਾਂ ਨਹੀਂ।

ਸਵਾਲ ਇਹ ਹੈ ਕਿ ਕੀ ਤੁਸੀਂ ਆਪਣੀ ਨਿਰਧਾਰਤ ਜਗ੍ਹਾ 'ਤੇ ਖੜ੍ਹੇ ਹੋ।

ਧਰਮ ਗ੍ਰੰਥ ਦੇ ਐਂਕਰ

ਪੁਰਾਣਾ ਨੇਮ

"ਮੈਂ ਉਨ੍ਹਾਂ ਵਿੱਚੋਂ ਕਿਸੇ ਨੂੰ ਭਾਲਦਾ ਰਿਹਾ ਜੋ ਕੰਧ ਬਣਾਵੇ ਅਤੇ ਧਰਤੀ ਦੇ ਲਈ ਮੇਰੇ ਸਾਹਮਣੇ ਦਰਾਰ ਵਿੱਚ ਖੜ੍ਹਾ ਹੋਵੇ..."

- ਹਿਜ਼ਕੀਏਲ 22:30

ਪਰਮੇਸ਼ੁਰ ਉਨ੍ਹਾਂ ਲੋਕਾਂ ਦੀ ਭਾਲ ਕਰਦਾ ਹੈ ਜੋ ਖੜ੍ਹੇ ਰਹਿਣ ਲਈ ਤਿਆਰ ਹਨ।

ਨਵਾਂ ਨੇਮ

" ਇਸ ਲਈ ਤੁਸੀਂ ਪਰਮੇਸ਼ੁਰ ਦੇ ਸਾਰੇ ਸ਼ਸਤ੍ਰ ਬਸਤ੍ਰ ਲੈ ਲਓ ਤਾਂ ਜੋ ਤੁਸੀਂ ਬੁਰੇ ਦਿਨ ਵਿੱਚ ਸਾਹਮਣਾ ਕਰ ਸਕੋ ਅਤੇ ਸੱਭੋ ਕੁਝ ਮੁਕਾ ਕੇ ਖਲੋ ਸਕੋ।"

—ਅਫ਼ਸੀਆਂ 6:13.

ਹਦਾਇਤ ਸਰਲ ਹੈ:
ਖੜ੍ਹੇ ਹੋਵੋ।

ਪਾਠ

ਹਰ ਵਾਤਾਵਰਣ ਵਿੱਚ - ਪਰਿਵਾਰ, ਕੰਮ ਵਾਲੀ ਥਾਂ, ਚਰਚ, ਰਾਸ਼ਟਰ - ਕੁਝ ਅਹੁਦੇ ਹੁੰਦੇ ਹਨ।

ਕੁਝ ਬਣਾਉਂਦੇ ਹਨ।

ਕੁਝ ਸਹਿਣ ਕਰਦੇ ਹਨ। ਕੁਝ ਸਾਹਮਣਾ ਕਰਦੇ ਹਨ। ਕੁਝ ਸੁਰੱਖਿਅਤ ਰੱਖਦੇ ਹਨ।

ਪਿਤਾ ਦਾ ਮੰਨਣਾ ਸੀ ਕਿ ਉਹ ਸੱਚ ਦੀ ਰੱਖਿਆ ਕਰ ਰਿਹਾ ਸੀ।

ਮਾਂ ਦਾ ਮੰਨਣਾ ਸੀ ਕਿ ਉਹ ਸੱਚ ਦੀ ਰੱਖਿਆ ਕਰ ਰਹੀ ਸੀ। ਭਰਾ ਨੇ ਸੱਚ ਦਾ ਐਲਾਨ ਕਰਨ ਦੀ ਚੋਣ ਕੀਤੀ। ਈਸਾ ਨੂੰ ਫੈਸਲਾ ਕਰਨਾ ਪਿਆ ਕਿ ਕਿਹੜਾ ਅਹੁਦਾ ਸੰਭਾਲਣਾ ਹੈ।

ਖੜ੍ਹੇ ਰਹਿਣਾ ਮਹਿੰਗਾ ਹੈ।

ਪਰ ਵਹਿਣਾ ਵਿਨਾਸ਼ਕਾਰੀ ਹੈ।

ਜੇਕਰ ਚੌਕੀਦਾਰ ਆਪਣਾ ਅਹੁਦਾ ਛੱਡ ਦਿੰਦੇ ਹਨ, ਤਾਂ
ਸਿਸਟਮ ਢਹਿ-ਢੇਰੀ ਹੋ ਜਾਂਦਾ ਹੈ।

ਜੇਕਰ ਮਾਪੇ ਆਪਣਾ ਅਹੁਦਾ ਛੱਡ ਦਿੰਦੇ ਹਨ, ਤਾਂ
ਘਰ ਕਮਜ਼ੋਰ ਹੋ ਜਾਂਦੇ ਹਨ।

ਜੇਕਰ ਵਿਸ਼ਵਾਸੀ ਆਪਣਾ ਅਹੁਦਾ ਛੱਡ ਦਿੰਦੇ ਹਨ, ਤਾਂ
ਸਮਝੌਤਾ ਫੈਲਦਾ ਹੈ।

ਵਾਚਮੈਨ ਦਾ ਹੁਕਮ ਸਿਰਫ਼ ਪ੍ਰਚਾਰਕਾਂ ਲਈ ਨਹੀਂ ਹੈ।

ਇਹ ਹਰੇਕ ਵਿਸ਼ਵਾਸੀ ਲਈ ਹੈ।

ਤੁਹਾਡੇ ਕੋਲ ਇੱਕ ਪੋਸਟ ਹੈ।
ਕੀ ਤੁਸੀਂ ਇਸਦੀ ਪਛਾਣ ਕੀਤੀ ਹੈ?

ਪ੍ਰਤੀਬਿੰਬ ਸਵਾਲ

1. ਮੇਰੀ ਮੌਜੂਦਾ ਪੋਸਟ ਕੀ ਹੈ — ਮੇਰੇ ਪਰਿਵਾਰ, ਚਰਚ, ਕੰਮ ਵਾਲੀ ਥਾਂ 'ਤੇ?
2. ਕੀ ਮੈਂ ਉਸ ਅਹੁਦੇ 'ਤੇ ਵਫ਼ਾਦਾਰੀ ਨਾਲ ਖੜ੍ਹਾ ਹਾਂ?
3. ਮੈਂ ਆਪਣੀ ਪੋਸਟ ਭਾਵਨਾਤਮਕ ਜਾਂ ਅਧਿਆਤਮਿਕ ਤੌਰ 'ਤੇ ਕਿੱਥੇ ਛੱਡ ਦਿੱਤੀ ਹੈ?
4. ਜੇ ਮੈਂ ਆਪਣੀ ਪੋਸਟ ਤੋਂ ਗਾਇਬ ਹੋ ਜਾਵਾਂ, ਤਾਂ ਕੀ ਕਮਜ਼ੋਰ ਹੁੰਦਾ ਹੈ?
5. ਜਿੱਥੇ ਰੱਬ ਨੇ ਮੈਨੂੰ ਰੱਖਿਆ ਹੈ, ਉੱਥੇ ਰਹਿਣ ਲਈ ਮੈਨੂੰ ਕਿਹੜਾ ਤਣਾਅ ਸਹਿਣਾ ਪਵੇਗਾ?

ਧਿਆਨ ਨਾਲ ਜਵਾਬ ਦਿਓ।

ਘੋਸ਼ਣਾ

ਖੜ੍ਹੇ ਹੋਵੋ ਅਤੇ ਐਲਾਨ ਕਰੋ:
"ਮੈਂ ਆਪਣਾ ਅਹੁਦਾ ਨਹੀਂ ਛੱਡਾਂਗਾ।
ਮੈਂ ਉੱਥੇ ਹੀ ਖੜ੍ਹਾ ਰਹਾਂਗਾ ਜਿੱਥੇ ਪਰਮਾਤਮਾ ਨੇ ਮੈਨੂੰ ਰੱਖਿਆ ਹੈ। ਮੈਂ ਦਬਾਅ ਹੇਠ ਨਹੀਂ ਡਿੱਗਾਂਗਾ। ਮੈਂ ਆਪਣਾ ਕੰਮ ਵਫ਼ਾਦਾਰੀ ਨਾਲ ਨਿਭਾਵਾਂਗਾ।"
ਇਸਨੂੰ ਜਾਣਬੁੱਝ ਕੇ ਦੁਹਰਾਓ।

ਢਾਂਚਾਗਤ ਪ੍ਰਾਰਥਨਾ (40 ਮਿੰਟ)

1. ਪੂਜਾ (10 ਮਿੰਟ)

ਪਰਮਾਤਮਾ ਦਾ ਸਤਿਕਾਰ ਕਰੋ ਕਿਉਂਕਿ ਉਹ ਅਹੁਦੇ ਦਿੰਦਾ ਹੈ।

2. ਅਲਾਈਨਮੈਂਟ (10 ਮਿੰਟ)

ਆਪਣੀ ਪੋਸਟ ਬਾਰੇ ਸਪੱਸ਼ਟਤਾ ਮੰਗੋ।

3. ਤਾਕਤ (10-15 ਮਿੰਟ)

ਜਿੱਥੇ ਤੁਹਾਨੂੰ ਬੁਲਾਇਆ ਗਿਆ ਹੈ ਉੱਥੇ ਰਹਿਣ ਲਈ ਧੀਰਜ ਲਈ ਪ੍ਰਾਰਥਨਾ ਕਰੋ।

4. ਵਿਚੋਲਗੀ (5 ਮਿੰਟ)

ਆਪਣੇ ਪਰਿਵਾਰ ਦੇ ਮੈਂਬਰਾਂ ਲਈ ਪ੍ਰਾਰਥਨਾ ਕਰੋ - ਵਿਸ਼ਵਾਸੀ ਅਤੇ ਅਵਿਸ਼ਵਾਸੀ।

ਇਸ ਨਾਲ ਬੰਦ ਕਰੋ:

"ਮੈਨੂੰ ਇੱਕ ਵਫ਼ਾਦਾਰ ਰਾਖਾ ਬਣਾ ਦਿਓ।"

ਐਕਸ਼ਨ ਪੁਆਇੰਟ

ਅੱਜ ਤੁਸੀਂ:

1. ਆਪਣੀ ਜ਼ਿੰਮੇਵਾਰੀ ਦਾ ਮੁੱਖ ਖੇਤਰ ਲਿਖੋ।
2. ਇੱਕ ਖੇਤਰ ਦੀ ਪਛਾਣ ਕਰੋ ਜਿੱਥੇ ਤੁਹਾਨੂੰ ਅਨੁਸ਼ਾਸਨ ਨੂੰ ਮਜ਼ਬੂਤ ਕਰਨਾ ਚਾਹੀਦਾ ਹੈ।
3. ਆਪਣੇ ਪਰਿਵਾਰ ਵਿੱਚ ਅਧਿਆਤਮਿਕ ਦਿਸ਼ਾ ਬਾਰੇ ਇੱਕ ਵਾਰ ਜਾਣਬੁੱਝ ਕੇ ਗੱਲਬਾਤ ਕਰੋ।
4. ਵਿਭਾਜਿਤ ਪਰਿਵਾਰਕ ਮੈਂਬਰਾਂ ਲਈ ਖਾਸ ਤੌਰ 'ਤੇ ਪ੍ਰਾਰਥਨਾ ਕਰੋ।

5. ਇੱਕ ਅਜਿਹੀ ਕਾਰਵਾਈ ਤੋਂ ਇਨਕਾਰ ਕਰੋ ਜੋ ਤੁਹਾਡੇ ਪ੍ਰਭਾਵ ਨੂੰ ਕਮਜ਼ੋਰ ਕਰਦੀ ਹੈ।

ਦਿਨ 13

ਇੱਕੋ ਮੇਜ਼ 'ਤੇ ਖਾਣਾ

ਸਟੋਰੀ ਐਂਕਰ

ਪਰਿਵਾਰ ਦੇ ਸਾਰੇ ਮੈਂਬਰ ਧਰਮ ਪਰਿਵਰਤਨ ਨਹੀਂ ਕਰਦੇ ਸਨ।

ਕੁਝ ਮੁਸਲਮਾਨ ਹੀ ਰਹੇ।

ਕੁਝ ਈਸਾਈ ਬਣ ਗਏ।

ਉਹ ਘਰ ਜੋ ਕਦੇ ਇੱਕ ਧਾਰਮਿਕ ਤਾਲ ਸਾਂਝਾ ਕਰਦਾ ਸੀ, ਹੁਣ ਦੋ ਧਾਰਮਿਕ ਤਾਲ ਲੈ ਕੇ ਚੱਲ ਰਿਹਾ ਹੈ।

ਅਤੇ ਫਿਰ ਵੀ -

ਉਹ ਫਿਰ ਵੀ ਇਕੱਠੇ ਖਾਂਦੇ ਸਨ।

ਇਹ ਵੇਰਵਾ ਸ਼ਕਤੀਸ਼ਾਲੀ ਹੈ।

ਵਿਸ਼ਵਾਸ ਬਦਲ ਗਿਆ।

ਵਫ਼ਾਦਾਰੀ ਬਦਲ ਗਈ। ਵਿਸ਼ਵਾਸ ਵੰਡਿਆ ਗਿਆ।

ਪਰ ਰਿਸ਼ਤਾ ਪੂਰੀ ਤਰ੍ਹਾਂ ਨਹੀਂ ਟੁੱਟਿਆ।

ਬਹੁਤ ਸਾਰੇ ਵਾਤਾਵਰਣਾਂ ਵਿੱਚ, ਪਰਿਵਰਤਨ ਸਥਾਈ ਫ੍ਰੈਕਚਰ ਪੈਦਾ ਕਰਦਾ ਹੈ।

ਇਸ ਮਾਮਲੇ ਵਿੱਚ, ਤਣਾਅ ਮੌਜੂਦ ਸੀ - ਪਰ ਸੰਬੰਧ ਕਾਇਮ ਰਿਹਾ।

ਇਹ ਪਰਿਪੱਕਤਾ ਹੈ।

ਵਫ਼ਾਦਾਰੀ ਬਦਲ ਗਈ।

ਪਰ ਨਫ਼ਰਤ ਹਾਵੀ ਨਹੀਂ ਹੋਈ।

ਵਿਸ਼ਵਾਸ ਬੇਰਹਿਮੀ ਨਹੀਂ ਬਣ ਗਿਆ।

ਸੱਚ ਦੁਸ਼ਮਣੀ ਨਹੀਂ ਬਣ ਗਿਆ।

ਉਨ੍ਹਾਂ ਨੇ ਖਾਣਾ ਸਾਂਝਾ ਕੀਤਾ।

ਅਤੇ ਭੋਜਨ ਮਾਇਨੇ ਰੱਖਦਾ ਹੈ।

ਟੇਬਲ ਰਿਸ਼ਤੇ ਨੂੰ ਦਰਸਾਉਂਦੇ ਹਨ।

ਪਹੁੰਚ। ਗੱਲਬਾਤ। ਮਨੁੱਖੀ ਮਾਣ।

ਤੁਸੀਂ ਡੂੰਘਾਈ ਨਾਲ ਅਸਹਿਮਤ ਹੋ ਸਕਦੇ ਹੋ - ਅਤੇ ਫਿਰ ਵੀ ਕਿਸੇ ਨਾਲ ਸਤਿਕਾਰ ਨਾਲ ਪੇਸ਼ ਆ ਸਕਦੇ ਹੋ।

ਧਰਮ ਗ੍ਰੰਥ ਦੇ ਐਂਕਰ

ਪੁਰਾਣਾ ਨੇਮ

"ਜੇਕਰ ਇਹ ਸੰਭਵ ਹੋਵੇ, ਜਿੰਨਾ ਤੁਹਾਡੇ ਤੇ ਨਿਰਭਰ ਕਰਦਾ ਹੈ, ਸਾਰੇ ਮਨੁੱਖਾਂ ਨਾਲ ਸ਼ਾਂਤੀ ਨਾਲ ਰਹੋ।"

- (ਕਹਾਉਤਾਂ ਵਿੱਚ ਪ੍ਰਤੀਬਿੰਬਤ ਸਿਧਾਂਤ; ਓਟੀ ਬੁੱਧੀ ਪਰੰਪਰਾ ਵਿੱਚ ਜੁੜਿਆ ਹੋਇਆ ਹੈ)

ਸ਼ਾਂਤੀ ਸਮਰਪਣ ਨਹੀਂ ਹੈ।

ਇਹ ਅਨੁਸ਼ਾਸਨ ਹੈ।

ਨਵਾਂ ਨੇਮ

"ਜੇ ਹੋ ਸਕੇ ਤਾਂ ਆਪਣੀ ਪੂਰੀ ਵਾਹ ਲਾ ਕੇ ਸਾਰਿਆਂ ਨਾਲ ਸ਼ਾਂਤੀ ਨਾਲ ਰਹੋ।"

—ਰੋਮੀਆਂ 12:18.

ਸਮਝੌਤਾ ਨਹੀਂ।

ਸ਼ਾਂਤੀ।

ਪਾਠ

ਕੁਝ ਵਿਸ਼ਵਾਸੀ ਵਿਛੋੜੇ ਨੂੰ ਪਵਿੱਤਰਤਾ ਨਾਲ ਉਲਝਾਉਂਦੇ ਹਨ।

ਦੂਸਰੇ ਸਮਝੌਤੇ ਨੂੰ ਸ਼ਾਂਤੀ ਨਾਲ ਉਲਝਾਉਂਦੇ ਹਨ।

ਪਰ ਇੱਕ ਤੀਜਾ ਤਰੀਕਾ ਹੈ:

ਦੁਸ਼ਮਣੀ ਤੋਂ ਬਿਨਾਂ ਸਜ਼ਾ।

ਤੁਸੀਂ ਕਰ ਸੱਕਦੇ ਹੋ:

- ਸੱਚ ਨੂੰ ਮਜ਼ਬੂਤੀ ਨਾਲ ਫੜੀ ਰੱਖੋ।
- ਸਮਝੌਤਾ ਕਰਨ ਤੋਂ ਇਨਕਾਰ ਕਰੋ।
- ਰਿਸ਼ਤੇ ਵਿੱਚ ਰਹੋ।
- ਮਾਣ ਦਿਖਾਓ।
- ਸੀਮਾਵਾਂ ਬਣਾਈ ਰੱਖੋ।

ਟੇਬਲ ਸਮਰਥਨ ਨਹੀਂ ਹੈ।

ਇਹ ਮਨੁੱਖਤਾ ਹੈ।

ਜੇ ਮਸੀਹ ਨੇ ਪਾਪ ਨੂੰ ਮਨਜ਼ੂਰੀ ਦਿੱਤੇ ਬਿਨਾਂ ਪਾਪੀਆਂ ਨਾਲ ਖਾਧਾ, ਤਾਂ ਤੁਸੀਂ ਵਿਸ਼ਵਾਸ ਤਿਆਗੇ ਬਿਨਾਂ ਮੇਜ਼ 'ਤੇ ਬੈਠ ਸਕਦੇ ਹੋ।

ਵੰਡੇ ਹੋਏ ਘਰਾਂ ਨੂੰ ਅਧਿਆਤਮਿਕ ਪਰਿਪੱਕਤਾ ਦੀ ਲੋੜ ਹੁੰਦੀ ਹੈ।

ਤੁਸੀਂ ਸਾਰਿਆਂ ਨੂੰ ਨਹੀਂ ਬਦਲ ਸਕਦੇ।

ਪਰ ਤੁਸੀਂ ਇਹ ਫੈਸਲਾ ਕਰ ਸਕਦੇ ਹੋ ਕਿ ਤੁਸੀਂ ਕਿਵੇਂ ਵਿਵਹਾਰ ਕਰਦੇ ਹੋ।

ਪ੍ਰਤੀਬਿੰਬ ਸਵਾਲ

1. ਕੀ ਮੈਂ ਦ੍ਰਿੜਤਾ ਨੂੰ ਹਮਲਾਵਰਤਾ ਨਾਲ ਉਲਝਾ ਦਿੱਤਾ ਹੈ?
2. ਕੀ ਮੈਂ ਬੇਲੋੜੇ ਰਿਸ਼ਤਿਆਂ ਤੋਂ ਦੂਰ ਹੋ ਗਿਆ ਹਾਂ?
3. ਮੈਨੂੰ ਸਿਹਤਮੰਦ ਸੀਮਾਵਾਂ ਦੀ ਕਿੱਥੇ ਲੋੜ ਹੈ?
4. ਕੀ ਮੈਂ ਦੁਸ਼ਮਣੀ ਤੋਂ ਬਿਨਾਂ ਸੱਚਾਈ ਨੂੰ ਫੜੀ ਰੱਖ ਸਕਦਾ ਹਾਂ?
5. ਕੀ ਕੋਈ ਅਜਿਹਾ ਹੈ ਜਿਸ ਨਾਲ ਮੈਨੂੰ ਸੰਬੰਧਾਂ ਬਾਰੇ ਦੁਬਾਰਾ ਵਿਚਾਰ ਕਰਨ ਦੀ ਲੋੜ ਹੈ?

ਇਮਾਨਦਾਰੀ ਨਾਲ ਜਵਾਬ ਦਿਓ।

ਘੋਸ਼ਣਾ

ਉੱਚੀ ਆਵਾਜ਼ ਵਿੱਚ ਕਹੋ:

"ਮੇਰਾ ਵਿਸ਼ਵਾਸ ਨਫ਼ਰਤ ਪੈਦਾ ਨਹੀਂ ਕਰੇਗਾ।
ਮੈਂ ਦੁਸ਼ਮਣ ਬਣੇ ਬਿਨਾਂ ਦ੍ਰਿੜ ਰਹਾਂਗਾ। ਮੈਂ ਦੂਜਿਆਂ ਨਾਲ ਇੱਜ਼ਤ ਨਾਲ ਪੇਸ਼ ਆਵਾਂਗਾ। ਸੱਚਾਈ ਅਤੇ ਪਿਆਰ ਮੇਰੀ ਜ਼ਿੰਦਗੀ ਵਿੱਚ ਇਕੱਠੇ ਰਹਿਣਗੇ।"

ਇਸਨੂੰ ਹੌਲੀ-ਹੌਲੀ ਦੁਹਰਾਓ।

ਢਾਂਚਾਗਤ ਪ੍ਰਾਰਥਨਾ (35 ਮਿੰਟ)

1. ਪੂਜਾ (10 ਮਿੰਟ)

ਸ਼ਾਂਤੀ ਦੇ ਰਾਜਕੁਮਾਰ ਵਜੋਂ ਮਸੀਹ ਦਾ ਸਤਿਕਾਰ ਕਰੋ।

2. ਵਿਚੋਲਗੀ (10 ਮਿੰਟ)

ਵੰਡੇ ਹੋਏ ਪਰਿਵਾਰਕ ਮੈਂਬਰਾਂ ਲਈ ਪ੍ਰਾਰਥਨਾ ਕਰੋ।

3. ਸਿਆਣਪ (10 ਮਿੰਟ)

ਤਣਾਅ ਨੂੰ ਸੰਭਾਲਣ ਵਿੱਚ ਪਰਿਪੱਕਤਾ ਦੀ ਮੰਗ ਕਰੋ।

4. ਸੁਰੱਖਿਆ (5 ਮਿੰਟ)

ਬਿਨਾਂ ਕਿਸੇ ਸਮਝੌਤੇ ਦੇ ਏਕਤਾ ਲਈ ਪ੍ਰਾਰਥਨਾ ਕਰੋ।

ਇਸ ਨਾਲ ਬੰਦ ਕਰੋ:

"ਮੈਨੂੰ ਖੜ੍ਹੇ ਹੋਣਾ ਅਤੇ ਪਿਆਰ ਕਰਨਾ ਸਿਖਾਓ।"

ਐਕਸ਼ਨ ਪੁਆਇੰਟ

ਅੱਜ ਤੁਸੀਂ:

1. ਉਸ ਵਿਅਕਤੀ ਨਾਲ ਸਤਿਕਾਰ ਨਾਲ ਸੰਪਰਕ ਕਰੋ ਜਿਸ ਨਾਲ ਤੁਸੀਂ ਅਸਹਿਮਤ ਹੋ।
2. ਇੱਕ ਬੇਲੋੜੀ ਬਹਿਸ ਤੋਂ ਬਚੋ।
3. ਜਵਾਬ ਦੇਣ ਤੋਂ ਪਹਿਲਾਂ ਸੁਣਨ ਦਾ ਅਭਿਆਸ ਕਰੋ।
4. ਰੋਮੀਆਂ 12 ਉੱਚੀ ਆਵਾਜ਼ ਵਿੱਚ ਪ੍ਰਾਰਥਨਾ ਕਰੋ।
5. ਜਿੱਥੇ ਵੀ ਸੰਭਵ ਹੋਵੇ ਸ਼ਾਂਤੀ ਚੁਣੋ।

ਦਿਨ 14

ਜਦੋਂ ਅਧਿਕਾਰ ਕੋਲ ਪ੍ਰਕਾਸ਼ ਦੀ ਘਾਟ ਹੁੰਦੀ ਹੈ

ਸਟੋਰੀ ਐਂਕਰ

ਇੱਕ ਪਿਤਾ ਸੀ।

ਢਾਂਚਾਗਤ।

ਅਨੁਸ਼ਾਸਿਤ। ਵਿਸ਼ਵਾਸ ਪ੍ਰਤੀ ਗੰਭੀਰ।

ਉਸਨੇ ਆਮ ਬੱਚਿਆਂ ਦੀ ਪਰਵਰਿਸ਼ ਨਹੀਂ ਕੀਤੀ।

ਉਸਨੇ ਅਨੁਸ਼ਾਸਿਤ ਬੱਚਿਆਂ ਦੀ ਪਰਵਰਿਸ਼ ਕੀਤੀ।

ਪ੍ਰਾਰਥਨਾ ਲਾਗੂ ਕੀਤੀ ਗਈ।

ਧਾਰਮਿਕ ਰੁਟੀਨ ਇਕਸਾਰ ਸੀ। ਹੁਕਮ ਦਾ ਸਤਿਕਾਰ ਕੀਤਾ ਗਿਆ।

ਉਸਨੂੰ ਵਿਸ਼ਵਾਸ ਸੀ ਕਿ ਉਹ ਸੱਚ ਦੀ ਰੱਖਿਆ ਕਰ ਰਿਹਾ ਸੀ।

ਉਸਨੂੰ ਵਿਸ਼ਵਾਸ ਸੀ ਕਿ ਉਹ ਆਪਣੇ ਘਰ ਦੀ ਰੱਖਿਆ ਕਰ ਰਿਹਾ ਸੀ।

ਉਸਨੂੰ ਵਿਸ਼ਵਾਸ ਸੀ ਕਿ ਉਹ ਵਿਰਾਸਤ ਨੂੰ ਸੰਭਾਲ ਰਿਹਾ ਸੀ।

ਜਦੋਂ ਧਰਮ ਪਰਿਵਰਤਨ ਘਰ ਵਿੱਚ ਦਾਖਲ ਹੋਇਆ, ਤਾਂ ਉਸਨੇ ਸਖ਼ਤ ਪ੍ਰਤੀਕਿਰਿਆ ਦਿੱਤੀ।

ਉਸਦੇ ਲਈ, ਇਹ ਵਿਸ਼ਵਾਸਘਾਤ ਸੀ।

ਉਸਦੇ ਲਈ, ਇਹ ਬੇਇੱਜ਼ਤੀ ਸੀ। ਉਸਦੇ ਲਈ, ਇਹ ਬਗਾਵਤ ਸੀ।

ਉਸ ਘਰ ਵਿੱਚ ਚੁੱਕੀ ਗਈ ਤਲਵਾਰ ਸਿਰਫ਼ ਗੁੱਸਾ ਨਹੀਂ ਸੀ।

ਇਹ ਬਿਨਾਂ ਕਿਸੇ ਪ੍ਰਗਟਾਵੇ ਦੇ ਦ੍ਰਿੜ ਵਿਸ਼ਵਾਸ ਸੀ।

ਉਸ ਕੋਲ ਢਾਂਚਾ ਸੀ।

ਪਰ ਉਸ ਕੋਲ ਰੌਸ਼ਨੀ ਦੀ ਘਾਟ ਸੀ।

ਉਸ ਕੋਲ ਅਧਿਕਾਰ ਸੀ।

ਪਰ ਉਸ ਵਿੱਚ ਤਬਦੀਲੀ ਦੀ ਘਾਟ ਸੀ।

ਅਤੇ ਪ੍ਰਕਾਸ਼ ਤੋਂ ਬਿਨਾਂ ਅਧਿਕਾਰ ਖ਼ਤਰਨਾਕ ਬਣ ਸਕਦਾ ਹੈ।

ਧਰਮ ਗ੍ਰੰਥ ਦੇ ਐਂਕਰ

ਪੁਰਾਣਾ ਨੇਮ

"ਇੱਕ ਅਜਿਹਾ ਰਾਹ ਹੈ ਜੋ ਮਨੁੱਖ ਨੂੰ ਸਿੱਧਾ ਜਾਪਦਾ ਹੈ, ਪਰ ਉਹ ਦਾ ਅੰਤ ਮੌਤ ਦੇ ਰਾਹ ਹੈ।"

—ਕਹਾਉਤਾਂ 14:12.

ਇਮਾਨਦਾਰੀ ਸ਼ੁੱਧਤਾ ਦੇ ਬਰਾਬਰ ਨਹੀਂ ਹੈ।

ਨਵਾਂ ਨੇਮ

"ਕਿਉਂਕਿ ਮੈਂ ਉਨ੍ਹਾਂ ਦੀ ਗਵਾਹੀ ਦਿੰਦਾ ਹਾਂ ਕਿ ਉਨ੍ਹਾਂ ਨੂੰ ਪਰਮੇਸ਼ੁਰ ਲਈ ਜੋਸ਼ ਹੈ, ਪਰ ਗਿਆਨ ਅਨੁਸਾਰ ਨਹੀਂ।"

—ਰੋਮੀਆਂ 10:2

ਬਿਨਾਂ ਕਿਸੇ ਪ੍ਰਕਾਸ਼ ਦੇ ਜੋਸ਼ ਤਾਕਤ ਨੂੰ ਗਲਤ ਦਿਸ਼ਾ ਦਿੰਦਾ ਹੈ।

ਪਾਠ

ਇਹ ਦਿਨ ਪਿਤਾਵਾਂ ਦੀ ਨਿੰਦਾ ਕਰਨ ਬਾਰੇ ਨਹੀਂ ਹੈ।

ਇਹ ਪ੍ਰਭਾਵ ਨੂੰ ਸਮਝਣ ਬਾਰੇ ਹੈ।

ਕਹਾਣੀ ਵਿਚਲਾ ਪਿਤਾ ਨਿਸ਼ਕਿਰਿਆ ਨਹੀਂ ਸੀ।

ਉਹ ਗੰਭੀਰ ਸੀ।

ਪਰ ਪ੍ਰਗਟਾਵੇ ਤੋਂ ਬਿਨਾਂ ਗੰਭੀਰਤਾ ਨੁਕਸਾਨ ਪਹੁੰਚਾ ਸਕਦੀ ਹੈ।

ਬਣਤਰ ਸ਼ਕਤੀਸ਼ਾਲੀ ਹੈ।

ਅਨੁਸ਼ਾਸਨ ਪਛਾਣ ਨੂੰ ਆਕਾਰ ਦਿੰਦਾ ਹੈ ।

ਅਧਿਕਾਰ ਮਨਾਂ ਨੂੰ ਬਣਾਉਂਦਾ ਹੈ।

ਪਰ ਜੇਕਰ ਨੀਂਹ ਗਲਤ ਹੈ, ਤਾਂ

ਬਣਤਰ ਵਿਨਾਸ਼ਕਾਰੀ ਬਣ ਜਾਂਦੀ ਹੈ।

ਪਿਤਾ ਚਾਲ ਨੂੰ ਆਕਾਰ ਦਿੰਦੇ ਹਨ।

ਆਗੂ ਦਿਸ਼ਾ ਬਣਾਉਂਦੇ ਹਨ।

ਅਧਿਕਾਰ ਰੱਖਣ ਵਾਲਿਆਂ ਨੂੰ ਜਾਂਚ ਕਰਨੀ ਚਾਹੀਦੀ ਹੈ:

ਕੀ ਮੇਰਾ ਵਿਸ਼ਵਾਸ ਪ੍ਰਕਾਸ਼ ਵਿੱਚ ਜੜ੍ਹਿਆ ਹੋਇਆ ਹੈ -

ਜਾਂ ਵਿਰਾਸਤ ਵਿੱਚ ਮਿਲੀ ਪਰੰਪਰਾ ਵਿੱਚ?

ਕੀ ਮੇਰਾ ਅਧਿਕਾਰ ਜ਼ਿੰਦਗੀ ਦਾ ਨਿਰਮਾਣ ਕਰ ਰਿਹਾ ਹੈ -

ਜਾਂ ਹਉਮੈ ਦਾ ਬਚਾਅ ਕਰ ਰਿਹਾ ਹੈ?

ਕੀ ਮੇਰਾ ਅਨੁਸ਼ਾਸਨ ਧਾਰਮਿਕਤਾ ਪੈਦਾ ਕਰ ਰਿਹਾ ਹੈ -

ਜਾਂ ਡਰ?

ਅਥਾਰਟੀ ਨਿਰਪੱਖ ਨਹੀਂ ਹੈ।

ਇਹ ਜੋ ਚੁੱਕਦਾ ਹੈ ਉਸਨੂੰ ਗੁਣਾ ਕਰਦਾ ਹੈ।

ਪ੍ਰਤੀਬਿੰਬ ਸਵਾਲ

1. ਕਿਸੇ ਦੀ ਜ਼ਿੰਦਗੀ ਵਿੱਚ ਮੇਰਾ ਕੀ ਅਧਿਕਾਰ ਹੈ?
2. ਕੀ ਮੇਰੀ ਲੀਡਰਸ਼ਿਪ ਸੱਚਾਈ ਵਿੱਚ ਜੜ੍ਹੀ ਹੋਈ ਹੈ ਜਾਂ ਹੰਕਾਰ ਵਿੱਚ?
3. ਕੀ ਮੈਂ ਪ੍ਰਕਾਸ਼ ਤੋਂ ਵੱਧ ਪਰੰਪਰਾ ਦਾ ਬਚਾਅ ਕੀਤਾ ਹੈ?
4. ਕੀ ਮੇਰਾ ਅਨੁਸ਼ਾਸਨ ਪਿਆਰ ਪੈਦਾ ਕਰਦਾ ਹੈ ਜਾਂ ਡਰਾਉਣਾ?
5. ਮੈਂ ਕਿਹੜੇ ਵਿਸ਼ਵਾਸਾਂ ਦੀ ਕਦੇ ਡੂੰਘਾਈ ਨਾਲ ਜਾਂਚ ਨਹੀਂ ਕੀਤੀ?

ਬਿਨਾਂ ਕਿਸੇ ਬਚਾਅ ਦੇ ਜਵਾਬ ਦਿਓ।

ਘੋਸ਼ਣਾ

ਉੱਚੀ ਆਵਾਜ਼ ਵਿੱਚ ਕਹੋ:

"ਮੈਂ ਸਿਰਫ਼ ਪਰੰਪਰਾ ਨਹੀਂ, ਸਗੋਂ ਪ੍ਰਕਾਸ਼ ਦੀ ਭਾਲ ਕਰਾਂਗਾ।

ਮੇਰਾ ਅਧਿਕਾਰ ਸੱਚ ਨੂੰ ਦਰਸਾਏਗਾ। ਮੇਰਾ ਅਨੁਸ਼ਾਸਨ ਜੀਵਨ ਪੈਦਾ

ਕਰੇਗਾ। ਮੈਂ ਅੰਨ੍ਹੇ ਜੋਸ਼ ਨੂੰ ਰੱਦ ਕਰਦਾ ਹਾਂ। ਮੈਂ ਰੌਸ਼ਨੀ ਦਾ ਪਿੱਛਾ ਕਰਦਾ ਹਾਂ।"

ਇਸਨੂੰ ਜਾਣਬੁੱਝ ਕੇ ਦੁਹਰਾਓ।

ਢਾਂਚਾਗਤ ਪ੍ਰਾਰਥਨਾ (40 ਮਿੰਟ)

1. ਪੂਜਾ (10 ਮਿੰਟ)

ਪਰਮਾਤਮਾ ਨੂੰ ਪਰਮ ਅਧਿਕਾਰ ਵਜੋਂ ਸਤਿਕਾਰੋ।

2. ਪਛਤਾਵਾ (10 ਮਿੰਟ)

ਹੰਕਾਰ ਜਾਂ ਅਣਪਛਾਤੀ ਪਰੰਪਰਾ ਦਾ ਇਕਬਾਲ ਕਰੋ।

3. ਰੋਸ਼ਨੀ (10-15 ਮਿੰਟ)

ਪ੍ਰਕਾਸ਼ ਅਤੇ ਸਮਝ ਲਈ ਬੇਨਤੀ ਕਰੋ।

4. ਪੁਨਰਗਠਨ (5-10 ਮਿੰਟ)

ਆਪਣੇ ਪ੍ਰਭਾਵ ਨੂੰ ਪਰਮਾਤਮਾ ਦੀ ਸੱਚਾਈ ਪ੍ਰਤੀ ਸਮਰਪਿਤ ਕਰੋ।

ਇਸ ਨਾਲ ਬੰਦ ਕਰੋ:

"ਮੇਰੀ ਲੀਡਰਸ਼ਿਪ ਨੂੰ ਰੌਸ਼ਨੀ ਵਿੱਚ ਜੜ੍ਹਾਂ ਮਿਲਣ ਦਿਓ।"

ਐਕਸ਼ਨ ਪੁਆਇੰਟ

ਅੱਜ ਤੁਸੀਂ:

1. ਬਿਨਾਂ ਕਿਸੇ ਸਵਾਲ ਦੇ ਤੁਹਾਨੂੰ ਵਿਰਾਸਤ ਵਿੱਚ ਮਿਲੇ ਇੱਕ ਵਿਸ਼ਵਾਸ ਦੀ ਜਾਂਚ ਕਰੋ।
2. ਧਾਰਨਾ 'ਤੇ ਭਰੋਸਾ ਕਰਨ ਦੀ ਬਜਾਏ ਇੱਕ ਧਰਮ ਗ੍ਰੰਥ ਦਾ ਡੂੰਘਾਈ ਨਾਲ ਅਧਿਐਨ ਕਰੋ।
3. ਜੇ ਤੁਹਾਡੇ ਅਧਿਕਾਰ ਨੇ ਕਿਸੇ ਨੂੰ ਠੇਸ ਪਹੁੰਚਾਈ ਹੈ ਤਾਂ ਮੁਆਫ਼ੀ ਮੰਗੋ।

4. ਪਿਤਾਵਾਂ ਅਤੇ ਆਗੂਆਂ ਲਈ ਪ੍ਰਾਰਥਨਾ ਕਰੋ।
5. ਸੱਚਾਈ ਅਤੇ ਨਿਮਰਤਾ ਨਾਲ ਅਗਵਾਈ ਕਰਨ ਲਈ ਵਚਨਬੱਧ ਹੋਵੋ।

ਦਿਨ 15

ਚੁੱਪ ਵਿਸ਼ਵਾਸ ਦੀ ਤਾਕਤ

ਸਟੋਰੀ ਐਂਕਰ

ਉਹ ਧਰਮ ਪਰਿਵਰਤਨ ਕਰਨ ਵਾਲੀ ਪਹਿਲੀ ਸੀ।

ਨਾ ਉਸਦੇ ਪੁੱਤਰ।

ਨਾ ਜਨਤਕ ਪ੍ਰਚਾਰਕ।

ਉਸਦੀ।

ਇੱਕ ਸੰਰਚਿਤ ਇਸਲਾਮੀ ਘਰ ਦੇ ਅੰਦਰ।

ਇੱਕ ਅਨੁਸ਼ਾਸਿਤ ਪਤੀ ਦੇ ਅਧੀਨ। ਇੱਕ ਧਾਰਮਿਕ ਵਾਤਾਵਰਣ ਦੇ ਅੰਦਰ ਜੋ ਭਟਕਣਾ ਨੂੰ ਬਰਦਾਸ਼ਤ ਨਹੀਂ ਕਰਦਾ ਸੀ।

ਉਸਨੇ ਵਿਆਹ ਨਹੀਂ ਛੱਡਿਆ।

ਉਸਨੇ ਘਰ ਨਹੀਂ ਛੱਡਿਆ। ਉਸਨੇ ਬਦਲਾ ਨਹੀਂ ਲਿਆ।

ਉਹ ਰਹੀ।

ਉਸਨੇ ਪ੍ਰਾਰਥਨਾ ਕੀਤੀ।

ਉਸਨੇ ਸਬਰ ਕੀਤਾ। ਉਸਨੇ ਤਣਾਅ ਨੂੰ ਸਹਿ ਲਿਆ।

ਉਸਦਾ ਧਰਮ ਪਰਿਵਰਤਨ ਉੱਚੀ ਆਵਾਜ਼ ਵਿੱਚ ਨਹੀਂ ਸੀ।

ਇਹ ਲਾਈਵ ਸੀ।

ਉਸਦੇ ਪੁੱਤਰਾਂ ਨੇ ਦੇਖਿਆ।

ਉਸਦੇ ਪਤੀ ਨੇ ਪ੍ਰਤੀਕਿਰਿਆ ਦਿੱਤੀ। ਘਰ ਬਦਲ ਗਿਆ।

ਪਰ ਉਹ ਖੜ੍ਹੀ ਰਹੀ।
ਇਤਿਹਾਸ ਅਕਸਰ ਦ੍ਰਿਸ਼ਟੀਮਾਨ ਪ੍ਰਚਾਰਕ ਨੂੰ ਉਜਾਗਰ ਕਰਦਾ ਹੈ।
ਪਰ ਸਵਰਗ ਅਕਸਰ ਲੁਕੇ ਹੋਏ ਵਿਚੋਲੇ ਨੂੰ ਚਿੰਨ੍ਹਿਤ ਕਰਦਾ ਹੈ।
ਜਨਤਕ ਸਮਰਪਣ ਤੋਂ ਪਹਿਲਾਂ,
ਨਿੱਜੀ ਪ੍ਰਾਰਥਨਾ ਕੀਤੀ ਗਈ।

ਧਰਮ ਗ੍ਰੰਥ ਦੇ ਐਂਕਰ

ਪੁਰਾਣਾ ਨੇਮ

"ਹੰਨਾਹ ਨੇ ਆਪਣੇ ਮਨ ਵਿੱਚ ਗੱਲ ਕੀਤੀ; ਸਿਰਫ਼ ਉਹਦੇ ਬੁੱਲ੍ਹ ਹੀ ਹਿੱਲੇ, ਪਰ ਉਹ ਦੀ ਆਵਾਜ਼ ਸੁਣਾਈ ਨਾ ਦਿੱਤੀ।"

—1 ਸਮੂਏਲ 1:13

ਚੁੱਪ ਪ੍ਰਾਰਥਨਾ ਪੀੜ੍ਹੀਆਂ ਨੂੰ ਬਦਲ ਸਕਦੀ ਹੈ।

ਨਵਾਂ ਨੇਮ

"ਧਰਮੀ ਮਨੁੱਖ ਦੀ ਪ੍ਰਭਾਵਸ਼ਾਲੀ ਅਤੇ ਦਿਲੋਂ ਕੀਤੀ ਪ੍ਰਾਰਥਨਾ ਬਹੁਤ ਕੰਮ ਆਉਂਦੀ ਹੈ।"

—ਯਾਕੂਬ 5:16.

ਵਿਚੋਲਗੀ ਅਣਦੇਖੀਆਂ ਹਕੀਕਤਾਂ ਨੂੰ ਅੱਗੇ ਵਧਾਉਂਦੀ ਹੈ।

ਪਾਠ

ਸਾਰੀ ਤਾਕਤ ਉੱਚੀ ਨਹੀਂ ਹੁੰਦੀ।

ਕੁਝ ਸਭ ਤੋਂ ਸ਼ਕਤੀਸ਼ਾਲੀ ਅਧਿਆਤਮਿਕ ਅੰਦੋਲਨ ਇੱਕ ਵਿਅਕਤੀ ਦੁਆਰਾ ਪ੍ਰਾਰਥਨਾ ਛੱਡਣ ਤੋਂ ਇਨਕਾਰ ਕਰਨ ਨਾਲ ਸ਼ੁਰੂ ਹੁੰਦੇ ਹਨ।
ਮਾਂ ਰੋਜ਼ ਧਰਮ ਸ਼ਾਸਤਰ 'ਤੇ ਬਹਿਸ ਨਹੀਂ ਕਰਦੀ ਸੀ।
ਉਹ ਦ੍ਰਿੜ ਵਿਸ਼ਵਾਸ ਨੂੰ ਮੂਰਤੀਮਾਨ ਕਰਦੀ ਸੀ।
ਉਸਨੇ ਤਬਦੀਲੀ ਲਈ ਮਜਬੂਰ ਨਹੀਂ ਕੀਤਾ।
ਉਸਨੇ ਇਸਨੂੰ ਸਹਿਣ ਕੀਤਾ।
ਉਸਦੀ ਸ਼ਕਤੀ ਇਕਸਾਰਤਾ ਸੀ।
ਬਹੁਤ ਸਾਰੇ ਵਿਸ਼ਵਾਸੀ ਦ੍ਰਿਸ਼ਟਮਾਨ ਪ੍ਰਭਾਵ ਚਾਹੁੰਦੇ ਹਨ।
ਬਹੁਤ ਘੱਟ ਲੋਕ ਚੁੱਪ ਸਹਿਣ ਲਈ ਤਿਆਰ ਹੁੰਦੇ ਹਨ।
ਪ੍ਰਾਰਥਨਾ ਕਮਜ਼ੋਰੀ ਨਹੀਂ ਹੈ।
ਇਹ ਯੁੱਧ ਹੈ।
ਧੀਰਜ ਕੋਈ ਸੁਸਤਤਾ ਨਹੀਂ ਹੈ।
ਇਹ ਰੋਕ ਹੇਠ ਤਾਕਤ ਹੈ।
ਜੇ ਉਸਨੇ ਹਮਲਾਵਰ ਢੰਗ ਨਾਲ ਪ੍ਰਤੀਕਿਰਿਆ ਕੀਤੀ ਹੁੰਦੀ, ਤਾਂ ਘਰ ਹਮੇਸ਼ਾ ਲਈ ਟੁੱਟ ਸਕਦਾ ਸੀ।
ਇਸ ਦੀ ਬਜਾਏ, ਉਸਨੇ ਰਣਨੀਤਕ ਤੌਰ 'ਤੇ ਸਹਿਣ ਕੀਤਾ।

ਪ੍ਰਤੀਬਿੰਬ ਸਵਾਲ

1. ਰੱਬ ਨੇ ਮੈਨੂੰ ਬਚਣ ਦੀ ਬਜਾਏ ਸਹਿਣ ਲਈ ਕਿੱਥੇ ਬੁਲਾਇਆ ਹੈ?
2. ਕੀ ਮੇਰੀ ਪ੍ਰਾਰਥਨਾ ਜੀਵਨ ਇਕਸਾਰ ਹੈ ਜਾਂ ਪ੍ਰਤੀਕਿਰਿਆਸ਼ੀਲ ਹੈ?
3. ਕੀ ਮੈਂ ਔਖੇ ਮਾਹੌਲ ਨੂੰ ਬਹੁਤ ਜਲਦੀ ਛੱਡ ਦਿੰਦਾ ਹਾਂ?
4. ਕੀ ਮੈਂ ਸ਼ਾਂਤ ਵਫ਼ਾਦਾਰੀ ਦੀ ਸ਼ਕਤੀ ਨੂੰ ਘੱਟ ਸਮਝਿਆ ਹੈ?

5. ਮੇਰੀ ਇਕਸਾਰਤਾ ਦਾ ਪੀੜ੍ਹੀ ਦਰ ਪੀੜ੍ਹੀ ਕੀ ਪ੍ਰਭਾਵ ਪੈ ਸਕਦਾ ਹੈ? ਹੌਲੀ-ਹੌਲੀ ਜਵਾਬ ਦਿਓ।

ਘੋਸ਼ਣਾ

ਉੱਚੀ ਆਵਾਜ਼ ਵਿੱਚ ਕਹੋ:

"ਮੇਰੀ ਇਕਸਾਰਤਾ ਵਿੱਚ ਸ਼ਕਤੀ ਹੈ।

ਮੇਰੀਆਂ ਪ੍ਰਾਰਥਨਾਵਾਂ ਵਿਅਰਥ ਨਹੀਂ ਜਾਂਦੀਆਂ। ਮੈਂ ਬਿਨਾਂ ਕੁੜੱਤਣ ਦੇ ਸਹਿਣ ਕਰਾਂਗਾ। ਮੈਂ ਬਿਨਾਂ ਤਾਕਤ ਦੇ ਪ੍ਰਭਾਵਿਤ ਕਰਾਂਗਾ। ਮੇਰਾ ਵਿਸ਼ਵਾਸ ਸਥਿਰ ਰਹੇਗਾ।"

ਇਸਨੂੰ ਸ਼ਾਂਤੀ ਨਾਲ ਦੁਹਰਾਓ।

ਢਾਂਚਾਗਤ ਪ੍ਰਾਰਥਨਾ (40 **ਮਿੰਟ**)

1. **ਪੂਜਾ** (10 **ਮਿੰਟ**)

ਪਰਮਾਤਮਾ ਦਾ ਸਤਿਕਾਰ ਕਰੋ ਕਿਉਂਕਿ ਉਹ ਗੁਪਤ ਵਿੱਚ ਦੇਖਦਾ ਹੈ।

2. **ਵਿਚੋਲਗੀ** (15 **ਮਿੰਟ**)

ਆਪਣੇ ਪਰਿਵਾਰ ਅਤੇ ਆਉਣ ਵਾਲੀਆਂ ਪੀੜ੍ਹੀਆਂ ਲਈ ਪ੍ਰਾਰਥਨਾ ਕਰੋ।

3. **ਤਾਕਤ** (10 **ਮਿੰਟ**)

ਮੁਸ਼ਕਲ ਥਾਵਾਂ 'ਤੇ ਧੀਰਜ ਦੀ ਮੰਗ ਕਰੋ।

4. **ਸਮਰਪਣ** (5 **ਮਿੰਟ**)

ਬੇਸਬਰੀ ਅਤੇ ਨਿਰਾਸ਼ਾ ਛੱਡੋ।

ਇਸ ਨਾਲ ਬੰਦ ਕਰੋ:

"ਮੈਨੂੰ ਸ਼ਾਂਤ ਵਫ਼ਾਦਾਰੀ ਵਿੱਚ ਤਕੜਾ ਕਰੋ।"

ਐਕਸ਼ਨ ਪੁਆਇੰਟ

ਅੱਜ ਤੁਸੀਂ:

1. ਆਪਣੇ ਪਰਿਵਾਰ ਲਈ 20 ਮਿੰਟ ਨਿਰਵਿਘਨ ਪ੍ਰਾਰਥਨਾ ਕਰੋ।
2. ਆਪਣੇ ਘਰ ਵਿੱਚੋਂ ਇੱਕ ਪ੍ਰਤੀਕਿਰਿਆਸ਼ੀਲ ਆਦਤ ਨੂੰ ਦੂਰ ਕਰੋ।
3. ਉਨ੍ਹਾਂ ਲੋਕਾਂ ਦੇ ਨਾਮ ਲਿਖੋ ਜਿਨ੍ਹਾਂ ਲਈ ਤੁਸੀਂ ਰੋਜ਼ਾਨਾ ਵਿਚੋਲਗੀ ਕਰੋਗੇ।
4. ਤਣਾਅ ਦੇ ਅੰਦਰ ਦਿਆਲਤਾ ਦਾ ਇੱਕ ਕੰਮ ਚੁਣੋ।
5. 7 ਦਿਨਾਂ ਦੀ ਨਿਰੰਤਰ ਵਿਚੋਲਗੀ ਲਈ ਵਚਨਬੱਧ ਰਹੋ।

ਦਿਨ 16

ਜਦੋਂ ਸਜ਼ਾ ਤੁਹਾਨੂੰ ਪਹਿਲਾਂ ਮਹਿੰਗੀ ਪੈਂਦੀ ਹੈ

ਸਟੋਰੀ ਐਂਕਰ

ਈਸਾ ਦੇ ਜਨਤਕ ਤੌਰ 'ਤੇ ਆਤਮ ਸਮਰਪਣ ਕਰਨ ਤੋਂ ਪਹਿਲਾਂ ਹੀ ਉਸਦਾ ਵੱਡਾ ਭਰਾ ਹੱਦ ਪਾਰ ਕਰ ਚੁੱਕਾ ਸੀ।
ਉਸਦਾ ਨਾਮ ਲਿਆ ਗਿਆ।
ਉਸਦਾ ਪੱਖ ਸਪੱਸ਼ਟ ਸੀ। ਉਸਦਾ ਦ੍ਰਿੜ ਵਿਸ਼ਵਾਸ ਲੁਕਿਆ ਨਹੀਂ ਸੀ।
ਜਦੋਂ ਉਸਨੇ ਆਪਣੇ ਵਿਸ਼ਵਾਸ ਦਾ ਐਲਾਨ ਕੀਤਾ, ਤਾਂ ਤਣਾਅ ਫੈਲ ਗਿਆ।
ਪ੍ਰਤੀਕਿਰਿਆ ਸਿਰਫ਼ ਜ਼ੁਬਾਨੀ ਨਹੀਂ ਸੀ।

ਇੱਕ ਤਲਵਾਰ ਚੁੱਕੀ ਗਈ।

ਇਹ ਹੜਤਾਲ ਮਾਰਨ ਲਈ ਸੀ।

ਇਹ ਪ੍ਰਤੀਕਾਤਮਕ ਗੁੱਸਾ ਨਹੀਂ ਸੀ।

ਇਹ ਫਾਂਸੀ ਦੇ ਪੱਧਰ ਦੀ ਗੰਭੀਰਤਾ ਸੀ।

ਪਰ ਹੜਤਾਲ ਕਦੇ ਸਿਰੇ ਨਹੀਂ ਚੜ੍ਹੀ।

ਬਲੇਡ ਦੇ ਉਸ ਤੱਕ ਪਹੁੰਚਣ ਤੋਂ ਪਹਿਲਾਂ ਹੀ ਉਸਨੂੰ ਸਰੀਰਕ ਤੌਰ 'ਤੇ ਉਸ ਜਗ੍ਹਾ ਤੋਂ ਕਿਸੇ ਹੋਰ ਨੇੜਲੀ ਜਗ੍ਹਾ 'ਤੇ ਲਿਜਾਇਆ ਗਿਆ।

ਉਸਨੇ ਬਾਅਦ ਵਿੱਚ ਗਵਾਹੀ ਦਿੱਤੀ ਕਿ ਉਸਨੂੰ ਅਲੌਕਿਕ ਤੌਰ 'ਤੇ ਸਥਾਨਾਂਤਰਿਤ ਕੀਤਾ ਗਿਆ ਸੀ।

ਉਸ ਪਲ ਨੇ ਸਭ ਕੁਝ ਬਦਲ ਦਿੱਤਾ।

ਸਜ਼ਾ ਨੇ ਹਿੰਸਾ ਨੂੰ ਜਨਮ ਦਿੱਤਾ ਸੀ।

ਬਚਾਅ ਨੇ ਮਕਸਦ ਪ੍ਰਗਟ ਕੀਤਾ।

ਉਹ ਮਰਿਆ ਨਹੀਂ।

ਉਸਨੇ ਆਪਣਾ ਪੱਖ ਨਹੀਂ ਛੱਡਿਆ।

ਉਹ ਪਿੱਛੇ ਨਹੀਂ ਹਟਿਆ।

ਸਾਲਾਂ ਬਾਅਦ, ਉਹ ਸੇਵਕਾਈ ਦੀ ਅਗਵਾਈ ਵਿੱਚ ਸੇਵਾ ਨਿਭਾਏਗਾ।

ਜਿਸ ਨੂੰ ਧਰਮ ਪਰਿਵਰਤਨ ਲਈ ਮਾਰਿਆ ਜਾਣਾ ਸੀ, ਉਹ ਚਰਵਾਹਾ ਬਣ ਗਿਆ।

ਪਹਿਲਾਂ ਸਜ਼ਾ।

ਫਿਰ ਧਮਕੀ। ਫਿਰ ਬਚਾਅ। ਫਿਰ ਬੁਲਾਵਾ।

ਧਰਮ ਗ੍ਰੰਥ ਦੇ ਐਂਕਰ

ਪੁਰਾਣਾ ਨੇਮ

"ਜਦੋਂ ਉਨ੍ਹਾਂ ਨੇ ਉਸਨੂੰ ਅੱਗ ਵਿੱਚ ਸੁੱਟ ਦਿੱਤਾ... ਅੱਗ ਨੇ ਉਨ੍ਹਾਂ ਦੇ ਸਰੀਰਾਂ ਨੂੰ ਨੁਕਸਾਨ ਨਹੀਂ ਪਹੁੰਚਾਇਆ।"

- ਦਾਨੀਏਲ 3:27

ਸੰਭਾਲ ਅਸਾਈਨਮੈਂਟ ਦੀ ਪੁਸ਼ਟੀ ਕਰਦੀ ਹੈ।

ਨਵਾਂ ਨੇਮ

"ਉਨ੍ਹਾਂ ਨੇ ਉਨ੍ਹਾਂ ਨੂੰ ਬੁਲਾਇਆ ਅਤੇ ਹੁਕਮ ਦਿੱਤਾ ਕਿ ਉਹ ਬਿਲਕੁਲ ਨਾ ਬੋਲਣ… ਪਰ ਪਤਰਸ ਅਤੇ ਯੂਹੰਨਾ ਨੇ ਜਵਾਬ ਦਿੱਤਾ, 'ਅਸੀਂ ਬੋਲਦੇ ਰਹਿ ਨਹੀਂ ਸਕਦੇ।'"

— ਰਸੂਲਾਂ ਦੇ ਕਰਤੱਬ 4:18-20

ਸਜ਼ਾ ਧਮਕੀ ਦੇ ਬਾਵਜੂਦ ਵੀ ਬੋਲਦੀ ਹੈ।

ਪਾਠ

ਹਰ ਪਰਿਵਾਰ ਵਿੱਚ ਕੋਈ ਨਾ ਕੋਈ ਪਹਿਲਾਂ ਹੁੰਦਾ ਹੈ।

ਪਹਿਲਾਂ ਖੜ੍ਹੇ ਹੋਣਾ।

ਪਹਿਲਾਂ ਬੋਲਣਾ। ਪਹਿਲਾਂ ਪ੍ਰਤੀਕਿਰਿਆ ਨੂੰ ਗ੍ਰਹਿਣ ਕਰਨਾ।

ਪਹਿਲੇ ਨੂੰ ਅਕਸਰ ਸਭ ਤੋਂ ਵੱਧ ਵਿਰੋਧ ਝੱਲਣਾ ਪੈਂਦਾ ਹੈ।

ਪਰ ਉਹ ਦੂਜਿਆਂ ਲਈ ਵੀ ਰੁਕਾਵਟ ਤੋੜ ਦਿੰਦੇ ਹਨ।

ਉਸਦਾ ਸਟੈਂਡ ਈਸਾ ਦੇ ਸਮਰਪਣ ਤੋਂ ਪਹਿਲਾਂ ਦਾ ਸੀ।

ਉਸਦੀ ਰੱਖਿਆ ਚੁੱਪ ਗਵਾਹ ਬਣ ਗਈ।

ਤੁਹਾਡੀ ਹਿੰਮਤ ਕਿਸੇ ਹੋਰ ਦੇ ਬਦਲਾਅ ਲਈ ਰਾਹ ਤਿਆਰ ਕਰ ਸਕਦੀ ਹੈ।

ਜੇ ਉਹ ਪਿੱਛੇ ਹਟ ਜਾਂਦਾ ਤਾਂ

ਡਰ ਹੋਰ ਵੀ ਵੱਧ ਜਾਂਦਾ।

ਜੇ ਉਹ ਮੁਕਰ ਜਾਂਦਾ, ਤਾਂ
ਅਧਿਕਾਰ ਸੱਚਾਈ ਦੇ ਵਿਰੁੱਧ ਮਜ਼ਬੂਤ ਹੋ ਜਾਂਦਾ।
ਪਰ ਉਹ ਖੜ੍ਹਾ ਰਿਹਾ।
ਜਨਤਕ ਸਜ਼ਾ ਮਹਿੰਗੀ ਪੈਂਦੀ ਹੈ।
ਪਰ ਇਹ ਉਤਪ੍ਰੇਰਕ ਹੈ।

ਪ੍ਰਤੀਬਿੰਬ ਸਵਾਲ

1. ਕੀ ਮੈਂ ਆਗਿਆਕਾਰੀ ਵਿੱਚ ਪਹਿਲੇ ਹੋਣ ਲਈ ਤਿਆਰ ਹਾਂ?
2. ਮੈਂ ਕਿੱਥੇ ਦਿਖਾਈ ਦੇਣ ਵਾਲੇ ਦ੍ਰਿੜ ਵਿਸ਼ਵਾਸ ਤੋਂ ਬਚਿਆ ਹਾਂ?
3. ਕੀ ਮੇਰੀ ਚੁੱਪੀ ਨੇ ਕਿਸੇ ਹੋਰ ਦੀ ਹਿੰਮਤ ਨੂੰ ਹੌਲੀ ਕਰ ਦਿੱਤਾ ਹੈ?
4. ਕਿਹੜਾ ਡਰ ਮੈਨੂੰ ਜਨਤਕ ਤੌਰ 'ਤੇ ਖੜ੍ਹੇ ਹੋਣ ਤੋਂ ਰੋਕਦਾ ਹੈ?
5. ਜੇਕਰ ਬਚਾਅ ਆਗਿਆਕਾਰੀ ਤੋਂ ਬਾਅਦ ਹੁੰਦਾ ਹੈ, ਤਾਂ
   ਪਰਮਾਤਮਾ ਮੇਰੇ ਵਿੱਚ ਕੀ ਬਚਾ ਰਿਹਾ ਹੋਵੇਗਾ?

ਇਮਾਨਦਾਰੀ ਨਾਲ ਜਵਾਬ ਦਿਓ।

ਘੋਸ਼ਣਾ

ਉੱਚੀ ਆਵਾਜ਼ ਵਿੱਚ ਕਹੋ:
"ਮੈਂ ਖੜ੍ਹਾ ਰਹਾਂਗਾ ਭਾਵੇਂ ਮੈਂ ਪਹਿਲਾਂ ਖੜ੍ਹਾ ਹੋਵਾਂ।
ਮੈਂ ਧਮਕੀਆਂ ਹੇਠ ਪਿੱਛੇ ਨਹੀਂ ਹਟਾਂਗਾ। ਮੇਰੀ ਆਗਿਆਕਾਰੀ ਦੂਜਿਆਂ ਲਈ ਰਾਹ ਤਿਆਰ ਕਰਦੀ ਹੈ। ਪਰਮਾਤਮਾ ਜੋ ਨਿਯੁਕਤ ਕਰਦਾ ਹੈ ਉਸਨੂੰ ਸੁਰੱਖਿਅਤ ਰੱਖਦਾ ਹੈ।"
ਇਸਨੂੰ ਦ੍ਰਿੜਤਾ ਨਾਲ ਦੁਹਰਾਓ।

ਢਾਂਚਾਗਤ ਪ੍ਰਾਰਥਨਾ (40 ਮਿੰਟ)

1. ਪੂਜਾ (10 ਮਿੰਟ)

ਪਰਮਾਤਮਾ ਨੂੰ ਰੱਖਿਅਕ ਅਤੇ ਪਾਲਣਹਾਰ ਵਜੋਂ ਸਤਿਕਾਰੋ।

2. ਹਿੰਮਤ (10-15 ਮਿੰਟ)

ਜਨਤਕ ਤੌਰ 'ਤੇ ਖੜ੍ਹੇ ਹੋਣ ਲਈ ਤਾਕਤ ਮੰਗੋ।

3. ਸੁਰੱਖਿਆ (10 ਮਿੰਟ)

ਦ੍ਰਿਸ਼ਟੀਗਤ ਆਗਿਆਕਾਰੀ ਉੱਤੇ ਬ੍ਰਹਮ ਕਵਰ ਲਈ ਪ੍ਰਾਰਥਨਾ ਕਰੋ।

4. ਵਿਚੋਲਗੀ (5 ਮਿੰਟ)

ਕਿਸੇ ਅਜਿਹੇ ਵਿਅਕਤੀ ਲਈ ਪ੍ਰਾਰਥਨਾ ਕਰੋ ਜਿਸਨੂੰ ਹਿੰਮਤ ਦੀ ਲੋੜ ਹੈ।

ਇਸ ਨਾਲ ਬੰਦ ਕਰੋ:

"ਮੈਂ ਬਿਨਾਂ ਕਿਸੇ ਡਰ ਦੇ ਖੜ੍ਹਾ ਹਾਂ।"

ਐਕਸ਼ਨ ਪੁਆਇੰਟ

ਅੱਜ ਤੁਸੀਂ:

1. ਇੱਕ ਅਜਿਹੇ ਖੇਤਰ ਦੀ ਪਛਾਣ ਕਰੋ ਜਿੱਥੇ ਤੁਹਾਨੂੰ ਉਦਾਹਰਣ ਦੇ ਕੇ ਅਗਵਾਈ ਕਰਨੀ ਚਾਹੀਦੀ ਹੈ।
2. ਆਗਿਆਕਾਰੀ ਦਾ ਇੱਕ ਪ੍ਰਤੱਖ ਕਦਮ ਚੁੱਕੋ।
3. ਕਿਸੇ ਝਿਜਕਦੇ ਵਿਅਕਤੀ ਨੂੰ ਖੜ੍ਹੇ ਹੋਣ ਲਈ ਉਤਸ਼ਾਹਿਤ ਕਰੋ।
4. ਦਾਨੀਏਲ 3 ਨੂੰ ਹੌਲੀ-ਹੌਲੀ ਪੜ੍ਹੋ।
5. ਡਰ-ਪ੍ਰੇਰਿਤ ਚੁੱਪੀ ਤੋਂ ਇਨਕਾਰ ਕਰੋ।

ਦਿਨ 17

ਜਦੋਂ ਪ੍ਰਕਾਸ਼ ਕਾਫ਼ੀ ਨਹੀਂ ਹੁੰਦਾ

ਸਟੋਰੀ ਐਂਕਰ

ਮੈਦੁਗੁਰੀ ਵਿੱਚ, ਕੁਝ ਅਜਿਹਾ ਵਾਪਰਿਆ ਜੋ ਆਮ ਵਿਆਖਿਆ ਦੇ ਅਨੁਕੂਲ ਨਹੀਂ ਸੀ।

ਉਸਨੇ ਲਿਜਾਏ ਜਾਣ ਦਾ ਵਰਣਨ ਕੀਤਾ - ਨਰਕ ਦਿਖਾਇਆ ਗਿਆ।

ਉਸਨੇ ਲੋਕਾਂ ਨੂੰ ਪਛਾਣ ਲਿਆ।

ਅਪਰਾਧੀ ਨਹੀਂ।

ਅਜਨਬੀ ਨਹੀਂ।

ਅਧਿਆਪਕ।

ਇਸਲਾਮੀ ਵਿਦਵਾਨ।

ਸਤਿਕਾਰਯੋਗ ਆਦਮੀਓ।

ਉਹ ਆਦਮੀ ਜਿਨ੍ਹਾਂ ਦਾ ਉਸਨੇ ਸਨਮਾਨ ਕੀਤਾ ਸੀ।

ਜਿਨ੍ਹਾਂ ਆਦਮੀਆਂ ਨੂੰ ਉਹ ਧਰਮੀ ਮੰਨਦਾ ਸੀ, ਉਹ ਧਰਮੀ ਸਨ।

ਉਸਨੇ ਤਸੀਹੇ ਦੇਖੇ।

ਫਿਰ ਉਸਨੇ ਸਵਰਗ ਦੇਖਿਆ।

ਆਰਡਰ।

ਰੌਸ਼ਨੀ। ਸ਼ਾਂਤੀ।

ਉਹ ਉਸ ਮੁਲਾਕਾਤ ਤੋਂ ਹੈਰਾਨ ਹੋ ਕੇ ਵਾਪਸ ਆਇਆ।

ਪਰ ਉਸਨੇ ਆਤਮ ਸਮਰਪਣ ਨਹੀਂ ਕੀਤਾ।

ਪ੍ਰਕਾਸ਼ ਨੇ ਉਸਨੂੰ ਪਰੇਸ਼ਾਨ ਕਰ ਦਿੱਤਾ।

ਇਸਨੇ ਉਸਨੂੰ ਅਜੇ ਤੱਕ ਧਰਮ ਪਰਿਵਰਤਨ ਨਹੀਂ ਕੀਤਾ।

ਇਹ ਪੂਰੀ ਕਹਾਣੀ ਦੀ ਸਭ ਤੋਂ ਗੰਭੀਰ ਸੱਚਾਈ ਵਿੱਚੋਂ ਇੱਕ ਹੈ।

ਤੁਸੀਂ ਅਧਿਆਤਮਿਕ ਹਕੀਕਤ ਦੇਖ ਸਕਦੇ ਹੋ -

ਅਤੇ ਫਿਰ ਵੀ ਵਿਰੋਧ ਕਰ ਸਕਦੇ ਹੋ।

ਤੁਸੀਂ ਬ੍ਰਹਮ ਐਕਸਪੋਜਰ ਦਾ ਸਾਹਮਣਾ ਕਰ ਸਕਦੇ ਹੋ -

ਅਤੇ ਫਿਰ ਵੀ ਆਗਿਆਕਾਰੀ ਵਿੱਚ ਦੇਰੀ ਕਰ ਸਕਦੇ ਹੋ।

ਜਾਣਕਾਰੀ ਪਰਿਵਰਤਨ ਦੀ ਗਰੰਟੀ ਨਹੀਂ ਦਿੰਦੀ।

ਧਰਮ ਗ੍ਰੰਥ ਦੇ ਐਂਕਰ

ਪੁਰਾਣਾ ਨੇਮ

"ਬਿਲਆਮ ਨੇ... ਯਹੋਵਾਹ ਦੇ ਦੂਤ ਨੂੰ ਰਾਹ ਵਿੱਚ ਖੜ੍ਹਾ ਦੇਖਿਆ... ਪਰ ਉਸਦਾ ਦਿਲ ਇਨਾਮ 'ਤੇ ਟਿਕਾ ਹੋਇਆ ਸੀ।"

- ਗਿਣਤੀ 22:31-32 (ਸੰਦਰਭ)

ਦੇਖਣ ਨਾਲ ਹਮੇਸ਼ਾ ਇੱਛਾ ਨਹੀਂ ਬਦਲਦੀ।

ਨਵਾਂ ਨੇਮ

“ਯਿਸੂ ਨੇ ਉਨ੍ਹਾਂ ਦੇ ਸਾਹਮਣੇ ਇੰਨੇ ਸਾਰੇ ਨਿਸ਼ਾਨ ਦਿਖਾਏ, ਪਰ ਫਿਰ ਵੀ ਉਨ੍ਹਾਂ ਨੇ ਉਸ ਉੱਤੇ ਵਿਸ਼ਵਾਸ ਨਾ ਕੀਤਾ।”

—ਯੂਹੰਨਾ 12:37

ਚਮਤਕਾਰ ਕਠੋਰ ਇੱਛਾ ਸ਼ਕਤੀ ਨੂੰ ਓਵਰਰਾਈਡ ਨਹੀਂ ਕਰਦੇ।

ਪਾਠ

ਬਹੁਤ ਸਾਰੇ ਲੋਕ ਪ੍ਰਕਾਸ਼ ਮੰਗਦੇ ਹਨ।

ਬਹੁਤ ਘੱਟ ਲੋਕ ਇਸਦਾ ਜਵਾਬ ਦਿੰਦੇ ਹਨ।

ਤੁਸੀਂ ਕਹਿ ਸਕਦੇ ਹੋ:

"ਜੇ ਮੈਂ ਕੁਝ ਸ਼ਕਤੀਸ਼ਾਲੀ ਦੇਖਦਾ, ਤਾਂ ਮੈਂ ਬਦਲ ਜਾਂਦਾ।"

ਪਰ ਦਿਲ ਅਨੁਭਵ ਨਾਲੋਂ ਡੂੰਘਾ ਹੁੰਦਾ ਹੈ।

ਪ੍ਰਕਾਸ਼ ਪ੍ਰਗਟ ਕਰਦਾ ਹੈ।

ਇੱਛਾ ਫੈਸਲਾ ਕਰਦੀ ਹੈ।

ਤੁਸੀਂ ਸ਼ਾਇਦ ਪਹਿਲਾਂ ਹੀ ਜਾਣਦੇ ਹੋਵੋਗੇ:

- ਸਮਝੌਤੇ ਦੇ ਨਤੀਜੇ।
- ਪਾਪ ਦੀ ਕੀਮਤ।
- ਆਗਿਆਕਾਰੀ ਦੀ ਅਤਿਅੰਤਤਾ।
- ਸਦੀਵਤਾ ਦੀ ਅਸਲੀਅਤ।

ਪਰ ਸਮਰਪਣ ਤੋਂ ਬਿਨਾਂ ਗਿਆਨ ਬੋਝ ਬਣ ਜਾਂਦਾ ਹੈ।

ਐਕਸਪੋਜਰ ਅਤੇ ਆਗਿਆਕਾਰੀ ਵਿਚਕਾਰ ਇੱਕ ਖ਼ਤਰਨਾਕ ਥਾਂ ਹੈ।

ਜਿੰਨਾ ਚਿਰ ਤੁਸੀਂ ਉੱਥੇ ਰਹੋਗੇ,

ਸਮਰਪਣ ਓਨਾ ਹੀ ਔਖਾ ਹੁੰਦਾ ਜਾਵੇਗਾ।

ਪ੍ਰਤੀਬਿੰਬ ਸਵਾਲ

1. ਮੈਂ ਸਦੀਵਤਾ ਬਾਰੇ ਕਿਹੜੀਆਂ ਸੱਚਾਈਆਂ ਸੁਣੀਆਂ ਹਨ ਪਰ ਉਨ੍ਹਾਂ 'ਤੇ ਅਮਲ ਨਹੀਂ ਕੀਤਾ?
2. ਮੈਨੂੰ ਕਿੱਥੇ ਯਕੀਨ ਹੋਇਆ ਪਰ ਦੇਰੀ ਨਾਲ ਜਵਾਬ ਮਿਲਿਆ?

3. ਕੀ ਮੈਂ ਆਗਿਆਕਾਰੀ ਦੀ ਬਜਾਏ ਤਜ਼ਰਬਿਆਂ 'ਤੇ ਭਰੋਸਾ ਕਰਦਾ ਹਾਂ?
4. ਮੈਂ ਕਿਹੜੇ ਪ੍ਰਗਟਾਵੇ ਨੂੰ ਨਜ਼ਰਅੰਦਾਜ਼ ਕੀਤਾ ਹੈ?
5. ਜੇ ਮੈਂ ਅੱਜ ਮਰ ਗਿਆ, ਤਾਂ ਕੀ ਮੇਰੀ ਵਫ਼ਾਦਾਰੀ ਤੈਅ ਹੋ ਜਾਵੇਗੀ?

ਗੰਭੀਰਤਾ ਨਾਲ ਜਵਾਬ ਦਿਓ।

ਘੋਸ਼ਣਾ

ਖੜ੍ਹੇ ਹੋਵੋ ਅਤੇ ਐਲਾਨ ਕਰੋ:

"ਪ੍ਰਕਾਸ਼ ਮੈਨੂੰ ਆਗਿਆਕਾਰੀ ਵੱਲ ਲੈ ਜਾਵੇਗਾ।
ਮੈਂ ਸਮਰਪਣ ਕਰਨ ਵਿੱਚ ਦੇਰੀ ਨਹੀਂ ਕਰਾਂਗਾ। ਮੈਂ ਆਪਣਾ ਦਿਲ ਕਠੋਰ ਨਹੀਂ ਕਰਾਂਗਾ। ਜੋ ਪਰਮਾਤਮਾ ਮੈਨੂੰ ਦਿਖਾਉਂਦਾ ਹੈ, ਮੈਂ ਉਸ 'ਤੇ ਅਮਲ ਕਰਾਂਗਾ।"

ਇਸਨੂੰ ਹੌਲੀ-ਹੌਲੀ ਦੁਹਰਾਓ।

ਢਾਂਚਾਗਤ ਪ੍ਰਾਰਥਨਾ (40 **ਮਿੰਟ**)

1. **ਸ਼ਰਧਾ** (10 **ਮਿੰਟ**)

ਸਦੀਵੀਤਾ ਦੀ ਅਸਲੀਅਤ 'ਤੇ ਵਿਚਾਰ ਕਰੋ।

2. **ਇਕਬਾਲ** (10 **ਮਿੰਟ**)

ਆਗਿਆਕਾਰੀ ਵਿੱਚ ਖਾਸ ਦੇਰੀ ਦੇ ਨਾਮ ਦੱਸੋ।

3. **ਸਮਰਪਣ** (10-15 **ਮਿੰਟ**)

ਆਪਣੀ ਇੱਛਾ ਪੂਰੀ ਤਰ੍ਹਾਂ ਮਸੀਹ ਨੂੰ ਦੁਬਾਰਾ ਪੇਸ਼ ਕਰੋ।

4. **ਇਕਸਾਰਤਾ** (5 **ਮਿੰਟ**)

ਇੱਕ ਨਰਮ, ਜਵਾਬਦੇਹ ਦਿਲ ਦੀ ਮੰਗ ਕਰੋ।

ਇਸ ਨਾਲ ਬੰਦ ਕਰੋ:

"ਮੇਰਾ ਦਿਲ ਅਜੇ ਵੀ ਕੋਮਲ ਹੈ।"

ਐਕਸ਼ਨ ਪੁਆਇੰਟ

ਅੱਜ ਤੁਸੀਂ:

1. ਇੱਕ ਸੱਚਾਈ ਲਿਖੋ ਜਿਸ 'ਤੇ ਤੁਸੀਂ ਦੇਰੀ ਨਾਲ ਕੰਮ ਕੀਤਾ ਹੈ।
2. ਆਗਿਆਕਾਰੀ ਵੱਲ ਇੱਕ ਤੁਰੰਤ ਕਦਮ ਚੁੱਕੋ।
3. ਗੰਭੀਰਤਾ ਦੀ ਨਿਸ਼ਾਨੀ ਵਜੋਂ ਇੱਕ ਭਟਕਾਅ ਤੋਂ ਬਚੋ।
4. ਯੂਹੰਨਾ 12 ਨੂੰ ਹੌਲੀ-ਹੌਲੀ ਪੜ੍ਹੋ।
5. ਅਨੰਤਤਾ 'ਤੇ ਚੁੱਪਚਾਪ ਵਿਚਾਰ ਕਰਨ ਲਈ 5 ਮਿੰਟ ਬਿਤਾਓ।

ਦਿਨ 18

ਜਦੋਂ ਤੁਹਾਡਾ ਸਲਾਹਕਾਰ ਡਿੱਗ ਪੈਂਦਾ ਹੈ

ਸਟੋਰੀ ਐਂਕਰ

ਇਮਾਮ ਕੋਈ ਅਜਨਬੀ ਨਹੀਂ ਸੀ।

ਉਹ ਦੂਰ ਨਹੀਂ ਸੀ।

ਉਹ ਬਚਪਨ ਦਾ ਸਲਾਹਕਾਰ ਸੀ।

ਉਸਨੇ ਉਸਨੂੰ ਧਰਮ ਗ੍ਰੰਥ ਸਿਖਾਇਆ।

ਉਸਨੇ ਉਸਨੂੰ ਅਨੁਸ਼ਾਸਨ ਸਿਖਾਇਆ। ਉਸਨੇ ਉਸਨੂੰ ਡੂੰਘਾ ਗਿਆਨ ਸਿਖਾਇਆ। ਉਸਨੇ ਉਸਨੂੰ ਉੱਨਤ ਅਧਿਆਤਮਿਕ ਅਭਿਆਸਾਂ ਨਾਲ ਜਾਣੂ ਕਰਵਾਇਆ। ਉਸਨੇ ਅਧਿਕਾਰ ਦੀ ਉਸਦੀ ਸਮਝ ਨੂੰ ਆਕਾਰ ਦਿੱਤਾ।

ਵਿਸ਼ਵਾਸ ਜਲਦੀ ਹੀ ਬਣ ਗਿਆ ਸੀ।

ਸਤਿਕਾਰ ਬਹੁਤ ਡੂੰਘਾ ਸੀ।

ਵਫ਼ਾਦਾਰੀ ਮਜ਼ਬੂਤ ਸੀ।

ਫਿਰ ਟਕਰਾਅ ਹੋਇਆ।

ਉਸ ਨੇ ਜਿਸ ਮੁਲਾਕਾਤ ਦਾ ਵਰਣਨ ਕੀਤਾ, ਉਸ ਵਿੱਚ ਉਸਨੇ ਸਵਰਗ ਤੋਂ ਅੱਗ ਨੂੰ ਹੇਠਾਂ ਆਉਂਦੇ ਦੇਖਿਆ।

ਅਤੇ ਇਮਾਮ ਨੂੰ ਸੱਟ ਲੱਗ ਗਈ।

ਉਹ ਆਦਮੀ ਜਿਸਨੇ ਉਸਨੂੰ ਸਿਖਲਾਈ ਦਿੱਤੀ।

ਉਹ ਅਧਿਕਾਰ ਜਿਸ ਦਾ ਉਸਨੇ ਸਨਮਾਨ ਕੀਤਾ। ਉਹ ਅਧਿਆਪਕ ਜਿਸਨੇ ਉਸਨੂੰ ਆਕਾਰ ਦਿੱਤਾ।

ਚਲਾ ਗਿਆ।

ਉਹ ਪਲ ਸਿਰਫ਼ ਮੌਤ ਬਾਰੇ ਨਹੀਂ ਸੀ।

ਇਹ ਢਹਿਣ ਬਾਰੇ ਸੀ।

ਜਦੋਂ ਤੁਹਾਡੇ ਅੰਦਰ ਜੋ ਕੁਝ ਬਣਿਆ ਹੈ ਉਹ ਡਿੱਗ ਪੈਂਦਾ ਹੈ, ਤਾਂ ਤੁਹਾਨੂੰ ਚੁਣਨ ਲਈ ਮਜਬੂਰ ਹੋਣਾ ਪੈਂਦਾ ਹੈ।

ਕੀ ਤੁਸੀਂ ਵਫ਼ਾਦਾਰੀ ਨਾਲ ਜੁੜੇ ਰਹੋਗੇ -

ਜਾਂ ਪ੍ਰਕਾਸ਼ ਦਾ ਜਵਾਬ ਦਿਓਗੇ?

ਕਿਸੇ ਸਲਾਹਕਾਰ ਤੋਂ ਟੁੱਟਣਾ ਸੌਖਾ ਨਹੀਂ ਹੁੰਦਾ।

ਇਹ ਭਾਵਨਾਤਮਕ ਹੈ।

ਇਹ ਭਟਕਾਉਣ ਵਾਲਾ ਹੈ। ਇਹ ਵਿਸ਼ਵਾਸਘਾਤ ਵਰਗਾ ਮਹਿਸੂਸ ਹੁੰਦਾ ਹੈ।

ਪਰ ਕਈ ਵਾਰ ਪਰਮਾਤਮਾ ਉਸ ਅਧਿਕਾਰ ਦਾ ਸਾਹਮਣਾ ਕਰਦਾ ਹੈ ਜਿਸਨੇ ਤੁਹਾਨੂੰ

ਇਸ ਤਰ੍ਹਾਂ ਆਕਾਰ ਦਿੱਤਾ ਹੈ ਕਿ ਤੁਹਾਡੀ ਵਫ਼ਾਦਾਰੀ ਪੂਰੀ ਤਰ੍ਹਾਂ ਤਬਦੀਲ ਹੋ ਸਕੇ।

ਧਰਮ ਗ੍ਰੰਥ ਦੇ ਐਂਕਰ

ਪੁਰਾਣਾ ਨੇਮ

"ਜਦੋਂ ਏਲੀਯਾਹ ਉਸ ਕੋਲੋਂ ਲੰਘਿਆ, ਤਾਂ ਅਲੀਸ਼ਾ ਨੇ... ਬਲਦਾਂ ਨੂੰ ਮਾਰ ਦਿੱਤਾ... ਹਲ ਵਾਹੁਣ ਵਾਲੇ ਸਾਮਾਨ ਨੂੰ ਸਾੜ ਦਿੱਤਾ... ਅਤੇ ਏਲੀਯਾਹ ਦੇ

ਪਿੱਛੇ-ਪਿੱਛੇ ਤੁਰ ਪਿਆ।"

- 1 ਰਾਜਿਆਂ 19:21

ਤਬਦੀਲੀ ਲਈ ਵੱਖ ਹੋਣ ਦੀ ਲੋੜ ਹੁੰਦੀ ਹੈ।

ਨਵਾਂ ਨੇਮ

"ਜੋ ਕੋਈ ਪਿਉ ਯਾ ਮਾਂ ਨੂੰ ਮੇਰੇ ਨਾਲੋਂ ਵੱਧ ਪਿਆਰ ਕਰਦਾ ਹੈ, ਉਹ ਮੇਰੇ ਜੋਗ ਨਹੀਂ।"

—ਮੱਤੀ 10:37.

ਵਫ਼ਾਦਾਰੀ ਨੂੰ ਲਗਾਵ ਤੋਂ ਵੱਧ ਹੋਣਾ ਚਾਹੀਦਾ ਹੈ।

ਪਾਠ

ਸਲਾਹਕਾਰ ਪਛਾਣ ਨੂੰ ਆਕਾਰ ਦਿੰਦੇ ਹਨ।

ਅਧਿਆਤਮਿਕ ਪਿਤਾ ਵਿਸ਼ਵ ਦ੍ਰਿਸ਼ਟੀਕੋਣ ਨੂੰ ਆਕਾਰ ਦਿੰਦੇ ਹਨ।

ਅਧਿਆਪਕ ਦ੍ਰਿੜਤਾ ਨੂੰ ਆਕਾਰ ਦਿੰਦੇ ਹਨ।

ਪਰ ਕੋਈ ਵੀ ਗੁਰੂ ਸੱਚਾਈ ਤੋਂ ਉੱਪਰ ਨਹੀਂ ਉੱਠਦਾ।

ਵਫ਼ਾਦਾਰੀ ਖ਼ਤਰਨਾਕ ਹੋ ਜਾਂਦੀ ਹੈ ਜਦੋਂ ਇਹ ਪ੍ਰਗਟਾਵੇ ਨੂੰ ਪਛਾੜ ਦਿੰਦੀ ਹੈ।

ਵਿਰਾਸਤ ਵਿੱਚ ਮਿਲੇ ਸਿਸਟਮ ਤੋਂ ਟੁੱਟਣਾ ਅੰਦਰੂਨੀ ਤੌਰ 'ਤੇ ਹਿੰਸਕ ਮਹਿਸੂਸ ਹੋ ਸਕਦਾ ਹੈ।

ਤੁਸੀਂ ਜਾਣ-ਪਛਾਣ ਗੁਆ ਦਿੰਦੇ ਹੋ।

ਤੁਸੀਂ ਢਾਂਚਾ ਗੁਆ ਦਿੰਦੇ ਹੋ। ਤੁਸੀਂ ਪ੍ਰਵਾਨਗੀ ਗੁਆ ਦਿੰਦੇ ਹੋ।

ਤੁਸੀਂ ਸੋਗ ਵੀ ਕਰ ਸਕਦੇ ਹੋ।

ਪਰ ਵਿਕਾਸ ਲਈ ਉਸ ਚੀਜ਼ ਤੋਂ ਨਿਰਲੇਪਤਾ ਦੀ ਲੋੜ ਹੁੰਦੀ ਹੈ ਜੋ ਹੁਣ ਸੱਚ ਨਹੀਂ ਹੈ।

ਉਸਤਾਦ ਨੂੰ ਲੱਗੀ ਅੱਗ ਸਿਰਫ਼ ਤਬਾਹੀ ਬਾਰੇ ਨਹੀਂ ਸੀ।
ਇਹ ਐਕਸਪੋਜਰ ਬਾਰੇ ਸੀ।
ਰੱਬ ਕਈ ਵਾਰ ਉਸ ਅਧਿਕਾਰ ਨੂੰ ਖਤਮ ਕਰ ਦਿੰਦਾ ਹੈ ਜਿਸ 'ਤੇ ਤੁਸੀਂ ਨਿਰਭਰ ਸੀ।
ਤੁਹਾਨੂੰ ਤਬਾਹ ਕਰਨ ਲਈ ਨਹੀਂ -
ਸਗੋਂ ਤੁਹਾਨੂੰ ਆਜ਼ਾਦ ਕਰਨ ਲਈ।

ਪ੍ਰਤੀਬਿੰਬ ਸਵਾਲ

1. ਮੇਰੀ ਅਧਿਆਤਮਿਕ ਪਛਾਣ ਨੂੰ ਸਭ ਤੋਂ ਵੱਧ ਕਿਸਨੇ ਢਾਲਿਆ ਹੈ?
2. ਕੀ ਮੈਂ ਕਿਸੇ ਗੁਰੂ ਨੂੰ ਸੱਚਾਈ ਤੋਂ ਉੱਪਰ ਚੁੱਕਿਆ ਹੈ?
3. ਉਨ੍ਹਾਂ ਪ੍ਰਣਾਲੀਆਂ ਦਾ ਬਚਾਅ ਕਿੱਥੇ ਕਰਾਂ ਜਿਨ੍ਹਾਂ ਦੀ ਮੈਂ ਕਦੇ ਜਾਂਚ ਨਹੀਂ ਕੀਤੀ?
4. ਮੈਨੂੰ ਕਿਸ ਅਧਿਕਾਰ ਤੋਂ ਸਵਾਲ ਪੁੱਛਣ ਤੋਂ ਡਰ ਲੱਗਦਾ ਹੈ?
5. ਕੀ ਮੇਰੀ ਵਫ਼ਾਦਾਰੀ ਮਸੀਹ ਪ੍ਰਤੀ ਹੈ - ਜਾਂ ਕਿਸੇ ਸ਼ਖ਼ਸੀਅਤ ਪ੍ਰਤੀ?

ਧਿਆਨ ਨਾਲ ਜਵਾਬ ਦਿਓ।

ਘੋਸ਼ਣਾ

ਉੱਚੀ ਆਵਾਜ਼ ਵਿੱਚ ਕਹੋ:
"ਮੇਰੀ ਵਫ਼ਾਦਾਰੀ ਸਭ ਤੋਂ ਉੱਪਰ ਮਸੀਹ ਪ੍ਰਤੀ ਹੈ।
ਕੋਈ ਵੀ ਗੁਰੂ ਸੱਚਾਈ ਤੋਂ ਉੱਪਰ ਨਹੀਂ ਹੈ। ਮੈਂ ਗਲਤ ਵਫ਼ਾਦਾਰੀ ਨੂੰ ਛੱਡ ਦਿੰਦਾ ਹਾਂ। ਮੈਂ ਪਰੰਪਰਾ ਨਾਲੋਂ ਪ੍ਰਕਾਸ਼ ਨੂੰ ਤਰਜੀਹ ਦਿੰਦਾ ਹਾਂ।"
ਇਸਨੂੰ ਹੌਲੀ-ਹੌਲੀ ਦੁਹਰਾਓ।

ਢਾਂਚਾਗਤ ਪ੍ਰਾਰਥਨਾ (40 ਮਿੰਟ)

1. **ਸ਼ਰਧਾ (10 ਮਿੰਟ)**

ਮਸੀਹ ਨੂੰ ਪਰਮ ਅਧਿਕਾਰ ਵਜੋਂ ਸਤਿਕਾਰੋ।

2. **ਛੱਡ ਦਿਓ (10-15 ਮਿੰਟ)**

ਕਿਸੇ ਵੀ ਗਲਤ ਜਗ੍ਹਾ 'ਤੇ ਵਫ਼ਾਦਾਰੀ ਦਾ ਨਾਮ ਦਿਓ ਅਤੇ ਉਸਨੂੰ ਛੱਡ ਦਿਓ।

3. **ਇਲਾਜ (10 ਮਿੰਟ)**

ਜਿੱਥੇ ਵਿਛੋੜੇ ਨੇ ਦੁੱਖ ਪਹੁੰਚਾਇਆ ਹੈ, ਉੱਥੇ ਭਾਵਨਾਤਮਕ ਸਪੱਸ਼ਟਤਾ ਲਈ ਪ੍ਰਾਰਥਨਾ ਕਰੋ।

4. **ਇਕਸਾਰਤਾ (5 ਮਿੰਟ)**

ਮਸੀਹ ਨੂੰ ਆਪਣੇ ਇਕਲੌਤੇ ਪ੍ਰਭੂ ਵਜੋਂ ਦੁਬਾਰਾ ਪੁਸ਼ਟੀ ਕਰੋ।

ਇਸ ਨਾਲ ਬੰਦ ਕਰੋ:

"ਮੇਰੀ ਵਫ਼ਾਦਾਰੀ ਤੈਅ ਹੋ ਗਈ ਹੈ।"

ਐਕਸ਼ਨ ਪੁਆਇੰਟ

ਅੱਜ ਤੁਸੀਂ:

1. ਬਿਨਾਂ ਜਾਂਚ ਕੀਤੇ ਵਿਰਾਸਤ ਵਿੱਚ ਮਿਲੇ ਇੱਕ ਵਿਸ਼ਵਾਸ ਦੀ ਪਛਾਣ ਕਰੋ।
2. ਇਸ ਮੁੱਦੇ 'ਤੇ ਸੁਤੰਤਰ ਤੌਰ 'ਤੇ ਧਰਮ ਗ੍ਰੰਥ ਦਾ ਅਧਿਐਨ ਕਰੋ।
3. ਕਿਸੇ ਸ਼ਖਸੀਅਤ 'ਤੇ ਗੈਰ-ਸਿਹਤਮੰਦ ਨਿਰਭਰਤਾ ਨੂੰ ਦੂਰ ਕਰੋ।
4. ਅਧਿਆਤਮਿਕ ਸਪਸ਼ਟਤਾ ਲਈ ਪ੍ਰਾਰਥਨਾ ਕਰੋ।
5. ਮਸੀਹ ਨਾਲ ਆਪਣੇ ਸਿੱਧੇ ਰਿਸ਼ਤੇ ਨੂੰ ਮਜ਼ਬੂਤ ਕਰੋ।

ਦਿਨ 19

ਜਦੋਂ ਸਵਰਗ ਹਿੱਲਦਾ ਹੈ - ਪਰ ਸਿਰਫ਼ ਇੱਕ ਹੀ ਜਵਾਬ ਦਿੰਦਾ ਹੈ

ਸਟੋਰੀ ਐਂਕਰ

ਅੱਗ ਲੱਗ ਗਈ।

ਸਲਾਹਕਾਰ ਹੈਰਾਨ ਹੋ ਗਿਆ।

ਉੱਥੇ ਮੌਜੂਦ ਲੋਕਾਂ ਨੇ ਕੁਝ ਦੇਖਿਆ।

ਪਰ ਉਨ੍ਹਾਂ ਨੇ ਉਹ ਨਹੀਂ ਦੇਖਿਆ ਜੋ ਉਸਨੇ ਦੇਖਿਆ।

ਕੁਝ ਲੋਕਾਂ ਨੇ ਸਿਰਫ਼ ਸੁੱਜੇ ਹੋਏ ਜ਼ਖ਼ਮ ਦੇਖੇ।

ਕੁਝ ਲੋਕਾਂ ਨੇ ਸੱਟਾਂ ਦੇਖੀਆਂ।

ਕੁਝ ਨੇ ਇਸ ਤੋਂ ਬਾਅਦ ਦੇ ਨਤੀਜੇ ਦੇਖੇ।

ਪਰ ਉਸਨੇ ਬ੍ਰਹਮ ਰੁਕਾਵਟ ਦੇਖੀ।

ਇੱਕੋ ਘਟਨਾ।

ਵੱਖਰਾ ਦ੍ਰਿਸ਼ਟੀਕੋਣ। ਵੱਖਰਾ ਨਤੀਜਾ।

ਅੱਗ ਦੇਖ ਰਹੇ ਹਰ ਕਿਸੇ ਨੇ ਪਛਤਾਵਾ ਨਹੀਂ ਕੀਤਾ।

ਹਰ ਕੋਈ ਨਹੀਂ ਬਦਲਿਆ।

ਪਰ ਇੱਕ ਆਦਮੀ ਨੂੰ ਨਿਸ਼ਾਨਬੱਧ ਕੀਤਾ ਗਿਆ ਸੀ।

ਅੱਗ ਭੀੜ ਲਈ ਨਹੀਂ ਸੀ।

ਇਹ ਉਸਦੇ ਲਈ ਸੀ।

ਸਵਰਗ ਬਹੁਮਤ ਵੋਟ ਨਾਲ ਨਹੀਂ ਹਿੱਲਦਾ।

ਸਵਰਗ ਕੰਮ ਅਨੁਸਾਰ ਚਲਦਾ ਹੈ।

ਧਰਮ ਗ੍ਰੰਥ ਦੇ ਐਂਕਰ

ਪੁਰਾਣਾ ਨੇਮ

"ਤਾਂ ਯਹੋਵਾਹ ਨੇ ਅੱਯੂਬ ਨੂੰ ਵਾਵਰੋਲੇ ਵਿੱਚੋਂ ਉੱਤਰ ਦਿੱਤਾ..."

—ਅੱਯੂਬ 38:1

ਜਦੋਂ ਪਰਮਾਤਮਾ ਬੋਲਦਾ ਹੈ, ਤਾਂ ਇਹ ਜਨਤਕ ਹੋਣ ਤੋਂ ਪਹਿਲਾਂ ਨਿੱਜੀ ਹੁੰਦਾ ਹੈ।

ਨਵਾਂ ਨੇਮ

"ਅਤੇ ਅਚਾਨਕ ਸਵਰਗ ਤੋਂ ਇੱਕ ਰੋਸ਼ਨੀ ਉਸਦੇ ਆਲੇ-ਦੁਆਲੇ ਚਮਕੀ... ਉਸਦੇ ਨਾਲ ਸਫ਼ਰ ਕਰ ਰਹੇ ਆਦਮੀ ਉੱਥੇ ਚੁੱਪ-ਚਾਪ ਖੜ੍ਹੇ ਰਹੇ; ਉਨ੍ਹਾਂ ਨੇ ਆਵਾਜ਼ ਸੁਣੀ ਪਰ ਕਿਸੇ ਨੂੰ ਨਾ ਦੇਖਿਆ।"

- ਰਸੂਲਾਂ ਦੇ ਕਰਤੱਬ 9:3-7

ਪੌਲੁਸ ਡਿੱਗ ਪਿਆ।

ਹੋਰ ਖੜ੍ਹੇ ਹੋ ਗਏ।

ਉਸਨੇ ਸ਼ਬਦ ਸੁਣੇ।

ਉਨ੍ਹਾਂ ਨੇ ਆਵਾਜ਼ ਸੁਣੀ।

ਇੱਕੋ ਘਟਨਾ।

ਵੱਖਰੀ ਮੁਲਾਕਾਤ।

ਪਾਠ

ਸ਼ਕਤੀ ਨੂੰ ਦੇਖਣ ਵਾਲਾ ਹਰ ਕੋਈ ਤਬਦੀਲੀ ਦਾ ਅਨੁਭਵ ਨਹੀਂ ਕਰਦਾ।

ਭੀੜ ਦੇਖ ਸਕਦੀ ਹੈ।

ਕੋਈ ਪਛਤਾਵਾ ਕਰ ਸਕਦਾ ਹੈ।

ਜਦੋਂ ਸ਼ਹਿਰ ਭਾਵਨਾਤਮਕ ਤੌਰ 'ਤੇ ਪ੍ਰਤੀਕਿਰਿਆ ਕਰਦੇ ਹਨ ਤਾਂ ਸਵਰਗ ਖੁਸ਼ ਨਹੀਂ ਹੁੰਦਾ।

ਪੋਥੀ ਕਹਿੰਦੀ ਹੈ:

"ਪਰਮੇਸ਼ੁਰ ਦਿਆਂ ਦੂਤਾਂ ਦੇ ਅੱਗੇ ਇੱਕ ਪਾਪੀ ਦੇ ਤੋਬਾ ਕਰਨ ਤੇ ਖੁਸ਼ੀ ਹੁੰਦੀ ਹੈ।"

—ਲੂਕਾ 15:10.

ਇੱਕ ਲਈ।

ਰੱਬ ਸਵਰਗ ਅਤੇ ਧਰਤੀ ਨੂੰ ਹਿਲਾ ਦੇਵੇਗਾ।

ਅੱਗ ਇੱਕ ਦਿਲ ਲਈ ਵੀ ਡਿੱਗ ਸਕਦੀ ਹੈ।

ਅੰਨ੍ਹਾਪਣ ਇੱਕ ਸੱਦੇ ਲਈ ਆ ਸਕਦਾ ਹੈ।

ਇੱਕ ਵਾਵਰੋਲਾ ਇੱਕ ਧਰਮੀ ਆਦਮੀ ਲਈ ਬੋਲ ਸਕਦਾ ਹੈ।

ਬ੍ਰਹਮ ਗਤੀ ਨੂੰ ਇਸ ਗੱਲ ਨਾਲ ਨਾ ਮਾਪੋ ਕਿ ਕਿੰਨੇ ਲੋਕ ਪ੍ਰਤੀਕਿਰਿਆ ਕਰਦੇ ਹਨ ।

ਇਸਨੂੰ ਆਗਿਆਕਾਰੀ ਦੁਆਰਾ ਮਾਪੋ।

ਜੇਕਰ ਕੋਈ ਹੋਰ ਜਵਾਬ ਨਹੀਂ ਦਿੰਦਾ -

ਅਤੇ ਤੁਸੀਂ ਦਿੰਦੇ ਹੋ - ਤਾਂ ਸਵਰਗ ਖੁਸ਼ ਹੁੰਦਾ ਹੈ।

ਪ੍ਰਤੀਬਿੰਬ ਸਵਾਲ

1. ਕੀ ਮੈਂ ਇਹ ਮੰਨ ਲਿਆ ਹੈ ਕਿ ਦ੍ਰਿਸ਼ਟੀਗਤ ਚਮਤਕਾਰ ਸਮੂਹਿਕ ਤੋਬਾ ਦੀ ਗਰੰਟੀ ਦਿੰਦੇ ਹਨ?

2. ਕੀ ਮੈਂ ਜਵਾਬ ਦੇਣ ਤੋਂ ਪਹਿਲਾਂ ਦੂਜਿਆਂ ਦੀ ਉਡੀਕ ਕਰ ਰਿਹਾ ਹਾਂ?
3. ਕੀ ਮੈਂ ਬ੍ਰਹਮ ਮੁਲਾਕਾਤਾਂ ਨੂੰ ਇਸ ਲਈ ਰੱਦ ਕਰ ਦਿੱਤਾ ਹੈ ਕਿਉਂਕਿ ਬਾਕੀ ਬਦਲੇ ਨਹੀਂ ਸਨ?
4. ਪਰਮੇਸ਼ੁਰ ਨੇ ਮੇਰੇ ਲਈ ਨਿੱਜੀ ਤੌਰ 'ਤੇ ਕੀ ਕੀਤਾ ਹੈ ਜੋ ਦੂਜਿਆਂ ਨੇ ਨਹੀਂ ਸਮਝਿਆ?
5. ਜੇ ਮੈਂ ਇਕੱਲਾ ਹੀ ਜਵਾਬ ਦਿੰਦਾ, ਤਾਂ ਕੀ ਮੈਂ ਫਿਰ ਵੀ ਆਗਿਆ ਮੰਨਦਾ?

ਡੂੰਘਾਈ ਨਾਲ ਜਵਾਬ ਦਿਓ।

ਘੋਸ਼ਣਾ

ਉੱਚੀ ਆਵਾਜ਼ ਵਿੱਚ ਕਹੋ:

"ਜੇਕਰ ਅਸਮਾਨ ਹਿੱਲ ਜਾਵੇ, ਤਾਂ ਮੈਂ ਜਵਾਬ ਦੇਵਾਂਗਾ।
ਭਾਵੇਂ ਮੈਂ ਇਕੱਲਾ ਹੀ ਕਿਉਂ ਨਾ ਹੋਵਾਂ। ਰੱਬ ਦੀ ਮੇਰੇ ਨਾਲ ਮੁਲਾਕਾਤ ਨਿੱਜੀ ਹੈ। ਮੈਂ ਭੀੜ ਦੀ ਉਡੀਕ ਨਹੀਂ ਕਰਾਂਗਾ। ਮੈਂ ਪਛਤਾਵਾ ਚੁਣਦਾ ਹਾਂ।"

ਇਸਨੂੰ ਹੌਲੀ-ਹੌਲੀ ਦੁਹਰਾਓ।

ਢਾਂਚਾਗਤ ਪ੍ਰਾਰਥਨਾ (40 ਮਿੰਟ)

1. ਸ਼ਰਧਾ (10 ਮਿੰਟ)

ਨਿੱਜੀ ਮੁਲਾਕਾਤਾਂ ਵਿੱਚ ਪਰਮਾਤਮਾ ਦੀ ਪ੍ਰਭੂਸੱਤਾ ਨੂੰ ਸਵੀਕਾਰ ਕਰੋ।

2. ਸ਼ੁਕਰਗੁਜ਼ਾਰੀ (10 ਮਿੰਟ)

ਆਪਣੀ ਜ਼ਿੰਦਗੀ ਵਿੱਚ ਨਿੱਜੀ ਪ੍ਰਗਟਾਵੇ ਲਈ ਉਸਦਾ ਧੰਨਵਾਦ ਕਰੋ।

3. ਸਮਰਪਣ (10-15 ਮਿੰਟ)

ਆਪਣੇ ਆਪ ਨੂੰ ਦੁਬਾਰਾ "ਉਸ" ਵਜੋਂ ਪੇਸ਼ ਕਰੋ ਜੋ ਜਵਾਬ ਦਿੰਦਾ ਹੈ।

4. ਵਿਚੋਲਗੀ (5 ਮਿੰਟ)

ਦੂਜਿਆਂ ਲਈ ਪ੍ਰਾਰਥਨਾ ਕਰੋ - ਪਰ ਆਪਣੀ ਆਗਿਆਕਾਰੀ ਵਿੱਚ ਦੇਰੀ ਨਾ ਕਰੋ।

ਇਸ ਨਾਲ ਬੰਦ ਕਰੋ:

"ਮੈਨੂੰ ਹੀ ਜਵਾਬ ਦੇਣ ਦਿਓ।"

ਐਕਸ਼ਨ ਪੁਆਇੰਟ

ਅੱਜ ਤੁਸੀਂ:

1. ਆਪਣੀ ਜ਼ਿੰਦਗੀ ਦੇ ਇੱਕ ਬ੍ਰਹਮ ਪਲ 'ਤੇ ਵਿਚਾਰ ਕਰੋ ਜਿਸਦੀ ਦੂਜਿਆਂ ਨੇ ਕਦਰ ਨਹੀਂ ਕੀਤੀ।
2. ਲਿਖੋ ਕਿ ਉਸ ਪਲ ਨੇ ਤੁਹਾਨੂੰ ਕਿਵੇਂ ਬਦਲ ਦਿੱਤਾ।
3. ਸਮੂਹਿਕ ਸਮਝੌਤੇ ਦੀ ਪਾਲਣਾ ਕਰਨ ਦੀ ਉਡੀਕ ਕਰਨਾ ਬੰਦ ਕਰੋ।
4. ਰਸੂਲਾਂ ਦੇ ਕਰਤੱਬ 9 ਨੂੰ ਹੌਲੀ-ਹੌਲੀ ਪੜ੍ਹੋ।
5. ਪਰਮਾਤਮਾ ਦਾ ਸ਼ੁਕਰ ਹੈ ਕਿ ਉਹ ਵਿਅਕਤੀਆਂ ਲਈ ਅੱਗੇ ਵਧਦਾ ਹੈ।

ਕੱਚਾ ਸਬਕ

ਕੁਝ ਨੇ ਜ਼ਖ਼ਮ ਦੇਖੇ।

ਉਸਨੇ ਅੱਗ ਦੇਖੀ।

ਕੁਝ ਲੋਕਾਂ ਨੇ ਸੱਟਾਂ ਦੇਖੀਆਂ।

ਉਸਨੇ ਐਕਸਪੋਜਰ ਦੇਖਿਆ।

ਕੁਝ ਲੋਕਾਂ ਨੇ ਇੱਕ ਆਦਮੀ ਨੂੰ ਡਿੱਗਦੇ ਦੇਖਿਆ।

ਉਸਨੇ ਅਧਿਕਾਰ ਨੂੰ ਢਹਿ-ਢੇਰੀ ਹੁੰਦੇ ਦੇਖਿਆ।

ਇੱਕੋ ਘਟਨਾ।

ਵੱਖਰਾ ਦਿਲ।

ਤੁਸੀਂ ਦੂਜਿਆਂ ਨੂੰ ਕੀ ਸਮਝਦੇ ਹੋ, ਇਸ ਨੂੰ ਕੰਟਰੋਲ ਨਹੀਂ ਕਰ ਸਕਦੇ।

ਤੁਸੀਂ ਕਿਵੇਂ ਪ੍ਰਤੀਕਿਰਿਆ ਕਰਦੇ ਹੋ, ਇਸਨੂੰ ਕੰਟਰੋਲ ਕਰ ਸਕਦੇ ਹੋ।

ਸਵਰਗ ਇੱਕ ਉੱਤੇ ਖੁਸ਼ ਹੁੰਦਾ ਹੈ।

ਉਹੀ ਬਣੋ।

ਦਿਨ 20

ਇੱਕ ਦੀ ਖ਼ਾਤਰ

ਸਟੋਰੀ ਐਂਕਰ

ਅੱਗ ਲੱਗ ਗਈ।

ਬਹੁਤ ਸਾਰੇ ਮੌਜੂਦ ਸਨ।

ਸਿਰਫ਼ ਇੱਕ ਹੀ ਪਛਤਾਵੇ ਲਈ ਹਿੱਲਿਆ ਸੀ।

ਮੈਦੁਗੁਰੀ ਵਿੱਚ, ਜਦੋਂ ਉਸਨੂੰ ਲਿਜਾਇਆ ਗਿਆ ਅਤੇ ਫਿਰ ਨਰਕ ਅਤੇ ਫਿਰ ਸਵਰਗ ਦਿਖਾਇਆ ਗਿਆ, ਤਾਂ ਹੋਰ ਲੋਕ ਉਸਦੇ ਆਲੇ-ਦੁਆਲੇ ਸਰੀਰਕ ਤੌਰ 'ਤੇ ਸਨ।

ਪਰ ਸਿਰਫ਼ ਉਸਨੂੰ ਹੀ ਲਿਆ ਗਿਆ।

ਸਿਰਫ਼ ਉਸਨੇ ਸ਼ਹਿਰ ਦੇਖਿਆ।

ਸਿਰਫ਼ ਉਸਨੇ ਤਸੀਹੇ ਦੇਖੇ। ਸਿਰਫ਼ ਉਹੀ ਉਸ ਵਿੱਚੋਂ ਲੰਘਿਆ ਜਿਸਨੂੰ ਉਸਨੇ ਇੱਕ ਸੁੰਦਰ ਸੁਨਹਿਰੀ ਸ਼ਹਿਰ ਦੱਸਿਆ ਸੀ। ਸਿਰਫ਼ ਉਹ ਹੀ ਪਰੇਸ਼ਾਨ ਵਾਪਸ ਆਇਆ।

ਬਹੁਤ ਸਾਰੇ ਮੌਜੂਦ ਸਨ।

ਇੱਕ ਦਿਖਾਇਆ ਗਿਆ ਸੀ।

ਇਹ ਮੁਲਾਕਾਤ ਤਮਾਸ਼ੇ ਲਈ ਨਹੀਂ ਸੀ ਬਣਾਈ ਗਈ।

ਇਹ ਧਰਮ ਪਰਿਵਰਤਨ ਲਈ ਤਿਆਰ ਕੀਤਾ ਗਿਆ ਸੀ।

ਸਵਰਗ ਨੂੰ ਅੰਦੋਲਨ ਨੂੰ ਜਾਇਜ਼ ਠਹਿਰਾਉਣ ਲਈ ਭੀੜ ਦੀ ਲੋੜ ਨਹੀਂ ਹੈ।

ਸਵਰਗ ਇੱਕ ਲਈ ਚਲਦਾ ਹੈ।

ਧਰਮ ਗ੍ਰੰਥ ਦੇ ਐਂਕਰ

ਪੁਰਾਣਾ ਨੇਮ

" ਤਾਂ ਯਹੋਵਾਹ ਨੇ ਸ਼ੈਤਾਨ ਨੂੰ ਆਖਿਆ, 'ਕੀ ਤੂੰ ਮੇਰੇ ਸੇਵਕ ਅੱਯੂਬ ਵੱਲ ਧਿਆਨ ਦਿੱਤਾ?'"

—ਅੱਯੂਬ 1:8

ਇੱਕ ਆਦਮੀ ਉੱਤੇ ਸਵਰਗ ਰੁਕ ਜਾਵੇਗਾ।

ਇੱਕ ਕੌਮ ਨਹੀਂ।

ਇੱਕ।

ਨਵਾਂ ਨੇਮ

"ਤੁਹਾਡੇ ਵਿੱਚੋਂ ਕਿਹੜਾ ਮਨੁੱਖ ਹੈ ਜਿਸ ਕੋਲ ਸੌ ਭੇਡਾਂ ਹੋਣ ਅਤੇ ਜੇ ਉਹ ਉਨ੍ਹਾਂ ਵਿੱਚੋਂ ਇੱਕ ਗੁਆਚ ਜਾਵੇ, ਤਾਂ ਉਹ ਨੜਿੰਨਵੇਂ ਨੂੰ ਉਦੋਂ ਤੱਕ ਨਹੀਂ ਛੱਡਦਾ ਜਦੋਂ ਤੱਕ ਉਹ ਉਸ ਨੂੰ ਨਾ ਲੱਭ ਲਵੇ?"

—ਲੂਕਾ 15:4

ਸਵਰਗ ਇੱਕ ਨੂੰ ਬਚਾਉਣ ਲਈ ਭੀੜਾਂ ਛੱਡਦਾ ਹੈ।

ਅਤੇ ਫਿਰ:

"ਪਰਮੇਸ਼ੁਰ ਦਿਆਂ ਦੂਤਾਂ ਦੇ ਅੱਗੇ ਇੱਕ ਪਾਪੀ ਦੇ ਤੋਬਾ ਕਰਨ ਤੇ ਖੁਸ਼ੀ ਹੁੰਦੀ ਹੈ।"

—ਲੂਕਾ 15:10.

ਹਜ਼ਾਰਾਂ ਨਹੀਂ।

ਇੱਕ।

ਪਾਠ

ਆਧੁਨਿਕ ਖੁਸ਼ਖਬਰੀ ਅਕਸਰ ਸਫਲਤਾ ਨੂੰ ਅੰਕੜਿਆਂ ਦੁਆਰਾ ਮਾਪਦੀ ਹੈ।

ਭੀੜ ਦਾ ਆਕਾਰ।

ਹਾਜ਼ਰੀ। ਮੈਟ੍ਰਿਕਸ।

ਪਰ ਸਵਰਗ ਵੱਖਰੇ ਢੰਗ ਨਾਲ ਮਾਪਦਾ ਹੈ।

ਸਮਰਪਣ ਦੀ ਗੁਣਵੱਤਾ।

ਤਬਾਦਲੇ ਦੀ ਡੂੰਘਾਈ। ਪਛਤਾਵੇ ਦੀ ਸੱਚਾਈ।

ਅੱਗ ਦੇ ਮੁਕਾਬਲੇ ਵਿੱਚ, ਦੂਜਿਆਂ ਨੇ ਦੇਖਿਆ - ਪਰ ਸਿਰਫ਼ ਇੱਕ ਦਾ ਦਿਲ ਟੁੱਟਿਆ।

ਮੈਦੁਗੁਰੀ ਵਿੱਚ, ਹੋਰ ਲੋਕ ਵੀ ਮੌਜੂਦ ਸਨ - ਪਰ ਸਿਰਫ਼ ਇੱਕ ਨੂੰ ਹੀ ਸਵਰਗ ਅਤੇ ਨਰਕ ਦੇਖਣ ਲਈ ਲਿਜਾਇਆ ਗਿਆ।

ਸੋਨੇ ਦਾ ਸ਼ਹਿਰ ਮਨੋਰੰਜਨ ਲਈ ਪ੍ਰਗਟ ਨਹੀਂ ਕੀਤਾ ਗਿਆ ਸੀ।

ਇਹ ਵਫ਼ਾਦਾਰੀ ਦਾ ਸਾਹਮਣਾ ਕਰਨ ਲਈ ਪ੍ਰਗਟ ਹੋਇਆ ਸੀ।

ਤੁਸੀਂ ਹਜ਼ਾਰਾਂ ਲੋਕਾਂ ਨੂੰ ਪ੍ਰਚਾਰ ਕਰ ਸਕਦੇ ਹੋ।

ਪਰ ਹੋ ਸਕਦਾ ਹੈ ਕਿ ਸਵਰਗ ਕਿਸੇ ਲਈ ਹਿੱਲ ਰਿਹਾ ਹੋਵੇ।

ਜੇ ਕੋਈ ਵਫ਼ਾਦਾਰੀ ਬਦਲਦਾ ਹੈ, ਤਾਂ

ਸਵਰਗ ਖੁਸ਼ ਹੁੰਦਾ ਹੈ।

ਪਰਮਾਤਮਾ ਨੂੰ ਆਪਣੀ ਗਤੀ ਨੂੰ ਪ੍ਰਮਾਣਿਤ ਕਰਨ ਲਈ ਸਮੂਹਿਕ ਪ੍ਰਤੀਕਿਰਿਆ ਦੀ ਲੋੜ ਨਹੀਂ ਹੈ।

ਉਸਨੂੰ ਸਮਰਪਣ ਦੀ ਲੋੜ ਹੈ।

ਪ੍ਰਤੀਬਿੰਬ ਸਵਾਲ

1. ਕੀ ਮੈਂ ਅਧਿਆਤਮਿਕ ਪ੍ਰਭਾਵ ਨੂੰ ਸੰਖਿਆਵਾਂ ਨਾਲ ਮਾਪਦਾ ਹਾਂ?

2. ਕੀ ਮੈਂ ਨਿੱਜੀ ਤਬਦੀਲੀ ਨੂੰ ਘੱਟ ਸਮਝਿਆ ਹੈ?
3. ਜੇ ਮੈਂ ਇਕੱਲਾ ਹੀ ਜਵਾਬ ਦਿੰਦਾ, ਤਾਂ ਕੀ ਮੈਂ ਫਿਰ ਵੀ ਆਗਿਆ ਮੰਨਦਾ?
4. ਕੀ ਮੈਂ ਵਚਨਬੱਧ ਹੋਣ ਤੋਂ ਪਹਿਲਾਂ ਸਮੂਹ ਦੀ ਗਤੀ ਦੀ ਉਡੀਕ ਕਰ ਰਿਹਾ ਹਾਂ?
5. ਕੀ ਮੈਂ ਡੂੰਘਾਈ ਨੂੰ ਦ੍ਰਿਸ਼ਟੀ ਦੇ ਨਾਲ-ਨਾਲ ਮਨਾਉਂਦਾ ਹਾਂ?

ਪ੍ਰਦਰਸ਼ਨ ਤੋਂ ਬਿਨਾਂ ਜਵਾਬ ਦਿਓ।

ਘੋਸ਼ਣਾ

ਉੱਚੀ ਆਵਾਜ਼ ਵਿੱਚ ਕਹੋ:

"ਮੈਂ ਪਰਮਾਤਮਾ ਦੀ ਗਤੀ ਨੂੰ ਸੰਖਿਆਵਾਂ ਨਾਲ ਨਹੀਂ ਮਾਪਾਂਗਾ।
ਜੇ ਸਵਰਗ ਮੇਰੇ ਲਈ ਹਿੱਲਦਾ ਹੈ, ਤਾਂ ਮੈਂ ਜਵਾਬ ਦੇਵਾਂਗਾ। ਮੈਂ ਪ੍ਰਦਰਸ਼ਨ ਨਾਲੋਂ ਡੂੰਘਾਈ ਨੂੰ ਮਹੱਤਵ ਦਿੰਦਾ ਹਾਂ। ਮੈਂ ਮਾਤਰਾ ਨਾਲੋਂ ਗੁਣਵੱਤਾ ਨੂੰ ਚੁਣਦਾ ਹਾਂ। ਮੈਨੂੰ ਇੱਕ ਹੋਣ ਦਿਓ।"

ਇਸਨੂੰ ਹੌਲੀ-ਹੌਲੀ ਦੁਹਰਾਓ।

ਢਾਂਚਾਗਤ ਪ੍ਰਾਰਥਨਾ (40 ਮਿੰਟ)

1. ਸ਼ਰਧਾ (10 ਮਿੰਟ)

ਇਹ ਸਵੀਕਾਰ ਕਰੋ ਕਿ ਪਰਮਾਤਮਾ ਵਿਅਕਤੀਆਂ ਨੂੰ ਦੇਖਦਾ ਹੈ।

2. ਸ਼ੁਕਰਗੁਜ਼ਾਰੀ (10 ਮਿੰਟ)

ਆਪਣੀ ਜ਼ਿੰਦਗੀ ਵਿੱਚ ਨਿੱਜੀ ਮੁਲਾਕਾਤਾਂ ਲਈ ਉਸਦਾ ਧੰਨਵਾਦ ਕਰੋ।

3. ਸਮਰਪਣ (10-15 ਮਿੰਟ)

ਆਪਣੇ ਆਪ ਨੂੰ ਪੂਰੀ ਤਰ੍ਹਾਂ ਸਮਰਪਿਤ ਕਰੋ, ਭਾਵੇਂ ਕੋਈ ਹੋਰ ਸ਼ਾਮਲ ਨਾ ਹੋਵੇ।

4. ਵਿਚੋਲਗੀ (5 ਮਿੰਟ)

ਇੱਕ ਖਾਸ ਵਿਅਕਤੀ ਦੇ ਮਸੀਹ ਨਾਲ ਮੁਲਾਕਾਤ ਲਈ ਪ੍ਰਾਰਥਨਾ ਕਰੋ।

ਇਸ ਨਾਲ ਬੰਦ ਕਰੋ:

"ਭਾਵੇਂ ਮੈਂ ਇਕੱਲਾ ਖੜ੍ਹਾ ਹੋਵਾਂ, ਮੈਂ ਮੰਨਾਂਗਾ।"

ਐਕਸ਼ਨ ਪੁਆਇੰਟ

ਅੱਜ ਤੁਸੀਂ:

1. ਅਧਿਆਤਮਿਕ ਸਫਲਤਾ ਦੀ ਤੁਲਨਾ ਭੀੜ ਦੇ ਆਕਾਰ ਨਾਲ ਕਰਨਾ ਬੰਦ ਕਰੋ।
2. ਇੱਕ ਵਿਅਕਤੀ ਲਈ ਨਾਮ ਲੈ ਕੇ ਜਾਣਬੁੱਝ ਕੇ ਪ੍ਰਾਰਥਨਾ ਕਰੋ।
3. ਲਿਖੋ ਕਿ ਪਰਮੇਸ਼ੁਰ ਨੇ ਤੁਹਾਡੇ ਲਈ ਨਿੱਜੀ ਤੌਰ 'ਤੇ ਕੀ ਕੀਤਾ ਹੈ।
4. ਲੂਕਾ 15 ਨੂੰ ਹੌਲੀ-ਹੌਲੀ ਪੜ੍ਹੋ।
5. ਪ੍ਰਸਿੱਧੀ ਤੋਂ ਵੱਧ ਡੂੰਘਾਈ ਵੱਲ ਵਚਨਬੱਧ ਹੋਵੋ।

ਡੂੰਘਾ ਪੈਟਰਨ

ਪੌਲੁਸ ਡਿੱਗ ਪਿਆ।

ਦੂਜਿਆਂ ਨੇ ਆਵਾਜ਼ ਸੁਣੀ।

ਅੱਯੂਬ ਦੀ ਪਰਖ ਹੋਈ।

ਦੁਨੀਆਂ ਚਲਦੀ ਰਹੀ।

ਆਜੜੀ ਨੜਿੰਨਵੇਂ ਨੂੰ ਛੱਡ ਗਿਆ।

ਇੱਕ ਲਈ।

ਮੈਦੁਗੁਰੀ ਵਿੱਚ:

ਬਹੁਤ ਸਾਰੇ ਨੇੜੇ ਸਨ। ਸਿਰਫ਼ ਇੱਕ ਨੂੰ ਸਵਰਗ ਦਿਖਾਇਆ ਗਿਆ।
ਸਿਰਫ਼ ਇੱਕ ਨੇ ਸੁਨਹਿਰੀ ਸ਼ਹਿਰ ਦੇਖਿਆ। ਸਿਰਫ਼ ਇੱਕ ਹੀ ਅੰਦਰੂਨੀ
ਪਰੇਸ਼ਾਨੀ ਨਾਲ ਵਾਪਸ ਆਇਆ।

ਸਵਰਗ ਨੂੰ ਸਮੂਹਿਕ ਸਮਝੌਤੇ ਦੀ ਲੋੜ ਨਹੀਂ ਹੈ।

ਸਵਰਗ ਸਮਰਪਣ ਕੀਤੇ ਦਿਲਾਂ ਨੂੰ ਭਾਲਦਾ ਹੈ।

ਉਹ ਦਿਲ ਬਣੋ।

ਦਿਨ 21

ਗੋਲੀ ਲੱਗੀ। ਮਾਰਿਆ ਗਿਆ। ਮਰਿਆ ਮੰਨਿਆ ਗਿਆ।

ਸਟੋਰੀ ਐਂਕਰ

ਵਿਰੋਧ ਪਹਿਲਾਂ ਵੀ ਵਧ ਗਿਆ ਸੀ।

ਧਮਕੀਆਂ ਅਸਲੀ ਸਨ।

ਪਰ ਇਸ ਵਾਰ ਇਹ ਚੇਤਾਵਨੀ ਨਹੀਂ ਸੀ।

ਇਹ ਫਾਂਸੀ ਸੀ।

ਉਸ 'ਤੇ ਹਮਲਾ ਕੀਤਾ ਗਿਆ।

ਗੋਲੀਬਾਰੀ ਸ਼ੁਰੂ ਹੋ ਗਈ।

ਗੋਲੀਆਂ ਉਸਦੇ ਸਰੀਰ ਵਿੱਚ ਲੱਗੀਆਂ।

ਮੈਟਲ ਨੇ ਉਸਦੇ ਸਿਰ 'ਤੇ ਹਿੰਸਕ ਜ਼ੋਰ ਨਾਲ ਵਾਰ ਕੀਤਾ।

ਉਸਦੀ ਖੋਪੜੀ ਤੋਂ ਖ਼ੂਨ ਵਹਿ ਰਿਹਾ ਸੀ।

ਟੱਕਰ ਨਾਲ ਹੱਡੀ ਟੁੱਟ ਗਈ ਹੋਣੀ ਚਾਹੀਦੀ ਸੀ।

ਖੋਪੜੀ ਨਹੀਂ ਟੁੱਟੀ।

ਖ਼ੂਨ ਬਹੁਤ ਜ਼ਿਆਦਾ ਵਹਿ ਰਿਹਾ ਸੀ।

ਉਸਨੂੰ ਸੱਟ ਲੱਗੀ।

ਉਹ ਡਿੱਗ ਪਿਆ। ਉਸਨੂੰ ਮਰਿਆ ਹੋਇਆ ਮੰਨਿਆ ਗਿਆ।

ਉਸਨੂੰ ਇੱਕ ਗੱਡੀ ਦੇ ਅੰਦਰ ਰੱਖਿਆ ਗਿਆ ਸੀ - ਬਚਾਅ ਲਈ ਨਹੀਂ, ਪਰ ਜਿਵੇਂ ਕਿ ਕੋਈ ਪਹਿਲਾਂ ਹੀ ਡਿੱਗੇ ਹੋਏ ਲੋਕਾਂ ਵਿੱਚ ਗਿਣਿਆ ਜਾ ਚੁੱਕਾ ਹੋਵੇ।

ਪਰ ਉਹ ਮਰਿਆ ਨਹੀਂ ਸੀ।

ਉਸਨੂੰ ਹੋਸ਼ ਆ ਗਈ।

ਉਸਨੇ ਬਾਅਦ ਵਿੱਚ ਦੱਸਿਆ ਕਿ ਉਸਦੇ ਸਰੀਰ ਵਿੱਚੋਂ ਕਈ ਗੋਲੀਆਂ ਕੱਢੀਆਂ ਗਈਆਂ ਸਨ।

ਧਾਤ ਮਾਸ ਵਿੱਚ ਦਾਖਲ ਹੋ ਗਈ - ਪਰ ਮਹੱਤਵਪੂਰਨ ਅੰਗਾਂ ਨੂੰ ਨਸ਼ਟ ਨਹੀਂ ਕੀਤਾ।

ਸਿਰ ਦੇ ਜ਼ਖ਼ਮ ਤੋਂ ਬਹੁਤ ਜ਼ਿਆਦਾ ਖ਼ੂਨ ਵਹਿ ਰਿਹਾ ਸੀ - ਪਰ ਖੋਪੜੀ ਠੀਕ ਸੀ।

ਡਾਕਟਰ ਇਹ ਨਹੀਂ ਦੱਸ ਸਕੇ ਕਿ ਨੁਕਸਾਨ ਇਸ ਤੋਂ ਵੀ ਮਾੜਾ ਕਿਉਂ ਨਹੀਂ ਸੀ।

ਇਹ ਕੋਈ ਬਹੁਤੀ ਬੇਅਰਾਮੀ ਵਾਲੀ ਗੱਲ ਨਹੀਂ ਸੀ।

ਇਹ ਮੌਤ ਦੇ ਨੇੜੇ ਸੀ।

ਅਤੇ ਇਹ ਪਹਿਲੀ ਕੋਸ਼ਿਸ਼ ਨਹੀਂ ਸੀ।

ਉਸਦੇ ਹਿਸਾਬ ਨਾਲ, ਕਈ ਕਤਲ ਦੀਆਂ ਕੋਸ਼ਿਸ਼ਾਂ ਹੋਈਆਂ - ਸੱਤ ਤੋਂ ਵੱਧ।

ਸੰਭਾਲ ਕੋਈ ਸਿਧਾਂਤ ਨਹੀਂ ਸੀ।

ਇਹ ਦੁਹਰਾਇਆ ਗਿਆ।

ਇੱਕ ਸਮੇਂ, ਸੱਟਾਂ ਦੀ ਗੰਭੀਰਤਾ ਅਤੇ ਲਗਾਤਾਰ ਖ਼ਤਰੇ ਦੇ ਕਾਰਨ, ਰਾਸ਼ਟਰੀ ਪੱਧਰ 'ਤੇ ਦਖਲਅੰਦਾਜ਼ੀ ਨੇ ਉਸਨੂੰ ਇਲਾਜ ਲਈ ਦੇਸ਼ ਤੋਂ ਬਾਹਰ ਸੰਯੁਕਤ ਰਾਜ ਅਮਰੀਕਾ ਲਿਜਾਣ ਦਾ ਪ੍ਰਬੰਧ ਕੀਤਾ।

ਬਚਾਅ ਚਮਤਕਾਰ ਤੋਂ ਹੁਕਮ ਵੱਲ ਵਧਿਆ।

ਉਹ ਮਰਿਆ ਨਹੀਂ।

ਪਰ ਕੀਮਤ ਖ਼ੂਨ ਦੀ ਸੀ।

ਧਰਮ ਗ੍ਰੰਥ ਦੇ ਐਂਕਰ

ਪੁਰਾਣਾ ਨੇਮ

"ਤੇਰੇ ਆਲੇ-ਦੁਆਲੇ ਹਜ਼ਾਰ ਡਿੱਗ ਪੈਣ, ਅਤੇ ਤੇਰੇ ਸੱਜੇ ਹੱਥ ਦਸ ਹਜ਼ਾਰ, ਪਰ ਉਹ ਤੇਰੇ ਨੇੜੇ ਨਾ ਆਵੇਗਾ।"

—ਜ਼ਬੂਰ 91:7.

ਮੌਤ ਦੇ ਨੇੜੇ ਹੋਣਾ ਹਾਰ ਦੇ ਬਰਾਬਰ ਨਹੀਂ ਹੁੰਦਾ।

ਨਵਾਂ ਨੇਮ

"ਉਨ੍ਹਾਂ ਨੇ ਪੌਲੁਸ ਨੂੰ ਪੱਥਰ ਮਾਰੇ ਅਤੇ ਇਹ ਸਮਝ ਕੇ ਸ਼ਹਿਰੋਂ ਬਾਹਰ ਘਸੀਟ ਕੇ ਲੈ ਗਏ ਕਿ ਉਹ ਮਰ ਗਿਆ ਹੈ। ਪਰ ਜਦੋਂ ਚੇਲੇ ਉਸ ਦੇ ਆਲੇ-ਦੁਆਲੇ ਇਕੱਠੇ ਹੋਏ, ਤਾਂ ਉਹ ਉੱਠਿਆ..."

— ਰਸੂਲਾਂ ਦੇ ਕਰਤੱਬ 14:19-20

ਮਰਿਆ ਹੋਇਆ ਮੰਨਿਆ।

ਪਰ ਪੂਰਾ ਨਹੀਂ ਹੋਇਆ।

ਪਾਠ

ਕੁਝ ਮੌਸਮ ਅਜਿਹੇ ਵੀ ਆਉਂਦੇ ਹਨ ਜਦੋਂ ਆਗਿਆਕਾਰੀ ਦੀ ਕੀਮਤ ਖ਼ੂਨ ਹੁੰਦੀ ਹੈ।

ਅਲੰਕਾਰਿਕ ਅਸੁਵਿਧਾ ਨਹੀਂ।

ਸਮਾਜਿਕ ਬੇਅਰਾਮੀ ਨਹੀਂ।

ਪਰ ਅਸਲ ਨੁਕਸਾਨ।

ਫਿਰ ਵੀ ਹਮਲੇ ਦੇ ਉਸ ਪੱਧਰ ਹੇਠ ਬਚਣ ਲਈ ਇੱਕ ਸਵਾਲ ਦੀ ਲੋੜ ਹੁੰਦੀ ਹੈ:

ਮੈਨੂੰ ਕਿਉਂ ਬਚਾਇਆ ਗਿਆ?
ਹਰ ਕੋਈ ਗੋਲੀਬਾਰੀ ਤੋਂ ਨਹੀਂ ਬਚਦਾ।
ਵਾਰ-ਵਾਰ ਕੋਸ਼ਿਸ਼ਾਂ ਕਰਨ 'ਤੇ ਵੀ ਹਰ ਕੋਈ ਨਹੀਂ ਬਚਦਾ।
ਜੇਕਰ ਸੰਭਾਲ ਦੁਹਰਾਈ ਗਈ ਸੀ, ਤਾਂ
ਅਸਾਈਨਮੈਂਟ ਗੰਭੀਰ ਹੋਣੀ ਚਾਹੀਦੀ ਹੈ।
ਤੁਹਾਨੂੰ ਕਦੇ ਵੀ ਗੋਲੀਆਂ ਦਾ ਸਾਹਮਣਾ ਨਹੀਂ ਕਰਨਾ ਪੈ ਸਕਦਾ।

ਪਰ ਤੁਸੀਂ ਅਜਿਹੇ ਪਲਾਂ ਦਾ ਸਾਹਮਣਾ ਕੀਤਾ ਹੈ ਜੋ ਤੁਹਾਨੂੰ ਖਤਮ ਕਰ ਸਕਦੇ ਸਨ:

- ਸਰੀਰਕ ਸੰਕਟ।
- ਹਾਦਸਾ।
- ਢਹਿ ਜਾਓ।
- ਭਾਵਨਾਤਮਕ ਟੁੱਟਣਾ।
- ਉਹ ਫੈਸਲੇ ਜੋ ਤੁਹਾਡਾ ਭਵਿੱਖ ਤਬਾਹ ਕਰ ਸਕਦੇ ਸਨ।

ਤੁਸੀਂ ਅਜੇ ਵੀ ਇੱਥੇ ਹੋ।
ਸੰਭਾਲ ਜ਼ਿੰਮੇਵਾਰੀ ਨੂੰ ਕਈ ਗੁਣਾ ਵਧਾਉਂਦੀ ਹੈ।
ਜਿੰਨਾ ਜ਼ਿਆਦਾ ਬਚਾਅ ਹੋਵੇਗਾ,
ਓਨਾ ਹੀ ਗੰਭੀਰ ਸੱਦਾ ਹੋਵੇਗਾ।

ਪ੍ਰਤੀਬਿੰਬ ਸਵਾਲ

1. ਮੈਂ ਕੀ ਬਚਿਆ ਹਾਂ ਜੋ ਵੱਖਰੇ ਢੰਗ ਨਾਲ ਖਤਮ ਹੋਣਾ ਚਾਹੀਦਾ ਸੀ?
2. ਕੀ ਮੈਂ ਸੰਭਾਲ ਨੂੰ ਸਾਧਾਰਨ ਸਮਝਦਾ ਹਾਂ?
3. ਕਿਹੜਾ ਕੰਮ ਮੇਰੇ ਬਚਾਅ ਨੂੰ ਜਾਇਜ਼ ਠਹਿਰਾ ਸਕਦਾ ਹੈ?

4. ਕੀ ਮੈਂ ਧਿਆਨ ਨਾਲ ਜੀ ਰਿਹਾ ਹਾਂ ਜਾਂ ਲਾਪਰਵਾਹੀ ਨਾਲ?
5. ਜੇ ਮੈਂ ਸੱਚਮੁੱਚ ਵਿਸ਼ਵਾਸ ਕਰਦਾ ਕਿ ਮੇਰੀ ਜ਼ਿੰਦਗੀ ਕਿਸੇ ਮਕਸਦ ਲਈ ਬਚਾਈ ਗਈ ਸੀ, ਤਾਂ ਕੀ ਬਦਲੇਗਾ?

ਖਾਸ ਤੌਰ 'ਤੇ ਲਿਖੋ।

ਘੋਸ਼ਣਾ

ਖੜ੍ਹੇ ਹੋਵੋ ਅਤੇ ਐਲਾਨ ਕਰੋ:

"ਮੈਂ ਦੁਰਘਟਨਾ ਨਾਲ ਜ਼ਿੰਦਾ ਨਹੀਂ ਹਾਂ।

ਜਿਸ ਚੀਜ਼ ਨੇ ਮੈਨੂੰ ਤਬਾਹ ਕਰ ਦੇਣਾ ਚਾਹੀਦਾ ਸੀ, ਉਹ ਨਹੀਂ ਹੋਈ। ਮੇਰਾ ਬਚਾਅ ਇੱਕ ਜ਼ਿੰਮੇਵਾਰੀ ਹੈ। ਮੈਂ ਸੁਰੱਖਿਅਤ ਜ਼ਿੰਦਗੀ ਨੂੰ ਬਰਬਾਦ ਨਹੀਂ ਕਰਾਂਗਾ।"

ਇਸਨੂੰ ਦ੍ਰਿੜਤਾ ਨਾਲ ਦੁਹਰਾਓ।

ਢਾਂਚਾਗਤ ਪ੍ਰਾਰਥਨਾ (45 **ਮਿੰਟ**)

1. **ਸ਼ੁਕਰਗੁਜ਼ਾਰੀ** (10 **ਮਿੰਟ**)

ਸੁਰੱਖਿਅਤ ਜ਼ਿੰਦਗੀ ਲਈ ਪਰਮਾਤਮਾ ਦਾ ਧੰਨਵਾਦ ਕਰੋ।

2. **ਸ਼ਰਧਾ** (10 **ਮਿੰਟ**)

ਇਸ ਗੱਲ 'ਤੇ ਵਿਚਾਰ ਕਰੋ ਕਿ ਤਬਾਹੀ ਕਿੰਨੀ ਨੇੜੇ ਆਈ।

3. **ਸਮਰਪਣ** (15 **ਮਿੰਟ**)

ਆਪਣੇ ਭਵਿੱਖ ਨੂੰ ਉਸਦੇ ਮਕਸਦ ਲਈ ਪੂਰੀ ਤਰ੍ਹਾਂ ਸਮਰਪਿਤ ਕਰੋ।

4. **ਹਿੰਮਤ** (10 **ਮਿੰਟ**)

ਬਿਨਾਂ ਕਿਸੇ ਡਰ ਦੇ ਕੰਮ ਨੂੰ ਪੂਰਾ ਕਰਨ ਲਈ ਹਿੰਮਤ ਦੀ ਮੰਗ ਕਰੋ।

ਇਸ ਨਾਲ ਬੰਦ ਕਰੋ:

"ਜੇ ਤੁਸੀਂ ਮੈਨੂੰ ਬਚਾਇਆ ਹੈ, ਤਾਂ ਮੈਨੂੰ ਵਰਤੋ।"

ਐਕਸ਼ਨ ਪੁਆਇੰਟ

ਅੱਜ ਤੁਸੀਂ:

1. ਉਹ ਪਲ ਲਿਖੋ ਜਿਨ੍ਹਾਂ ਨੇ ਤੁਹਾਨੂੰ ਲਗਭਗ ਤਬਾਹ ਕਰ ਦਿੱਤਾ ਸੀ।
2. ਆਮ ਜੀਵਨ ਤੋਂ ਤੋਬਾ।
3. ਇੱਕ ਸਵੈ-ਵਿਨਾਸ਼ਕਾਰੀ ਪੈਟਰਨ ਹਟਾਓ।
4. ਜ਼ਬੂਰ 91 ਨੂੰ ਉੱਚੀ ਆਵਾਜ਼ ਵਿੱਚ ਪ੍ਰਾਰਥਨਾ ਕਰੋ।
5. ਬੁਲਾਉਣ ਵੱਲ ਇੱਕ ਦਲੇਰ ਕਦਮ ਚੁੱਕੋ।

ਕੱਚੀ ਹਕੀਕਤ

ਖ਼ੂਨ ਵਹਿ ਗਿਆ।

ਧਾਤ ਹੱਡੀ ਨਾਲ ਟਕਰਾ ਗਈ।

ਗੋਲੀਆਂ ਸਰੀਰ ਵਿੱਚ ਦਾਖਲ ਹੋ ਗਈਆਂ।

ਉਸਨੂੰ ਇਸ ਤਰ੍ਹਾਂ ਚੁੱਕਿਆ ਗਿਆ ਜਿਵੇਂ ਪੂਰਾ ਹੋ ਗਿਆ ਹੋਵੇ।

ਪਰ ਉਹ ਉੱਠਿਆ।

ਪੌਲੁਸ ਵਾਂਗ, ਮਰਿਆ ਹੋਇਆ ਮੰਨਿਆ ਗਿਆ - ਪਰ ਪੂਰਾ ਨਹੀਂ ਹੋਇਆ।

ਹਿੰਸਾ ਅਧੀਨ ਰੱਖਿਆ ਮਾਣ ਪੈਦਾ ਨਹੀਂ ਕਰਦੀ।

ਇਹ ਜ਼ਰੂਰੀਤਾ ਪੈਦਾ ਕਰਦਾ ਹੈ।

ਦਿਨ 22

ਸਕੇਲ 'ਤੇ ਸੁਰੱਖਿਅਤ ਰੱਖਿਆ ਗਿਆ

ਸਟੋਰੀ ਐਂਕਰ

ਇਹ ਹਮਲਾ ਪ੍ਰਤੀਕਾਤਮਕ ਨਹੀਂ ਸੀ।

ਗੋਲੀਬਾਰੀ ਸ਼ੁਰੂ ਹੋ ਗਈ।

ਗੋਲੀਆਂ ਉਸਦੇ ਸਰੀਰ ਵਿੱਚ ਲੱਗੀਆਂ।

ਮੈਟਲ ਨੇ ਉਸਦੇ ਸਿਰ 'ਤੇ ਹਿੰਸਕ ਜ਼ੋਰ ਨਾਲ ਵਾਰ ਕੀਤਾ।

ਉਸਦੇ ਚਿਹਰੇ ਤੋਂ ਖ਼ੂਨ ਵਹਿ ਰਿਹਾ ਸੀ।

ਗਵਾਹਾਂ ਦਾ ਮੰਨਣਾ ਸੀ ਕਿ ਉਹ ਮਰ ਗਿਆ ਸੀ।

ਉਹ ਇੱਕ ਮੁਕੰਮਲ ਆਦਮੀ ਵਾਂਗ ਦੂਰ ਚਲਾ ਗਿਆ।

ਪਰ ਉਸਦੀ ਗੱਲ ਪੂਰੀ ਨਹੀਂ ਹੋਈ।

ਉਸਨੂੰ ਹੋਸ਼ ਆ ਗਈ।

ਡਾਕਟਰਾਂ ਨੇ ਬਾਅਦ ਵਿੱਚ ਉਸਦੇ ਸਰੀਰ ਵਿੱਚੋਂ ਕਈ ਗੋਲੀਆਂ ਕੱਢ ਦਿੱਤੀਆਂ।

ਧਾਤ ਮਾਸ ਵਿੱਚ ਦਾਖਲ ਹੋ ਗਈ ਸੀ - ਪਰ ਮਹੱਤਵਪੂਰਨ ਅੰਗਾਂ ਨੂੰ ਬਚਾਇਆ ਗਿਆ ਸੀ।

ਸਿਰ ਦੇ ਜ਼ਖ਼ਮ ਤੋਂ ਬਹੁਤ ਜ਼ਿਆਦਾ ਖ਼ੂਨ ਵਹਿ ਰਿਹਾ ਸੀ - ਪਰ ਖੋਪੜੀ ਨਹੀਂ ਟੁੱਟੀ ਸੀ।

ਨੁਕਸਾਨ ਬਹੁਤ ਵੱਡਾ ਹੋਣਾ ਚਾਹੀਦਾ ਸੀ।

ਇਹ ਨਹੀਂ ਸੀ।

ਇਹ ਕੋਈ ਛੋਟੀ ਸੱਟ ਨਹੀਂ ਸੀ।

ਇਹ ਫਾਂਸੀ ਦੇ ਨੇੜੇ ਸੀ।

ਅਤੇ ਇਹ ਪਹਿਲੀ ਕੋਸ਼ਿਸ਼ ਨਹੀਂ ਸੀ।

ਉਸਦੇ ਹਿਸਾਬ ਨਾਲ, ਕਈ ਕਤਲ ਦੀਆਂ ਕੋਸ਼ਿਸ਼ਾਂ ਹੋਈਆਂ - ਸੱਤ ਤੋਂ ਵੱਧ।

ਸੰਭਾਲ ਦੁਹਰਾਈ ਜਾਣ ਲੱਗ ਪਈ ਸੀ।

ਖ਼ਤਰੇ ਦਾ ਪੱਧਰ ਵਧ ਗਿਆ।

ਇਹ ਸਥਾਨਕ ਦੁਸ਼ਮਣੀ ਤੋਂ ਵੱਧ ਬਣ ਗਿਆ।

ਇਹ ਰਾਸ਼ਟਰੀ ਚਿੰਤਾ ਬਣ ਗਿਆ।

ਉਸ ਸਮੇਂ, ਨਾਈਜੀਰੀਆ ਦੇ ਰਾਸ਼ਟਰਪਤੀ ਗੁੱਡਲਕ ਜੋਨਾਥਨ ਸਨ - ਇੱਕ ਈਸਾਈ ਨੇਤਾ।

ਦਖਲਅੰਦਾਜ਼ੀ ਉੱਚਤਮ ਪੱਧਰ 'ਤੇ ਆਈ।

ਉਸਨੂੰ ਡਾਕਟਰੀ ਜਾਂਚ ਅਤੇ ਇਲਾਜ ਲਈ ਅਮਰੀਕਾ ਭੇਜਣ ਦੇ ਪ੍ਰਬੰਧ ਕੀਤੇ ਗਏ ਸਨ।

ਗੋਲੀਬਾਰੀ ਤੋਂ ਬਾਅਦ।

ਖ਼ੂਨ ਵਹਿਣ ਤੋਂ ਬਾਅਦ। ਸਿਰ 'ਤੇ ਸੱਟ ਲੱਗਣ ਤੋਂ ਬਾਅਦ।

ਉਸਦੀ ਪੂਰੀ ਜਾਂਚ ਕੀਤੀ ਗਈ।

ਨਤੀਜੇ ਸਪੱਸ਼ਟ ਸਨ:

ਜ਼ਿੰਦਾ।

ਬੋਧਾਤਮਕ ਤੌਰ 'ਤੇ ਬਰਕਰਾਰ। ਕੋਈ ਸਥਾਈ ਤੰਤੂ ਵਿਗਿਆਨਕ ਨੁਕਸਾਨ ਨਹੀਂ। ਕੋਈ ਖੋਪੜੀ ਦਾ ਫ੍ਰੈਕਚਰ ਨਹੀਂ। ਕੋਈ ਢਾਂਚਾਗਤ ਵਿਗਾੜ ਨਹੀਂ।

ਉਹ ਬਿਲਕੁਲ ਬਚ ਗਿਆ।

ਪਰ ਖ਼ਤਰਾ ਟਲਿਆ ਨਹੀਂ।

ਸੁਰੱਖਿਆ ਜ਼ਰੂਰੀ ਹੋ ਗਈ।

ਸਹਾਇਕ ਨਿਯੁਕਤ ਕੀਤੇ ਗਏ ਸਨ।

ਆਵਾਜਾਈ 'ਤੇ ਪਹਿਰਾ ਦਿੱਤਾ ਗਿਆ।

ਯਾਤਰਾ ਹੁਣ ਆਮ ਨਹੀਂ ਰਹੀ।

ਸੁਰੱਖਿਆ ਨੇ ਉਸਨੂੰ ਘੇਰ ਲਿਆ।

ਜਦੋਂ ਕਿਸੇ ਆਦਮੀ ਨੂੰ ਐਸਕਾਰਟ ਨਾਲ ਘੁੰਮਣਾ ਪੈਂਦਾ ਹੈ, ਤਾਂ ਇਸਦਾ ਮਤਲਬ ਹੈ ਕਿ ਖ਼ਤਰਾ ਅਸਲੀ ਹੈ।

ਸੰਭਾਲ ਦਿਖਾਈ ਦੇ ਰਹੀ ਸੀ।

ਉਹ ਜ਼ਿੰਦਾ ਸੀ।

ਪਰ ਉਸਨੂੰ ਨਿਸ਼ਾਨਬੱਧ ਕੀਤਾ ਗਿਆ ਸੀ।

ਧਰਮ ਗ੍ਰੰਥ ਦੇ ਐਂਕਰ

ਪੁਰਾਣਾ ਨੇਮ

"ਦਾਨੀਏਲ ਨੂੰ ਗੁਫ਼ਾ ਵਿੱਚੋਂ ਬਾਹਰ ਕੱਢਿਆ ਗਿਆ ਅਤੇ ਉਸ ਦੇ ਸਰੀਰ ਉੱਤੇ ਕੋਈ ਸੱਟ ਨਹੀਂ ਲੱਗੀ ਕਿਉਂਕਿ ਉਹ ਆਪਣੇ ਪਰਮੇਸ਼ੁਰ ਉੱਤੇ ਵਿਸ਼ਵਾਸ ਕਰਦਾ ਸੀ।"

—ਦਾਨੀਏਲ 6:23.

ਅੰਦਰ ਸੁੱਟ ਦਿੱਤਾ ਗਿਆ।

ਬਾਹਰ ਚੁੱਕਿਆ ਗਿਆ। ਅੰਦਰੋਂ ਅਛੂਤਾ।

ਨਵਾਂ ਨੇਮ

"ਕਮਾਂਡਰ ਨੇ ਪੌਲੁਸ ਨੂੰ ਬੈਰਕਾਂ ਵਿੱਚ ਲਿਜਾਣ ਦਾ ਹੁਕਮ ਦਿੱਤਾ... ਅਤੇ ਸਿਪਾਹੀਆਂ ਦੁਆਰਾ ਉਸਦੀ ਨਿਗਰਾਨੀ ਕਰਨ ਦਾ ਹੁਕਮ ਦਿੱਤਾ।"

—ਰਸੂਲਾਂ ਦੇ ਕਰਤੱਬ 23:10

ਸੁਰੱਖਿਅਤ ਕਿਉਂਕਿ ਅਸਾਈਨਮੈਂਟ ਬਾਕੀ ਹੈ।

ਪਾਠ

ਇਸ ਪੱਧਰ 'ਤੇ ਸੰਭਾਲਣਾ ਆਰਾਮਦਾਇਕ ਨਹੀਂ ਹੈ।

ਇਹ ਪੁਸ਼ਟੀ ਹੈ।

ਜਦੋਂ ਗੋਲੀਆਂ ਤੁਹਾਨੂੰ ਖਤਮ ਨਹੀਂ ਕਰਦੀਆਂ,

ਜਦੋਂ ਖੋਪੜੀਆਂ ਨਹੀਂ ਟੁੱਟਦੀਆਂ, ਜਦੋਂ ਜਾਂਚਾਂ ਵਿੱਚ ਕੋਈ ਸਥਾਈ ਤਬਾਹੀ ਨਹੀਂ ਦਿਖਾਈ ਦਿੰਦੀਆਂ, ਜਦੋਂ ਰਾਸ਼ਟਰੀ ਅਥਾਰਟੀ ਦਖਲ ਦਿੰਦੀ ਹੈ, ਜਦੋਂ ਐਸਕਾਰਟ ਨਿਯੁਕਤ ਕੀਤੇ ਜਾਂਦੇ ਹਨ -

ਤੁਹਾਨੂੰ ਪੁੱਛਣਾ ਪਵੇਗਾ:

ਮੈਨੂੰ ਕਿਉਂ ਬਖਸ਼ਿਆ ਗਿਆ?

ਬਚਾਅ ਜ਼ਿੰਮੇਵਾਰੀ ਵਧਾਉਂਦਾ ਹੈ।

ਸੁਰੱਖਿਆ ਜਵਾਬਦੇਹੀ ਵਧਾਉਂਦੀ ਹੈ।

ਜੇਕਰ ਰੱਬ ਤੁਹਾਨੂੰ ਨਿੱਜੀ ਤੌਰ 'ਤੇ ਸੁਰੱਖਿਅਤ ਰੱਖਦਾ ਹੈ,

ਤਾਂ ਸ਼ੁਕਰਗੁਜ਼ਾਰ ਹੋਵੋ।

ਜੇ ਉਹ ਤੁਹਾਨੂੰ ਜਨਤਕ ਤੌਰ 'ਤੇ ਸੁਰੱਖਿਅਤ ਰੱਖਦਾ ਹੈ, ਤਾਂ

ਸੁਚੇਤ ਰਹੋ।

ਜੇ ਉਹ ਤੁਹਾਨੂੰ ਪਰਦੇ ਨਾਲ ਘੇਰ ਲੈਂਦਾ ਹੈ, ਤਾਂ

ਬੇਫ਼ਿਕਰ ਨਾ ਰਹੋ।

ਤੁਸੀਂ ਸਹੂਲਤ ਲਈ ਜ਼ਿੰਦਾ ਨਹੀਂ ਹੋ।

ਤੁਸੀਂ ਕਿਸੇ ਕੰਮ ਲਈ ਜ਼ਿੰਦਾ ਹੋ।

ਪ੍ਰਤੀਬਿੰਬ ਸਵਾਲ

1. ਕੀ ਮੈਂ ਕਿਸੇ ਅਜਿਹੀ ਚੀਜ਼ ਤੋਂ ਬਚਿਆ ਹਾਂ ਜਿਸਦਾ ਅੰਤ ਵੱਖਰੇ ਢੰਗ ਨਾਲ ਹੋਣਾ ਚਾਹੀਦਾ ਸੀ?
2. ਕੀ ਮੈਂ ਸੁਰੱਖਿਅਤ ਜ਼ਿੰਦਗੀ ਨੂੰ ਸਾਧਾਰਨ ਸਮਝਦਾ ਹਾਂ?
3. ਬਚਣ ਨਾਲ ਕਿਹੜੀ ਜ਼ਿੰਮੇਵਾਰੀ ਆਉਂਦੀ ਹੈ?
4. ਕੀ ਮੈਂ ਜਾਣਬੁੱਝ ਕੇ ਜੀ ਰਿਹਾ ਹਾਂ?
5. ਜੇ ਰੱਬ ਮੇਰੇ ਆਲੇ-ਦੁਆਲੇ ਸੁਰੱਖਿਆ ਪ੍ਰਦਾਨ ਕਰਦਾ, ਤਾਂ ਕੀ ਮੇਰੀ ਜ਼ਿੰਦਗੀ ਇਸਨੂੰ ਜਾਇਜ਼ ਠਹਿਰਾਏਗੀ?

ਇਮਾਨਦਾਰੀ ਨਾਲ ਜਵਾਬ ਦਿਓ।

ਘੋਸ਼ਣਾ

ਖੜ੍ਹੇ ਹੋਵੋ ਅਤੇ ਐਲਾਨ ਕਰੋ:

"ਮੇਰੀ ਜ਼ਿੰਦਗੀ ਨੂੰ ਕਿਸੇ ਮਕਸਦ ਲਈ ਸੁਰੱਖਿਅਤ ਰੱਖਿਆ ਗਿਆ ਹੈ। ਜਿਸ ਚੀਜ਼ ਨੇ ਮੈਨੂੰ ਤਬਾਹ ਕਰਨਾ ਚਾਹੀਦਾ ਸੀ, ਉਹ ਨਹੀਂ ਹੋਈ। ਮੈਂ ਜ਼ਿੰਮੇਵਾਰੀ ਨਾਲ ਜੀਵਾਂਗਾ।
ਮੈਂ ਬ੍ਰਹਮ ਦਇਆ ਨੂੰ ਬਰਬਾਦ ਨਹੀਂ ਕਰਾਂਗਾ।
ਸੰਭਾਲ ਜ਼ਿੰਮੇਵਾਰੀ ਦੀ ਪੁਸ਼ਟੀ ਕਰਦੀ ਹੈ।"
ਇਸਨੂੰ ਹੌਲੀ-ਹੌਲੀ ਦੁਹਰਾਓ।

ਢਾਂਚਾਗਤ ਪ੍ਰਾਰਥਨਾ (45 ਮਿੰਟ)

1. ਸ਼ੁਕਰਗੁਜ਼ਾਰੀ (10 ਮਿੰਟ)

ਸੁਰੱਖਿਅਤ ਜ਼ਿੰਦਗੀ ਲਈ ਪਰਮਾਤਮਾ ਦਾ ਧੰਨਵਾਦ ਕਰੋ।

2. ਸ਼ਰਧਾ (10 ਮਿੰਟ)

ਸਵੀਕਾਰ ਕਰੋ ਕਿ ਤਬਾਹੀ ਕਿੰਨੀ ਨੇੜੇ ਆਈ।

3. ਸਮਰਪਣ (15 ਮਿੰਟ)

ਆਪਣਾ ਭਵਿੱਖ ਜਾਣਬੁੱਝ ਕੇ ਪਰਮਾਤਮਾ ਨੂੰ ਸਮਰਪਿਤ ਕਰੋ।

4. ਕਮਿਸ਼ਨ (10 ਮਿੰਟ)

ਆਪਣੇ ਸੱਦੇ ਨੂੰ ਪੂਰਾ ਕਰਨ ਲਈ ਹਿੰਮਤ ਮੰਗੋ।

ਇਸ ਨਾਲ ਬੰਦ ਕਰੋ:

"ਜੇ ਤੁਸੀਂ ਮੈਨੂੰ ਬਚਾਇਆ ਹੈ, ਤਾਂ ਮੈਨੂੰ ਵਰਤੋ।"

ਐਕਸ਼ਨ ਪੁਆਇੰਟ

ਅੱਜ ਤੁਸੀਂ:

1. ਉਹ ਪਲ ਲਿਖੋ ਜੋ ਤੁਸੀਂ ਸੰਭਾਲੇ ਸਨ।
2. ਇੱਕ ਲਾਪਰਵਾਹੀ ਭਰੇ ਵਿਵਹਾਰ ਨੂੰ ਖਤਮ ਕਰੋ।
3. ਦਾਨੀਏਲ 6 ਨੂੰ ਹੌਲੀ-ਹੌਲੀ ਪੜ੍ਹੋ।
4. ਅਣਦੇਖੀ ਸੁਰੱਖਿਆ ਲਈ ਪਰਮਾਤਮਾ ਦਾ ਧੰਨਵਾਦ ਕਰੋ।
5. ਉਦੇਸ਼ ਵੱਲ ਇੱਕ ਜਾਣਬੁੱਝ ਕੇ ਕਦਮ ਚੁੱਕੋ।

ਦਿਨ 23

ਨਿਸ਼ਾਨਬੱਧ — ਪਰ ਅਡੋਲ

ਸਟੋਰੀ ਐਂਕਰ

ਗੋਲੀਬਾਰੀ ਤੋਂ ਬਾਅਦ।

ਨਿਕਾਸੀ ਤੋਂ ਬਾਅਦ।

ਡਾਕਟਰੀ ਪ੍ਰਵਾਨਗੀ ਤੋਂ ਬਾਅਦ।

ਐਸਕਾਰਟ ਨਿਯੁਕਤ ਕੀਤੇ ਜਾਣ ਤੋਂ ਬਾਅਦ।

ਜ਼ਿੰਦਗੀ ਆਮ ਵਾਂਗ ਨਹੀਂ ਪਰਤੀ।

ਉਹ ਹੁਣ ਗੁਮਨਾਮ ਨਹੀਂ ਰਿਹਾ।

ਉਸਨੂੰ ਨਿਸ਼ਾਨਬੱਧ ਕੀਤਾ ਗਿਆ ਸੀ।

ਪ੍ਰਤੀਕਾਤਮਕ ਤੌਰ 'ਤੇ ਨਹੀਂ।

ਸਰਗਰਮੀ ਨਾਲ।

ਸੁਰੱਖਿਆ ਉਸ ਦੇ ਨਾਲ ਸੀ।

ਅੰਦੋਲਨ ਲਈ ਤਾਲਮੇਲ ਦੀ ਲੋੜ ਸੀ।

ਜਨਤਕ ਮੌਜੂਦਗੀ ਲਈ ਮੁਲਾਂਕਣ ਦੀ ਲੋੜ ਹੈ।

ਖ਼ਤਰੇ ਦੇ ਪੱਧਰ ਅਫਵਾਹ ਨਹੀਂ ਸਨ।

ਉਨ੍ਹਾਂ 'ਤੇ ਨਿਗਰਾਨੀ ਰੱਖੀ ਗਈ।

ਸੁਰੱਖਿਅਤ ਰਹਿ ਕੇ ਜੀਣਾ ਹੈ ਸੁਚੇਤ ਰਹਿ ਕੇ ਜੀਣਾ।

ਜਾਗਰੂਕ ਹੋ ਕੇ ਜੀਣਾ ਅਨੁਸ਼ਾਸਿਤ ਹੋ ਕੇ ਜੀਣਾ ਹੈ।

ਪਰ ਇੱਥੇ ਮਹੱਤਵਪੂਰਨ ਹਿੱਸਾ ਹੈ:

ਉਸਨੇ ਪ੍ਰਚਾਰ ਕਰਨਾ ਨਹੀਂ ਛੱਡਿਆ।

ਉਹ ਬੁਲਾਉਣ ਤੋਂ ਪਿੱਛੇ ਨਹੀਂ ਹਟਿਆ।

ਉਸਨੇ ਜੋਖਮ ਘਟਾਉਣ ਲਈ ਸੰਦੇਸ਼ ਨੂੰ ਹਲਕਾ ਨਹੀਂ ਕੀਤਾ।

ਉਸਨੇ ਜਾਰੀ ਰੱਖਿਆ।

ਜੀਵਣ ਚਿੰਨ੍ਹਿਤ - ਪਰ ਅਡੋਲ।

ਧਰਮ ਗ੍ਰੰਥ ਦੇ ਐਂਕਰ

ਪੁਰਾਣਾ ਨੇਮ

"ਉਸ ਦਿਨ ਤੋਂ ਸ਼ਾਊਲ ਦਾਊਦ ਉੱਤੇ ਨਜ਼ਰ ਰੱਖਦਾ ਰਿਹਾ।"

—1 ਸਮੂਏਲ 18:9

ਦੇਖਿਆ।

ਨਿਸ਼ਾਨਾ ਬਣਾਇਆ।

ਫਿਰ ਵੀ ਚੁਣਿਆ ਗਿਆ।

ਨਵਾਂ ਨੇਮ

"ਕਿਉਂਕਿ ਮੈਂ ਉਸਨੂੰ ਵਿਖਾਵਾਂਗਾ ਕਿ ਮੇਰੇ ਨਾਮ ਦੇ ਬਦਲੇ ਉਸਨੂੰ ਕੀ ਕੁਝ ਝੱਲਣਾ ਪਵੇਗਾ।"

- ਰਸੂਲਾਂ ਦੇ ਕਰਤੱਬ 9:16

ਪਰਿਵਰਤਨ ਤੋਂ ਚਿੰਨ੍ਹਿਤ।

ਪਰ ਨਿਯੁਕਤ ਕੀਤਾ ਗਿਆ।

ਪਾਠ

ਕੁਝ ਵਿਸ਼ਵਾਸੀ ਸਿਰਫ਼ ਉਦੋਂ ਹੀ ਵਫ਼ਾਦਾਰ ਰਹਿੰਦੇ ਹਨ ਜਦੋਂ ਤੱਕ ਉਨ੍ਹਾਂ ਦਾ ਧਿਆਨ ਨਹੀਂ ਜਾਂਦਾ।

ਪਰ ਜਦੋਂ ਆਗਿਆਕਾਰੀ ਧਿਆਨ ਖਿੱਚਦੀ ਹੈ, ਤਾਂ

ਡਰ ਸਮਝੌਤਾ ਕਰਨ ਲਈ ਗੱਲਬਾਤ ਕਰਨਾ ਸ਼ੁਰੂ ਕਰ ਦਿੰਦਾ ਹੈ।

ਨਿਸ਼ਾਨਬੱਧ ਹੋਣ ਨਾਲ ਮਨੋਰਥ ਪ੍ਰਗਟ ਹੁੰਦਾ ਹੈ।

ਕੀ ਤੁਸੀਂ ਆਰਾਮ ਲਈ ਸੇਵਾ ਕਰ ਰਹੇ ਹੋ -

ਜਾਂ ਬੁਲਾਉਣ ਲਈ?

ਜਦੋਂ ਤੁਹਾਡੀ ਜ਼ਿੰਦਗੀ ਨਿਗਰਾਨੀ ਹੇਠ ਹੋਵੇ:

- ਤੁਸੀਂ ਹੋਰ ਧਿਆਨ ਨਾਲ ਬੋਲੋ।
- ਤੁਸੀਂ ਜਾਣਬੁੱਝ ਕੇ ਜ਼ਿਆਦਾ ਹਿੱਲਦੇ ਹੋ।
- ਤੁਸੀਂ ਹੋਰ ਗੰਭੀਰਤਾ ਨਾਲ ਪ੍ਰਾਰਥਨਾ ਕਰੋ।

ਧਮਕੀ ਬੇਆਰਾਮੀ ਨੂੰ ਸ਼ੁੱਧ ਕਰਦੀ ਹੈ।

ਹੋ ਸਕਦਾ ਹੈ ਕਿ ਤੁਹਾਡੇ ਕੋਲ ਕਦੇ ਵੀ ਸਾਥੀ ਨਾ ਹੋਣ।

ਪਰ ਤੁਸੀਂ ਅਧਿਆਤਮਿਕ ਤੌਰ 'ਤੇ ਚਿੰਨ੍ਹਿਤ ਹੋ।

ਦੁਸ਼ਮਣ ਗੰਭੀਰ ਵਿਸ਼ਵਾਸੀਆਂ ਨੂੰ ਦੇਖਦਾ ਹੈ।

ਆਮ ਈਸਾਈਅਤ ਨੂੰ ਬਹੁਤ ਘੱਟ ਵਿਰੋਧ ਆਕਰਸ਼ਿਤ ਕਰਦਾ ਹੈ।

ਕੇਂਦਰਿਤ ਵਫ਼ਾਦਾਰੀ ਜਾਂਚ ਨੂੰ ਆਕਰਸ਼ਿਤ ਕਰਦੀ ਹੈ।

ਸਵਾਲ ਇਹ ਹੈ:

ਕੀ ਵਿਰੋਧ ਦੀ ਜਾਗਰੂਕਤਾ ਤੁਹਾਨੂੰ ਪਰਿਪੱਕ ਕਰੇਗੀ -

ਜਾਂ ਤੁਹਾਨੂੰ ਡਰਾਵੇਗੀ?

ਪ੍ਰਤੀਬਿੰਬ ਸਵਾਲ

1. ਕੀ ਮੈਂ ਸਿਰਫ਼ ਅਣਦੇਖੇ ਸਮੇਂ ਹੀ ਵਫ਼ਾਦਾਰ ਹਾਂ?
2. ਜੇ ਮੇਰੀ ਆਗਿਆਕਾਰੀ ਦੁਸ਼ਮਣੀ ਵੱਲ ਖਿੱਚੀ ਜਾਂਦੀ ਹੈ ਤਾਂ ਕੀ ਮੈਂ ਜਾਰੀ ਰੱਖਾਂਗਾ?
3. ਧਿਆਨ ਤੋਂ ਬਚਣ ਲਈ ਮੈਂ ਕਿੱਥੇ ਵਿਸ਼ਵਾਸ ਨੂੰ ਪਤਲਾ ਕੀਤਾ ਹੈ?
4. ਕੀ ਮੈਂ ਇਸ ਗੱਲ ਤੋਂ ਜਾਣੂ ਹਾਂ ਕਿ ਮੇਰੀ ਜ਼ਿੰਦਗੀ ਅਧਿਆਤਮਿਕ ਤੌਰ 'ਤੇ ਭਾਰੂ ਹੈ?
5. ਕੀ ਮੈਂ ਇੰਨਾ ਗੰਭੀਰ ਹਾਂ ਕਿ ਮੇਰਾ ਧਿਆਨ ਖਿੱਚਿਆ ਜਾਵੇ?

ਬਿਨਾਂ ਕਿਸੇ ਬਹਾਦਰੀ ਦੇ ਜਵਾਬ ਦਿਓ।

ਘੋਸ਼ਣਾ

ਖੜ੍ਹੇ ਹੋਵੋ ਅਤੇ ਐਲਾਨ ਕਰੋ:

"ਮੈਂ ਪਿੱਛੇ ਨਹੀਂ ਹਟਾਂਗਾ ਕਿਉਂਕਿ ਮੈਨੂੰ ਨਿਸ਼ਾਨ ਲਗਾਇਆ ਗਿਆ ਹੈ।
ਵਿਰੋਧ ਮੈਨੂੰ ਸੁਧਾਰੇਗਾ। ਮੈਂ ਦਿਲਾਸਾ ਨਹੀਂ, ਸਗੋਂ ਬੁਲਾ ਕੇ ਸੇਵਾ ਕਰਦਾ ਹਾਂ।
ਮੈਂ ਅਡੋਲ ਰਹਿੰਦਾ ਹਾਂ।"

ਇਸਨੂੰ ਦ੍ਰਿੜਤਾ ਨਾਲ ਦੁਹਰਾਓ।

ਢਾਂਚਾਗਤ ਪ੍ਰਾਰਥਨਾ (40-45 ਮਿੰਟ)

1. ਪੂਜਾ (10 ਮਿੰਟ)

ਆਪਣੀਆਂ ਲੜਾਈਆਂ ਉੱਤੇ ਮਸੀਹ ਨੂੰ ਪ੍ਰਭੂ ਮੰਨੋ।

2. ਤਾਕਤ (15 ਮਿੰਟ)

ਨਿਗਰਾਨੀ ਹੇਠ ਧੀਰਜ ਲਈ ਪ੍ਰਾਰਥਨਾ ਕਰੋ।

3. ਸਮਝਦਾਰੀ (10 ਮਿੰਟ)

ਦ੍ਰਿਸ਼ਟੀਗਤ ਆਗਿਆਕਾਰੀ ਵਿੱਚ ਬੁੱਧੀ ਮੰਗੋ।

4. ਹਿੰਮਤ (5-10 ਮਿੰਟ)

ਬਿਨਾਂ ਲਾਪਰਵਾਹੀ ਦੇ ਦਲੇਰੀ ਲਈ ਵਚਨਬੱਧ ਹੋਵੋ।

ਇਸ ਨਾਲ ਬੰਦ ਕਰੋ:

"ਮੈਂ ਅਡੋਲ ਖੜ੍ਹਾ ਹਾਂ।"

ਐਕਸ਼ਨ ਪੁਆਇੰਟ

ਅੱਜ ਤੁਸੀਂ:

1. ਇੱਕ ਅਜਿਹੇ ਖੇਤਰ ਦੀ ਪਛਾਣ ਕਰੋ ਜਿੱਥੇ ਡਰ ਨੇ ਤੁਹਾਡੀ ਆਗਿਆਕਾਰੀ ਨੂੰ ਬਦਲਿਆ ਹੋਵੇ।
2. ਉਸ ਜਗ੍ਹਾ ਨੂੰ ਤੁਰੰਤ ਠੀਕ ਕਰੋ।
3. ਵਿਸ਼ਵ ਪੱਧਰ 'ਤੇ ਖਤਰੇ ਹੇਠ ਰਹਿ ਰਹੇ ਵਿਸ਼ਵਾਸੀਆਂ ਲਈ ਪ੍ਰਾਰਥਨਾ ਕਰੋ।
4. 1 ਸਮੂਏਲ 18 ਨੂੰ ਹੌਲੀ-ਹੌਲੀ ਪੜ੍ਹੋ।
5. ਆਪਣੀ ਜ਼ਿੰਦਗੀ ਵਿੱਚ ਇੱਕ ਅਨੁਸ਼ਾਸਨ ਨੂੰ ਮਜ਼ਬੂਤ ਬਣਾਓ।

ਦਿਨ 24

ਮਿਆਰ ਉੱਚਾ ਕਰੋ

ਸਟੋਰੀ ਐਂਕਰ

ਅੱਗ ਲੱਗਣ ਤੋਂ ਬਾਅਦ।

ਸਮਰਪਣ ਤੋਂ ਬਾਅਦ।

ਗੋਲੀਆਂ ਤੋਂ ਬਾਅਦ।

ਨਿਕਾਸੀ ਤੋਂ ਬਾਅਦ।

ਸਹਾਇਕਾਂ ਤੋਂ ਬਾਅਦ।

ਕੰਮ ਛੋਟਾ ਨਹੀਂ ਹੋਇਆ।

ਇਹ ਤਿੱਖਾ ਹੋ ਗਿਆ।

ਉਸਨੇ ਜਨਤਕ ਤੌਰ 'ਤੇ ਕਿਹਾ ਹੈ ਕਿ ਜਦੋਂ ਉਸਨੂੰ ਬਚਾਇਆ ਗਿਆ ਸੀ, ਤਾਂ ਪ੍ਰਭੂ ਨੇ ਉਸਨੂੰ ਕਿਹਾ ਸੀ:

"ਜਾਓ ਅਤੇ ਪਹਿਰੇਦਾਰਾਂ ਨੂੰ ਉਨ੍ਹਾਂ ਦੀ ਜਗ੍ਹਾ ਲੈਣ ਲਈ ਉਕਸਾਓ ਤਾਂ ਜੋ ਮੈਂ ਲੋਕਾਂ ਨੂੰ ਤਬਾਹ ਨਾ ਕਰਾਂ।"

ਇਹ ਨਰਮ ਭਾਸ਼ਾ ਨਹੀਂ ਹੈ।

ਇਹ ਜਵਾਬਦੇਹੀ ਦੀ ਭਾਸ਼ਾ ਹੈ।

ਬਿਰਤਾਂਤ ਇਸ ਤੋਂ ਅੱਗੇ ਵਧਿਆ ਸੀ:

ਨਿੱਜੀ ਮੁਕਤੀ → ਜਨਤਕ ਸੰਭਾਲ → ਰਾਸ਼ਟਰੀ ਸੁਰੱਖਿਆ।

ਹੁਣ ਇਹ ਇਸ ਵਿੱਚ ਤਬਦੀਲ ਹੋ ਗਿਆ ਹੈ:

ਜ਼ਿੰਮੇਵਾਰੀ।

ਸੁਨੇਹਾ ਸਿਰਫ਼ "ਸੁਰੱਖਿਅਤ ਰਹੋ" ਨਹੀਂ ਸੀ।

ਇਹ "ਮਿਆਰੀ ਉੱਚਾ ਕਰੋ" ਸੀ।

ਕਿਉਂਕਿ ਉਸਨੇ ਦੇਖਿਆ ਸੀ:

ਗਿਆਨ ਤੋਂ ਬਿਨਾਂ ਧਾਰਮਿਕ ਜੋਸ਼।

ਚਰਚ ਦਾ ਪਖੰਡ। ਲੀਡਰਸ਼ਿਪ ਵਿੱਚ ਸਮਝੌਤਾ। ਅਧਿਆਤਮਿਕ ਆਲਸ।

ਬਚਾਅ ਲੁਕਣ ਲਈ ਨਹੀਂ ਸੀ।

ਇਹ ਅਲਾਰਮ ਵਜਾਉਣ ਲਈ ਸੀ।

ਧਰਮ ਗ੍ਰੰਥ ਦੇ ਐਂਕਰ

ਪੁਰਾਣਾ ਨੇਮ

"ਹੇ ਮਨੁੱਖ ਦੇ ਪੁੱਤਰ, ਮੈਂ ਤੈਨੂੰ ਰਾਖਾ ਬਣਾਇਆ ਹੈ... ਇਸ ਲਈ ਤੂੰ ਮੇਰੇ ਮੂੰਹੋਂ ਇੱਕ ਬਚਨ ਸੁਣੇਂਗਾ ਅਤੇ ਮੇਰੇ ਵੱਲੋਂ ਉਨ੍ਹਾਂ ਨੂੰ ਚੇਤਾਵਨੀ ਦੇਵੇਂਗਾ।"

—ਹਿਜ਼ਕੀਏਲ 33:7

ਚੌਕੀਦਾਰ ਮਨੋਰੰਜਨ ਨਹੀਂ ਕਰਦੇ।

ਉਹ ਚੇਤਾਵਨੀ ਦਿੰਦੇ ਹਨ।

ਨਵਾਂ ਨੇਮ

"ਫਿਰ ਵੀ, ਪਰਮੇਸ਼ੁਰ ਦੀ ਪੱਕੀ ਨੀਂਹ ਖੜ੍ਹੀ ਹੈ... ਹਰ ਕੋਈ ਜੋ ਮਸੀਹ ਦਾ ਨਾਮ ਲੈਂਦਾ ਹੈ, ਬੁਰਾਈ ਤੋਂ ਦੂਰ ਰਹੇ।"

- 2 ਤਿਮੋਥਿਉਸ 2:19

ਮਿਆਰ ਉੱਚਾ ਚੁੱਕਣਾ ਪਵਿੱਤਰਤਾ ਨਾਲ ਸ਼ੁਰੂ ਹੁੰਦਾ ਹੈ।

ਪਾਠ

ਇੱਕ ਅਜਿਹਾ ਸਮਾਂ ਆਉਂਦਾ ਹੈ ਜਿੱਥੇ ਨਿੱਜੀ ਵਿਸ਼ਵਾਸ ਨੂੰ ਜਨਤਕ ਜ਼ਿੰਮੇਵਾਰੀ ਬਣਨਾ ਚਾਹੀਦਾ ਹੈ।

ਇੱਕ ਪਹਿਰੇਦਾਰ ਤਿੰਨ ਕੰਮ ਕਰਦਾ ਹੈ:

1. ਸਥਿਤੀ ਵਿੱਚ ਖੜ੍ਹਾ ਹੈ।

2. ਸਾਫ਼-ਸਾਫ਼ ਦੇਖਦਾ ਹੈ।
3. ਸੱਚ ਬੋਲਦਾ ਹੈ।

ਚੌਕੀਦਾਰ ਮਸ਼ਹੂਰ ਨਹੀਂ ਹਨ।

ਇਹ ਜ਼ਰੂਰੀ ਹਨ।

ਜਦੋਂ ਚੌਕੀਦਾਰ ਸੌਂਦੇ ਹਨ ਤਾਂ ਸਮਝੌਤਾ ਫੈਲਦਾ ਹੈ।

ਪਹਿਰੇਦਾਰ ਚੁੱਪ ਹੋਣ 'ਤੇ ਪਖੰਡ ਫੈਲਦਾ ਹੈ।

ਜਦੋਂ ਚੌਕੀਦਾਰ ਭੀੜ ਵਿੱਚ ਸ਼ਾਮਲ ਹੁੰਦੇ ਹਨ ਤਾਂ ਨੈਤਿਕ ਭਟਕਣਾ ਵੱਧ ਜਾਂਦੀ ਹੈ।

ਤੁਸੀਂ ਰਾਸ਼ਟਰੀ ਮੰਚ ਨਹੀਂ ਚੁੱਕ ਸਕਦੇ।

ਪਰ ਤੁਸੀਂ ਕਿਤੇ ਨਾ ਕਿਤੇ ਜ਼ਿੰਮੇਵਾਰੀ ਨਿਭਾਉਂਦੇ ਹੋ।

ਤੁਹਾਡੇ ਘਰ ਵਿੱਚ।

ਤੁਹਾਡੇ ਚਰਚ ਵਿੱਚ। ਤੁਹਾਡੇ ਕੰਮ ਵਾਲੀ ਥਾਂ 'ਤੇ। ਤੁਹਾਡੀ ਪੀੜ੍ਹੀ ਵਿੱਚ।

ਮਿਆਰ ਉੱਚਾ ਚੁੱਕਣ ਦਾ ਮਤਲਬ ਲੋਕਾਂ ਦੀ ਨਿੰਦਾ ਕਰਨਾ ਨਹੀਂ ਹੈ।

ਇਸਦਾ ਅਰਥ ਹੈ ਜੋ ਤੁਸੀਂ ਐਲਾਨ ਕਰਦੇ ਹੋ ਉਸ ਅਨੁਸਾਰ ਜੀਓ।

ਪ੍ਰਤੀਬਿੰਬ ਸਵਾਲ

1. ਰੱਬ ਨੇ ਮੈਨੂੰ ਪਹਿਰੇਦਾਰ ਵਜੋਂ ਕਿੱਥੇ ਰੱਖਿਆ ਹੈ?
2. ਕੀ ਮੈਂ ਸਵੀਕਾਰ ਕੀਤੇ ਜਾਣ ਲਈ ਚੁੱਪ ਹੋ ਗਿਆ ਹਾਂ?
3. ਮੈਂ ਸਮਝੌਤਾ ਕਿੱਥੇ ਬਰਦਾਸ਼ਤ ਕੀਤਾ ਹੈ?
4. ਕੀ ਮੈਂ ਉਸ ਪੱਧਰ 'ਤੇ ਜੀ ਰਿਹਾ ਹਾਂ ਜਿਸਦੀ ਮੈਂ ਦੂਜਿਆਂ ਤੋਂ ਉਮੀਦ ਕਰਦਾ ਹਾਂ?

5. ਮੈਨੂੰ ਆਪਣੀ ਜ਼ਿੰਦਗੀ ਵਿੱਚ ਪਹਿਲਾਂ ਕਿਹੜਾ ਮਿਆਰ ਕਾਇਮ ਕਰਨਾ ਚਾਹੀਦਾ ਹੈ?

ਸੰਜੀਦਗੀ ਨਾਲ ਜਵਾਬ ਦਿਓ।

ਘੋਸ਼ਣਾ

ਖੜ੍ਹੇ ਹੋਵੋ ਅਤੇ ਐਲਾਨ ਕਰੋ:

"ਮੈਂ ਆਪਣਾ ਅਹੁਦਾ ਸਵੀਕਾਰ ਕਰਦਾ ਹਾਂ।

ਮੈਂ ਸਮਝੌਤਾ ਨਹੀਂ ਕਰਾਂਗਾ। ਮੈਂ ਆਪਣੇ ਖੇਤਰ ਵਿੱਚ ਮਿਆਰ ਉੱਚਾ ਚੁੱਕਾਂਗਾ। ਮੈਂ ਜੋ ਐਲਾਨ ਕਰਦਾ ਹਾਂ ਉਸ ਨੂੰ ਜੀਵਾਂਗਾ।"

ਇਸਨੂੰ ਗੰਭੀਰਤਾ ਨਾਲ ਦੁਹਰਾਓ।

ਢਾਂਚਾਗਤ ਪ੍ਰਾਰਥਨਾ (45 **ਮਿੰਟ**)

1. **ਪੂਜਾ** (10 **ਮਿੰਟ**)

ਪਰਮਾਤਮਾ ਨੂੰ ਪਵਿੱਤਰ ਮੰਨ ਕੇ ਉਸਦਾ ਸਤਿਕਾਰ ਕਰੋ।

2. **ਪਛਤਾਵਾ** (15 **ਮਿੰਟ**)

ਨਿੱਜੀ ਸਮਝੌਤਾ ਇਕਬਾਲ ਕਰੋ।

3. **ਵਿਚੋਲਗੀ** (10 **ਮਿੰਟ**)

ਆਗੂਆਂ ਅਤੇ ਚਰਚ ਦੀ ਸ਼ੁੱਧਤਾ ਲਈ ਪ੍ਰਾਰਥਨਾ ਕਰੋ।

4. **ਕਮਿਸ਼ਨ** (10 **ਮਿੰਟ**)

ਖੜ੍ਹੇ ਹੋਣ ਲਈ ਹਿੰਮਤ ਮੰਗੋ।

ਇਸ ਨਾਲ ਬੰਦ ਕਰੋ:

"ਮੈਨੂੰ ਇੱਕ ਵਫ਼ਾਦਾਰ ਰਾਖਾ ਬਣਾ ਦਿਓ।"

ਐਕਸ਼ਨ ਪੁਆਇੰਟ

ਅੱਜ ਤੁਸੀਂ:

1. ਆਪਣੀ ਜ਼ਿੰਦਗੀ ਵਿੱਚ ਇੱਕ ਕਮਜ਼ੋਰ ਖੇਤਰ ਦੀ ਪਛਾਣ ਕਰੋ ਅਤੇ ਉਸਨੂੰ ਠੀਕ ਕਰੋ।
2. ਕਿਸੇ ਨੂੰ ਅਧਿਆਤਮਿਕ ਤੌਰ 'ਤੇ ਵਹਿਣ ਲਈ ਉਤਸ਼ਾਹਿਤ ਕਰੋ।
3. ਹਿਜ਼ਕੀਏਲ 33 ਦਾ ਡੂੰਘਾਈ ਨਾਲ ਅਧਿਐਨ ਕਰੋ।
4. ਇੱਕ ਅਜਿਹਾ ਪ੍ਰਭਾਵ ਦੂਰ ਕਰੋ ਜੋ ਤੁਹਾਡੇ ਅਧਿਆਤਮਿਕ ਪੱਧਰ ਨੂੰ ਘਟਾਉਂਦਾ ਹੈ।
5. ਇਕਸਾਰ ਨਿੱਜੀ ਪਵਿੱਤਰਤਾ ਲਈ ਵਚਨਬੱਧ ਰਹੋ।

ਦਿਨ 25

ਉਹ ਬਣਾਓ ਜੋ ਅੱਗ ਤੋਂ ਬਚੇਗਾ

ਸਟੋਰੀ ਐਂਕਰ

ਖਾੜਕੂ ਇਸਲਾਮ ਦਾ ਢਾਂਚਾ ਸੀ।

ਪ੍ਰਾਰਥਨਾ ਚੱਕਰ ਨਿਰਧਾਰਤ ਕੀਤੇ ਗਏ ਸਨ।

ਵਰਤ ਰੱਖਣ ਦਾ ਅਨੁਸ਼ਾਸਨ ਸੀ। ਦੁਹਰਾਓ ਲਾਗੂ ਕੀਤਾ ਗਿਆ ਸੀ।

ਤੀਬਰਤਾ ਨੂੰ ਸਿਖਲਾਈ ਦਿੱਤੀ ਗਈ ਸੀ।

ਜਦੋਂ ਉਸਨੇ ਧਰਮ ਪਰਿਵਰਤਨ ਕੀਤਾ, ਤਾਂ ਸਿਰਫ਼ ਭਾਵਨਾਵਾਂ ਹੀ ਕਾਫ਼ੀ ਨਹੀਂ ਸਨ।

ਢਾਂਚੇ ਨੂੰ ਦੁਬਾਰਾ ਬਣਾਉਣਾ ਪਿਆ।

ਜੇਕਰ ਅਨੁਸ਼ਾਸਿਤ ਗਲਤੀ ਰੈਡੀਕਲ ਵਚਨਬੱਧਤਾ ਪੈਦਾ ਕਰ ਸਕਦੀ ਹੈ, ਤਾਂ ਅਨੁਸ਼ਾਸਿਤ ਸੱਚਾਈ ਨੂੰ ਮਜ਼ਬੂਤ ਸਹਿਣਸ਼ੀਲਤਾ ਪੈਦਾ ਕਰਨੀ ਚਾਹੀਦੀ ਹੈ।

ਗੋਲੀਆਂ ਹੇਠ ਬਚਣਾ ਵੀ ਉਸਨੂੰ ਸੰਭਾਲ ਨਹੀਂ ਸਕਿਆ।

ਗਠਨ ਨੇ ਕੀਤਾ।

ਅਤਿਆਚਾਰ ਵਿਸ਼ਵਾਸ ਨੂੰ ਸੁਰੱਖਿਅਤ ਨਹੀਂ ਰੱਖਦਾ।

ਬਣਤਰ ਕਰਦਾ ਹੈ।

ਧਰਮ ਗ੍ਰੰਥ ਦੇ ਐਂਕਰ

ਪੁਰਾਣਾ ਨੇਮ

"ਸ਼ਾਮ, ਸਵੇਰ ਅਤੇ ਦੁਪਹਿਰ ਨੂੰ ਮੈਂ ਪ੍ਰਾਰਥਨਾ ਕਰਾਂਗਾ, ਅਤੇ ਉੱਚੀ ਅਵਾਜ਼ ਨਾਲ ਪੁਕਾਰਾਂਗਾ, ਅਤੇ ਉਹ ਮੇਰੀ ਅਵਾਜ਼ ਸੁਣੇਗਾ।"

—ਜ਼ਬੂਰ 55:17.

ਤਾਲ ਰਿਸ਼ਤੇ ਨੂੰ ਕਾਇਮ ਰੱਖਦੀ ਹੈ।

ਨਵਾਂ ਨੇਮ

"ਕੀ ਤੁਸੀਂ ਮੇਰੇ ਨਾਲ ਇੱਕ ਘੰਟਾ ਵੀ ਨਹੀਂ ਜਾਗ ਸਕੇ?"

—ਮੱਤੀ 26:40

ਇੱਕ ਘੰਟਾ।

ਜਾਣਬੁੱਝ ਕੇ। ਬਿਨਾਂ ਕਿਸੇ ਧਿਆਨ ਦੇ।

ਪਾਠ

ਬਹੁਤ ਸਾਰੇ ਵਿਸ਼ਵਾਸੀ ਪ੍ਰਤੀਕਿਰਿਆਸ਼ੀਲਤਾ ਨਾਲ ਪ੍ਰਾਰਥਨਾ ਕਰਦੇ ਹਨ।

ਕੁਝ ਲੋਕ ਢਾਂਚਾਗਤ ਤੌਰ 'ਤੇ ਪ੍ਰਾਰਥਨਾ ਕਰਦੇ ਹਨ।

ਪ੍ਰਤੀਕਿਰਿਆਤਮਕ ਪ੍ਰਾਰਥਨਾ ਸੰਕਟ ਤੋਂ ਬਚਦੀ ਹੈ।

ਢਾਂਚਾਗਤ ਪ੍ਰਾਰਥਨਾ ਧੀਰਜ ਪੈਦਾ ਕਰਦੀ ਹੈ।

ਤੁਸੀਂ ਆਮ ਈਸਾਈ ਧਰਮ ਨਾਲ ਅੱਤਵਾਦੀ ਪੱਧਰ ਦੀ ਵਚਨਬੱਧਤਾ ਨਹੀਂ ਬਣਾ ਸਕਦੇ।

ਜੇਕਰ ਤੁਹਾਡੀ ਸ਼ਰਧਾ ਬੇਤਰਤੀਬ ਹੈ, ਤਾਂ

ਤੁਹਾਡੀ ਸਥਿਰਤਾ ਕਮਜ਼ੋਰ ਹੋਵੇਗੀ।

ਅਨੁਸ਼ਾਸਨ ਕਾਨੂੰਨਵਾਦ ਨਹੀਂ ਹੈ।

ਇਹ ਅਲਾਈਨਮੈਂਟ ਹੈ।

60-ਮਿੰਟ ਦਾ ਰਣਨੀਤਕ ਪ੍ਰਾਰਥਨਾ ਮਾਡਲ

ਇਹ ਭਾਵਨਾਤਮਕ ਪ੍ਰਦਰਸ਼ਨ ਨਹੀਂ ਹੈ।

ਇਹ ਬਣਤਰ ਹੈ।

1 **30 ਮਿੰਟ — ਉਸਦੀ ਪੂਜਾ ਉਸੇ ਤਰ੍ਹਾਂ ਕਰੋ ਜਿਵੇਂ ਉਹ ਹੈ**

ਕੋਈ ਬੇਨਤੀ ਨਹੀਂ।

ਕੋਈ ਪਟੀਸ਼ਨਾਂ ਨਹੀਂ।

ਸਿਰਫ਼ ਪੂਜਾ।

- ਉਸਦੀ ਪਵਿੱਤਰਤਾ।
- ਉਸਦੀ ਪ੍ਰਭੂਸੱਤਾ।
- ਉਸਦੀ ਦਇਆ।
- ਉਸਦਾ ਇਨਸਾਫ਼।
- ਉਸਦੀ ਵਫ਼ਾਦਾਰੀ।

ਪੂਜਾ ਦ੍ਰਿਸ਼ਟੀਕੋਣ ਨੂੰ ਮੁੜ ਸੁਰਜੀਤ ਕਰਦੀ ਹੈ।

2 **10 ਮਿੰਟ — ਉਸਦੀ ਪ੍ਰਭੂਸੱਤਾ ਦਾ ਐਲਾਨ ਕਰੋ**

ਉੱਚੀ ਆਵਾਜ਼ ਵਿੱਚ ਐਲਾਨ ਕਰੋ:

- ਉਹ ਤੁਹਾਡੀ ਜ਼ਿੰਦਗੀ ਉੱਤੇ ਰਾਜ ਕਰਦਾ ਹੈ।
- ਉਹ ਤੁਹਾਡੇ ਪਰਿਵਾਰ ਉੱਤੇ ਰਾਜ ਕਰਦਾ ਹੈ।
- ਉਹ ਤੁਹਾਡੇ ਸੱਦੇ ਉੱਤੇ ਰਾਜ ਕਰਦਾ ਹੈ।
- ਉਹ ਤੁਹਾਡੀ ਕੌਮ ਉੱਤੇ ਰਾਜ ਕਰਦਾ ਹੈ।

ਪ੍ਰਭੂਸੱਤਾ ਅਧਿਕਾਰ ਨੂੰ ਇਕਸਾਰ ਕਰਦੀ ਹੈ।

3 10 ਮਿੰਟ — ਪਛਤਾਵਾ

ਇਕਬਾਲ:

- ਸਮਝੌਤਾ।
- ਪਖੰਡ।
- ਆਲਸ।
- ਡਰ।
- ਵੰਡੀ ਹੋਈ ਵਫ਼ਾਦਾਰੀ।

ਪਵਿੱਤਰਤਾ ਸ਼ਕਤੀ ਦੀ ਰੱਖਿਆ ਕਰਦੀ ਹੈ।

4 10 ਮਿੰਟ — ਰਾਜ-ਅਲਾਈਨ ਫ਼ਰਮਾਨ

ਸਵਾਰਥੀ ਇੱਛਾਵਾਂ ਨਹੀਂ।

ਸਰੀਰਕ ਇੱਛਾ ਨਹੀਂ।

ਐਲਾਨ ਕਰੋ:

- ਉਸਦੀ ਇੱਛਾ ਨਾਲ ਇਕਸਾਰਤਾ।
- ਆਪਣੀ ਜ਼ਿੰਦਗੀ ਵਿੱਚ ਅਨੁਸ਼ਾਸਨ।
- ਆਗਿਆਕਾਰੀ ਵਿੱਚ ਹਿੰਮਤ।
- ਆਚਰਣ ਵਿੱਚ ਪਵਿੱਤਰਤਾ।
- ਅਸਾਈਨਮੈਂਟ ਦੀ ਪੂਰਤੀ।

ਫ਼ਰਮਾਨਾਂ ਨੂੰ ਧਰਮ-ਗ੍ਰੰਥ ਦੇ ਅਨੁਸਾਰ ਹੋਣਾ ਚਾਹੀਦਾ ਹੈ।

ਪ੍ਰਤੀਬਿੰਬ ਸਵਾਲ

1. ਕੀ ਮੇਰੀ ਪ੍ਰਾਰਥਨਾ ਅਨੁਸ਼ਾਸਿਤ ਹੈ ਜਾਂ ਭਾਵੁਕ?
2. ਕੀ ਮੈਂ ਸ਼ਾਂਤੀ ਨਾਲੋਂ ਸੰਕਟ ਵਿੱਚ ਜ਼ਿਆਦਾ ਦੇਰ ਪ੍ਰਾਰਥਨਾ ਕਰਦਾ ਹਾਂ?

3. ਮੈਨੂੰ ਇੱਕ ਫੋਕਸਡ ਘੰਟੇ ਤੋਂ ਕੀ ਰੋਕਦਾ ਹੈ?
4. ਕੀ ਮੈਂ ਅਧਿਆਤਮਿਕ ਤੌਰ 'ਤੇ ਢਾਂਚਾਗਤ ਹਾਂ?
5. ਜੇ ਮੈਂ 40 ਦਿਨਾਂ ਤੱਕ ਰੋਜ਼ਾਨਾ ਇਸਦਾ ਅਭਿਆਸ ਕਰਾਂ ਤਾਂ ਕੀ ਬਦਲ ਸਕਦਾ ਹੈ?

ਇਮਾਨਦਾਰੀ ਨਾਲ ਜਵਾਬ ਦਿਓ।

ਘੋਸ਼ਣਾ

ਖੜ੍ਹੇ ਹੋਵੋ ਅਤੇ ਐਲਾਨ ਕਰੋ:

"ਮੈਂ ਅਨੁਸ਼ਾਸਿਤ ਸ਼ਰਧਾ ਬਣਾਵਾਂਗਾ।

ਮੇਰੀ ਪ੍ਰਾਰਥਨਾ ਢਾਂਚਾਗਤ ਹੋਵੇਗੀ। ਮੇਰੀ ਵਫ਼ਾਦਾਰੀ ਰੋਜ਼ਾਨਾ ਬਣਾਈ ਜਾਵੇਗੀ। ਮੈਂ ਅਧਿਆਤਮਿਕ ਤੌਰ 'ਤੇ ਬੇਤਰਤੀਬ ਨਹੀਂ ਰਹਾਂਗਾ।"

ਇਸਨੂੰ ਦ੍ਰਿੜਤਾ ਨਾਲ ਦੁਹਰਾਓ।

ਢਾਂਚਾਗਤ ਪ੍ਰਾਰਥਨਾ

ਅੱਜ, ਪੂਰਾ 60-ਮਿੰਟ ਦਾ ਮਾਡਲ ਬਣਾਓ।

ਕੋਈ ਸ਼ਾਰਟਕੱਟ ਨਹੀਂ।

ਕੋਈ ਮਲਟੀਟਾਸਕਿੰਗ ਨਹੀਂ।

ਬਿਨਾਂ ਕਿਸੇ ਧਿਆਨ ਦੇ।

ਐਕਸ਼ਨ ਪੁਆਇੰਟ

1. ਇੱਕ ਨਿਸ਼ਚਿਤ ਰੋਜ਼ਾਨਾ ਸਮਾਂ ਤਹਿ ਕਰੋ।
2. ਪ੍ਰਾਰਥਨਾ ਦੌਰਾਨ ਡਿਜੀਟਲ ਭਟਕਣਾਵਾਂ ਨੂੰ ਦੂਰ ਕਰੋ।
3. ਪੂਜਾ ਦੌਰਾਨ ਪ੍ਰਗਟਾਵੇ ਲਿਖੋ।
4. 7 ਦਿਨਾਂ ਲਈ ਇਕਸਾਰਤਾ ਨੂੰ ਟਰੈਕ ਕਰੋ।

5. ਇਸ ਸਮੇਂ ਨੂੰ ਗੈਰ-ਸਮਝੌਤਾਯੋਗ ਵਜੋਂ ਬਚਾਓ।

ਦਿਨ 26

ਪਰਮੇਸ਼ੁਰ ਨੂੰ ਸਾਫ਼-ਸਾਫ਼ ਸੁਣਨਾ

ਸਟੋਰੀ ਐਂਕਰ

ਉਸਦੀ ਜ਼ਿੰਦਗੀ ਦੇ ਮੋੜ ਅਚਾਨਕ ਨਹੀਂ ਸਨ।

ਉਹ ਦਿਸ਼ਾ-ਨਿਰਦੇਸ਼ਕ ਸਨ।

ਮੈਦੂਗੁਰੀ - ਇੱਕ ਦ੍ਰਿਸ਼ਟੀ।

ਅੱਗ ਦਾ ਪਲ - ਟਕਰਾਅ। ਹੋਟਲ ਮੁਕਾਬਲਾ - "ਅਸੀਂ ਬਹੁਤ ਦੂਰ ਚਲੇ ਗਏ ਹਾਂ।" ਕਮਿਸ਼ਨ - "ਪਹਿਰੇਦਾਰਾਂ ਨੂੰ ਭੜਕਾਓ।"

ਇਹ ਅਸਪਸ਼ਟ ਪ੍ਰਭਾਵ ਨਹੀਂ ਸਨ।

ਉਹ ਸਪੱਸ਼ਟ ਸਨ।

ਖਾਸ।

ਰੁਕਾਵਟ ਪਾਉਣ ਵਾਲਾ।

ਜਦੋਂ ਵਫ਼ਾਦਾਰੀ ਤਬਦੀਲ ਹੋਈ, ਤਾਂ

ਸਪੱਸ਼ਟਤਾ ਆਈ।

ਪਰ ਹਫੜਾ-ਦਫੜੀ ਤੋਂ ਸਪੱਸ਼ਟਤਾ ਨਹੀਂ ਆਈ।

ਇਹ ਸਮਰਪਣ ਤੋਂ ਆਇਆ ਸੀ।

ਅਤੇ ਬਾਅਦ ਵਿੱਚ - ਅਨੁਸ਼ਾਸਨ।

ਜੋ ਲੋਕ ਸਾਦੇ ਢੰਗ ਨਾਲ ਰਹਿੰਦੇ ਹਨ, ਉਨ੍ਹਾਂ ਨੂੰ ਸਾਫ਼-ਸਾਫ਼ ਸੁਣਨਾ ਬਹੁਤ ਘੱਟ ਹੀ ਪੈਂਦਾ ਹੈ।

ਜਿਹੜੇ ਵੰਡੇ ਹੋਏ ਰਹਿੰਦੇ ਹਨ, ਉਹ ਤੋੜ-ਮਰੋੜ ਕੇ ਸੁਣਦੇ ਹਨ।

ਜਿਹੜੇ ਢਾਂਚਾਗਤ ਹਨ, ਉਹ ਸਥਿਰਤਾ ਨਾਲ ਸੁਣਦੇ ਹਨ ।

ਧਰਮ ਗ੍ਰੰਥ ਦੇ ਐਂਕਰ

ਪੁਰਾਣਾ ਨੇਮ

"ਫ਼ਰਮਾ, ਯਹੋਵਾਹ, ਤੇਰਾ ਦਾਸ ਸੁਣਦਾ ਹੈ।"

—1 ਸਮੂਏਲ 3:10.

ਸੁਣਨ ਲਈ ਆਸਣ ਦੀ ਲੋੜ ਹੁੰਦੀ ਹੈ।

ਨਵਾਂ ਨੇਮ

"ਮੇਰੀਆਂ ਭੇਡਾਂ ਮੇਰੀ ਅਵਾਜ਼ ਸੁਣਦੀਆਂ ਹਨ, ਅਤੇ ਮੈਂ ਉਨ੍ਹਾਂ ਨੂੰ ਜਾਣਦਾ ਹਾਂ, ਅਤੇ ਉਹ ਮੇਰੇ ਮਗਰ ਲੱਗੀਆਂ ਆਉਂਦੀਆਂ ਹਨ।"

—ਯੂਹੰਨਾ 10:27

ਸੁਣਵਾਈ ਸੰਬੰਧਕ ਹੈ।

ਹੇਠ ਲਿਖਿਆਂ ਤੋਂ ਸੁਣਵਾਈ ਸਾਬਤ ਹੁੰਦੀ ਹੈ।

ਪਾਠ

ਬਹੁਤ ਸਾਰੇ ਵਿਸ਼ਵਾਸੀ ਕਹਿੰਦੇ ਹਨ, "ਪਰਮਾਤਮਾ ਚੁੱਪ ਹੈ।"

ਅਕਸਰ ਮੁੱਦਾ ਚੁੱਪ ਨਹੀਂ ਹੁੰਦਾ।

ਇਹ ਸ਼ੋਰ ਹੈ।

ਡਰ ਦਾ ਸ਼ੋਰ।

ਮਹੱਤਵਾਕਾਂਖਾ ਦਾ ਸ਼ੋਰ। ਤੁਲਨਾ ਦਾ ਸ਼ੋਰ। ਸੋਸ਼ਲ ਮੀਡੀਆ ਦਾ ਸ਼ੋਰ।

ਬਿਨਾਂ ਪਛਤਾਵੇ ਦੇ ਸਮਝੌਤੇ ਦਾ ਸ਼ੋਰ।

ਜੇਕਰ ਤੁਹਾਡਾ ਦਿਲ ਦੋਫਾੜ ਹੈ ਤਾਂ ਤੁਸੀਂ ਸਾਫ਼-ਸਾਫ਼ ਨਹੀਂ ਸੁਣ ਸਕਦੇ।

ਸਪਸ਼ਟਤਾ ਦੀ ਲੋੜ ਹੈ:

- ਸਮਰਪਣ।
- ਅਨੁਸ਼ਾਸਨ।
- ਸ਼ਾਂਤ।
- ਜੋ ਪਹਿਲਾਂ ਹੀ ਕਿਹਾ ਜਾ ਚੁੱਕਾ ਹੈ, ਉਸ ਦੀ ਪਾਲਣਾ।

ਪਰਮਾਤਮਾ ਉਨ੍ਹਾਂ ਨੂੰ ਘੱਟ ਹੀ ਨਵੀਂ ਹਿਦਾਇਤ ਦਿੰਦਾ ਹੈ ਜੋ ਪਿਛਲੀ ਹਿਦਾਇਤ ਨੂੰ ਨਜ਼ਰਅੰਦਾਜ਼ ਕਰਦੇ ਹਨ।

ਉਹ ਦਿਸ਼ਾ-ਨਿਰਦੇਸ਼ ਨਾਲ ਬੋਲਦਾ ਹੈ।

ਬੇਅੰਤ ਨਹੀਂ।

ਜੇਕਰ ਉਹ ਬੋਲਦਾ ਹੈ, ਤਾਂ ਇਹ ਧਰਮ ਗ੍ਰੰਥ ਦੇ ਅਨੁਸਾਰ ਹੋਵੇਗਾ।

ਇਹ ਪਵਿੱਤਰਤਾ ਨੂੰ ਉੱਚਾ ਕਰੇਗਾ। ਇਹ ਆਗਿਆਕਾਰੀ ਦੀ ਮੰਗ ਕਰੇਗਾ।

ਇਹ ਹੰਕਾਰ ਦੀ ਪ੍ਰਸ਼ੰਸਾ ਨਹੀਂ ਕਰੇਗਾ।

ਪ੍ਰਤੀਬਿੰਬ ਸਵਾਲ

1. ਮੈਂ ਆਖਰੀ ਵਾਰ ਕਦੋਂ ਪਰਮੇਸ਼ੁਰ ਦੁਆਰਾ ਦਿਖਾਏ ਗਏ ਕਿਸੇ ਕੰਮ ਦੀ ਪਾਲਣਾ ਕੀਤੀ ਸੀ ?
2. ਕਿਹੜੀਆਂ ਭਟਕਣਾਵਾਂ ਮੇਰੀ ਅਧਿਆਤਮਿਕ ਸੁਣਨ ਸ਼ਕਤੀ ਨੂੰ ਪ੍ਰਭਾਵਿਤ ਕਰਦੀਆਂ ਹਨ?
3. ਕੀ ਮੈਂ ਚੁੱਪ ਨੂੰ ਤਰਜੀਹ ਦਿੰਦਾ ਹਾਂ?
4. ਕੀ ਮੈਂ ਪਿਛਲੀ ਸਜ਼ਾ ਨੂੰ ਨਜ਼ਰਅੰਦਾਜ਼ ਕਰਕੇ ਨਵੀਂ ਹਦਾਇਤ ਦੀ ਉਡੀਕ ਕਰ ਰਿਹਾ ਹਾਂ?
5. ਜੇ ਰੱਬ ਅੱਜ ਰਾਤ ਸਾਫ਼-ਸਾਫ਼ ਬੋਲੇ, ਤਾਂ ਕੀ ਮੈਂ ਮੰਨਾਂਗਾ?

ਇਮਾਨਦਾਰੀ ਨਾਲ ਜਵਾਬ ਦਿਓ।

ਘੋਸ਼ਣਾ

ਖੜ੍ਹੇ ਹੋਵੋ ਅਤੇ ਐਲਾਨ ਕਰੋ:

"ਮੇਰੇ ਕੰਨ ਖੁੱਲ੍ਹੇ ਹਨ।

ਮੇਰਾ ਦਿਲ ਸਮਰਪਿਤ ਹੈ। ਮੈਂ ਭਟਕਣਾ ਨੂੰ ਰੱਦ ਕਰਦਾ ਹਾਂ। ਮੈਂ ਸੁਣਾਂਗਾ ਅਤੇ ਮੰਨਾਂਗਾ।"

ਹੌਲੀ-ਹੌਲੀ ਦੁਹਰਾਓ।

ਢਾਂਚਾਗਤ ਪ੍ਰਾਰਥਨਾ (45 ਮਿੰਟ)

1. ਪੂਜਾ (10 ਮਿੰਟ)

ਉਸਨੂੰ ਚਰਵਾਹੇ ਵਜੋਂ ਸਵੀਕਾਰ ਕਰੋ।

2. ਚੁੱਪ (10 ਮਿੰਟ)

ਚੁੱਪ ਕਰਕੇ ਬੈਠੋ। ਕੋਈ ਸ਼ਬਦ ਨਹੀਂ। ਸੁਣੋ।

3. ਸਮਰਪਣ (10 ਮਿੰਟ)

ਆਪਣਾ ਏਜੰਡਾ ਜਾਰੀ ਕਰੋ।

4. ਇਕਸਾਰਤਾ (15 ਮਿੰਟ)

ਸਪੱਸ਼ਟਤਾ ਅਤੇ ਆਗਿਆ ਮੰਨਣ ਦੀ ਹਿੰਮਤ ਮੰਗੋ।

ਇਸ ਨਾਲ ਬੰਦ ਕਰੋ:

"ਬੋਲੋ, ਪ੍ਰਭੂ। ਮੈਂ ਜਵਾਬ ਦਿਆਂਗਾ।"

ਐਕਸ਼ਨ ਪੁਆਇੰਟ

1. ਅੱਜ 10 ਮਿੰਟ ਪੂਰੀ ਤਰ੍ਹਾਂ ਮੌਨ ਧਾਰਨ ਕਰੋ।
2. ਪ੍ਰਭਾਵ ਲਿਖੋ - ਉਨ੍ਹਾਂ ਨੂੰ ਧਰਮ-ਗ੍ਰੰਥ ਦੇ ਵਿਰੁੱਧ ਪਰਖੋ।
3. ਇੱਕ ਛੋਟੀ ਜਿਹੀ ਗੱਲ ਤੁਰੰਤ ਮੰਨ ਲਓ।
4. ਸ਼ੋਰ ਦੇ ਇੱਕ ਸਰੋਤ ਨੂੰ ਘਟਾਓ।
5. 1 ਸਮੂਏਲ 3 ਅਤੇ ਯੂਹੰਨਾ 10 ਨੂੰ ਹੌਲੀ-ਹੌਲੀ ਪੜ੍ਹੋ।

ਦਿਨ 27

ਪਰਮੇਸ਼ੁਰ ਨਾਲ ਚੱਲਣਾ ਅਤੇ ਕੰਮ ਕਰਨਾ

ਸਟੋਰੀ ਐਂਕਰ

ਮੁਲਾਕਾਤਾਂ ਸੱਚੀਆਂ ਸਨ।

ਅੱਗ ਅਸਲੀ ਸੀ।

ਦ੍ਰਿਸ਼ਟੀ ਅਸਲੀ ਸੀ।

ਹੋਟਲ ਟਕਰਾਅ ਅਸਲੀ ਸੀ।

ਗੋਲੀਆਂ ਅਸਲੀ ਸਨ।

ਰਾਸ਼ਟਰਪਤੀ ਦਾ ਬਚਾਅ ਅਸਲ ਸੀ।

ਪਰ ਸਿਰਫ਼ ਮੁਲਾਕਾਤਾਂ ਹੀ ਜ਼ਿੰਦਗੀ ਨੂੰ ਕਾਇਮ ਨਹੀਂ ਰੱਖਦੀਆਂ।

ਤੁਰਨ ਨਾਲ ਹੁੰਦਾ ਹੈ।

ਬਚਾਅ ਤੋਂ ਬਾਅਦ।

ਐਸਕਾਰਟ ਤੋਂ ਬਾਅਦ। ਕਮਿਸ਼ਨ ਤੋਂ ਬਾਅਦ।

ਜ਼ਿੰਦਗੀ ਰੋਜ਼ਾਨਾ ਚੱਲਦੀ ਰਹੀ।

ਫੈਸਲੇ।

ਯਾਤਰਾ। ਪ੍ਰਚਾਰ। ਸੇਵਕਾਈ ਦਾ ਨਿਰਮਾਣ। ਭਾਈਚਾਰਿਆਂ ਦੀ ਸੇਵਾ। ਵੰਡੇ ਹੋਏ ਪਰਿਵਾਰਕ ਤਣਾਅ ਦੇ ਅੰਦਰ ਰਹਿਣਾ।

ਚਮਤਕਾਰੀ ਪਲ ਰੋਜ਼ਾਨਾ ਨਹੀਂ ਸਨ।

ਸੈਰ ਸੀ।

ਤੁਸੀਂ ਮੁਲਾਕਾਤ ਵਿੱਚ ਸਥਾਈ ਤੌਰ 'ਤੇ ਨਹੀਂ ਰਹਿ ਸਕਦੇ।

ਤੁਹਾਨੂੰ ਰਿਸ਼ਤੇ ਵਿੱਚ ਰਹਿਣਾ ਚਾਹੀਦਾ ਹੈ।

ਧਰਮ ਗ੍ਰੰਥ ਦੇ ਐਂਕਰ

ਪੁਰਾਣਾ ਨੇਮ

"ਹਨੋਕ ਪਰਮੇਸ਼ੁਰ ਦੇ ਨਾਲ-ਨਾਲ ਚਲਦਾ ਰਿਹਾ; ਅਤੇ ਉਹ ਨਹੀਂ ਰਿਹਾ ਕਿਉਂਕਿ ਪਰਮੇਸ਼ੁਰ ਨੇ ਉਸ ਨੂੰ ਲੈ ਲਿਆ।"

—ਉਤਪਤ 5:24

ਸਿਰਫ਼ ਵਿਸ਼ਵਾਸ ਹੀ ਨਹੀਂ ਕੀਤਾ।

ਤੁਰਿਆ ਵੀ।

ਨਵਾਂ ਨੇਮ

"ਸੋ ਜਿਵੇਂ ਤੁਸਾਂ ਮਸੀਹ ਯਿਸੂ ਪ੍ਰਭੂ ਨੂੰ ਕਬੂਲ ਕੀਤਾ ਤਿਵੇਂ ਉਹ ਦੇ ਵਿੱਚ ਚੱਲਦੇ ਜਾਓ।"

—ਕੁਲੁੱਸੀਆਂ 2:6.

ਪ੍ਰਾਪਤ ਕਰਨਾ ਇੱਕ ਘਟਨਾ ਹੈ।

ਤੁਰਨਾ ਇੱਕ ਪ੍ਰਕਿਰਿਆ ਹੈ।

ਪਾਠ

ਬਹੁਤ ਸਾਰੇ ਵਿਸ਼ਵਾਸੀ ਪਲਾਂ ਦਾ ਪਿੱਛਾ ਕਰਦੇ ਹਨ।

ਕੁਝ ਕਿਸਾਨ ਸੈਰ ਕਰਦੇ ਹਨ।

ਸੈਰ ਦਾ ਮਤਲਬ ਹੈ:

- ਰੋਜ਼ਾਨਾ ਤਾਲ।
- ਸਥਿਰ ਆਗਿਆਕਾਰੀ।
- ਨਿਰੰਤਰ ਜਾਗਰੂਕਤਾ।

- ਇਕਸਾਰ ਇਕਸਾਰਤਾ।

ਤੁਰਨ ਲਈ ਤਮਾਸ਼ੇ ਦੀ ਲੋੜ ਨਹੀਂ ਹੁੰਦੀ।

ਇਸ ਲਈ ਵਫ਼ਾਦਾਰੀ ਦੀ ਲੋੜ ਹੁੰਦੀ ਹੈ।

ਪਰਮਾਤਮਾ ਨਾਲ ਕੰਮ ਕਰਨ ਦਾ ਮਤਲਬ ਹੈ:

ਤੁਸੀਂ ਉਸਨੂੰ ਵੱਖ-ਵੱਖ ਹਿੱਸਿਆਂ ਵਿੱਚ ਨਹੀਂ ਵੰਡਦੇ।

ਉਹ ਸਿਰਫ਼ ਪ੍ਰਾਰਥਨਾ ਦੇ ਸਮੇਂ ਹੀ ਮੌਜੂਦ ਨਹੀਂ ਹੁੰਦਾ।

ਉਹ ਇਹਨਾਂ ਵਿੱਚ ਮੌਜੂਦ ਹੈ:

- ਕਾਰੋਬਾਰੀ ਫੈਸਲੇ।
- ਪਰਿਵਾਰਕ ਗੱਲਬਾਤ।
- ਮੰਤਰਾਲੇ ਦੀ ਯੋਜਨਾਬੰਦੀ।
- ਵਿੱਤੀ ਚੋਣਾਂ।
- ਟਕਰਾਅ ਦਾ ਹੱਲ।

ਤੁਰਨ ਨਾਲ ਦੋਹਰੀ ਜ਼ਿੰਦਗੀ ਦੂਰ ਹੋ ਜਾਂਦੀ ਹੈ।

ਤੁਰਨਾ ਪ੍ਰਦਰਸ਼ਨ ਈਸਾਈਅਤ ਨੂੰ ਖਤਮ ਕਰਦਾ ਹੈ।

ਤੁਰਨ ਨਾਲ ਇਮਾਨਦਾਰੀ ਬਣਦੀ ਹੈ।

ਪ੍ਰਤੀਬਿੰਬ ਸਵਾਲ

1. ਕੀ ਮੈਂ ਇਕਸਾਰਤਾ ਤੋਂ ਵੱਧ ਮੁਲਾਕਾਤਾਂ ਦਾ ਪਿੱਛਾ ਕਰਦਾ ਹਾਂ?
2. ਕੀ ਮੇਰਾ ਅਧਿਆਤਮਿਕ ਜੀਵਨ ਘਟਨਾਵਾਂ-ਸੰਚਾਲਿਤ ਹੈ ਜਾਂ ਰਿਸ਼ਤੇ-ਸੰਚਾਲਿਤ?
3. ਕੀ ਮੈਂ ਰੋਜ਼ਾਨਾ ਦੇ ਫੈਸਲਿਆਂ ਵਿੱਚ ਰੱਬ ਦੀ ਸਲਾਹ ਲੈਂਦਾ ਹਾਂ?
4. ਮੇਰੀ ਜ਼ਿੰਦਗੀ ਕਿੱਥੇ ਵੰਡੀ ਹੋਈ ਦਿਖਾਈ ਦਿੰਦੀ ਹੈ?
5. ਜੇ ਕੋਈ ਮੇਰਾ ਹਫ਼ਤਾ ਦੇਖਦਾ, ਤਾਂ ਕੀ ਉਹ ਸੈਰ ਦੇਖੇਗਾ?

ਇਮਾਨਦਾਰੀ ਨਾਲ ਜਵਾਬ ਦਿਓ।

ਘੋਸ਼ਣਾ

ਖੜ੍ਹੇ ਹੋਵੋ ਅਤੇ ਐਲਾਨ ਕਰੋ:

"ਮੈਂ ਹਰ ਰੋਜ਼ ਪਰਮਾਤਮਾ ਦੇ ਨਾਲ ਚੱਲਾਂਗਾ।

ਮੇਰਾ ਵਿਸ਼ਵਾਸ ਕਦੇ-ਕਦਾਈਂ ਨਹੀਂ ਹੁੰਦਾ। ਮੈਂ ਵੰਡੀ ਹੋਈ ਈਸਾਈਅਤ ਨੂੰ ਰੱਦ ਕਰਦਾ ਹਾਂ। ਮੈਂ ਨਿਰੰਤਰ ਆਗਿਆਕਾਰੀ ਵਿੱਚ ਚੱਲਦਾ ਹਾਂ।"

ਇਸਨੂੰ ਹੌਲੀ-ਹੌਲੀ ਦੁਹਰਾਓ।

ਢਾਂਚਾਗਤ ਪ੍ਰਾਰਥਨਾ (45 **ਮਿੰਟ**)

1. **ਪੂਜਾ** (10 **ਮਿੰਟ**)

ਜੀਵਨ ਦੇ ਹਰ ਪਹਿਲੂ ਵਿੱਚ ਪਰਮਾਤਮਾ ਦੀ ਮੌਜੂਦਗੀ ਨੂੰ ਸਵੀਕਾਰ ਕਰੋ।

2. **ਸਮਰਪਣ** (10 **ਮਿੰਟ**)

ਉਸਨੂੰ ਆਪਣੇ ਰੋਜ਼ਾਨਾ ਦੇ ਕੰਮਾਂ ਵਿੱਚ ਸੱਦਾ ਦਿਓ।

3. **ਇਕਸਾਰਤਾ** (15 **ਮਿੰਟ**)

ਆਪਣੇ ਜੀਵਨ ਦੇ ਹਰ ਖੇਤਰ ਵਿੱਚ ਪ੍ਰਾਰਥਨਾ ਕਰੋ - ਪਰਿਵਾਰ, ਕੰਮ, ਸੇਵਕਾਈ, ਵਿੱਤ।

4. **ਵਚਨਬੱਧਤਾ** (10 **ਮਿੰਟ**)

ਰੋਜ਼ਾਨਾ ਜਾਗਰੂਕਤਾ ਲਈ ਵਚਨਬੱਧ ਹੋਵੋ।

ਇਸ ਨਾਲ ਬੰਦ ਕਰੋ:

"ਮੈਂ ਤੁਹਾਡੇ ਨਾਲ ਚੱਲਦਾ ਹਾਂ।"

ਐਕਸ਼ਨ ਪੁਆਇੰਟ

1. ਅੱਜ ਇੱਕ ਫੈਸਲੇ ਵਿੱਚ ਜਾਣਬੁੱਝ ਕੇ ਪਰਮਾਤਮਾ ਨੂੰ ਸੱਦਾ ਦਿਓ।

2. ਇੱਕ ਡੱਬਾ ਹਟਾਓ ਜਿੱਥੇ ਉਸਨੂੰ ਬਾਹਰ ਰੱਖਿਆ ਗਿਆ ਹੈ।
3. ਕੱਲ੍ਹ ਦੀ ਸਵੇਰ ਦੀ ਸ਼ੁਰੂਆਤ ਜਾਣਬੁੱਝ ਕੇ ਸਮਰਪਣ ਨਾਲ ਕਰੋ।
4. ਉਤਪਤ 5 ਅਤੇ ਕੁਲੁੱਸੀਆਂ 2 ਨੂੰ ਹੌਲੀ ਹੌਲੀ ਪੜ੍ਹੋ।
5. 7 ਦਿਨਾਂ ਲਈ ਰੋਜ਼ਾਨਾ ਆਗਿਆਕਾਰੀ ਨੂੰ ਟਰੈਕ ਕਰੋ।

ਦਿਨ 28

ਪਖੰਡ ਤੋਂ ਉੱਪਰ ਉੱਠ ਕੇ ਜੀਣਾ

ਸਟੋਰੀ ਐਂਕਰ

ਪੂਰੇ ਸਫ਼ਰ ਵਿੱਚ ਸਭ ਤੋਂ ਖ਼ਤਰਨਾਕ ਪਲਾਂ ਵਿੱਚੋਂ ਇੱਕ ਗੋਲੀਬਾਰੀ ਨਹੀਂ ਸੀ।

ਇਹ ਚਰਚ ਦੇ ਅੰਦਰ ਅਸੰਗਤਤਾ ਸੀ।

ਉਹ ਖਾੜਕੂ ਅਨੁਸ਼ਾਸਨ ਤੋਂ ਆਇਆ ਸੀ।

ਜਿੱਥੇ ਜੋ ਪ੍ਰਚਾਰਿਆ ਜਾਂਦਾ ਸੀ ਉਸਦਾ ਅਭਿਆਸ ਕੀਤਾ ਜਾਂਦਾ ਸੀ।

ਜਿੱਥੇ ਬਣਤਰ ਲਾਗੂ ਕੀਤੀ ਜਾਂਦੀ ਸੀ। ਜਿੱਥੇ ਲਿਖਤ ਲਾਗੂ ਕੀਤੀ ਜਾਂਦੀ ਸੀ।

ਉਹ ਈਸਾਈ ਧਰਮ ਵਿੱਚ ਪ੍ਰਵੇਸ਼ ਕਰਕੇ ਵਧੇਰੇ ਇਮਾਨਦਾਰੀ ਦੀ ਉਮੀਦ ਕਰ ਰਿਹਾ ਸੀ।

ਇਸ ਦੀ ਬਜਾਏ, ਉਸਨੇ ਦੇਖਿਆ:

ਅਭਿਆਸ ਤੋਂ ਬਿਨਾਂ ਉਪਦੇਸ਼।

ਜੀਵਨ ਸ਼ੈਲੀ ਤੋਂ ਬਿਨਾਂ ਭਾਸ਼ਾ। ਨਿੱਜੀ ਸ਼ਰਧਾ ਤੋਂ ਬਿਨਾਂ ਅਧਿਆਤਮਿਕ ਪ੍ਰਦਰਸ਼ਨ।

ਉਸ ਨਿਰਾਸ਼ਾ ਨੇ ਉਸਨੂੰ ਲਗਭਗ ਵਾਪਸ ਭੇਜ ਦਿੱਤਾ।

ਗੋਲੀਆਂ ਉਸਨੂੰ ਲਗਭਗ ਖਤਮ ਨਹੀਂ ਕਰ ਸਕੀਆਂ।

ਪਖੰਡ ਲਗਭਗ ਖਤਮ ਹੋ ਗਿਆ।

ਇਹ ਇੰਨਾ ਵਿਨਾਸ਼ਕਾਰੀ ਹੈ।

ਧਰਮ ਗ੍ਰੰਥ ਦੇ ਐਂਕਰ

ਪੁਰਾਣਾ ਨੇਮ

"ਇਹ ਲੋਕ ਆਪਣੇ ਮੂੰਹ ਨਾਲ ਮੇਰੇ ਨੇੜੇ ਆਉਂਦੇ ਹਨ... ਪਰ ਇਨ੍ਹਾਂ ਦਾ ਦਿਲ ਮੇਰੇ ਤੋਂ ਦੂਰ ਹੈ।"

—ਯਸਾਯਾਹ 29:13

ਸਮਰਪਣ ਤੋਂ ਬਿਨਾਂ ਭਾਸ਼ਣ।

ਨਵਾਂ ਨੇਮ

"ਤੁਹਾਡੇ ਉੱਤੇ ਹਾਇ... ਕਪਟੀਓ! ਤੁਸੀਂ ਕਟੋਰੇ ਅਤੇ ਥਾਲੀ ਨੂੰ ਬਾਹਰੋਂ ਸਾਫ਼ ਕਰਦੇ ਹੋ, ਪਰ ਅੰਦਰੋਂ ਉਹ ਲਾਲਚ ਅਤੇ ਖੁਦਗਰਜ਼ੀ ਨਾਲ ਭਰੇ ਹੋਏ ਹਨ।"

— ਮੱਤੀ 23:25

ਬਾਹਰੀ ਪਾਲਿਸ਼।

ਅੰਦਰੂਨੀ ਭ੍ਰਿਸ਼ਟਾਚਾਰ।

ਪਾਠ

ਪਖੰਡ ਕਮਜ਼ੋਰੀ ਨਹੀਂ ਹੈ।

ਇਹ ਵੰਡ ਹੈ।

ਇਹ ਦੋ ਜ਼ਿੰਦਗੀਆਂ ਜੀ ਰਿਹਾ ਹੈ।

- ਇੱਕ ਜਨਤਕ।
- ਇੱਕ ਪ੍ਰਾਈਵੇਟ।

ਇਹ ਜਨਤਕ ਤੌਰ 'ਤੇ ਵਫ਼ਾਦਾਰੀ ਦਾ ਐਲਾਨ ਕਰ ਰਿਹਾ ਹੈ,

ਜਦੋਂ ਕਿ ਇਸ ਬਾਰੇ ਨਿੱਜੀ ਤੌਰ 'ਤੇ ਗੱਲਬਾਤ ਕਰ ਰਿਹਾ ਹੈ।

ਅਤੇ ਕੁਝ ਵੀ ਗਵਾਹੀ ਨੂੰ ਜਲਦੀ ਨਸ਼ਟ ਨਹੀਂ ਕਰਦਾ।

ਤੁਸੀਂ ਅਤਿਆਚਾਰ ਤੋਂ ਬਚ ਸਕਦੇ ਹੋ।

ਪਰ ਤੁਸੀਂ ਅੰਦਰੂਨੀ ਭ੍ਰਿਸ਼ਟਾਚਾਰ ਤੋਂ ਬਚ ਨਹੀਂ ਸਕਦੇ।

ਜੇਕਰ ਤੁਹਾਡਾ ਪ੍ਰਾਰਥਨਾ ਜੀਵਨ ਕਮਜ਼ੋਰ ਹੈ,

ਪਰ ਤੁਹਾਡਾ ਪ੍ਰਚਾਰ ਮਜ਼ਬੂਤ ਹੈ - ਤਾਂ ਇਹ ਟੁੱਟਣਾ ਹੈ।

ਜੇਕਰ ਤੁਹਾਡਾ ਜਨਤਕ ਵਿਸ਼ਵਾਸ ਦਲੇਰ ਹੈ,

ਪਰ ਤੁਹਾਡੀ ਨਿੱਜੀ ਆਗਿਆਕਾਰੀ ਅਸੰਗਤ ਹੈ - ਤਾਂ ਇਹ ਟੁੱਟਣਾ ਹੈ।

ਇਮਾਨਦਾਰੀ ਦਾ ਅਰਥ ਹੈ ਇਕਸਾਰਤਾ।

ਮੈਂ ਕੀ ਕਹਿੰਦਾ ਹਾਂ।

ਮੈਂ ਕੀ ਕਰਦਾ ਹਾਂ। ਮੈਂ ਕੀ ਵਿਸ਼ਵਾਸ ਕਰਦਾ ਹਾਂ। ਮੈਂ ਕੀ ਅਭਿਆਸ ਕਰਦਾ ਹਾਂ।

ਇੱਕੋ ਦਿਸ਼ਾ।

ਪ੍ਰਤੀਬਿੰਬ ਸਵਾਲ

1. ਮੇਰੀ ਨਿੱਜੀ ਜ਼ਿੰਦਗੀ ਮੇਰੇ ਜਨਤਕ ਇਕਬਾਲ ਦੇ ਕਿੱਥੇ ਉਲਟ ਹੈ?
2. ਮੈਂ ਕਿਹੜਾ ਅਧਿਆਤਮਿਕ ਅਨੁਸ਼ਾਸਨ ਕਰਦਾ ਹਾਂ ਪਰ ਕਾਇਮ ਨਹੀਂ ਰੱਖਦਾ?
3. ਕੀ ਮੇਰੇ ਸਭ ਤੋਂ ਨੇੜੇ ਦੇ ਲੋਕ ਮੇਰੀ ਸ਼ਰਧਾ ਦੀ ਪੁਸ਼ਟੀ ਕਰਨਗੇ?
4. ਮੈਂ ਕਿਹੜਾ ਸਮਝੌਤਾ ਜਾਇਜ਼ ਠਹਿਰਾ ਰਿਹਾ ਹਾਂ?
5. ਜੇ ਅੱਜ ਪਖੰਡ ਦਾ ਪਰਦਾਫਾਸ਼ ਹੋ ਜਾਵੇ, ਤਾਂ ਕੀ ਸਾਹਮਣੇ ਆਵੇਗਾ?

ਬਿਨਾਂ ਕਿਸੇ ਬਹਾਨੇ ਜਵਾਬ ਦਿਓ।

ਘੋਸ਼ਣਾ

ਖੜ੍ਹੇ ਹੋਵੋ ਅਤੇ ਐਲਾਨ ਕਰੋ:

"ਮੈਂ ਦੋਹਰੀ ਜ਼ਿੰਦਗੀ ਨੂੰ ਰੱਦ ਕਰਦਾ ਹਾਂ।

ਮੇਰੀ ਨਿੱਜੀ ਜ਼ਿੰਦਗੀ ਮੇਰੇ ਜਨਤਕ ਇਕਬਾਲ ਨਾਲ ਮੇਲ ਖਾਂਦੀ ਹੈ। ਮੈਂ ਇਮਾਨਦਾਰੀ ਚੁਣਦਾ ਹਾਂ। ਮੈਂ ਸੰਪੂਰਨਤਾ ਚੁਣਦਾ ਹਾਂ। ਮੈਂ ਇਕਸਾਰਤਾ ਚੁਣਦਾ ਹਾਂ।"

ਇਸਨੂੰ ਹੌਲੀ-ਹੌਲੀ ਦੁਹਰਾਓ।

ਢਾਂਚਾਗਤ ਪ੍ਰਾਰਥਨਾ (45 ਮਿੰਟ)

1. ਪੂਜਾ (10 ਮਿੰਟ)

ਮਸੀਹ ਨੂੰ ਪਵਿੱਤਰ ਅਤੇ ਸੱਚਾ ਮੰਨ ਕੇ ਉਸਦਾ ਸਤਿਕਾਰ ਕਰੋ।

2. ਪ੍ਰਗਟਾਵਾ (15 ਮਿੰਟ)

ਪਰਮਾਤਮਾ ਨੂੰ ਲੁਕੀਆਂ ਹੋਈਆਂ ਅਸੰਗਤੀਆਂ ਨੂੰ ਪ੍ਰਗਟ ਕਰਨ ਲਈ ਕਹੋ।

3. ਪਛਤਾਵਾ (10 ਮਿੰਟ)

ਖਾਸ ਸਮਝੌਤਾ ਇਕਬਾਲ ਕਰੋ।

4. ਇਕਸਾਰਤਾ (10 ਮਿੰਟ)

ਇਕਸਾਰ ਰਹਿਣ ਦੀ ਤਾਕਤ ਲਈ ਪ੍ਰਾਰਥਨਾ ਕਰੋ।

ਇਸ ਨਾਲ ਬੰਦ ਕਰੋ:

"ਮੇਰੇ ਅੰਦਰ ਅਤੇ ਬਾਹਰ ਸਹਿਮਤ ਹੋਣ ਦਿਓ।"

ਐਕਸ਼ਨ ਪੁਆਇੰਟ

1. ਇੱਕ ਲੁਕਿਆ ਹੋਇਆ ਸਮਝੌਤਾ ਹਟਾਓ।
2. ਇੱਕ ਕਮਜ਼ੋਰ ਅਨੁਸ਼ਾਸਨ ਨੂੰ ਮਜ਼ਬੂਤ ਬਣਾਓ।

3. ਪਰਮਾਤਮਾ ਅੱਗੇ ਨਿੱਜੀ ਤੌਰ 'ਤੇ ਕੁਝ ਅਜਿਹਾ ਇਕਬਾਲ ਕਰੋ ਜਿਸ ਨੂੰ ਤੁਸੀਂ ਨਜ਼ਰਅੰਦਾਜ਼ ਕੀਤਾ ਹੈ।
4. ਮੱਤੀ 23 ਨੂੰ ਹੌਲੀ-ਹੌਲੀ ਪੜ੍ਹੋ।
5. ਕਿਸੇ ਭਰੋਸੇਮੰਦ ਵਿਅਕਤੀ ਨੂੰ ਤੁਹਾਨੂੰ ਜਵਾਬਦੇਹ ਠਹਿਰਾਉਣ ਲਈ ਕਹੋ।

ਦਿਨ 29

ਵਾਪਸੀ ਦਾ ਪਰਤਾਵਾ

ਸਟੋਰੀ ਐਂਕਰ

ਅੱਗ ਲੱਗਣ ਤੋਂ ਬਾਅਦ।

ਦਰਸ਼ਨਾਂ ਤੋਂ ਬਾਅਦ।

ਸਮਰਪਣ ਤੋਂ ਬਾਅਦ।

ਸੇਵਕਾਈ ਤੋਂ ਬਾਅਦ।

ਗੋਲੀਆਂ ਤੋਂ ਬਾਅਦ।

ਬਚਾਅ ਤੋਂ ਬਾਅਦ।

ਸਹਾਇਕਾਂ ਤੋਂ ਬਾਅਦ।

ਪਰਤਾਵਾ ਫਿਰ ਵੀ ਆਇਆ।

ਇਸ ਲਈ ਨਹੀਂ ਕਿ ਇਸਲਾਮ ਮਜ਼ਬੂਤ ਸਾਬਤ ਹੋਇਆ।

ਪਰ ਕਿਉਂਕਿ ਈਸਾਈਅਤ ਅਸੰਗਤ ਲੱਗ ਰਹੀ ਸੀ।

ਉਸਨੇ ਸਪੱਸ਼ਟ ਤੌਰ 'ਤੇ ਗਵਾਹੀ ਦਿੱਤੀ ਹੈ: ਇੱਕ ਨੁਕਤਾ ਸੀ ਜੋ ਉਸਨੇ ਪਹਿਲਾਂ ਹੀ ਤੈਅ ਕਰ ਲਿਆ ਸੀ।

ਉਹ ਇੱਕ ਆਖਰੀ ਸੰਦੇਸ਼ ਦੇਵੇਗਾ।

ਫਿਰ ਵਾਪਸ ਆਵੇਗਾ।

ਉਸਨੇ ਆਪਣੇ ਪੁਰਾਣੇ ਜੀਵਨ ਦੇ ਅਨੁਸ਼ਾਸਨ ਨੂੰ ਉਸ ਸਮਝੌਤੇ ਦੇ ਵਿਰੁੱਧ ਤੋਲਿਆ ਸੀ ਜੋ ਉਸਨੇ ਦੇਖਿਆ ਸੀ।

ਅਤੇ ਪਿੱਛੇ ਹਟਣਾ ਤਰਕਪੂਰਨ ਲੱਗਿਆ।

ਇਹ ਬਹੁਤ ਹੀ ਗੰਭੀਰ ਗੱਲ ਹੈ।

ਇੱਕ ਆਦਮੀ ਜਿਸਨੇ ਸਵਰਗ ਦੇਖਿਆ।

ਇੱਕ ਆਦਮੀ ਜਿਸਨੇ ਨਰਕ ਦੇਖਿਆ। ਇੱਕ ਆਦਮੀ ਜੋ ਕਤਲ ਤੋਂ ਬਚ ਗਿਆ।

ਫਿਰ ਵੀ ਵਾਪਸ ਜਾਣ ਲਈ ਲਾਲਚ ਦਾ ਸਾਹਮਣਾ ਕਰਨਾ ਪਿਆ।

ਪਰਤਾਵੇ ਹਮੇਸ਼ਾ ਸ਼ੱਕ ਬਾਰੇ ਨਹੀਂ ਹੁੰਦੇ।

ਕਈ ਵਾਰ ਇਹ ਨਿਰਾਸ਼ਾ ਬਾਰੇ ਹੁੰਦਾ ਹੈ।

ਧਰਮ ਗ੍ਰੰਥ ਦੇ ਐਂਕਰ

ਪੁਰਾਣਾ ਨੇਮ

"ਅਤੇ ਜਦੋਂ ਉਨ੍ਹਾਂ ਨੂੰ ਯਾਦ ਆਇਆ ਕਿ ਪਰਮੇਸ਼ੁਰ ਉਨ੍ਹਾਂ ਦੀ ਚੱਟਾਨ ਹੈ... ਤਾਂ ਵੀ ਉਨ੍ਹਾਂ ਨੇ ਆਪਣੇ ਮੂੰਹ ਨਾਲ ਉਸਦੀ ਪ੍ਰਸ਼ੰਸਾ ਕੀਤੀ... ਕਿਉਂਕਿ ਉਨ੍ਹਾਂ ਦਾ ਦਿਲ ਉਸ ਨਾਲ ਸਥਿਰ ਨਹੀਂ ਸੀ।"

- ਜ਼ਬੂਰ 78:35-37

ਯਾਦਦਾਸ਼ਤ ਦ੍ਰਿੜਤਾ ਦੀ ਗਰੰਟੀ ਨਹੀਂ ਦਿੰਦੀ।

ਨਵਾਂ ਨੇਮ

"ਕਿਉਂਕਿ ਦੇਮਾਸ ਨੇ ਇਸ ਵਰਤਮਾਨ ਸੰਸਾਰ ਨਾਲ ਮੋਹ ਪਾ ਕੇ ਮੈਨੂੰ ਤਿਆਗ ਦਿੱਤਾ ਹੈ।"

—2 ਤਿਮੋਥਿਉਸ 4:10.

ਕੁਝ ਚੰਗੀ ਸ਼ੁਰੂਆਤ ਕਰਦੇ ਹਨ।

ਕੁਝ ਵਾਪਸੀ ਕਰਦੇ ਹਨ।

ਪਾਠ

ਵਾਪਸ ਆਉਣ ਦੇ ਲਾਲਚ ਦਾ ਮਤਲਬ ਇਹ ਨਹੀਂ ਕਿ ਤੁਸੀਂ ਕਦੇ ਵੀ ਇਮਾਨਦਾਰ ਨਹੀਂ ਸੀ।

ਇਸਦਾ ਮਤਲਬ ਹੈ ਕਿ ਤੁਸੀਂ ਇਨਸਾਨ ਹੋ।

ਵਾਪਸੀ ਇਸ ਤਰ੍ਹਾਂ ਦਿਖਾਈ ਦੇ ਸਕਦੀ ਹੈ:

- ਪੁਰਾਣੀਆਂ ਆਦਤਾਂ ਵੱਲ ਵਾਪਸ ਜਾਣਾ।
- ਦ੍ਰਿੜ ਵਿਸ਼ਵਾਸ ਨੂੰ ਨਰਮ ਕਰਨਾ।
- ਮਿਆਰ ਘਟਾਉਣਾ।
- ਅਧਿਆਤਮਿਕ ਆਲਸ।
- ਭਾਵਨਾਤਮਕ ਤੌਰ 'ਤੇ ਪਿੱਛੇ ਹਟਣਾ।
- ਧਰਮ ਸ਼ਾਸਤਰ ਦੇ ਭੇਸ ਵਿੱਚ ਨਾਰਾਜ਼ਗੀ।

ਤੁਸੀਂ ਜਨਤਕ ਤੌਰ 'ਤੇ ਮਸੀਹ ਦਾ ਤਿਆਗ ਨਹੀਂ ਕਰ ਸਕਦੇ।

ਪਰ ਤੁਸੀਂ ਅੰਦਰ ਵੱਲ ਵਹਿ ਸਕਦੇ ਹੋ।

ਵਾਪਸੀ ਚੁੱਪ-ਚਾਪ ਸ਼ੁਰੂ ਹੁੰਦੀ ਹੈ।

ਇਹ ਇਸ ਨਾਲ ਸ਼ੁਰੂ ਹੁੰਦਾ ਹੈ:

"ਮੈਂ ਥੱਕ ਗਿਆ ਹਾਂ।"

"ਇਹ ਇਸ ਦੇ ਯੋਗ ਨਹੀਂ ਹੈ।" "ਘੱਟੋ ਘੱਟ ਪਹਿਲਾਂ, ਅਨੁਸ਼ਾਸਨ ਸੀ।"

"ਕੋਈ ਵੀ ਉਹ ਨਹੀਂ ਜੀਉਂਦਾ ਜੋ ਉਹ ਪ੍ਰਚਾਰ ਕਰਦੇ ਹਨ।"

ਇਸ ਤਰ੍ਹਾਂ ਰਿਟਰੀਟ ਬੋਲਦਾ ਹੈ।

ਦੁਸ਼ਮਣ ਸ਼ਾਇਦ ਹੀ ਕਦੇ ਪਹਿਲਾਂ ਮਸੀਹ ਦੇ ਇਨਕਾਰ ਨਾਲ ਹਮਲਾ ਕਰਦਾ ਹੈ।

ਉਹ ਨਿਰਾਸ਼ਾ ਨਾਲ ਹਮਲਾ ਕਰਦਾ ਹੈ।

ਪ੍ਰਤੀਬਿੰਬ ਸਵਾਲ

1. ਮੈਂ ਕਿੱਥੇ ਗੁਪਤ ਰੂਪ ਵਿੱਚ ਪਿੱਛੇ ਹਟਣ ਬਾਰੇ ਸੋਚਿਆ ਹੈ?
2. ਕਿਹੜੀ ਨਿਰਾਸ਼ਾ ਨੇ ਇਹ ਵਿਚਾਰ ਪੈਦਾ ਕੀਤਾ?
3. ਕੀ ਮੈਂ ਆਪਣੇ ਵਿਸ਼ਵਾਸਾਂ 'ਤੇ ਗੱਲਬਾਤ ਕਰ ਰਿਹਾ ਹਾਂ?
4. ਕਿਹੜਾ ਪੁਰਾਣਾ ਪੈਟਰਨ ਫਿਰ ਤੋਂ ਆਕਰਸ਼ਕ ਲੱਗਦਾ ਹੈ?
5. ਜੇ ਮੈਂ ਵਾਪਸ ਆਵਾਂ, ਤਾਂ ਮੈਂ ਕੀ ਗੁਆਵਾਂਗਾ?

ਬਿਨਾਂ ਸ਼ਰਮ ਦੇ ਲਿਖੋ।

ਘੋਸ਼ਣਾ

ਖੜ੍ਹੇ ਹੋਵੋ ਅਤੇ ਐਲਾਨ ਕਰੋ:

"ਮੈਂ ਵਾਪਸ ਨਹੀਂ ਆਵਾਂਗਾ।

ਨਿਰਾਸ਼ਾ ਮੈਨੂੰ ਕਾਬੂ ਨਹੀਂ ਕਰੇਗੀ। ਮੇਰੀ ਵਫ਼ਾਦਾਰੀ ਤੈਅ ਹੋ ਗਈ ਹੈ। ਮੈਂ ਇਕਰਾਰਨਾਮੇ ਲਈ ਗੱਲਬਾਤ ਨਹੀਂ ਕਰਾਂਗਾ।"

ਇਸਨੂੰ ਦ੍ਰਿੜਤਾ ਨਾਲ ਦੁਹਰਾਓ।

ਢਾਂਚਾਗਤ ਪ੍ਰਾਰਥਨਾ (45 ਮਿੰਟ)

1. ਪੂਜਾ (10 ਮਿੰਟ)

ਮਸੀਹ ਨੂੰ ਅਟੱਲ ਮੰਨੋ।

2. ਇਕਬਾਲ (10-15 ਮਿੰਟ)

ਨਿਰਾਸ਼ਾ ਦੇ ਖੇਤਰਾਂ ਦੇ ਨਾਮ ਦੱਸੋ।

3. ਤਾਕਤ (15 ਮਿੰਟ)

ਨਿਰਾਸ਼ਾ ਦੇ ਬਾਵਜੂਦ ਧੀਰਜ ਲਈ ਪ੍ਰਾਰਥਨਾ ਕਰੋ।

4. ਵਚਨਬੱਧਤਾ (5 ਮਿੰਟ)

ਜ਼ੁਬਾਨੀ ਤੌਰ 'ਤੇ ਵਫ਼ਾਦਾਰੀ ਦੀ ਪੁਸ਼ਟੀ ਕਰੋ।

ਇਸ ਨਾਲ ਬੰਦ ਕਰੋ:

"ਵਾਪਸ ਜਾਣ ਲਈ ਬਹੁਤ ਦੇਰ ਹੋ ਗਈ ਹੈ।"

ਐਕਸ਼ਨ ਪੁਆਇੰਟ

1. ਅਧਿਆਤਮਿਕ ਰੁਕਾਵਟ ਦੇ ਇੱਕ ਖੇਤਰ ਦੀ ਪਛਾਣ ਕਰੋ ਅਤੇ ਇਸਨੂੰ ਅੱਜ ਹੀ ਠੀਕ ਕਰੋ।
2. ਇੱਕ ਪ੍ਰਭਾਵ ਖਾਣ ਪੀਣ ਦੀ ਨਿਰਾਸ਼ਾ ਨੂੰ ਦੂਰ ਕਰੋ।
3. ਸੌਣ ਤੋਂ ਪਹਿਲਾਂ ਆਪਣੀ ਵਫ਼ਾਦਾਰੀ ਨੂੰ ਦੁਬਾਰਾ ਉੱਚੀ ਆਵਾਜ਼ ਵਿੱਚ ਬੋਲੋ।
4. ਜ਼ਬੂਰ 78 ਅਤੇ 2 ਤਿਮੋਥਿਉਸ 4 ਪੜ੍ਹੋ।
5. ਅੱਜ ਰਾਤ ਆਪਣੇ ਪ੍ਰਾਰਥਨਾ ਅਨੁਸ਼ਾਸਨ ਨੂੰ ਮਜ਼ਬੂਤ ਬਣਾਓ।

ਦਿਨ 30

"ਅਸੀਂ ਬਹੁਤ ਦੂਰ ਚਲੇ ਗਏ ਹਾਂ"

ਸਟੋਰੀ ਐਂਕਰ

ਉਸਨੇ ਪਹਿਲਾਂ ਹੀ ਫੈਸਲਾ ਕਰ ਲਿਆ ਸੀ।

ਉਹ ਇੱਕ ਆਖਰੀ ਸੰਦੇਸ਼ ਦੇਵੇਗਾ।

ਉਸ ਤੋਂ ਬਾਅਦ - ਉਹ ਵਾਪਸ ਆ ਜਾਂਦਾ।

ਅੰਦਰੂਨੀ ਫੈਸਲਾ ਹੋ ਚੁੱਕਾ ਸੀ।

ਜਨਤਕ ਤੌਰ 'ਤੇ ਨਹੀਂ।

ਨਿੱਜੀ ਤੌਰ 'ਤੇ।

ਉਸਨੇ ਇੱਕ ਵੱਡੇ ਇਕੱਠ ਵਿੱਚ ਪ੍ਰਚਾਰ ਕੀਤਾ।

ਮਾਹੌਲ ਬਹੁਤ ਸ਼ਕਤੀਸ਼ਾਲੀ ਸੀ।

ਲੋਕ ਰੋ ਰਹੇ ਸਨ। ਪਰਮਾਤਮਾ ਦੀ ਹਜ਼ੂਰੀ ਹਿੱਲ ਗਈ।

ਪਰ ਅੰਦਰੋਂ, ਉਸਨੇ ਸਿੱਟਾ ਕੱਢਿਆ ਸੀ:

"ਇਹ ਮੇਰਾ ਆਖਰੀ ਸੁਨੇਹਾ ਹੈ।"

ਬਾਅਦ ਵਿੱਚ, ਉਹ ਉਸਨੂੰ ਵਾਪਸ ਉਸਦੇ ਹੋਟਲ ਲੈ ਗਏ।

ਉਸਦਾ ਜੁੜਵਾਂ ਭਰਾ ਅਤੇ ਹੋਰ ਆਗੂ ਮੌਜੂਦ ਸਨ।

ਉਸਨੇ ਦਰਵਾਜ਼ਾ ਖੋਲ੍ਹਿਆ।

ਅਤੇ ਉਹ ਕਹਿੰਦਾ ਹੈ ਕਿ ਯਿਸੂ ਉੱਥੇ ਖੜ੍ਹਾ ਸੀ।

ਪ੍ਰਤੀਕਾਤਮਕ ਨਹੀਂ।

ਕਲਪਨਾਯੋਗ ਨਹੀਂ। ਇੰਨਾ ਸੱਚ ਕਿ ਉਹ ਸੱਤਾ ਦੇ ਅਧੀਨ ਆ ਗਿਆ।

ਕਮਰੇ ਵਿੱਚ ਦੂਜਿਆਂ ਨੂੰ ਕੁਝ ਮਹਿਸੂਸ ਹੋਇਆ।

ਪਰ ਉਸਨੇ ਦੇਖ ਲਿਆ।

ਅਤੇ ਸ਼ਬਦ ਸਿੱਧੇ ਸਨ:

"ਅਸੀਂ ਬਹੁਤ ਦੂਰ ਚਲੇ ਗਏ ਹਾਂ। ਵਾਪਸ ਜਾਣ ਲਈ ਬਹੁਤ ਦੇਰ ਹੋ ਗਈ ਹੈ।"

ਕੁਝ ਪਲ ਅਜਿਹੇ ਹੁੰਦੇ ਹਨ ਜਦੋਂ ਪਰਮਾਤਮਾ ਤੁਹਾਡੀ ਨਿੱਜੀ ਇਕਾਂਤਵਾਸ ਵਿੱਚ ਵਿਘਨ ਪਾਉਂਦਾ ਹੈ।

ਉਹ ਬਹਿਸ ਨਹੀਂ ਕਰਦਾ।

ਉਹ ਯਾਦ ਦਿਵਾਉਂਦਾ ਹੈ।

ਤੁਸੀਂ ਬਹੁਤ ਕੁਝ ਦੇਖਿਆ ਹੈ।

ਤੁਸੀਂ ਬਹੁਤ ਕੁਝ ਜਾਣਦੇ ਹੋ। ਤੁਸੀਂ ਬਹੁਤ ਦੂਰ ਆ ਗਏ ਹੋ।

ਪਿੱਛੇ ਹਟਣਾ ਹੁਣ ਮਾਸੂਮੀਅਤ ਨਹੀਂ ਹੈ।

ਇਹ ਬਗਾਵਤ ਹੈ।

ਧਰਮ ਗ੍ਰੰਥ ਦੇ ਐਂਕਰ

ਪੁਰਾਣਾ ਨੇਮ

"ਲੂਤ ਦੀ ਪਤਨੀ ਨੂੰ ਯਾਦ ਰੱਖੋ।"

—ਲੂਕਾ 17:32 (ਉਤਪਤ 19 ਦਾ ਹਵਾਲਾ ਦਿੰਦੇ ਹੋਏ)

ਪਿੱਛੇ ਮੁੜ ਕੇ ਦੇਖਣਾ ਕਿਸਮਤ ਨੂੰ ਮਹਿੰਗਾ ਪੈ ਸਕਦਾ ਹੈ।

ਨਵਾਂ ਨੇਮ

“ਜਿਹੜਾ ਵੀ ਆਪਣਾ ਹੱਥ ਹਲ ਤੇ ਰੱਖ ਕੇ ਪਿੱਛੇ ਮੁੜਦਾ ਹੈ, ਉਹ ਪਰਮੇਸ਼ੁਰ ਦੇ ਰਾਜ ਦੇ ਯੋਗ ਨਹੀਂ।”

—ਲੂਕਾ 9:62

ਅੱਗੇ ਵਧਣਾ ਇਕਰਾਰਨਾਮਾ ਹੈ।

ਪਿੱਛੇ ਹਟਣਾ ਸਮਝੌਤਾ ਹੈ।

ਪਾਠ

ਰੱਬ ਹਮੇਸ਼ਾ ਤੁਹਾਡੇ ਫੈਸਲਾ ਲੈਣ ਤੋਂ ਪਹਿਲਾਂ ਤੁਹਾਨੂੰ ਨਹੀਂ ਰੋਕਦਾ।

ਕਈ ਵਾਰ ਉਹ ਤੁਹਾਡੇ ਫੈਸਲਾ ਲੈਣ ਤੱਕ ਉਡੀਕ ਕਰਦਾ ਹੈ -

ਫਿਰ ਤੁਹਾਡਾ ਸਾਹਮਣਾ ਕਰਦਾ ਹੈ।

ਤੁਸੀਂ ਯਿਸੂ ਨੂੰ ਹੋਟਲ ਦੇ ਕਮਰੇ ਵਿੱਚ ਨਹੀਂ ਦੇਖ ਸਕਦੇ।

ਪਰ ਤੁਹਾਨੂੰ ਅਜਿਹੇ ਪਲ ਮਿਲਣਗੇ ਜਿੱਥੇ ਦ੍ਰਿੜ ਵਿਸ਼ਵਾਸ ਸਪੱਸ਼ਟ ਤੌਰ 'ਤੇ ਬੋਲਦਾ ਹੈ:

"ਤੁਸੀਂ ਵਾਪਸ ਨਹੀਂ ਜਾ ਸਕਦੇ।"

ਜਦੋਂ ਸੱਚ ਡੂੰਘਾਈ ਨਾਲ ਪ੍ਰਗਟ ਹੋ ਜਾਂਦਾ ਹੈ, ਤਾਂ

ਵਾਪਸੀ ਅਗਿਆਨਤਾ ਨਹੀਂ ਹੁੰਦੀ।

ਇਹ ਇਨਕਾਰ ਹੈ।

ਇੱਕ ਲਾਈਨ ਹੈ।

ਇੱਕ ਵਾਰ ਪਾਰ ਕਰਨ ਤੋਂ ਬਾਅਦ,

ਪਿੱਛੇ ਹਟਣਾ ਸੁਰੱਖਿਅਤ ਨਹੀਂ ਰਹਿੰਦਾ।

ਕੁਝ ਵਿਸ਼ਵਾਸੀ ਸੋਚਦੇ ਹਨ ਕਿ ਉਹ ਬਿਨਾਂ ਕਿਸੇ ਨਤੀਜੇ ਦੇ ਵਹਿ ਸਕਦੇ ਹਨ।

ਪਰ ਜਦੋਂ ਨੇਮ 'ਤੇ ਮੋਹਰ ਲੱਗ ਜਾਂਦੀ ਹੈ, ਤਾਂ
ਵਾਪਸੀ ਆਤਮਾ ਨੂੰ ਜ਼ਖਮੀ ਕਰਦੀ ਹੈ।
ਕੁਝ ਪਲ ਅਜਿਹੇ ਹੁੰਦੇ ਹਨ ਜਦੋਂ ਸਵਰਗ ਕਹਿੰਦਾ ਹੈ:
ਬਸ।
ਸਿਰਫ਼ ਅੱਗੇ ਭੇਜੋ।

ਪ੍ਰਤੀਬਿੰਬ ਸਵਾਲ

1. ਕੀ ਮੈਂ ਪਿੱਛੇ ਹਟਣ ਦਾ ਕੋਈ ਨਿੱਜੀ ਫੈਸਲਾ ਲਿਆ ਹੈ?
2. ਮੈਂ ਕਿਹੜਾ ਸੱਚ ਦੇਖਿਆ ਹੈ ਜੋ ਵਾਪਸੀ ਨੂੰ ਅਸੰਭਵ ਬਣਾਉਂਦਾ ਹੈ?
3. ਮੈਂ ਭਾਵਨਾਤਮਕ ਤੌਰ 'ਤੇ ਪਿੱਛੇ ਮੁੜ ਕੇ ਕਿੱਥੇ ਦੇਖ ਰਿਹਾ ਹਾਂ?
4. ਮੇਰੀ ਆਤਮਾ ਨੂੰ ਵਾਪਸ ਜਾਣ ਦੀ ਕੀ ਕੀਮਤ ਹੋਵੇਗੀ?
5. ਜੇ ਯਿਸੂ ਅੱਜ ਰਾਤ ਮੇਰਾ ਸਾਹਮਣਾ ਕਰਦਾ, ਤਾਂ ਉਹ ਕੀ ਕਹਿੰਦਾ?

ਸੰਜਮ ਨਾਲ ਜਵਾਬ ਦਿਓ।

ਘੋਸ਼ਣਾ

ਖੜ੍ਹੇ ਹੋਵੋ ਅਤੇ ਐਲਾਨ ਕਰੋ:
"ਮੇਰੇ ਲਈ ਵਾਪਸ ਜਾਣ ਲਈ ਬਹੁਤ ਦੇਰ ਹੋ ਗਈ ਹੈ।
ਮੈਂ ਬਹੁਤ ਕੁਝ ਦੇਖਿਆ ਹੈ। ਮੈਂ ਬਹੁਤ ਕੁਝ ਜਾਣਦਾ ਹਾਂ। ਮੇਰਾ
ਇਕਰਾਰਨਾਮਾ ਖੜ੍ਹਾ ਹੈ। ਸਿਰਫ਼ ਅੱਗੇ ਵੱਲ।"
ਇਸਨੂੰ ਹੌਲੀ-ਹੌਲੀ ਦੁਹਰਾਓ।

ਢਾਂਚਾਗਤ ਪ੍ਰਾਰਥਨਾ (45 **ਮਿੰਟ**)

1. ਸ਼ਰਧਾ (10 ਮਿੰਟ)

ਮਸੀਹ ਨੂੰ ਪ੍ਰਭੂ ਵਜੋਂ ਸਵੀਕਾਰ ਕਰੋ।

2. **ਇਕਬਾਲ** (15 **ਮਿੰਟ**)

ਕਿਸੇ ਵੀ ਅੰਦਰੂਨੀ ਪਿੱਛੇ ਹਟਣ ਦਾ ਇਕਬਾਲ ਕਰੋ।

3. **ਦੁਬਾਰਾ ਵਚਨਬੱਧਤਾ** (15 **ਮਿੰਟ**)

ਆਪਣੀ ਵਫ਼ਾਦਾਰੀ ਨੂੰ ਉੱਚੀ ਆਵਾਜ਼ ਵਿੱਚ ਨਵਿਆਓ।

4. **ਸੀਲਿੰਗ** (5 **ਮਿੰਟ**)

ਵਾਪਸ ਜਾਣ ਲਈ ਦਰਵਾਜ਼ਾ ਜ਼ੁਬਾਨੀ ਬੰਦ ਕਰੋ।

ਇਸ ਨਾਲ ਬੰਦ ਕਰੋ:

"ਮੇਰੀ ਵਫ਼ਾਦਾਰੀ 'ਤੇ ਮੋਹਰ ਲੱਗੀ ਹੋਈ ਹੈ।"

ਦਿਨ 31

ਤੁਹਾਡੇ ਕੋਲ ਇੱਕ ਅਸਾਈਨਮੈਂਟ ਹੈ

ਸਟੋਰੀ ਐਂਕਰ

ਉਸੇ ਮੁਕਾਬਲੇ ਵਿੱਚ, ਟਕਰਾਅ ਤੋਂ ਬਾਅਦ ਕਮਿਸ਼ਨਿੰਗ ਆਈ।

"ਤੁਹਾਡੇ ਕੋਲ ਮਸੀਹ ਦੇ ਸਰੀਰ ਵਿੱਚ ਇੱਕ ਕਾਰਜ-ਨਿਯੁਕਤੀ ਹੈ।"

ਆਰਾਮ ਨਹੀਂ।

ਪ੍ਰਸਿੱਧੀ ਨਹੀਂ।

ਅਸਾਈਨਮੈਂਟ।

ਉਸਨੂੰ ਮਿਆਰ ਉੱਚਾ ਚੁੱਕਣ ਲਈ ਕਿਹਾ ਗਿਆ ਸੀ।

ਚੌਕੀਦਾਰਾਂ ਨੂੰ ਭੜਕਾਉਣ ਲਈ। ਅਲਾਰਮ ਵਜਾਉਣ ਲਈ।

ਬਚਾਅ ਹੀ ਅੰਤ ਨਹੀਂ ਸੀ।

ਇਹ ਤਿਆਰੀ ਸੀ।

ਸੁਰੱਖਿਆ ਲਈ ਸੰਭਾਲ ਮੌਜੂਦ ਨਹੀਂ ਹੈ।

ਇਹ ਸੇਵਾ ਲਈ ਮੌਜੂਦ ਹੈ।

ਜਦੋਂ ਸਵਰਗ ਕਿਸੇ ਨੂੰ ਵਾਰ-ਵਾਰ ਸੰਭਾਲਦਾ ਹੈ,

ਇਹ ਇਸ ਲਈ ਹੈ ਕਿਉਂਕਿ ਸਵਰਗ ਕਿਸੇ ਚੀਜ਼ ਦੀ ਉਮੀਦ ਕਰਦਾ ਹੈ।

ਅਸਾਈਨਮੈਂਟ ਅਸਪਸ਼ਟਤਾ ਦੀ ਥਾਂ ਲੈਂਦਾ ਹੈ।

ਇੱਕ ਵਾਰ ਜਦੋਂ ਕੰਮ ਸਪੱਸ਼ਟ ਹੋ ਜਾਂਦਾ ਹੈ,

ਤਾਂ ਭਟਕਣਾ ਅਣਆਗਿਆਕਾਰੀ ਬਣ ਜਾਂਦਾ ਹੈ।

ਧਰਮ ਗ੍ਰੰਥ ਦੇ ਐਂਕਰ

ਪੁਰਾਣਾ ਨੇਮ

"ਤੈਨੂੰ ਕੁੱਖ ਵਿੱਚ ਸਾਜਣ ਤੋਂ ਪਹਿਲਾਂ ਮੈਂ ਤੈਨੂੰ ਜਾਣਦਾ ਸੀ... ਮੈਂ ਤੈਨੂੰ ਕੌਮਾਂ ਲਈ ਨਬੀ ਨਿਯੁਕਤ ਕੀਤਾ ਸੀ।"

- ਯਿਰਮਿਯਾਹ 1:5

ਕਾਲਿੰਗ ਟਕਰਾਅ ਤੋਂ ਪਹਿਲਾਂ ਹੁੰਦੀ ਹੈ।

ਨਵਾਂ ਨੇਮ

"ਕਿਉਂਕਿ ਅਸੀਂ ਉਸਦੀ ਕਾਰੀਗਰੀ ਹਾਂ, ਮਸੀਹ ਯਿਸੂ ਵਿੱਚ ਸ਼ੁਭ ਕਰਮਾਂ ਲਈ ਰਚੇ ਗਏ ਹਾਂ, ਜਿਨ੍ਹਾਂ ਨੂੰ ਪਰਮੇਸ਼ੁਰ ਨੇ ਪਹਿਲਾਂ ਹੀ ਤਿਆਰ ਕੀਤਾ ਸੀ।"

—ਅਫ਼ਸੀਆਂ 2:10.

ਮਕਸਦ ਲਈ ਸੁਰੱਖਿਅਤ ਕੀਤਾ ਗਿਆ ਹੈ।

ਪਾਠ

ਬਹੁਤ ਸਾਰੇ ਵਿਸ਼ਵਾਸੀ ਇਮਾਨਦਾਰ ਹਨ।

ਬਹੁਤ ਘੱਟ ਲੋਕ ਜਾਣਬੁੱਝ ਕੇ ਕਰਦੇ ਹਨ।

ਤੁਸੀਂ ਹੋਂਦ ਵਿੱਚ ਹੋਣ ਲਈ ਨਹੀਂ ਬਚੇ ਹੋ।

ਤੁਹਾਨੂੰ ਸੇਵਾ ਕਰਨ ਲਈ ਬਚਾਇਆ ਗਿਆ ਹੈ।

ਕੰਮ ਸ਼ਾਇਦ ਮੰਚ ਦਾ ਨਾ ਹੋਵੇ।

ਇਹ ਪਰਿਵਾਰਕ ਹੋ ਸਕਦਾ ਹੈ। ਇਹ ਕਾਰੋਬਾਰ ਹੋ ਸਕਦਾ ਹੈ। ਇਹ ਵਿਚੋਲਗੀ ਹੋ ਸਕਦੀ ਹੈ। ਇਹ ਪ੍ਰਭਾਵ ਹੋ ਸਕਦਾ ਹੈ।

ਪਰ ਤੁਹਾਡੇ ਕੋਲ ਇੱਕ ਹੈ।

ਜੇ ਰੱਬ ਨੇ ਤੁਹਾਨੂੰ ਬਚਾਇਆ ਹੈ, ਤਾਂ
ਇਸਦਾ ਇੱਕ ਮਕਸਦ ਜੁੜਿਆ ਹੋਇਆ ਹੈ।
ਖ਼ਤਰਾ ਮੁਕਤੀ ਗੁਆਉਣ ਦਾ ਨਹੀਂ ਹੈ।
ਖ਼ਤਰਾ ਕੰਮ ਬਰਬਾਦ ਕਰਨ ਦਾ ਹੈ।

ਪ੍ਰਤੀਬਿੰਬ ਸਵਾਲ

1. ਮੇਰਾ ਕੰਮ ਕੀ ਹੋ ਸਕਦਾ ਹੈ?
2. ਮੇਰਾ ਬੋਝ ਲਗਾਤਾਰ ਕਿੱਥੇ ਵਾਪਸ ਆਉਂਦਾ ਹੈ?
3. ਆਗਿਆਕਾਰੀ ਦਾ ਕਿਹੜਾ ਖੇਤਰ ਮੈਨੂੰ ਡਰਾਉਂਦਾ ਹੈ?
4. ਕੀ ਮੈਂ ਮਕਸਦ ਪ੍ਰਤੀ ਪੈਸਿਵ ਰਿਹਾ ਹਾਂ?
5. ਜੇ ਮੈਂ ਸਿਰਫ਼ ਇੱਕ ਹੀ ਗੱਲ ਪੂਰੀ ਕਰਕੇ ਮਰ ਗਿਆ, ਤਾਂ ਉਹ ਕੀ ਹੋਣੀ ਚਾਹੀਦੀ ਹੈ?

ਜਾਣਬੁੱਝ ਕੇ ਜਵਾਬ ਦਿਓ।

ਘੋਸ਼ਣਾ

ਖੜ੍ਹੇ ਹੋਵੋ ਅਤੇ ਐਲਾਨ ਕਰੋ:
"ਮੇਰਾ ਇੱਕ ਕੰਮ ਹੈ।
ਮੈਂ ਸੰਭਾਲ ਨੂੰ ਬਰਬਾਦ ਨਹੀਂ ਕਰਾਂਗਾ। ਮੈਂ ਆਪਣੇ ਖੇਤਰ ਵਿੱਚ ਮਿਆਰ ਉੱਚਾ ਕਰਾਂਗਾ। ਮੈਂ ਜ਼ਿੰਮੇਵਾਰੀ ਸਵੀਕਾਰ ਕਰਦਾ ਹਾਂ।"
ਇਸਨੂੰ ਦ੍ਰਿੜਤਾ ਨਾਲ ਦੁਹਰਾਓ।

ਢਾਂਚਾਗਤ ਪ੍ਰਾਰਥਨਾ (45 ਮਿੰਟ)

1. ਪੂਜਾ (10 ਮਿੰਟ)

ਪਰਮਾਤਮਾ ਨੂੰ ਬੁਲਾਉਣ ਵਾਲੇ ਵਜੋਂ ਸਤਿਕਾਰੋ।

2. ਪੁੱਛਗਿੱਛ (15 ਮਿੰਟ)

ਸਾਫ਼-ਸਾਫ਼ ਪੁੱਛੋ: "ਮੇਰਾ ਕੰਮ ਕੀ ਹੈ?"

3. ਸਮਰਪਣ (10 ਮਿੰਟ)

ਆਪਣੀ ਜ਼ਿੰਦਗੀ ਨੂੰ ਪੂਰੀ ਤਰ੍ਹਾਂ ਸਮਰਪਿਤ ਕਰੋ।

4. ਹਿੰਮਤ (10 ਮਿੰਟ)

ਆਗਿਆ ਮੰਨਣ ਦੀ ਹਿੰਮਤ ਲਈ ਪ੍ਰਾਰਥਨਾ ਕਰੋ।

ਇਸ ਨਾਲ ਬੰਦ ਕਰੋ:

"ਮੈਨੂੰ ਭੇਜੋ."

ਦਿਨ 32

7-ਦਿਨਾਂ ਰਣਨੀਤਕ ਅਨੁਸ਼ਾਸਨ ਰੀਸੈਟ

ਸਟੋਰੀ ਐਂਕਰ

ਅੱਤਵਾਦੀ ਗਠਨ ਕੰਮ ਕਰਦਾ ਰਿਹਾ ਕਿਉਂਕਿ ਇਹ ਦੁਹਰਾਉਣ ਵਾਲਾ ਸੀ।

ਪ੍ਰਾਰਥਨਾ ਚੱਕਰ ਵਿਕਲਪਿਕ ਨਹੀਂ ਸਨ।

ਵਰਤ ਰੱਖਣ ਦੀ ਵਿਧੀ ਬਣਾਈ ਗਈ ਸੀ। ਆਗਿਆਕਾਰੀ ਲਾਗੂ ਕੀਤੀ ਗਈ ਸੀ।

ਆਤਮ ਸਮਰਪਣ ਤੋਂ ਬਾਅਦ, ਜੇਕਰ ਅਨੁਸ਼ਾਸਨ ਦੁਬਾਰਾ ਨਾ ਬਣਾਇਆ ਗਿਆ ਹੁੰਦਾ, ਤਾਂ

ਪੁਰਾਣੀ ਬਣਤਰ ਨੇ ਇਲਾਕੇ ਨੂੰ ਮੁੜ ਪ੍ਰਾਪਤ ਕਰ ਲਿਆ ਹੁੰਦਾ।

ਤੁਸੀਂ ਮਜ਼ਬੂਤ ਢਾਂਚੇ ਨੂੰ ਕਮਜ਼ੋਰ ਸ਼ਰਧਾ ਨਾਲ ਨਹੀਂ ਬਦਲ ਸਕਦੇ।

ਅਧਿਆਤਮਿਕ ਤੀਬਰਤਾ ਲਈ ਬੁਨਿਆਦੀ ਢਾਂਚੇ ਦੀ ਲੋੜ ਹੁੰਦੀ ਹੈ।

ਢਾਂਚੇ ਤੋਂ ਬਿਨਾਂ ਜਿਉਂਦਾ ਰਹਿਣਾ ਭਵਿੱਖ ਦਾ ਪਤਨ ਪੈਦਾ ਕਰਦਾ ਹੈ।

ਇਸ ਲਈ ਅਨੁਸ਼ਾਸਨ ਜਾਣਬੁੱਝ ਕੇ ਹੋਣਾ ਚਾਹੀਦਾ ਹੈ।

ਅਸਪਸ਼ਟ ਨਹੀਂ।

ਭਾਵੁਕ ਨਹੀਂ।

ਮਾਪਿਆ ਗਿਆ।

ਸੁਰੱਖਿਅਤ।

ਦੁਹਰਾਇਆ ਗਿਆ।

ਧਰਮ ਗ੍ਰੰਥ ਦੇ ਐਂਕਰ

ਪੁਰਾਣਾ ਨੇਮ

"ਫਿਰ ਦਾਨੀਏਲ... ਘਰ ਚਲਾ ਗਿਆ... ਅਤੇ ਉਸ ਦਿਨ ਤਿੰਨ ਵਾਰ ਗੋਡਿਆਂ ਭਾਰ ਝੁਕਿਆ, ਅਤੇ ਪ੍ਰਾਰਥਨਾ ਕੀਤੀ ਅਤੇ ਆਪਣੇ ਪਰਮੇਸ਼ੁਰ ਅੱਗੇ ਧੰਨਵਾਦ ਕੀਤਾ, ਜਿਵੇਂ ਕਿ ਮੁੱਢਲੇ ਦਿਨਾਂ ਤੋਂ ਉਸਦਾ ਰਿਵਾਜ ਸੀ।"

- ਦਾਨੀਏਲ 6:10

ਸੰਕਟ ਨੇ ਰਿਵਾਜ ਨੂੰ ਰੱਦ ਨਹੀਂ ਕੀਤਾ।

ਨਵਾਂ ਨੇਮ

"ਭਗਤੀ ਲਈ ਆਪਣੇ ਆਪ ਨੂੰ ਸੰਜਮ ਵਿੱਚ ਰੱਖੋ।"

—1 ਤਿਮੋਥਿਉਸ 4:7

ਈਸ਼ਵਰੀ ਭਾਵਨਾ ਅਚਾਨਕ ਨਹੀਂ ਵਧਦੀ।

7-ਦਿਨਾਂ ਦਾ ਰੀਸੈਟ ਮਾਡਲ

ਇਹ ਕਾਨੂੰਨਵਾਦ ਨਹੀਂ ਹੈ।

ਇਹ ਨੀਂਹ ਦੀ ਪੁਨਰ ਉਸਾਰੀ ਕਰ ਰਿਹਾ ਹੈ।

ਅਗਲੇ 7 ਦਿਨਾਂ ਲਈ:

1 ਪ੍ਰਾਰਥਨਾ ਦਾ ਨਿਸ਼ਚਿਤ ਸਮਾਂ

ਰੋਜ਼ਾਨਾ ਇੱਕ ਘੰਟਾ ਬਿਨਾਂ ਕਿਸੇ ਰੁਕਾਵਟ ਦੇ।

ਘੱਟੋ-ਘੱਟ।

ਸਮਝੌਤਾਯੋਗ ਨਹੀਂ।

60-ਮਿੰਟ ਦੀ ਬਣਤਰ ਦੀ ਵਰਤੋਂ ਕਰੋ:

- 30 ਪੂਜਾ
- 10 ਪ੍ਰਭੂਸੱਤਾ

- 10 ਪਛਤਾਵਾ
- 10 ਫ਼ਰਮਾਨ

ਕੋਈ ਮਲਟੀਟਾਸਕਿੰਗ ਨਹੀਂ।

2 ਧਰਮ ਗ੍ਰੰਥ ਸੰਤ੍ਰਿਪਤਾ

ਇੱਕ ਇੰਜੀਲ ਨੂੰ 7 ਦਿਨਾਂ ਵਿੱਚ ਪੂਰੀ ਤਰ੍ਹਾਂ ਪੜ੍ਹੋ।

ਅਚਾਨਕ ਨਹੀਂ।

ਹਾਈਲਾਈਟ ਕਰੋ।

ਅੰਡਰਲਾਈਨ ਕਰੋ। ਨੋਟਸ ਲਿਖੋ।

3 ਇਮਾਨਦਾਰੀ ਆਡਿਟ

ਹਰ ਰਾਤ ਪੁੱਛੋ :

- ਕੀ ਮੇਰੀ ਨਿੱਜੀ ਜ਼ਿੰਦਗੀ ਮੇਰੇ ਇਕਬਾਲ ਨਾਲ ਮੇਲ ਖਾਂਦੀ ਸੀ?
- ਮੈਂ ਕਿੱਥੇ ਸਮਝੌਤਾ ਕੀਤਾ?
- ਕੀ ਮੈਂ ਜਲਦੀ ਹੀ ਹੁਕਮ ਮੰਨ ਲਿਆ?

ਸੰਖੇਪ ਜਵਾਬ ਲਿਖੋ।

4 ਭਾਸ਼ਣ ਅਨੁਸ਼ਾਸਨ

ਕੋਈ ਸ਼ਿਕਾਇਤ ਨਹੀਂ।

ਕੋਈ ਗੱਪ-ਸ਼ੱਪ ਨਹੀਂ। ਕੋਈ ਅਤਿਕਥਨੀ ਨਹੀਂ।

ਸੱਤ ਦਿਨ ਜ਼ੁਬਾਨੀ ਸੰਜਮ।

5 ਵਰਤ ਰੱਖਣਾ

7 ਦਿਨਾਂ ਦੌਰਾਨ ਘੱਟੋ-ਘੱਟ ਇੱਕ ਜਾਣਬੁੱਝ ਕੇ ਵਰਤ ਰੱਖੋ।

ਰਸਮ ਨਹੀਂ।

ਜਾਣਬੁੱਝ ਕੇ।

6 ਡਿਜੀਟਲ ਕਟੌਤੀ

ਸ਼ੋਰ ਘਟਾਓ।

ਮੀਡੀਆ ਸੀਮਤ ਕਰੋ।

ਸਕ੍ਰੋਲਿੰਗ ਸੀਮਤ ਕਰੋ।

ਧਿਆਨ ਰੱਖੋ।

7 ਰੋਜ਼ਾਨਾ ਜਵਾਬਦੇਹੀ

ਕਿਸੇ ਭਰੋਸੇਮੰਦ ਵਿਅਕਤੀ ਨੂੰ ਸੂਚਿਤ ਕਰੋ।

ਰੋਜ਼ਾਨਾ ਪੂਰਾ ਹੋਣ ਦੀ ਰਿਪੋਰਟ ਕਰੋ।

ਪਾਠ

ਅਧਿਆਤਮਿਕ ਵਹਾਅ ਸੂਖਮ ਹੁੰਦਾ ਹੈ।

ਅਨੁਸ਼ਾਸਨ ਜਾਣਬੁੱਝ ਕੇ ਕੀਤਾ ਜਾਂਦਾ ਹੈ।

ਜੇਕਰ ਤੁਸੀਂ ਰੀਸੈਟ ਨਹੀਂ ਕਰਦੇ, ਤਾਂ

ਤੁਸੀਂ ਪਿੱਛੇ ਹਟ ਜਾਂਦੇ ਹੋ।

ਤੀਬਰਤਾ ਘੱਟ ਜਾਂਦੀ ਹੈ।

ਆਰਾਮ ਘਟਦਾ ਹੈ। ਸਮਝੌਤਾ ਸਮਝੌਤਾ ਕਰਦਾ ਹੈ।

ਪਰ ਲੈਅ ਕਿਨਾਰੇ ਨੂੰ ਬਹਾਲ ਕਰਦੀ ਹੈ।

ਸੱਤ ਦਿਨਾਂ ਦੇ ਜਾਣਬੁੱਝ ਕੇ ਰੀਸੈਟ ਨਾਲ

ਸੰਵੇਦਨਸ਼ੀਲਤਾ ਬਹਾਲ ਹੋ ਸਕਦੀ ਹੈ।

ਪ੍ਰਤੀਬਿੰਬ ਸਵਾਲ

1. ਮੇਰਾ ਅਨੁਸ਼ਾਸਨ ਕਿੱਥੇ ਕਮਜ਼ੋਰ ਪਿਆ ਹੈ?
2. ਕਿਹੜੀਆਂ ਆਦਤਾਂ ਨੂੰ ਤੁਰੰਤ ਦੁਬਾਰਾ ਬਣਾਉਣ ਦੀ ਲੋੜ ਹੈ?
3. ਕੀ ਮੈਂ ਰੋਜ਼ਾਨਾ ਇੱਕ ਘੰਟਾ ਰੱਖਿਆ ਕਰਨ ਲਈ ਤਿਆਰ ਹਾਂ?
4. ਕਿਹੜੀ ਭਟਕਣਾ ਦੂਰ ਕਰਨੀ ਚਾਹੀਦੀ ਹੈ?
5. ਮੈਨੂੰ ਕੌਣ ਜਵਾਬਦੇਹ ਠਹਿਰਾ ਸਕਦਾ ਹੈ?

ਅਮਲੀ ਤੌਰ 'ਤੇ ਜਵਾਬ ਦਿਓ।

ਘੋਸ਼ਣਾ

ਖੜ੍ਹੇ ਹੋਵੋ ਅਤੇ ਐਲਾਨ ਕਰੋ:

"ਮੈਂ ਅਨੁਸ਼ਾਸਿਤ ਵਿਸ਼ਵਾਸ ਚੁਣਦਾ ਹਾਂ।

ਮੈਂ ਆਮ ਈਸਾਈਅਤ ਨੂੰ ਰੱਦ ਕਰਦਾ ਹਾਂ। ਮੈਂ ਢਾਂਚੇ ਨੂੰ ਦੁਬਾਰਾ ਬਣਾਵਾਂਗਾ।

ਮੈਂ ਭਟਕ ਨਹੀਂ ਜਾਵਾਂਗਾ।"

ਇਸਨੂੰ ਹੌਲੀ-ਹੌਲੀ ਦੁਹਰਾਓ।

ਢਾਂਚਾਗਤ ਪ੍ਰਾਰਥਨਾ (45 ਮਿੰਟ)

1. ਪੂਜਾ (10 ਮਿੰਟ)

ਪਰਮਾਤਮਾ ਨੂੰ ਅਨੁਸ਼ਾਸਿਤ ਭਗਤੀ ਦੇ ਯੋਗ ਸਮਝੋ।

2. ਪਛਤਾਵਾ (10 ਮਿੰਟ)

ਆਲਸ ਦੇ ਖੇਤਰਾਂ ਨੂੰ ਸਵੀਕਾਰ ਕਰੋ।

3. ਅਲਾਈਨਮੈਂਟ (15 ਮਿੰਟ)

ਰੀਸੈਟ ਪੂਰਾ ਕਰਨ ਲਈ ਤਾਕਤ ਮੰਗੋ।

4. ਸੀਲਿੰਗ (10 ਮਿੰਟ)

ਅਗਲੇ 7 ਦਿਨ ਉੱਚੀ ਆਵਾਜ਼ ਵਿੱਚ ਕਹੋ।

ਇਸ ਨਾਲ ਬੰਦ ਕਰੋ:

"ਮੈਂ ਇਸ ਰੀਸੈਟ ਨੂੰ ਪੂਰਾ ਕਰਾਂਗਾ।"

ਐਕਸ਼ਨ ਪੁਆਇੰਟ

1. ਅੱਜ ਰਾਤ ਆਪਣਾ 7 ਦਿਨਾਂ ਦਾ ਸਮਾਂ-ਸਾਰਣੀ ਲਿਖੋ।
2. ਇੱਕ ਵੱਡੀ ਭਟਕਣਾ ਨੂੰ ਤੁਰੰਤ ਹਟਾਓ।
3. ਆਪਣੇ ਜਵਾਬਦੇਹੀ ਸਾਥੀ ਨੂੰ ਸੂਚਿਤ ਕਰੋ।
4. ਕੱਲ੍ਹ ਸਵੇਰੇ ਬਿਨਾਂ ਦੇਰੀ ਕੀਤੇ ਸ਼ੁਰੂ ਕਰੋ।
5. ਟ੍ਰੈਕ ਪੂਰਾ ਹੋਣਾ ਪ੍ਰਤੱਖ ਤੌਰ 'ਤੇ।

ਦਿਨ 33

ਵਫ਼ਾਦਾਰੀ ਦਾ ਐਲਾਨ

ਸਟੋਰੀ ਐਂਕਰ

ਉਸਨੇ ਹੱਦਾਂ ਪਾਰ ਕਰ ਦਿੱਤੀਆਂ।

ਵਿਰਾਸਤ ਵਿੱਚ ਮਿਲੇ ਵਿਸ਼ਵਾਸ ਤੋਂ

ਸਮਰਪਣ ਕੀਤੇ ਵਿਸ਼ਵਾਸ ਤੱਕ।

ਬਣਤਰ ਤੋਂ

ਟਕਰਾਅ ਤੱਕ।

ਅਤਿਆਚਾਰ ਤੋਂ

ਬਚਾਅ ਤੱਕ।

ਲਾਲਚ ਤੋਂ

ਕਮਿਸ਼ਨ ਤੱਕ।

ਬਚਾਅ ਤੋਂ

ਅਨੁਸ਼ਾਸਨ ਤੱਕ।

ਕਿਸੇ ਸਮੇਂ, ਵਫ਼ਾਦਾਰੀ ਅੰਦਰੂਨੀ ਭਾਵਨਾ ਰਹਿਣਾ ਬੰਦ ਕਰ ਦਿੰਦੀ ਹੈ।

ਇਹ ਘੋਸ਼ਿਤ ਨੇਮ ਬਣ ਜਾਂਦਾ ਹੈ।

ਜਦੋਂ ਸਿਪਾਹੀ ਵਫ਼ਾਦਾਰੀ ਦਾ ਪ੍ਰਣ ਲੈਂਦੇ ਹਨ,

ਤਾਂ ਇਹ ਬੋਲਿਆ ਜਾਂਦਾ ਹੈ।

ਜਦੋਂ ਧਰਮ-ਗ੍ਰੰਥ ਵਿੱਚ ਨੇਮ ਬਣਾਏ ਜਾਂਦੇ ਹਨ,

ਤਾਂ ਉਹਨਾਂ ਨੂੰ ਜ਼ੁਬਾਨੀ ਤੌਰ 'ਤੇ ਬਿਆਨ ਕੀਤਾ ਜਾਂਦਾ ਹੈ।

ਵਫ਼ਾਦਾਰੀ ਸਪੱਸ਼ਟ ਹੋਣੀ ਚਾਹੀਦੀ ਹੈ।

ਕਿਉਂਕਿ ਜੋ ਤੁਸੀਂ ਸਪੱਸ਼ਟ ਨਹੀਂ ਕਰਦੇ,

ਤੁਸੀਂ ਉਸ 'ਤੇ ਦੁਬਾਰਾ ਗੱਲਬਾਤ ਕਰੋਗੇ।

ਧਰਮ ਗ੍ਰੰਥ ਦੇ ਐਂਕਰ

ਪੁਰਾਣਾ ਨੇਮ

"ਮੈਂ ਅਤੇ ਮੇਰਾ ਘਰਾਣਾ, ਅਸੀਂ ਯਹੋਵਾਹ ਦੀ ਉਪਾਸਨਾ ਕਰਾਂਗੇ।"

—ਯਹੋਸ਼ੁਆ 24:15

ਜਨਤਕ ਐਲਾਨ ਨਿੱਜੀ ਫੈਸਲੇ 'ਤੇ ਮੋਹਰ ਲਗਾਉਂਦਾ ਹੈ।

ਨਵਾਂ ਨੇਮ

"ਜੇ ਤੂੰ ਆਪਣੇ ਮੂੰਹ ਨਾਲ ਪ੍ਰਭੂ ਯਿਸੂ ਦਾ ਇਕਰਾਰ ਕਰੇਂ ਅਤੇ ਆਪਣੇ ਦਿਲ ਨਾਲ ਵਿਸ਼ਵਾਸ ਕਰੇਂ... ਤਾਂ ਤੂੰ ਬਚਾਇਆ ਜਾਵੇਂਗਾ।"

—ਰੋਮੀਆਂ 10:9

ਵਿਸ਼ਵਾਸ ਅੰਦਰੂਨੀ।

ਇਕਬਾਲ ਬਾਹਰੀ।

ਪਾਠ

ਜੇਕਰ ਤੁਸੀਂ ਸਪੱਸ਼ਟ ਤੌਰ 'ਤੇ ਨੇਮ ਦਾ ਐਲਾਨ ਕਰਦੇ ਹੋ ਤਾਂ ਤੁਸੀਂ ਡਗਮਗਾ ਨਹੀਂ ਸਕਦੇ।

ਪਰ ਜੇਕਰ ਤੁਹਾਡੀ ਵਚਨਬੱਧਤਾ ਪਰਿਭਾਸ਼ਿਤ ਨਹੀਂ ਰਹਿੰਦੀ, ਤਾਂ ਇਹ ਗੱਲਬਾਤਯੋਗ ਰਹਿੰਦੀ ਹੈ।

ਵਫ਼ਾਦਾਰੀ ਦਾ ਐਲਾਨ ਚਾਰ ਕੰਮ ਕਰਦਾ ਹੈ:

1. ਇਹ ਪਛਾਣ ਨੂੰ ਸਪੱਸ਼ਟ ਕਰਦਾ ਹੈ।
2. ਇਹ ਰਿਟਰੀਟ ਨੂੰ ਬੰਦ ਕਰਦਾ ਹੈ।
3. ਇਹ ਗੱਲਬਾਤ ਨੂੰ ਚੁੱਪ ਕਰਵਾ ਦਿੰਦਾ ਹੈ।
4. ਇਹ ਜਵਾਬਦੇਹੀ ਸਥਾਪਤ ਕਰਦਾ ਹੈ।

ਦੁਸ਼ਮਣ ਆਸਾਨੀ ਨਾਲ ਉਸ ਚੀਜ਼ ਨੂੰ ਭਰਮਾ ਨਹੀਂ ਸਕਦਾ ਜੋ ਸੀਲਬੰਦ ਹੈ।

ਤੁਹਾਨੂੰ ਸਾਫ਼-ਸਾਫ਼ ਕਹਿਣਾ ਪਵੇਗਾ:

ਤੁਸੀਂ ਕਿਸ ਨਾਲ ਸਬੰਧਤ ਹੋ।

ਤੁਸੀਂ ਕਿਸ ਨੂੰ ਰੱਦ ਕਰਦੇ ਹੋ। ਤੁਸੀਂ ਕਿਸ ਪ੍ਰਤੀ ਵਚਨਬੱਧ ਹੋ। ਤੁਸੀਂ ਕਿਸ ਨਾਲ ਸਮਝੌਤਾ ਨਹੀਂ ਕਰੋਗੇ।

ਵਫ਼ਾਦਾਰੀ ਦਾ ਐਲਾਨ

ਖੜ੍ਹੇ ਹੋਵੋ।

ਇਸਨੂੰ ਹੌਲੀ ਹੌਲੀ ਕਹੋ:

"ਮੈਂ ਯਿਸੂ ਮਸੀਹ ਨਾਲ ਸਬੰਧਤ ਹਾਂ।

ਮੇਰੀ ਵਫ਼ਾਦਾਰੀ ਪੱਕੀ ਹੈ। ਮੈਂ ਸਮਝੌਤਾ ਨਹੀਂ ਕਰਾਂਗਾ। ਮੈਂ ਵੰਡਿਆ ਨਹੀਂ ਰਹਾਂਗਾ। ਮੈਂ ਆਪਣੀ ਜ਼ਿੰਦਗੀ ਵਿੱਚ ਮਿਆਰ ਉੱਚਾ ਚੁੱਕਾਂਗਾ। ਮੈਂ ਅਨੁਸ਼ਾਸਨ ਵਿੱਚ ਚੱਲਾਂਗਾ। ਮੈਂ ਆਪਣਾ ਕੰਮ ਸਵੀਕਾਰ ਕਰਦਾ ਹਾਂ। ਮੈਂ ਪਖੰਡ ਨੂੰ ਰੱਦ ਕਰਦਾ ਹਾਂ। ਮੈਂ ਪਿੱਛੇ ਹਟਣ ਤੋਂ ਇਨਕਾਰ ਕਰਦਾ ਹਾਂ। ਮੇਰੀ ਜ਼ਿੰਦਗੀ ਮਕਸਦ ਲਈ ਸੁਰੱਖਿਅਤ ਹੈ। ਸਿਰਫ਼ ਅੱਗੇ ਵੱਲ।"

ਠਹਿਰਾਉ।

ਇਸਨੂੰ ਦੁਬਾਰਾ ਦੁਹਰਾਓ।

ਪ੍ਰਤੀਬਿੰਬ ਸਵਾਲ

1. ਕੀ ਮੈਂ ਕਦੇ ਆਪਣੀ ਵਫ਼ਾਦਾਰੀ ਨੂੰ ਜ਼ੁਬਾਨੀ ਤੌਰ 'ਤੇ ਮੋਹਰ ਲਗਾਈ ਹੈ?
2. ਮੇਰੀ ਜ਼ਿੰਦਗੀ ਦਾ ਕਿਹੜਾ ਖੇਤਰ ਅਜੇ ਵੀ ਗੱਲਬਾਤ ਕਰ ਰਿਹਾ ਹੈ?
3. ਕੀ ਮੇਰੀਆਂ ਰੋਜ਼ਾਨਾ ਦੀਆਂ ਆਦਤਾਂ ਮੇਰੇ ਐਲਾਨ ਨਾਲ ਮੇਲ ਖਾਂਦੀਆਂ ਹਨ?
4. ਕੌਣ ਜਾਣਦਾ ਹੈ ਕਿ ਮੇਰੀ ਵਫ਼ਾਦਾਰੀ ਪੱਕੀ ਹੋ ਗਈ ਹੈ?
5. ਜੇ ਜਨਤਕ ਤੌਰ 'ਤੇ ਟੈਸਟ ਕੀਤਾ ਜਾਵੇ, ਤਾਂ ਕੀ ਮੈਂ ਖੜ੍ਹਾ ਹੋਵਾਂਗਾ?

ਸਾਫ਼-ਸਾਫ਼ ਲਿਖੋ।

ਢਾਂਚਾਗਤ ਪ੍ਰਾਰਥਨਾ (45 **ਮਿੰਟ**)

1. ਪੂਜਾ (10 **ਮਿੰਟ**)

ਪ੍ਰਭੂ ਵਜੋਂ ਮਸੀਹ ਦਾ ਸਤਿਕਾਰ ਕਰੋ।

2. ਘੋਸ਼ਣਾ (10 **ਮਿੰਟ**)

ਆਪਣੀ ਵਫ਼ਾਦਾਰੀ ਨੂੰ ਉੱਚੀ ਆਵਾਜ਼ ਵਿੱਚ ਦੁਹਰਾਓ।

3. ਸਮਰਪਣ (15 **ਮਿੰਟ**)

ਆਪਣੇ ਭਵਿੱਖ, ਯੋਜਨਾਵਾਂ, ਇੱਛਾਵਾਂ ਦੀ ਪੇਸ਼ਕਸ਼ ਕਰੋ।

4. ਮੋਹਰ ਲਗਾਉਣਾ (10 **ਮਿੰਟ**)

ਪਵਿੱਤਰ ਆਤਮਾ ਨੂੰ ਨੇਮ ਨੂੰ ਮਜ਼ਬੂਤ ਕਰਨ ਲਈ ਕਹੋ।

ਇਸ ਨਾਲ ਬੰਦ ਕਰੋ:

"ਮੇਰੀ ਵਫ਼ਾਦਾਰੀ 'ਤੇ ਮੋਹਰ ਲੱਗੀ ਹੋਈ ਹੈ।"

ਐਕਸ਼ਨ ਪੁਆਇੰਟ

1. ਆਪਣੀ ਵਫ਼ਾਦਾਰੀ ਦਾ ਐਲਾਨ ਆਪਣੀ ਜਰਨਲ ਵਿੱਚ ਲਿਖੋ।
2. ਇਸਨੂੰ 7 ਦਿਨਾਂ ਲਈ ਰੋਜ਼ਾਨਾ ਬੋਲੋ।
3. ਆਪਣੇ ਕਿਸੇ ਨਜ਼ਦੀਕੀ ਵਿਅਕਤੀ ਨੂੰ ਆਪਣੀ ਵਚਨਬੱਧਤਾ ਬਾਰੇ ਦੱਸੋ।
4. ਇੱਕ ਸਮਝੌਤਾ ਤੁਰੰਤ ਹਟਾ ਦਿਓ।
5. ਇਸ ਘੋਸ਼ਣਾ ਨੂੰ ਹਰ ਮਹੀਨੇ ਦੁਬਾਰਾ ਦੇਖੋ

ਦਿਨ 34

ਅਧਿਕਾਰ ਵਿੱਚ ਖੜ੍ਹੇ ਹੋਣਾ

ਸਟੋਰੀ ਐਂਕਰ

ਸਮਰਪਣ ਤੋਂ ਬਾਅਦ।

ਅਤਿਆਚਾਰ ਤੋਂ ਬਾਅਦ।

ਸੰਭਾਲ ਤੋਂ ਬਾਅਦ।

ਕਮਿਸ਼ਨ ਤੋਂ ਬਾਅਦ।

ਅਧਿਕਾਰ ਹੁਣ ਸਿਧਾਂਤਕ ਨਹੀਂ ਰਿਹਾ।

ਜਦੋਂ ਗੋਲੀਆਂ ਨੇ ਉਸਨੂੰ ਖਤਮ ਨਹੀਂ ਕੀਤਾ।

ਜਦੋਂ ਐਸਕਾਰਟਸ ਨੇ ਉਸਦੀ ਰਾਖੀ ਕੀਤੀ।

ਜਦੋਂ ਉਹ ਧਮਕੀ ਦੇ ਬਾਵਜੂਦ ਪ੍ਰਚਾਰ ਕਰਦਾ ਰਿਹਾ।

ਅਧਿਕਾਰ ਦਿਖਾਈ ਦੇਣ ਲੱਗ ਪਿਆ।

ਉੱਚੀ ਨਹੀਂ।

ਪਰ ਸੈਟਲ ਹੋ ਗਿਆ।

ਅਧਿਕਾਰ ਕੋਈ ਵੱਡਾ ਹਿੱਸਾ ਨਹੀਂ ਹੈ।

ਅਧਿਕਾਰ ਇਕਸਾਰਤਾ ਹੈ।

ਤੁਸੀਂ ਰੌਲਾ ਪਾ ਕੇ ਅਧਿਕਾਰ ਨਹੀਂ ਹਾਸਲ ਕਰਦੇ।

ਤੁਸੀਂ ਸਮਰਪਣ ਕਰਕੇ ਅਧਿਕਾਰ ਪ੍ਰਾਪਤ ਕਰਦੇ ਹੋ।

ਧਰਮ ਗ੍ਰੰਥ ਦੇ ਐਂਕਰ

ਪੁਰਾਣਾ ਨੇਮ

"ਵੇਖ, ਮੈਂ ਤੈਨੂੰ ਦੁਸ਼ਮਣ ਦੀ ਸਾਰੀ ਤਾਕਤ ਉੱਤੇ ਅਧਿਕਾਰ ਦਿੱਤਾ ਹੈ।"

—ਲੂਕਾ 10:19 (ਭਵਿੱਖਬਾਣੀ ਅਧਿਕਾਰ ਦੇ ਨਮੂਨੇ ਦੀ ਪੂਰਤੀ)

(ਅਸੀਂ ਇਸ ਨਾਲ ਜੁੜਦੇ ਹਾਂ ਪਰ ਸਪਸ਼ਟ ਤੌਰ 'ਤੇ OT ਸ਼ਾਮਲ ਕਰਦੇ ਹਾਂ :)

"ਤਦ ਦਾਊਦ ਨੇ ਫਲਿਸਤੀ ਨੂੰ ਕਿਹਾ... ਮੈਂ ਸੈਨਾਂ ਦੇ ਯਹੋਵਾਹ ਦੇ ਨਾਮ ਉੱਤੇ ਤੇਰੇ ਕੋਲ ਆਉਂਦਾ ਹਾਂ।"

—1 ਸਮੂਏਲ 17:45

ਅਧਿਕਾਰ ਇਕਰਾਰ-ਅਧਾਰਤ ਹੈ।

ਨਵਾਂ ਨੇਮ

"ਸਾਰਾ ਇਖ਼ਤਿਆਰ ਮੈਨੂੰ ਦਿੱਤਾ ਗਿਆ ਹੈ... ਇਸ ਲਈ ਜਾਹ।"

— ਮੱਤੀ 28:18-19

ਅਧਿਕਾਰ ਮਸੀਹ ਤੋਂ ਵਗਦਾ ਹੈ - ਆਪਣੇ ਆਪ ਤੋਂ ਨਹੀਂ।

ਪਾਠ

ਵਿਸ਼ਵਾਸੀ ਤਿੰਨ ਤਰ੍ਹਾਂ ਦੇ ਹੁੰਦੇ ਹਨ:

1. ਅਧਿਕਾਰ ਤੋਂ ਬਿਨਾਂ ਵਿਸ਼ਵਾਸੀ - ਡਰਪੋਕ ਅਤੇ ਪ੍ਰਤੀਕਿਰਿਆਸ਼ੀਲ।
2. ਵਿਸ਼ਵਾਸੀ ਜੋ ਅਧਿਕਾਰ ਦੀ ਨਕਲ ਕਰਦੇ ਹਨ - ਉੱਚੀ ਪਰ ਅਸਥਿਰ।
3. ਵਿਸ਼ਵਾਸੀ ਜੋ ਅਧਿਕਾਰ ਵਿੱਚ ਚੱਲਦੇ ਹਨ - ਸ਼ਾਂਤ ਪਰ ਅਚੱਲ।

ਸੱਚਾ ਅਧਿਕਾਰ ਇਹਨਾਂ ਤੋਂ ਆਉਂਦਾ ਹੈ:

- ਸਾਫ਼ ਜ਼ਮੀਰ।
- ਨਿਰੰਤਰ ਆਗਿਆਕਾਰੀ।
- ਸੰਰਚਿਤ ਪ੍ਰਾਰਥਨਾ ਜੀਵਨ।
- ਮੋਹਰਬੰਦ ਵਫ਼ਾਦਾਰੀ।
- ਅਸਾਈਨਮੈਂਟ ਸਾਫ਼ ਕਰੋ।

ਜੇਕਰ ਤੁਸੀਂ ਵੰਡੇ ਹੋਏ ਰਹਿੰਦੇ ਹੋ ਤਾਂ ਤੁਸੀਂ ਡਰ ਨੂੰ ਬਾਹਰ ਨਹੀਂ ਕੱਢ ਸਕਦੇ।

ਜੇ ਤੁਸੀਂ ਨਿੱਜੀ ਤੌਰ 'ਤੇ ਗੱਲਬਾਤ ਕਰਦੇ ਹੋ ਤਾਂ ਤੁਸੀਂ ਮਜ਼ਬੂਤੀ ਨਾਲ ਨਹੀਂ ਖੜ੍ਹੇ ਹੋ ਸਕਦੇ।

ਅਧਿਕਾਰ ਸਵਰਗ ਦੀ ਸਰਕਾਰ ਨਾਲ ਮੇਲ ਖਾਂਦਾ ਹੈ।

ਅਤੇ ਅਧਿਕਾਰ ਦੀ ਵਰਤੋਂ ਇਸ ਰਾਹੀਂ ਕੀਤੀ ਜਾਂਦੀ ਹੈ:

- ਸ਼ਬਦ।
- ਫੈਸਲੇ।
- ਸੀਮਾਵਾਂ।
- ਮੌਜੂਦਗੀ।

ਪ੍ਰਤੀਬਿੰਬ ਸਵਾਲ

1. ਕੀ ਮੈਂ ਆਪਣੇ ਅਧਿਆਤਮਿਕ ਅਧਿਕਾਰ ਨੂੰ ਸਮਝਦਾ ਹਾਂ?
2. ਜਦੋਂ ਮੈਨੂੰ ਦ੍ਰਿੜ ਰਹਿਣਾ ਚਾਹੀਦਾ ਹੈ ਤਾਂ ਮੈਂ ਕਿੱਥੇ ਡਰਪੋਕ ਬਣਾਂ?
3. ਕੀ ਕੋਈ ਲੁਕਿਆ ਹੋਇਆ ਸਮਝੌਤਾ ਮੇਰੇ ਆਤਮਵਿਸ਼ਵਾਸ ਨੂੰ ਕਮਜ਼ੋਰ ਕਰ ਰਿਹਾ ਹੈ?
4. ਕੀ ਮੈਂ ਜ਼ਿੰਮੇਵਾਰੀ ਨਾਲ ਅਧਿਕਾਰ ਦੀ ਵਰਤੋਂ ਕਰਦਾ ਹਾਂ?

5. ਕੀ ਮੇਰੀ ਪ੍ਰਾਰਥਨਾ ਜ਼ਿੰਦਗੀ ਕਿਸੇ ਅਜਿਹੇ ਵਿਅਕਤੀ ਨੂੰ ਦਰਸਾਉਂਦੀ ਹੈ ਜੋ ਆਪਣੀ ਸਥਿਤੀ ਜਾਣਦਾ ਹੈ?

ਇਮਾਨਦਾਰੀ ਨਾਲ ਜਵਾਬ ਦਿਓ।

ਘੋਸ਼ਣਾ

ਖੜ੍ਹੇ ਹੋਵੋ ਅਤੇ ਐਲਾਨ ਕਰੋ:

"ਮੈਂ ਮਸੀਹ ਦੇ ਅਧਿਕਾਰ ਵਿੱਚ ਖੜ੍ਹਾ ਹਾਂ।

ਮੈਂ ਸਵਰਗ ਦੀ ਸਰਕਾਰ ਨਾਲ ਜੁੜਿਆ ਹੋਇਆ ਹਾਂ। ਮੈਂ ਪਿੱਛੇ ਨਹੀਂ ਹਟਾਂਗਾ। ਮੈਂ ਅਧਿਕਾਰ ਦੀ ਦੁਰਵਰਤੋਂ ਨਹੀਂ ਕਰਾਂਗਾ। ਮੈਂ ਅਨੁਸ਼ਾਸਿਤ ਵਿਸ਼ਵਾਸ ਨਾਲ ਚੱਲਦਾ ਹਾਂ।"

ਦ੍ਰਿੜਤਾ ਨਾਲ ਦੁਹਰਾਓ।

ਢਾਂਚਾਗਤ ਪ੍ਰਾਰਥਨਾ (45 ਮਿੰਟ)

1. ਪੂਜਾ (10 ਮਿੰਟ)

ਮਸੀਹ ਨੂੰ ਰਾਜਾ ਵਜੋਂ ਸਤਿਕਾਰੋ।

2. ਇਕਸਾਰਤਾ (15 ਮਿੰਟ)

ਸਾਫ਼ ਦਿਲ ਅਤੇ ਇਮਾਨਦਾਰੀ ਲਈ ਪ੍ਰਾਰਥਨਾ ਕਰੋ।

3. ਦਾਅਵਾ (10 ਮਿੰਟ)

ਆਪਣੇ ਜੀਵਨ ਬਾਰੇ ਧਰਮ ਗ੍ਰੰਥ ਦਾ ਐਲਾਨ ਕਰੋ।

4. ਜ਼ਿੰਮੇਵਾਰੀ (10 ਮਿੰਟ)

ਨਿਮਰਤਾ ਨਾਲ ਅਧਿਕਾਰ ਨਿਭਾਉਣ ਲਈ ਬੁੱਧੀ ਮੰਗੋ।

ਇਸ ਨਾਲ ਬੰਦ ਕਰੋ:

"ਮੈਂ ਦ੍ਰਿੜ ਹਾਂ।"

ਐਕਸ਼ਨ ਪੁਆਇੰਟ

1. ਇੱਕ ਖੇਤਰ ਦੀ ਪਛਾਣ ਕਰੋ ਜਿੱਥੇ ਤੁਹਾਨੂੰ ਅਧਿਆਤਮਿਕ ਅਧਿਕਾਰ ਦੀ ਵਰਤੋਂ ਕਰਨੀ ਚਾਹੀਦੀ ਹੈ।
2. ਤੁਹਾਡੀ ਸਥਿਤੀ ਨੂੰ ਕਮਜ਼ੋਰ ਕਰਨ ਵਾਲੇ ਕਿਸੇ ਵੀ ਸਮਝੌਤੇ ਨੂੰ ਦੂਰ ਕਰੋ।
3. ਆਪਣੇ ਆਲੇ-ਦੁਆਲੇ ਧਰਮ-ਗ੍ਰੰਥ ਬੋਲੋ।
4. ਅੱਜ ਹੀ ਆਪਣੀ ਪ੍ਰਾਰਥਨਾ ਦੇ ਅਨੁਸ਼ਾਸਨ ਨੂੰ ਮਜ਼ਬੂਤ ਬਣਾਓ।
5. ਮਸੀਹ ਵਿੱਚ ਆਪਣੀ ਪਛਾਣ ਪ੍ਰਤੀ ਸੁਚੇਤ ਹੋ ਕੇ ਚੱਲੋ।

ਦਿਨ 35

ਤੀਬਰਤਾ ਤੋਂ ਪਰੇ ਧੀਰਜ

ਸਟੋਰੀ ਐਂਕਰ

ਅੱਗ ਬਹੁਤ ਤੇਜ਼ ਸੀ।

ਦ੍ਰਿਸ਼ਟੀ ਤੀਬਰ ਸੀ।

ਹੋਟਲ ਵਿੱਚ ਮੁਲਾਕਾਤ ਬਹੁਤ ਹੀ ਗਹਿਰੀ ਸੀ।

ਗੋਲੀਬਾਰੀ ਜ਼ੋਰਦਾਰ ਸੀ।

ਨਿਕਾਸੀ ਬਹੁਤ ਜ਼ੋਰਦਾਰ ਸੀ।

ਪਰ ਤੀਬਰਤਾ ਪਲ ਭਰ ਦੀ ਹੁੰਦੀ ਹੈ।

ਧੀਰਜ ਜੀਵਨ ਭਰ ਹੈ।

ਮੀਡੀਆ ਦੇ ਫਿੱਕੇ ਪੈਣ ਤੋਂ ਬਾਅਦ।

ਐਸਕਾਰਟਸ ਦੇ ਆਮ ਹੋਣ ਤੋਂ ਬਾਅਦ। ਧਮਕੀ ਘੱਟ ਹੋਣ ਤੋਂ ਬਾਅਦ। ਭੀੜ ਅੱਗੇ ਵਧਣ ਤੋਂ ਬਾਅਦ।

ਤੁਹਾਡੇ ਕੋਲ ਆਮ ਦਿਨ ਬਾਕੀ ਹਨ।

ਅਤੇ ਆਮ ਦਿਨ ਲੰਬੀ ਉਮਰ ਨਿਰਧਾਰਤ ਕਰਦੇ ਹਨ।

ਕਈ ਮਜ਼ਬੂਤੀ ਨਾਲ ਸ਼ੁਰੂਆਤ ਕਰਦੇ ਹਨ।

ਕੁਝ ਹੀ ਸਥਿਰ ਰਹਿੰਦੇ ਹਨ।

ਧੀਰਜ ਨਾਟਕੀ ਨਹੀਂ ਹੈ।

ਇਹ ਅਨੁਸ਼ਾਸਿਤ ਦੁਹਰਾਓ ਹੈ।

ਧਰਮ ਗ੍ਰੰਥ ਦੇ ਐਂਕਰ

ਪੁਰਾਣਾ ਨੇਮ

"ਆਓ, ਅਸੀਂ ਉਸ ਦੌੜ ਵਿੱਚ ਜੋ ਸਾਡੇ ਸਾਹਮਣੇ ਪਈ ਹੋਈ ਹੈ ਸਬਰ ਨਾਲ ਦੌੜੀਏ।"

—ਇਬਰਾਨੀਆਂ 12:1

ਦੌੜ ਕੋਈ ਦੌੜ ਨਹੀਂ ਹੁੰਦੀ।

(ਇਹ ਮਸੀਹ ਵਿੱਚ ਪੂਰੇ ਹੋਏ ਪੁਰਾਣੇ ਨੇਮ ਦੇ ਦ੍ਰਿੜਤਾ ਨੂੰ ਦਰਸਾਉਂਦਾ ਹੈ।)

ਇਹ ਵੀ:

"ਭਾਵੇਂ ਦੇਰ ਲੱਗੇ, ਪਰ ਇਸਦੀ ਉਡੀਕ ਕਰੋ।"

—ਹਬੱਕੂਕ 2:3

ਦੇਰੀ ਨਾਲ ਸਟੈਮਿਨਾ ਟੈਸਟ ਹੁੰਦਾ ਹੈ।

ਨਵਾਂ ਨੇਮ

"ਜਿਹੜਾ ਅੰਤ ਤੱਕ ਸਹੇਗਾ ਉਹੀ ਬਚਾਇਆ ਜਾਵੇਗਾ।"

—ਮੱਤੀ 24:13

ਉਹ ਨਹੀਂ ਜੋ ਉੱਚੀ ਆਵਾਜ਼ ਵਿੱਚ ਸ਼ੁਰੂ ਕਰਦਾ ਹੈ।

ਉਹ ਜੋ ਸਬਰ ਰੱਖਦਾ ਹੈ।

ਪਾਠ

ਧੀਰਜ ਇਹਨਾਂ ਰਾਹੀਂ ਬਣਾਇਆ ਜਾਂਦਾ ਹੈ:

- ਰੋਜ਼ਾਨਾ ਪ੍ਰਾਰਥਨਾ।
- ਨਿਰੰਤਰ ਆਗਿਆਕਾਰੀ।
- ਅਪਰਾਧ ਤੋਂ ਇਨਕਾਰ ਕਰਨਾ।

- ਆਪਣੇ ਦਿਲ ਦੀ ਰਾਖੀ ਕਰਨਾ।
- ਸ਼ੁੱਧਤਾ ਦੀ ਰੱਖਿਆ ਕਰਨਾ।
- ਲੱਗੇ ਰਹਿਣਾ।

ਅਧਿਆਤਮਿਕ ਪਤਨ ਬਹੁਤ ਘੱਟ ਹੀ ਅਚਾਨਕ ਹੁੰਦਾ ਹੈ।

ਇਹ ਹੌਲੀ-ਹੌਲੀ ਮਿਟਦਾ ਹੈ।

ਧੀਰਜ ਬੁਲਾਵੇ ਦੀ ਰੱਖਿਆ ਕਰਦਾ ਹੈ।

ਤੁਸੀਂ ਭਾਵਨਾਵਾਂ ਨਾਲ ਸਹਿਣ ਨਹੀਂ ਕਰਦੇ।

ਤੁਸੀਂ ਤਾਲ ਨਾਲ ਸਹਿਣ ਕਰਦੇ ਹੋ।

ਤੁਸੀਂ ਜਨਤਕ ਪ੍ਰਸ਼ੰਸਾ ਨਾਲ ਸਹਿਣ ਨਹੀਂ ਕਰਦੇ।

ਤੁਸੀਂ ਨਿੱਜੀ ਅਨੁਸ਼ਾਸਨ ਦੁਆਰਾ ਸਹਿਣ ਕਰਦੇ ਹੋ।

ਜੇ ਤੁਸੀਂ ਬੋਰੀਅਤ ਤੋਂ ਨਹੀਂ ਬਚ ਸਕਦੇ, ਤਾਂ
ਤੁਸੀਂ ਲੰਬੀ ਉਮਰ ਵੀ ਨਹੀਂ ਜੀ ਸਕਦੇ।

ਪ੍ਰਤੀਬਿੰਬ ਸਵਾਲ

1. ਕੀ ਮੈਂ ਸਥਿਰਤਾ ਨਾਲੋਂ ਜ਼ਿਆਦਾ ਤੀਬਰਤਾ ਚਾਹੁੰਦਾ ਹਾਂ?
2. ਜਦੋਂ ਉਤਸ਼ਾਹ ਘੱਟ ਜਾਂਦਾ ਹੈ ਤਾਂ ਮੈਂ ਕਿਵੇਂ ਪ੍ਰਤੀਕਿਰਿਆ ਕਰਾਂ?
3. ਕਿਹੜੇ ਨਿਯਮ ਮੇਰੀ ਲੰਬੀ ਸੈਰ ਦੀ ਰੱਖਿਆ ਕਰਦੇ ਹਨ?
4. ਕੀ ਮੈਂ ਅਜਿਹੀਆਂ ਆਦਤਾਂ ਬਣਾ ਰਿਹਾ ਹਾਂ ਜੋ 20 ਸਾਲਾਂ ਤੱਕ ਚੱਲ ਸਕਣ?
5. ਜੇ ਕੱਲ੍ਹ ਨੂੰ ਜ਼ੁਲਮ ਵਾਪਸ ਆ ਜਾਵੇ, ਤਾਂ ਕੀ ਮੈਂ ਫਿਰ ਵੀ ਖੜ੍ਹਾ ਰਹਾਂਗਾ?

ਡੂੰਘਾਈ ਨਾਲ ਜਵਾਬ ਦਿਓ।

ਘੋਸ਼ਣਾ

ਖੜ੍ਹੇ ਹੋਵੋ ਅਤੇ ਐਲਾਨ ਕਰੋ:

"ਮੈਂ ਸਹਿਣ ਕਰਾਂਗਾ।

ਮੈਂ ਸੜਾਂਗਾ ਨਹੀਂ। ਮੈਂ ਡਗਮਗਾ ਨਹੀਂ।

ਮੈਂ ਇਕਸਾਰ ਰਹਾਂਗਾ।

ਮੇਰਾ ਵਿਸ਼ਵਾਸ ਲੰਬੇ ਸਮੇਂ ਦਾ ਹੈ।"

ਇਸਨੂੰ ਹੌਲੀ-ਹੌਲੀ ਦੁਹਰਾਓ।

ਢਾਂਚਾਗਤ ਪ੍ਰਾਰਥਨਾ (45 **ਮਿੰਟ**)

1. **ਪੂਜਾ** (10 **ਮਿੰਟ**)

ਮਸੀਹ ਨੂੰ ਵਫ਼ਾਦਾਰ ਵਜੋਂ ਸਤਿਕਾਰੋ।

2. **ਤਾਕਤ** (15 **ਮਿੰਟ**)

ਅਧਿਆਤਮਿਕ ਤਾਕਤ ਲਈ ਬੇਨਤੀ ਕਰੋ।

3. **ਸੁਰੱਖਿਆ** (10 **ਮਿੰਟ**)

ਹੌਲੀ ਵਹਾਅ ਤੋਂ ਬਚਣ ਲਈ ਪ੍ਰਾਰਥਨਾ ਕਰੋ।

4. **ਵਚਨਬੱਧਤਾ** (10 **ਮਿੰਟ**)

ਲੰਬੇ ਸਮੇਂ ਤੱਕ ਆਗਿਆਕਾਰੀ ਲਈ ਵਚਨਬੱਧ ਰਹੋ।

ਇਸ ਨਾਲ ਬੰਦ ਕਰੋ:

"ਮੈਂ ਚੰਗੀ ਤਰ੍ਹਾਂ ਖਤਮ ਕਰਾਂਗਾ।"

ਐਕਸ਼ਨ ਪੁਆਇੰਟ

1. ਇੱਕ ਲੰਬੇ ਸਮੇਂ ਦੇ ਅਨੁਸ਼ਾਸਨ ਨੂੰ ਮਜ਼ਬੂਤ ਬਣਾਓ।
2. ਇੱਕ ਅਜਿਹਾ ਪੈਟਰਨ ਹਟਾਓ ਜੋ ਬਰਨਆਉਟ ਵੱਲ ਲੈ ਜਾਂਦਾ ਹੈ।

3. ਅਧਿਆਤਮਿਕ ਤੌਰ 'ਤੇ ਪਿੱਛੇ ਹਟੇ ਬਿਨਾਂ ਜਾਣਬੁੱਝ ਕੇ ਆਰਾਮ ਕਰੋ।
4. ਇਬਰਾਨੀਆਂ 12 ਨੂੰ ਹੌਲੀ-ਹੌਲੀ ਪੜ੍ਹੋ।
5. ਆਪਣੇ ਅਗਲੇ 30 ਦਿਨਾਂ ਦੀ ਅਧਿਆਤਮਿਕ ਯੋਜਨਾ ਬਣਾਓ।

ਦਿਨ 36

ਸੁਰੱਖਿਆ ਵਜੋਂ ਪਵਿੱਤਰਤਾ

ਸਟੋਰੀ ਐਂਕਰ

ਗੋਲੀਆਂ ਨੇ ਉਸਨੂੰ ਖਤਮ ਨਹੀਂ ਕੀਤਾ।

ਧਮਕੀ ਨੇ ਉਸਨੂੰ ਚੁੱਪ ਨਹੀਂ ਕਰਵਾਇਆ।

ਵਿਰੋਧੀ ਧਿਰ ਨੇ ਉਸਨੂੰ ਭ੍ਰਿਸ਼ਟ ਨਹੀਂ ਕੀਤਾ।

ਪਰ ਕੁਝ ਹੋਰ ਵੀ ਖ਼ਤਰਨਾਕ ਚੀਜ਼ ਚੁੱਪ-ਚਾਪ ਸਭ ਕੁਝ ਤਬਾਹ ਕਰ ਸਕਦੀ ਸੀ:

ਨਿੱਜੀ ਸਮਝੌਤਾ।

ਕੋਈ ਵੀ ਸਹਾਇਕ ਤੁਹਾਨੂੰ ਗੁਪਤ ਪਾਪ ਤੋਂ ਨਹੀਂ ਬਚਾ ਸਕਦਾ।

ਕੋਈ ਵੀ ਰਾਸ਼ਟਰਪਤੀ ਦਖਲਅੰਦਾਜ਼ੀ ਅਖੰਡਤਾ ਨੂੰ ਸੁਰੱਖਿਅਤ ਨਹੀਂ ਰੱਖ ਸਕਦੀ।

ਕੋਈ ਵੀ ਡਾਕਟਰੀ ਨਿਕਾਸੀ ਨੈਤਿਕ ਪਤਨ ਨੂੰ ਠੀਕ ਨਹੀਂ ਕਰ ਸਕਦੀ।

ਸਭ ਤੋਂ ਵੱਡਾ ਖ਼ਤਰਾ ਬਹੁਤ ਘੱਟ ਬਾਹਰੀ ਹੁੰਦਾ ਹੈ।

ਇਹ ਅੰਦਰੂਨੀ ਖੋਰਾ ਹੈ।

ਪਵਿੱਤਰਤਾ ਕਾਨੂੰਨਵਾਦ ਨਹੀਂ ਹੈ।

ਇਹ ਅਧਿਆਤਮਿਕ ਸੁਰੱਖਿਆ ਹੈ।

ਜਦੋਂ ਜ਼ਮੀਰ ਸਾਫ਼ ਹੁੰਦੀ ਹੈ, ਤਾਂ

ਅਧਿਕਾਰ ਮਜ਼ਬੂਤ ਰਹਿੰਦਾ ਹੈ।

ਜਦੋਂ ਦਿਲ ਵੰਡਿਆ ਜਾਂਦਾ ਹੈ, ਤਾਂ

ਵਿਸ਼ਵਾਸ ਕਮਜ਼ੋਰ ਹੋ ਜਾਂਦਾ ਹੈ।

ਦੁਸ਼ਮਣ ਹਿੰਸਾ ਰਾਹੀਂ ਅਸਫਲ ਹੋਇਆ।

ਉਹ ਭ੍ਰਿਸ਼ਟਾਚਾਰ ਦੀ ਕੋਸ਼ਿਸ਼ ਕਰੇਗਾ।

ਧਰਮ ਗ੍ਰੰਥ ਦੇ ਐਂਕਰ

ਪੁਰਾਣਾ ਨੇਮ

"ਯਹੋਵਾਹ ਦੇ ਪਹਾੜ ਉੱਤੇ ਕੌਣ ਚੜ੍ਹ ਸਕਦਾ ਹੈ? … ਉਹ ਜਿਸਦੇ ਹੱਥ ਸਾਫ਼ ਅਤੇ ਦਿਲ ਸ਼ੁੱਧ ਹੈ।"

—ਜ਼ਬੂਰ 24:3-4

ਪਹੁੰਚ ਲਈ ਸ਼ੁੱਧਤਾ ਦੀ ਲੋੜ ਹੁੰਦੀ ਹੈ।

ਨਵਾਂ ਨੇਮ

"ਪਵਿੱਤਰਤਾ ਦੀ ਭਾਲ ਕਰੋ, ਜਿਸ ਤੋਂ ਬਿਨਾਂ ਕੋਈ ਵੀ ਪ੍ਰਭੂ ਨੂੰ ਨਹੀਂ ਵੇਖੇਗਾ।"

— ਇਬਰਾਨੀਆਂ 12:14

ਪਵਿੱਤਰਤਾ ਵਿਕਲਪਿਕ ਨਹੀਂ ਹੈ।

ਪਾਠ

ਪਵਿੱਤਰਤਾ ਤਿੰਨ ਤਰੀਕਿਆਂ ਨਾਲ ਰੱਖਿਆ ਕਰਦੀ ਹੈ:

1. ਇਹ ਅਧਿਕਾਰ ਨੂੰ ਸੁਰੱਖਿਅਤ ਰੱਖਦਾ ਹੈ।
2. ਇਹ ਭਰੋਸੇਯੋਗਤਾ ਦੀ ਰੱਖਿਆ ਕਰਦਾ ਹੈ।
3. ਇਹ ਪੀੜ੍ਹੀ ਦਰ ਪੀੜ੍ਹੀ ਪ੍ਰਭਾਵ ਨੂੰ ਸੁਰੱਖਿਅਤ ਕਰਦਾ ਹੈ।

ਅਤਿਆਚਾਰ ਤੁਹਾਨੂੰ ਉੱਚਾ ਚੁੱਕ ਸਕਦਾ ਹੈ।

ਪਾਪ ਤੁਹਾਨੂੰ ਅਯੋਗ ਠਹਿਰਾ ਦੇਵੇਗਾ।

ਸਭ ਤੋਂ ਦੁਖਦਾਈ ਕਹਾਣੀਆਂ ਉਹ ਨਹੀਂ ਹਨ ਜਿਨ੍ਹਾਂ 'ਤੇ ਹਮਲਾ ਹੋਇਆ ਸੀ।

ਇਹ ਉਹ ਹਨ ਜਿਨ੍ਹਾਂ ਨੂੰ ਬਚਾਇਆ ਗਿਆ ਸੀ - ਪਰ ਬਾਅਦ ਵਿੱਚ ਸਮਝੌਤਾ ਕੀਤਾ ਗਿਆ ਸੀ।

ਪਵਿੱਤਰਤਾ ਡਰ ਬਾਰੇ ਨਹੀਂ ਹੈ।

ਇਹ ਇਕਸਾਰਤਾ ਬਾਰੇ ਹੈ।

ਇਹ ਰਾਖੀ ਕਰਦਾ ਹੈ:

- ਤੁਹਾਡਾ ਵਿਆਹ।
- ਤੁਹਾਡੀ ਸੇਵਕਾਈ।
- ਤੁਹਾਡੇ ਬੱਚੇ।
- ਤੁਹਾਡਾ ਪ੍ਰਭਾਵ।
- ਤੁਹਾਡੀ ਸ਼ਾਂਤੀ।

ਪਵਿੱਤਰਤਾ ਰੋਜ਼ਾਨਾ ਚੌਕਸੀ ਹੈ।

ਕਦੇ-ਕਦਾਈਂ ਤੀਬਰਤਾ ਨਹੀਂ।

ਪ੍ਰਤੀਬਿੰਬ ਸਵਾਲ

1. ਕੀ ਮੇਰੀ ਜ਼ਿੰਦਗੀ ਵਿੱਚ ਕੋਈ ਲੁਕਿਆ ਹੋਇਆ ਸਮਝੌਤਾ ਹੈ?
2. ਕਿਹੜਾ ਨਿੱਜੀ ਪੈਟਰਨ ਮੇਰੇ ਅਧਿਕਾਰ ਨੂੰ ਕਮਜ਼ੋਰ ਕਰ ਸਕਦਾ ਹੈ?
3. ਕੀ ਐਕਸਪੋਜਰ ਮੇਰੀ ਭਰੋਸੇਯੋਗਤਾ ਨੂੰ ਨੁਕਸਾਨ ਪਹੁੰਚਾਏਗਾ?
4. ਕੀ ਮੈਂ ਪਵਿੱਤਰਤਾ ਨੂੰ ਬੇਢੰਗੇ ਢੰਗ ਨਾਲ ਪੇਸ਼ ਕਰ ਰਿਹਾ ਹਾਂ?

5. ਮੈਨੂੰ ਕਿਹੜੀਆਂ ਸੀਮਾਵਾਂ ਮਜ਼ਬੂਤ ਕਰਨੀਆਂ ਚਾਹੀਦੀਆਂ ਹਨ?

ਪ੍ਰਦਰਸ਼ਨ ਤੋਂ ਬਿਨਾਂ ਜਵਾਬ ਦਿਓ।

ਘੋਸ਼ਣਾ

ਖੜ੍ਹੇ ਹੋਵੋ ਅਤੇ ਐਲਾਨ ਕਰੋ:

"ਮੈਂ ਪਵਿੱਤਰਤਾ ਦਾ ਪਿੱਛਾ ਕਰਦਾ ਹਾਂ।

ਮੇਰਾ ਨਿੱਜੀ ਜੀਵਨ ਸਾਫ਼ ਰਹੇਗਾ। ਮੈਂ ਆਪਣੇ ਦਿਲ ਦੀ ਰਾਖੀ ਕਰਦਾ ਹਾਂ।

ਮੈਂ ਗੁਪਤ ਸਮਝੌਤੇ ਨੂੰ ਰੱਦ ਕਰਦਾ ਹਾਂ। ਪਵਿੱਤਰਤਾ ਮੇਰੇ ਕੰਮ ਦੀ ਰੱਖਿਆ ਕਰਦੀ ਹੈ।"

ਹੌਲੀ-ਹੌਲੀ ਦੁਹਰਾਓ।

ਢਾਂਚਾਗਤ ਪ੍ਰਾਰਥਨਾ (45 **ਮਿੰਟ**)

1. **ਪੂਜਾ** (10 **ਮਿੰਟ**)

ਪਰਮਾਤਮਾ ਨੂੰ ਪਵਿੱਤਰ ਮੰਨ ਕੇ ਉਸਦਾ ਸਤਿਕਾਰ ਕਰੋ।

2. **ਜਾਂਚ** (15 **ਮਿੰਟ**)

ਲੁਕਵੇਂ ਸਮਝੌਤੇ ਦਾ ਪਰਦਾਫਾਸ਼ ਕਰਨ ਲਈ ਕਹੋ।

3. **ਪਛਤਾਵਾ** (10 **ਮਿੰਟ**)

ਖਾਸ ਤੌਰ 'ਤੇ ਇਕਬਾਲ ਕਰੋ।

4. **ਸੁਰੱਖਿਆ** (10 **ਮਿੰਟ**)

ਆਪਣੀ ਜਾਨ ਦੀ ਰਾਖੀ ਲਈ ਤਾਕਤ ਮੰਗੋ।

ਇਸ ਨਾਲ ਬੰਦ ਕਰੋ:

"ਮੇਰੇ ਦਿਲ ਦੀ ਰਾਖੀ ਕਰੋ।"

ਐਕਸ਼ਨ ਪੁਆਇੰਟ

1. ਅੱਜ ਹੀ ਇੱਕ ਸਮਝੌਤਾ ਕਰਨ ਵਾਲੇ ਪ੍ਰਭਾਵ ਨੂੰ ਦੂਰ ਕਰੋ।
2. ਜਵਾਬਦੇਹੀ ਨੂੰ ਮਜ਼ਬੂਤ ਬਣਾਓ।
3. ਆਪਣੇ ਵਿਚਾਰ ਜੀਵਨ ਦੀ ਜਾਣਬੁੱਝ ਕੇ ਰਾਖੀ ਕਰੋ।
4. ਜ਼ਬੂਰ 24 ਨੂੰ ਹੌਲੀ-ਹੌਲੀ ਪੜ੍ਹੋ।
5. ਇੱਕ ਸੀਮਾ ਨੂੰ ਗੈਰ-ਸਮਝੌਤਾਯੋਗ ਬਣਾਓ।

ਦਿਨ 37

ਤੁਹਾਡੀ ਧੀਰਜ ਕੀ ਬਣਾਉਂਦੀ ਹੈ

ਸਟੋਰੀ ਐਂਕਰ

ਕਹਾਣੀ ਸਿਰਫ਼ ਬਚਾਅ ਬਾਰੇ ਨਹੀਂ ਹੈ।

ਇਹ ਇਸ ਬਾਰੇ ਹੈ ਕਿ ਬਚਾਅ ਤੋਂ ਬਾਅਦ ਕੀ ਬਣਾਇਆ ਗਿਆ ਸੀ।

ਸੇਵਕਾਈ ਜਾਰੀ ਰਹੀ।

ਚਰਚ ਸਥਾਪਿਤ ਕੀਤਾ।

ਭਾਈਚਾਰੇ ਪ੍ਰਭਾਵਿਤ ਹੋਏ।

ਐਲ- ਬੂਬਾ ਆਊਟਰੀਚ ਮਿਨਿਸਟ੍ਰੀਜ਼ ਇੰਟਰਨੈਸ਼ਨਲ (EBOMI) ਇੱਕ ਢਾਂਚਾਗਤ ਨਿਰੰਤਰਤਾ ਵਜੋਂ ਖੜ੍ਹਾ ਹੈ।

ਪਰਿਵਾਰ ਅਜੇ ਵੀ ਇਕੱਠੇ ਖਾਂਦਾ ਹੈ - ਧਰਮ ਦੁਆਰਾ ਵੰਡਿਆ ਹੋਇਆ ਪਰ ਨਫ਼ਰਤ ਦੁਆਰਾ ਨਹੀਂ।

ਇੱਕ ਮੇਜ਼ 'ਤੇ ਮੁਸਲਿਮ ਅਤੇ ਈਸਾਈ ਰਿਸ਼ਤੇਦਾਰ।

ਉਹਨਾਂ ਭਾਈਚਾਰਿਆਂ ਦੀ ਸੇਵਾ ਜਿੱਥੇ ਬਹੁਤ ਸਾਰੇ ਲਾਭਪਾਤਰੀ ਮੁਸਲਮਾਨ ਰਹਿੰਦੇ ਹਨ।

ਸਕੂਲ।

ਖੇਤੀਬਾੜੀ ਸਹਾਇਤਾ। ਗਰੀਬਾਂ ਅਤੇ ਲੋੜਵੰਦਾਂ ਦੀ ਦੇਖਭਾਲ। ਬਹੁਗਿਣਤੀ ਈਸਾਈ ਨਹੀਂ।

ਧੀਰਜ ਪੁਲ ਬਣਾਉਂਦਾ ਹੈ।

ਪਵਿੱਤਰਤਾ ਭਰੋਸੇਯੋਗਤਾ ਦੀ ਰੱਖਿਆ ਕਰਦੀ ਹੈ।

ਇਕਸਾਰਤਾ ਵਿਸ਼ਵਾਸ ਕਮਾਉਂਦੀ ਹੈ।

ਪੀੜ੍ਹੀਆਂ ਦੇ ਪ੍ਰਭਾਵ ਲਈ ਸਥਿਰਤਾ ਦੀ ਲੋੜ ਹੁੰਦੀ ਹੈ।

ਤੁਸੀਂ ਤੀਬਰਤਾ ਨਾਲ ਵਿਰਾਸਤ ਨਹੀਂ ਬਣਾਉਂਦੇ।

ਤੁਸੀਂ ਇਸਨੂੰ ਧੀਰਜ ਦੁਆਰਾ ਬਣਾਉਂਦੇ ਹੋ।

ਧਰਮ ਗ੍ਰੰਥ ਦੇ ਐਂਕਰ

ਪੁਰਾਣਾ ਨੇਮ

"ਇੱਕ ਪੀੜ੍ਹੀ ਦੂਜੀ ਪੀੜ੍ਹੀ ਨੂੰ ਤੇਰੇ ਕੰਮਾਂ ਦੀ ਉਸਤਤ ਕਰੇਗੀ।"

—ਜ਼ਬੂਰ 145:4

ਵਿਸ਼ਵਾਸ ਦਾ ਸੰਚਾਰ ਹੋਣਾ ਚਾਹੀਦਾ ਹੈ।

ਨਵਾਂ ਨੇਮ

"ਜਿਹੜੀਆਂ ਗੱਲਾਂ ਤੂੰ ਮੇਰੇ ਕੋਲੋਂ ਸੁਣੀਆਂ ਹਨ... ਉਨ੍ਹਾਂ ਨੂੰ ਵਫ਼ਾਦਾਰ ਮਨੁੱਖਾਂ ਨੂੰ ਸੌਂਪ ਜੋ ਦੂਜਿਆਂ ਨੂੰ ਵੀ ਸਿਖਾ ਸਕਣ।"

—2 ਤਿਮੋਥਿਉਸ 2:2

ਇੱਕ ਆਇਤ ਵਿੱਚ ਚਾਰ ਪੀੜ੍ਹੀਆਂ।

ਪਾਠ

ਤੁਹਾਡਾ ਧੀਰਜ ਸਿਰਫ਼ ਤੁਹਾਡੇ ਲਈ ਨਹੀਂ ਹੈ।

ਇਹ ਬਣਾਉਂਦਾ ਹੈ:

- ਤੁਹਾਡੇ ਬੱਚਿਆਂ ਲਈ ਸਥਿਰਤਾ।
- ਆਪਣੇ ਭਾਈਚਾਰੇ ਵਿੱਚ ਭਰੋਸਾ ਰੱਖੋ।
- ਵੰਡੇ ਹੋਏ ਵਾਤਾਵਰਣ ਵਿੱਚ ਭਰੋਸੇਯੋਗਤਾ।
- ਪ੍ਰਭਾਵ ਲਈ ਪਲੇਟਫਾਰਮ।

ਜੇ ਤੁਸੀਂ ਨੈਤਿਕ ਤੌਰ 'ਤੇ ਡਿੱਗ ਜਾਂਦੇ ਹੋ, ਤਾਂ

ਅਗਲੀ ਪੀੜ੍ਹੀ ਨੂੰ ਇਸਦਾ ਖਮਿਆਜ਼ਾ ਭੁਗਤਣਾ ਪਵੇਗਾ।

ਜੇ ਤੁਸੀਂ ਵਫ਼ਾਦਾਰੀ ਨਾਲ ਸਬਰ ਕਰਦੇ ਹੋ, ਤਾਂ

ਅਗਲੀ ਪੀੜ੍ਹੀ ਮਜ਼ਬੂਤ ਖੜ੍ਹੀ ਹੋਵੇਗੀ।

ਪਵਿੱਤਰਤਾ ਵਿਰਾਸਤ ਨੂੰ ਸੰਭਾਲਦੀ ਹੈ।

ਧੀਰਜ ਪ੍ਰਭਾਵ ਨੂੰ ਵਧਾਉਂਦਾ ਹੈ।

ਤੁਹਾਡੀ ਜ਼ਿੰਦਗੀ ਇਕੱਲੀ ਨਹੀਂ ਹੈ।

ਇਹ ਪੀੜ੍ਹੀ-ਦਰ-ਪੀੜ੍ਹੀ ਹੈ।

ਪ੍ਰਤੀਬਿੰਬ ਸਵਾਲ

1. ਮੇਰੇ ਬੱਚਿਆਂ ਨੂੰ ਮੇਰੀ ਸੈਰ ਤੋਂ ਕੀ ਵਿਰਾਸਤ ਵਿੱਚ ਮਿਲੇਗਾ?
2. ਮੈਂ ਕਿਸ ਤਰ੍ਹਾਂ ਦਾ ਅਧਿਆਤਮਿਕ ਮਾਡਲ ਬਣਾ ਰਿਹਾ ਹਾਂ?
3. ਕੀ ਮੇਰਾ ਧੀਰਜ ਦੂਜਿਆਂ ਨੂੰ ਮਜ਼ਬੂਤ ਕਰਦਾ ਹੈ?
4. ਜੇ ਮੈਂ ਅੱਜ ਰੁਕ ਗਿਆ, ਤਾਂ ਕਿਹੜੀ ਵਿਰਾਸਤ ਬਚੀ ਹੈ?
5. ਮੇਰੀ ਇਕਸਾਰਤਾ ਤੋਂ ਕੌਣ ਸਿੱਖ ਰਿਹਾ ਹੈ?

ਗੰਭੀਰਤਾ ਨਾਲ ਜਵਾਬ ਦਿਓ।

ਘੋਸ਼ਣਾ

ਖੜ੍ਹੇ ਹੋਵੋ ਅਤੇ ਐਲਾਨ ਕਰੋ:

"ਮੇਰਾ ਜੀਵਨ ਪੀੜ੍ਹੀਆਂ ਦੀ ਤਾਕਤ ਦਾ ਨਿਰਮਾਣ ਕਰੇਗਾ।

ਮੈਂ ਢਹਿ ਨਹੀਂ ਜਾਵਾਂਗਾ। ਮੈਂ ਵਫ਼ਾਦਾਰੀ ਨਾਲ ਸਹਿਣ ਕਰਾਂਗਾ। ਮੇਰੀ ਆਗਿਆਕਾਰੀ ਮੈਨੂੰ ਜ਼ਿੰਦਾ ਰੱਖੇਗੀ।"

ਦ੍ਰਿੜਤਾ ਨਾਲ ਦੁਹਰਾਓ।

ਢਾਂਚਾਗਤ ਪ੍ਰਾਰਥਨਾ (45 ਮਿੰਟ)

1. ਸ਼ੁਕਰਗੁਜ਼ਾਰੀ (10 ਮਿੰਟ)

ਆਪਣੀ ਜ਼ਿੰਦਗੀ ਦੇ ਪ੍ਰਭਾਵ ਲਈ ਪਰਮਾਤਮਾ ਦਾ ਧੰਨਵਾਦ ਕਰੋ।

2. ਦ੍ਰਿਸ਼ਟੀ (15 ਮਿੰਟ)

ਅਗਲੀ ਪੀੜ੍ਹੀ ਦੀ ਸਥਿਰਤਾ ਲਈ ਪ੍ਰਾਰਥਨਾ ਕਰੋ।

3. ਸੁਰੱਖਿਆ (10 ਮਿੰਟ)

ਪਰਮਾਤਮਾ ਨੂੰ ਆਪਣੀ ਵਿਰਾਸਤ ਦੀ ਰਾਖੀ ਕਰਨ ਲਈ ਕਹੋ।

4. ਕਮਿਸ਼ਨ (10 ਮਿੰਟ)

ਚੰਗੀ ਤਰ੍ਹਾਂ ਪੂਰਾ ਕਰਨ ਲਈ ਵਚਨਬੱਧ ਹੋਵੋ।

ਇਸ ਨਾਲ ਬੰਦ ਕਰੋ:

"ਮੇਰੀ ਆਗਿਆਕਾਰੀ ਵਧੇਗੀ।"

ਦਿਨ 38

ਜਨਤਕ ਪ੍ਰਣਾਲੀਆਂ ਵਿੱਚ ਲੁਕੀ ਹੋਈ ਵਫ਼ਾਦਾਰੀ

ਸਟੋਰੀ ਐਂਕਰ

ਸਮਰਪਣ ਤੋਂ ਬਾਅਦ।

ਅਤਿਆਚਾਰ ਤੋਂ ਬਾਅਦ। ਬਚਾਅ ਤੋਂ ਬਾਅਦ।

ਉਹ ਇਕੱਲਤਾ ਵਿੱਚ ਅਲੋਪ ਨਹੀਂ ਹੋਇਆ।

ਉਹ ਮੁਸਲਿਮ ਥਾਵਾਂ ਤੋਂ ਪੂਰੀ ਤਰ੍ਹਾਂ ਪਿੱਛੇ ਨਹੀਂ ਹਟਿਆ।

ਪਰਿਵਾਰ ਧਾਰਮਿਕ ਤੌਰ 'ਤੇ ਵੰਡਿਆ ਰਿਹਾ -

ਪਰ ਸਬੰਧਾਂ ਦੇ ਆਧਾਰ 'ਤੇ ਟੁੱਟਿਆ ਨਹੀਂ।

ਉਹ ਅਜੇ ਵੀ ਇਕੱਠੇ ਖਾਂਦੇ ਹਨ।

ਮਾਂ ਇੱਕ ਵਾਰ ਪੂਰੀ ਸ਼ਿਫਟ ਤੋਂ ਪਹਿਲਾਂ ਉਸੇ ਘਰ ਵਿੱਚ ਸੇਵਾ ਕਰਦੀ ਸੀ।

ਭਰਾ ਨੇ ਧਰਮ ਪਰਿਵਰਤਨ ਕੀਤਾ ਜਦੋਂ ਉਹ ਅਜੇ ਵੀ ਸ਼ਾਮਲ ਸੀ।

ਚੇਲਾਪਨ ਸਿਸਟਮ ਦੇ ਅੰਦਰ ਹੋਇਆ।

ਅੱਜ ਵੀ:

ਆਊਟਰੀਚ ਅਤੇ ਫਾਊਂਡੇਸ਼ਨ ਯਤਨਾਂ ਰਾਹੀਂ,

ਜ਼ਿਆਦਾਤਰ ਲਾਭਪਾਤਰੀ ਮੁਸਲਮਾਨ ਹਨ।

ਸਕੂਲ।

ਖੇਤੀਬਾੜੀ ਵਾਲੀ ਜ਼ਮੀਨ। ਗ਼ਰੀਬਾਂ ਲਈ ਸਹਾਇਤਾ।

ਸੇਵਾ ਪਰਿਵਰਤਨ 'ਤੇ ਸ਼ਰਤਬੱਧ ਨਹੀਂ ਹੈ।

ਵਫ਼ਾਦਾਰੀ ਬਦਲ ਗਈ।

ਮੌਜੂਦਗੀ ਬਣੀ ਰਹੀ।

ਇਹ ਰਣਨੀਤਕ ਪਰਿਪੱਕਤਾ ਹੈ।

ਧਰਮ ਗ੍ਰੰਥ ਦੇ ਐਂਕਰ

ਪੁਰਾਣਾ ਨੇਮ

"ਅਤੇ ਇਉਂ ਹੀ ਹੋਇਆ, ਜਦੋਂ ਨਅਮਾਨ ਵਾਪਸ ਆਇਆ... ਉਸਨੇ ਕਿਹਾ... ਇਸ ਗੱਲ ਵਿੱਚ ਯਹੋਵਾਹ ਤੇਰੇ ਸੇਵਕ ਨੂੰ ਮਾਫ਼ ਕਰੇ: ਜਦੋਂ ਮੇਰਾ ਮਾਲਕ ਰਿੰਮੋਨ ਦੇ ਮੰਦਰ ਵਿੱਚ ਜਾਵੇ ... ਅਤੇ ਮੈਂ ਆਪਣੇ ਆਪ ਨੂੰ ਮੱਥਾ ਟੇਕਾਂ।"

- 2 ਰਾਜਿਆਂ 5:18

ਨਅਮਾਨ ਦੀ ਵਫ਼ਾਦਾਰੀ ਬਦਲ ਗਈ।

ਉਸਦਾ ਮਾਹੌਲ ਤੁਰੰਤ ਨਹੀਂ ਬਦਲਿਆ।

ਇਹ ਵੀ:

"ਦਾਊਦ ਗਥ ਦੇ ਰਾਜਾ
ਆਕੀਸ਼ ਦੇ ਨਾਲ ਰਹਿੰਦਾ ਸੀ।" —1 ਸਮੂਏਲ 27:3

ਨੇਮ ਵਾਲਾ ਆਦਮੀ।

ਵਿਦੇਸ਼ੀ ਇਲਾਕਾ।

ਨਵਾਂ ਨੇਮ

“ਫ਼ਰੀਸੀਆਂ ਵਿੱਚੋਂ ਨਿਕੋਦੇਮੁਸ ਨਾਮ ਦਾ ਇੱਕ ਮਨੁੱਖ ਸੀ...”

— ਯੂਹੰਨਾ 3:1

ਲੁਕੀ ਹੋਈ ਵਫ਼ਾਦਾਰੀ।

ਰਣਨੀਤਕ ਸਮਾਂ।

ਅਤੇ:

“ਅਰਿਮਥੇਆ ਦਾ ਯੂਸੁਫ਼... ਯਿਸੂ ਦਾ ਚੇਲਾ, ਪਰ ਯਹੂਦੀਆਂ ਦੇ ਡਰ ਦੇ ਮਾਰੇ ਗੁਪਤ ਰੂਪ ਵਿੱਚ।”

—ਯੂਹੰਨਾ 19:38

ਲੁਕੇ ਹੋਣ ਦਾ ਮਤਲਬ ਬੇਵਫ਼ਾ ਨਹੀਂ ਹੈ।

ਪਾਠ

ਸਾਰੀ ਆਗਿਆਕਾਰੀ ਉੱਚੀ ਨਹੀਂ ਹੁੰਦੀ।

ਸਾਰੀਆਂ ਵਫ਼ਾਦਾਰੀਆਂ ਨੂੰ ਤੁਰੰਤ ਕੱਢਣ ਦੀ ਲੋੜ ਨਹੀਂ ਹੁੰਦੀ।

ਕੁਝ ਅਸਾਈਨਮੈਂਟਾਂ ਲਈ ਲੋੜ ਹੁੰਦੀ ਹੈ:

- ਰਣਨੀਤਕ ਮੌਜੂਦਗੀ।
- ਸੰਬੰਧ ਨਿਰੰਤਰਤਾ।
- ਭਾਵਨਾਤਮਕ ਬੁੱਧੀ।
- ਧੀਰਜ।

ਜੇਕਰ ਹਰ ਧਰਮ ਪਰਿਵਰਤਨ ਕਰਨ ਵਾਲਾ ਤੁਰੰਤ ਵਾਤਾਵਰਣ ਨੂੰ ਛੱਡ ਦਿੰਦਾ ਹੈ, ਤਾਂ

ਪੁਲ ਢਹਿ ਜਾਵੇਗਾ।

ਲੁਕਿਆ ਹੋਇਆ ਚੇਲਾਪਨ ਸਮਝੌਤਾ ਨਹੀਂ ਹੈ -

ਜੇਕਰ ਵਫ਼ਾਦਾਰੀ ਅੰਦਰੂਨੀ ਤੌਰ 'ਤੇ ਤੈਅ ਕੀਤੀ ਜਾਂਦੀ ਹੈ।

ਖ਼ਤਰਾ ਵੰਡੀ ਹੋਈ ਵਫ਼ਾਦਾਰੀ ਦਾ ਹੈ।

ਪਰ ਸਥਾਪਤ ਵਫ਼ਾਦਾਰੀ ਗੁੰਝਲਦਾਰ ਪ੍ਰਣਾਲੀਆਂ ਦੇ ਅੰਦਰ ਮੌਜੂਦ ਹੋ ਸਕਦੀ ਹੈ।

ਇਸ ਲਈ ਪਰਿਪੱਕਤਾ ਦੀ ਲੋੜ ਹੁੰਦੀ ਹੈ।

ਅਸੁਰੱਖਿਆ ਨਹੀਂ।

ਪ੍ਰਤੀਬਿੰਬ ਸਵਾਲ

1. ਕੀ ਮੈਨੂੰ ਪਿੱਛੇ ਹਟਣ ਲਈ ਕਿਹਾ ਗਿਆ ਹੈ - ਜਾਂ ਰਣਨੀਤਕ ਤੌਰ 'ਤੇ ਬਣੇ ਰਹਿਣ ਲਈ?
2. ਕੀ ਕੁਝ ਖਾਸ ਵਾਤਾਵਰਣਾਂ ਵਿੱਚ ਮੇਰੀ ਮੌਜੂਦਗੀ ਸਮਝੌਤਾ ਹੈ ਜਾਂ ਕੰਮ?
3. ਕੀ ਮੈਨੂੰ ਡਰ ਅਤੇ ਬੁੱਧੀ ਵਿੱਚ ਫ਼ਰਕ ਪਤਾ ਹੈ?
4. ਮੈਂ ਐਲਾਨ ਕੀਤੇ ਬਿਨਾਂ ਕਿੱਥੇ ਪ੍ਰਭਾਵਿਤ ਕਰ ਸਕਦਾ ਹਾਂ?
5. ਕੀ ਮੇਰੀ ਵਫ਼ਾਦਾਰੀ ਅੰਦਰੂਨੀ ਤੌਰ 'ਤੇ ਤੈਅ ਹੋ ਗਈ ਹੈ?

ਧਿਆਨ ਨਾਲ ਜਵਾਬ ਦਿਓ।

ਘੋਸ਼ਣਾ

ਖੜ੍ਹੇ ਹੋਵੋ ਅਤੇ ਐਲਾਨ ਕਰੋ:

"ਮੇਰੀ ਵਫ਼ਾਦਾਰੀ ਤੈਅ ਹੋ ਗਈ ਹੈ।

ਮੇਰੀ ਮੌਜੂਦਗੀ ਰਣਨੀਤਕ ਹੋਵੇਗੀ। ਮੈਂ ਸਮਝੌਤਾ ਨਹੀਂ ਕਰਾਂਗਾ। ਮੈਂ ਸਮਝਦਾਰੀ ਨਾਲ ਪ੍ਰਭਾਵ ਪਾਵਾਂਗਾ। ਮੈਂ ਉੱਥੇ ਹੀ ਰਹਾਂਗਾ ਜਿੱਥੇ ਜ਼ਿੰਮੇਵਾਰੀ ਦੀ ਲੋੜ ਹੋਵੇਗੀ।"

ਹੌਲੀ-ਹੌਲੀ ਦੁਹਰਾਓ।

ਢਾਂਚਾਗਤ ਪ੍ਰਾਰਥਨਾ (45 ਮਿੰਟ)

1. **ਪੂਜਾ (10 ਮਿੰਟ)**

ਸਾਰੇ ਵਾਤਾਵਰਣਾਂ ਵਿੱਚ ਪਰਮਾਤਮਾ ਨੂੰ ਸਰਬਸ਼ਕਤੀਮਾਨ ਮੰਨੋ।

2. **ਸਮਝਦਾਰੀ (15 ਮਿੰਟ)**

ਸਪਸ਼ਟਤਾ ਮੰਗੋ ਕਿ ਕਿੱਥੇ ਰਹਿਣਾ ਹੈ ਅਤੇ ਕਿੱਥੇ ਪਿੱਛੇ ਹਟਣਾ ਹੈ।

3. **ਇਮਾਨਦਾਰੀ (10 ਮਿੰਟ)**

ਜਨਤਕ ਪ੍ਰਣਾਲੀਆਂ ਦੇ ਅੰਦਰ ਸਥਿਰ ਵਫ਼ਾਦਾਰੀ ਲਈ ਪ੍ਰਾਰਥਨਾ ਕਰੋ।

4. **ਕਮਿਸ਼ਨ (10 ਮਿੰਟ)**

ਰਣਨੀਤਕ ਪਲੇਸਮੈਂਟ ਲਈ ਆਪਣੇ ਆਪ ਨੂੰ ਪੇਸ਼ ਕਰੋ।

ਇਸ ਨਾਲ ਬੰਦ ਕਰੋ:

"ਮੈਨੂੰ ਸਮਝਦਾਰੀ ਨਾਲ ਰੱਖੋ।"

ਐਕਸ਼ਨ ਪੁਆਇੰਟ

1. ਅਜਿਹੇ ਵਾਤਾਵਰਣ ਦੀ ਪਛਾਣ ਕਰੋ ਜਿੱਥੇ ਤੁਹਾਨੂੰ ਨਮਕੀਨ ਅਤੇ ਹਲਕਾ ਹੋਣਾ ਚਾਹੀਦਾ ਹੈ।
2. ਕਿਸੇ ਵੀ ਅਜਿਹੇ ਵਾਤਾਵਰਣ ਨੂੰ ਹਟਾ ਦਿਓ ਜੋ ਸਮਝੌਤਾ ਦਾ ਕਾਰਨ ਬਣਦਾ ਹੈ।
3. ਜਨਤਕ ਪ੍ਰਭਾਵ ਤੋਂ ਪਹਿਲਾਂ ਅੰਦਰੂਨੀ ਵਿਸ਼ਵਾਸ ਨੂੰ ਮਜ਼ਬੂਤ ਬਣਾਓ।
4. ਨਅਮਾਨ ਅਤੇ ਨਿਕੋਦੇਮੁਸ ਨੂੰ ਧਿਆਨ ਨਾਲ ਪੜ੍ਹੋ।
5. ਵੰਡੇ ਹੋਏ ਸੰਦਰਭਾਂ ਵਿੱਚ ਬੁੱਧੀ ਲਈ ਪ੍ਰਾਰਥਨਾ ਕਰੋ।

ਅਸੀਂ ਹੁਣ ਕਿਨਾਰੇ 'ਤੇ ਹਾਂ।

39ਵਾਂ ਦਿਨ ਨੇਮ ਨੂੰ ਪੂਰੀ ਤਰ੍ਹਾਂ ਮੋਹਰ ਲਗਾਵੇਗਾ।

40ਵੇਂ ਦਿਨ ਚਾਲੂ ਹੋ ਜਾਵੇਗਾ।

ਦਿਨ 39

ਵਫ਼ਾਦਾਰੀ ਦਾ ਨੇਮ

ਸਟੋਰੀ ਐਂਕਰ

ਉਹ ਵਿਰਾਸਤ ਵਿੱਚ ਮਿਲੇ ਵਿਸ਼ਵਾਸ ਤੋਂ ਚੁਣੇ ਹੋਏ ਵਿਸ਼ਵਾਸ ਵਿੱਚ ਬਦਲ ਗਿਆ।

ਉਸਨੂੰ ਅੱਗ ਦਾ ਸਾਹਮਣਾ ਕਰਨਾ ਪਿਆ।

ਉਸਨੂੰ ਗੋਲੀਆਂ ਦਾ ਸਾਹਮਣਾ ਕਰਨਾ ਪਿਆ।

ਉਸਨੂੰ ਨਿਰਾਸ਼ਾ ਦਾ ਸਾਹਮਣਾ ਕਰਨਾ ਪਿਆ।

ਉਸਨੂੰ ਵਾਪਸ ਆਉਣ ਦਾ ਲਾਲਚ ਆਇਆ।

ਉਸਦਾ ਸਾਹਮਣਾ ਹੋਇਆ - "ਅਸੀਂ ਬਹੁਤ ਦੂਰ ਚਲੇ ਗਏ ਹਾਂ।"

ਉਸਨੂੰ ਨਿਯੁਕਤ ਕੀਤਾ ਗਿਆ ਸੀ - "ਤੁਹਾਡੇ ਕੋਲ ਇੱਕ ਕੰਮ ਹੈ।"

ਉਸਨੇ ਅਨੁਸ਼ਾਸਨ ਨੂੰ ਦੁਬਾਰਾ ਬਣਾਇਆ।

ਉਹ ਸੁਰੱਖਿਆ ਹੇਠ ਖੜ੍ਹਾ ਸੀ।

ਉਹ ਵੰਡੀਆਂ ਹੋਈਆਂ ਥਾਵਾਂ 'ਤੇ ਮੌਜੂਦ ਰਿਹਾ।

ਹੁਣ ਇਹ ਬਚਿਆ ਹੈ:

ਨੇਮ।

ਭਾਵਨਾ ਨਹੀਂ।

ਤਜਰਬਾ ਨਹੀਂ।

ਸਮਝੌਤਾ।

ਸਾਰੀ ਪੋਥੀ ਵਿੱਚ, ਜਦੋਂ ਮਨੁੱਖ ਪਰਮੇਸ਼ੁਰ ਦੇ ਨਾਲ ਡੂੰਘਾਈ ਨਾਲ ਚੱਲਦੇ ਸਨ, ਤਾਂ ਉਨ੍ਹਾਂ ਨੇ ਨੇਮ 'ਤੇ ਮੋਹਰ ਲਗਾਈ।

ਯਹੋਸ਼ੁਆ ਨੇ ਇਸਦਾ ਐਲਾਨ ਕੀਤਾ।

ਦਾਊਦ ਨੇ ਇਸਦੀ ਰੱਖਿਆ ਕੀਤੀ।

ਡੈਨੀਅਲ ਨੇ ਇਸਦੀ ਰਾਖੀ ਕੀਤੀ।

ਪੌਲੁਸ ਨੇ ਇਸ ਦੇ ਅਧੀਨ ਕੰਮ ਪੂਰਾ ਕੀਤਾ।

ਨੇਮ ਗੱਲਬਾਤ ਨੂੰ ਬੰਦ ਕਰਦਾ ਹੈ।

ਧਰਮ ਗ੍ਰੰਥ ਦੇ ਐਂਕਰ

ਪੁਰਾਣਾ ਨੇਮ

"ਫਿਰ ਯਹੋਸ਼ੁਆ ਨੇ ਉਸ ਦਿਨ ਲੋਕਾਂ ਨਾਲ ਇੱਕ ਨੇਮ ਬੰਨ੍ਹਿਆ..."

— ਯਹੋਸ਼ੁਆ 24:25

ਫੈਸਲਾ ਲਾਜ਼ਮੀ ਬਣ ਜਾਂਦਾ ਹੈ।

ਇਹ ਵੀ:

"ਇਸ ਲਈ ਜਾਣ ਲੈ ਕਿ ਯਹੋਵਾਹ ਤੇਰਾ ਪਰਮੇਸ਼ੁਰ, ਉਹੋ ਪਰਮੇਸ਼ੁਰ ਹੈ, ਵਫ਼ਾਦਾਰ ਪਰਮੇਸ਼ੁਰ ਜੋ ਨੇਮ ਦੀ ਪਾਲਣਾ ਕਰਦਾ ਹੈ..."

— ਬਿਵਸਥਾ ਸਾਰ 7:9

ਪਰਮੇਸ਼ੁਰ ਨੇਮ ਦਾ ਸਤਿਕਾਰ ਕਰਦਾ ਹੈ।

ਨਵਾਂ ਨੇਮ

“ਇਹ ਪਿਆਲਾ ਮੇਰੇ ਲਹੂ ਵਿੱਚ ਨਵਾਂ ਨੇਮ ਹੈ...”

—ਲੂਕਾ 22:20

ਕੁਰਬਾਨੀ ਦੁਆਰਾ ਮੋਹਰ ਲੱਗੀ ਵਫ਼ਾਦਾਰੀ।

ਅਤੇ:

“ਮੈਂ ਚੰਗੀ ਲੜਾਈ ਲੜੀ ਹੈ, ਮੈਂ ਦੌੜ ਪੂਰੀ ਕਰ ਲਈ ਹੈ, ਮੈਂ ਨਿਹਚਾ ਦੀ ਸਾਂਭ ਕੀਤੀ ਹੈ।”

—2 ਤਿਮੋਥਿਉਸ 4:7

ਨੇਮ ਅੰਤ ਤੱਕ ਕਾਇਮ ਰਿਹਾ।

ਪਾਠ

ਇੱਕ ਇਕਰਾਰਨਾਮਾ ਉਤਸ਼ਾਹ ਨਹੀਂ ਹੁੰਦਾ।

ਇਹ ਬੰਧਨਕਾਰੀ ਇਰਾਦਾ ਹੈ।

ਇਹ ਚਾਰ ਸਵਾਲਾਂ ਦੇ ਜਵਾਬ ਦਿੰਦਾ ਹੈ:

1. ਮੈਂ ਕਿਸ ਦਾ ਹਾਂ?
2. ਮੈਂ ਕੀ ਰੱਦ ਕਰਾਂ?
3. ਮੈਂ ਕਿਸ ਪ੍ਰਤੀ ਵਚਨਬੱਧ ਹਾਂ?
4. ਮੈਂ ਕਦੇ ਵੀ ਕਿਸ ਚੀਜ਼ 'ਤੇ ਮੁੜ ਵਿਚਾਰ ਨਹੀਂ ਕਰਾਂਗਾ?

ਨੇਮ ਤੋਂ ਬਿਨਾਂ, ਅਨੁਸ਼ਾਸਨ ਫਿੱਕਾ ਪੈ ਜਾਂਦਾ ਹੈ।

ਇਕਰਾਰ ਤੋਂ ਬਿਨਾਂ, ਧੀਰਜ ਕਮਜ਼ੋਰ ਹੋ ਜਾਂਦਾ ਹੈ।

ਨੇਮ ਤੋਂ ਬਿਨਾਂ, ਪਵਿੱਤਰਤਾ ਗੱਲਬਾਤ ਕਰਦੀ ਹੈ।

ਨੇਮ ਪਛਾਣ ਨੂੰ ਠੀਕ ਕਰਦਾ ਹੈ ।

ਇਹ ਪ੍ਰਦਰਸ਼ਨ ਬਾਰੇ ਨਹੀਂ ਹੈ।

ਇਹ ਪੱਕੀ ਵਫ਼ਾਦਾਰੀ ਬਾਰੇ ਹੈ।

ਤੁਸੀਂ ਜਾਂ ਤਾਂ:

ਕਦੇ-ਕਦੇ ਵਚਨਬੱਧ

ਜਾਂ ਇਕਰਾਰਨਾਮੇ ਨਾਲ ਜੁੜਿਆ ਹੋਇਆ।

ਨੇਮ ਤੂਫਾਨਾਂ ਤੋਂ ਬਚ ਜਾਂਦਾ ਹੈ।

ਨੇਮ ਦਾ ਬਿਆਨ

ਤੁਸੀਂ ਇਸਨੂੰ ਆਪਣੇ ਸ਼ਬਦਾਂ ਵਿੱਚ ਲਿਖੋਗੇ।

ਪਰ ਇੱਥੇ ਢਾਂਚਾ ਹੈ:

"ਮੈਂ ਪੂਰੀ ਤਰ੍ਹਾਂ ਯਿਸੂ ਮਸੀਹ ਨਾਲ ਸੰਬੰਧਿਤ ਹਾਂ।

ਮੇਰੀ ਵਫ਼ਾਦਾਰੀ ਵਿਲੱਖਣ ਹੈ। ਮੈਂ ਵੰਡੀ ਹੋਈ ਵਫ਼ਾਦਾਰੀ ਦਾ ਤਿਆਗ ਕਰਦਾ ਹਾਂ। ਮੈਂ ਲੁਕਵੇਂ ਸਮਝੌਤੇ ਦਾ ਤਿਆਗ ਕਰਦਾ ਹਾਂ। ਮੈਂ ਆਪਣਾ ਕੰਮ ਸਵੀਕਾਰ ਕਰਦਾ ਹਾਂ। ਮੈਂ ਅਨੁਸ਼ਾਸਿਤ ਸ਼ਰਧਾ ਪ੍ਰਤੀ ਵਚਨਬੱਧ ਹਾਂ। ਮੈਂ ਪਵਿੱਤਰਤਾ ਪ੍ਰਤੀ ਵਚਨਬੱਧ ਹਾਂ। ਮੈਂ ਧੀਰਜ ਪ੍ਰਤੀ ਵਚਨਬੱਧ ਹਾਂ। ਮੈਂ ਪੁਰਾਣੇ ਪੈਟਰਨਾਂ ਵੱਲ ਵਾਪਸ ਨਹੀਂ ਜਾਵਾਂਗਾ। ਮੈਂ ਇਸ ਨੇਮ ਨੂੰ ਪਰਮਾਤਮਾ ਅੱਗੇ ਮੋਹਰ ਲਗਾਉਂਦਾ ਹਾਂ।"

ਇਸਨੂੰ ਲਿਖੋ।

ਇਸ 'ਤੇ ਦਸਤਖਤ ਕਰੋ।

ਇਸਦੀ ਤਾਰੀਖ ਲਿਖੋ।

ਇਸਨੂੰ ਰੱਖੋ।

ਪ੍ਰਤੀਬਿੰਬ ਸਵਾਲ

1. ਕੀ ਮੇਰਾ ਵਿਸ਼ਵਾਸ ਵਾਅਦਾ ਹੈ ਜਾਂ ਭਾਵਨਾਤਮਕ?
2. ਮੈਂ ਆਪਣੀ ਵਚਨਬੱਧਤਾ ਵਿੱਚ ਕੀ ਅਣਪਛਾਤਾ ਛੱਡ ਦਿੱਤਾ ਹੈ?
3. ਕਿਹੜੇ ਖੇਤਰ ਵਿੱਚ ਅਜੇ ਵੀ ਦਬਾਅ ਹੇਠ ਗੱਲਬਾਤ ਹੁੰਦੀ ਹੈ?

4. ਕੀ ਮੈਂ ਸਮਝਦਾ ਹਾਂ ਕਿ ਨੇਮ ਜਵਾਬਦੇਹੀ ਰੱਖਦਾ ਹੈ?
5. ਜੇਕਰ ਜਨਤਕ ਤੌਰ 'ਤੇ ਪਰਖਿਆ ਜਾਵੇ, ਤਾਂ ਕੀ ਇਹ ਨੇਮ ਕਾਇਮ ਰਹੇਗਾ?

ਸੰਜੀਦਗੀ ਨਾਲ ਜਵਾਬ ਦਿਓ।

ਢਾਂਚਾਗਤ ਪ੍ਰਾਰਥਨਾ (ਅੱਜ 60 ਮਿੰਟ)

1. ਪੂਜਾ (15 ਮਿੰਟ)

ਨੇਮ-ਪਾਲਣਾ ਵਜੋਂ ਪਰਮਾਤਮਾ ਦਾ ਸਤਿਕਾਰ ਕਰੋ।

2. ਪ੍ਰੀਖਿਆ (15 ਮਿੰਟ)

ਜ਼ਿੰਦਗੀ ਦੇ ਹਰ ਖੇਤਰ ਵਿੱਚ ਸਪੱਸ਼ਟਤਾ ਮੰਗੋ।

3. ਘੋਸ਼ਣਾ (15 ਮਿੰਟ)

ਆਪਣੇ ਨੇਮ ਨੂੰ ਹੌਲੀ-ਹੌਲੀ ਉੱਚੀ ਆਵਾਜ਼ ਵਿੱਚ ਪੜ੍ਹੋ।

4. ਸੀਲਿੰਗ (15 ਮਿੰਟ)

ਪਵਿੱਤਰ ਆਤਮਾ ਨੂੰ ਦ੍ਰਿੜ ਇਰਾਦੇ ਨੂੰ ਮਜ਼ਬੂਤ ਕਰਨ ਲਈ ਕਹੋ।

ਇਸ ਨਾਲ ਬੰਦ ਕਰੋ:

"ਮੇਰਾ ਨੇਮ ਕਾਇਮ ਹੈ।"

ਐਕਸ਼ਨ ਪੁਆਇੰਟ

1. ਅੱਜ ਹੀ ਆਪਣਾ ਇਕਰਾਰਨਾਮਾ ਲਿਖੋ ਅਤੇ ਦਸਤਖਤ ਕਰੋ।
2. ਇੱਕ ਸਮਝੌਤਾ ਤੁਰੰਤ ਹਟਾ ਦਿਓ।
3. ਇੱਕ ਭਰੋਸੇਮੰਦ ਵਿਸ਼ਵਾਸੀ ਨਾਲ ਆਪਣਾ ਨੇਮ ਸਾਂਝਾ ਕਰੋ।
4. ਇਸ ਇਕਰਾਰਨਾਮੇ ਦੀ ਮਾਸਿਕ ਸਮੀਖਿਆ ਸਥਾਪਤ ਕਰੋ।
5. ਯਹੋਸ਼ੁਆ 24 ਅਤੇ ਲੂਕਾ 22 ਨੂੰ ਹੌਲੀ ਹੌਲੀ ਪੜ੍ਹੋ।

ਅਸੀਂ ਹੁਣ ਆਖਰੀ ਹੱਦ 'ਤੇ ਹਾਂ।

40ਵੇਂ ਦਿਨ ਪ੍ਰਤੀਬਿੰਬ ਨਹੀਂ ਹੋਵੇਗਾ।

ਇਹ ਚਾਲੂ ਹੋਵੇਗਾ।

ਇਹ ਇਕੱਠਾ ਕਰੇਗਾ:

- ਅੱਗ
- ਸੰਭਾਲ
- ਅਸਾਈਨਮੈਂਟ
- ਅਨੁਸ਼ਾਸਨ
- ਧੀਰਜ
- ਪਵਿੱਤਰਤਾ
- ਨੇਮ

ਅਤੇ ਤੁਹਾਨੂੰ ਅੱਗੇ ਛੱਡ ਦਿੰਦਾ ਹਾਂ।

ਦਿਨ 40

ਅੱਗ ਲੱਗਣ 'ਤੇ ਕਮਿਸ਼ਨਡ

ਕਹਾਣੀ ਫਰੇਮ

ਇੱਕ ਪਿਤਾ ਨੇ ਤਲਵਾਰ ਚੁੱਕੀ।

ਇੱਕ ਮਾਂ ਨੇ ਉਸੇ ਘਰ ਦੇ ਅੰਦਰ ਪ੍ਰਾਰਥਨਾ ਕੀਤੀ।

ਇੱਕ ਭਰਾ 'ਤੇ ਹਮਲਾ ਹੋਇਆ ਅਤੇ ਉਸਨੂੰ ਬਚਾਇਆ ਗਿਆ।

ਇੱਕ ਪੁੱਤਰ ਨੇ ਆਪਣੇ ਗੁਰੂ ਨੂੰ ਸਵਰਗ ਤੋਂ ਅੱਗ ਲੱਗਦੇ ਦੇਖਿਆ।

ਉਸਨੇ ਨਰਕ ਦੇਖਿਆ।

ਉਸਨੇ ਸਵਰਗ ਦੇਖਿਆ - ਸੁੰਦਰ ਸ਼ਹਿਰ।

ਉਹ ਗੋਲੀਆਂ ਤੋਂ ਬਚ ਗਿਆ।

ਮੈਟਲ ਨੇ ਉਸਦੇ ਸਿਰ 'ਤੇ ਵਾਰ ਕੀਤਾ।

ਖ਼ੂਨ ਵਹਿ ਗਿਆ।

ਉਸਨੂੰ ਮਰਿਆ ਹੋਇਆ ਮੰਨਿਆ ਗਿਆ ਸੀ।

ਉਸਨੂੰ ਸੰਭਾਲਿਆ ਗਿਆ।

ਐਸਕਾਰਟਸ ਨੇ ਉਸਦੀ ਰਾਖੀ ਕੀਤੀ।

ਇੱਕ ਰਾਸ਼ਟਰਪਤੀ ਨੇ ਡਾਕਟਰੀ ਨਿਕਾਸੀ ਦਾ ਪ੍ਰਬੰਧ ਕੀਤਾ।

ਉਸਦੀ ਜਾਂਚ ਕੀਤੀ ਗਈ - ਕੋਈ ਨੁਕਸਾਨ ਨਹੀਂ ਹੋਇਆ।

ਉਹ ਲਗਭਗ ਵਾਪਸ ਆ ਗਿਆ।

ਉਸਦਾ ਸਾਹਮਣਾ ਹੋਇਆ - "ਅਸੀਂ ਬਹੁਤ ਦੂਰ ਚਲੇ ਗਏ ਹਾਂ।"

ਉਸਨੂੰ ਨਿਯੁਕਤ ਕੀਤਾ ਗਿਆ ਸੀ - "ਤੁਹਾਡੇ ਕੋਲ ਇੱਕ ਕੰਮ ਹੈ।"

ਉਸਨੇ ਅਨੁਸ਼ਾਸਨ ਬਣਾਇਆ।

ਉਸਨੇ ਪਖੰਡ ਨੂੰ ਰੱਦ ਕਰ ਦਿੱਤਾ।

ਉਸਨੇ ਸਬਰ ਕੀਤਾ।

ਉਹ ਪਵਿੱਤਰ ਰਿਹਾ।

ਉਸਨੇ ਨੇਮ 'ਤੇ ਮੋਹਰ ਲਗਾਈ।

ਹੁਣ ਇਹ ਬਚਿਆ ਹੈ:

ਤੁਸੀਂ।

ਧਰਮ ਗ੍ਰੰਥ ਦੇ ਐਂਕਰ

ਪੁਰਾਣਾ ਨੇਮ

"ਮੈਂ ਹਾਜ਼ਰ ਹਾਂ। ਮੈਨੂੰ ਭੇਜੋ।"

—ਯਸਾਯਾਹ 6:8

ਮੁਲਾਕਾਤ ਭੇਜਣ ਵੱਲ ਲੈ ਜਾਣੀ ਚਾਹੀਦੀ ਹੈ।

ਨਵਾਂ ਨੇਮ

"ਜਿਵੇਂ ਪਿਤਾ ਨੇ ਮੈਨੂੰ ਘੱਲਿਆ ਹੈ, ਮੈਂ ਵੀ ਤੁਹਾਨੂੰ ਘੱਲਦਾ ਹਾਂ।"

—ਯੂਹੰਨਾ 20:21

ਸੰਭਾਲ ਮਿਸ਼ਨ ਬਣ ਜਾਂਦੀ ਹੈ।

ਆਖਰੀ ਸਬਕ

ਇਹ 40 ਦਿਨਾਂ ਦਾ ਸਫ਼ਰ ਪ੍ਰਸ਼ੰਸਾ ਬਾਰੇ ਨਹੀਂ ਸੀ।

ਇਹ ਪਰਿਵਰਤਨ ਬਾਰੇ ਸੀ।

ਕਹਾਣੀ ਸੁਣਾਉਣ ਬਾਰੇ ਨਹੀਂ।

ਪਰ ਅਨੁਕੂਲਤਾ ਬਾਰੇ।

ਅੱਗ ਅਸਲੀ ਸੀ।

ਅਤਿਆਚਾਰ ਅਸਲੀ ਸੀ।

ਪਰਤਾਵਾ ਅਸਲੀ ਸੀ।

ਬਚਾਅ ਅਸਲ ਸੀ।

ਪਰ ਵੱਡੀ ਹਕੀਕਤ ਇਹ ਹੈ:

ਪਰਮਾਤਮਾ ਇੱਕ ਸਮਰਪਿਤ ਜੀਵਨ ਲਈ ਸਵਰਗ ਅਤੇ ਧਰਤੀ ਨੂੰ ਹਿਲਾਉਂਦਾ ਹੈ।

ਜੇਕਰ ਤੁਸੀਂ ਇਹਨਾਂ 40 ਦਿਨਾਂ ਨੂੰ ਜਾਣਬੁੱਝ ਕੇ ਲੰਘਾਇਆ ਹੈ:

ਤੁਸੀਂ ਪਹਿਲਾਂ ਵਰਗੇ ਨਹੀਂ ਹੋ।

ਤੁਸੀਂ ਹੁਣ ਸਮਝ ਗਏ ਹੋ:

- ਵਫ਼ਾਦਾਰੀ ਗੰਭੀਰ ਹੈ।
- ਪਵਿੱਤਰਤਾ ਰੱਖਿਆ ਕਰਦੀ ਹੈ।
- ਅਨੁਸ਼ਾਸਨ ਕਾਇਮ ਰਹਿੰਦਾ ਹੈ।
- ਧੀਰਜ ਮਾਇਨੇ ਰੱਖਦਾ ਹੈ।
- ਨੇਮ ਦੀਆਂ ਮੋਹਰਾਂ।
- ਕੰਮ ਕਾਰਵਾਈ ਦੀ ਮੰਗ ਕਰਦਾ ਹੈ।

ਤੁਸੀਂ ਇਸ ਯਾਤਰਾ ਨੂੰ ਖਤਮ ਨਹੀਂ ਕਰ ਸਕਦੇ ਅਤੇ ਆਮ ਨਹੀਂ ਰਹਿ ਸਕਦੇ।

ਕਮਿਸ਼ਨ ਵਿਕਲਪਿਕ ਨਹੀਂ ਹੈ।

ਇਹ ਸਮਰਪਣ ਦਾ ਕੁਦਰਤੀ ਨਤੀਜਾ ਹੈ।

ਕਮਿਸ਼ਨ ਦਾ ਬਿਆਨ

ਖੜ੍ਹੇ ਹੋਵੋ।

ਇਸਨੂੰ ਹੌਲੀ ਹੌਲੀ ਕਹੋ:

"ਮੈਨੂੰ ਅੱਗ ਹੇਠ ਨਿਯੁਕਤ ਕੀਤਾ ਗਿਆ ਹੈ।

ਮੈਂ ਅਨੁਸ਼ਾਸਿਤ ਜੀਵਨ ਬਤੀਤ ਕਰਾਂਗਾ। ਮੈਂ ਪਵਿੱਤਰਤਾ ਵਿੱਚ ਚੱਲਾਂਗਾ। ਮੈਂ ਵਫ਼ਾਦਾਰੀ ਨਾਲ ਸਹਿਣ ਕਰਾਂਗਾ। ਮੈਂ ਮਿਆਰ ਉੱਚਾ ਕਰਾਂਗਾ। ਮੈਂ ਰਣਨੀਤਕ ਤੌਰ 'ਤੇ ਪ੍ਰਭਾਵ ਪਾਵਾਂਗਾ। ਮੈਂ ਵਾਪਸ ਨਹੀਂ ਆਵਾਂਗਾ। ਮੇਰੀ ਵਫ਼ਾਦਾਰੀ 'ਤੇ ਮੋਹਰ ਲੱਗੀ ਹੋਈ ਹੈ। ਮੇਰਾ ਕੰਮ ਸਰਗਰਮ ਹੈ। ਮੈਨੂੰ ਭੇਜੋ।"

ਠਹਿਰਾਉ।

ਇਸਨੂੰ ਦੁਬਾਰਾ ਕਹੋ।

ਰਿਲੀਜ਼ ਤੋਂ ਪਹਿਲਾਂ ਪ੍ਰਤੀਬਿੰਬ

1. ਇਨ੍ਹਾਂ 40 ਦਿਨਾਂ ਵਿੱਚ ਮੇਰੇ ਵਿੱਚ ਕੀ ਬਦਲਾਅ ਆਇਆ ਹੈ?
2. ਕਿਹੜਾ ਅਨੁਸ਼ਾਸਨ ਗੈਰ-ਸਮਝੌਤਾਯੋਗ ਰਹਿਣਾ ਚਾਹੀਦਾ ਹੈ?
3. ਮੈਨੂੰ ਤੁਰੰਤ ਕਿਹੜਾ ਕੰਮ ਕਰਨਾ ਚਾਹੀਦਾ ਹੈ?
4. ਮੈਨੂੰ ਕਿਹੜੇ ਵਾਤਾਵਰਣ ਨੂੰ ਪ੍ਰਭਾਵਿਤ ਕਰਨਾ ਚਾਹੀਦਾ ਹੈ?
5. ਜੇ ਅਤਿਆਚਾਰ ਵਾਪਸ ਆਇਆ, ਤਾਂ ਕੀ ਮੈਂ ਖੜ੍ਹਾ ਰਹਾਂਗਾ?

ਆਪਣੇ ਜਵਾਬ ਲਿਖੋ।

ਅੰਤਿਮ ਸੰਰਚਿਤ ਪ੍ਰਾਰਥਨਾ (60 ਮਿੰਟ)

1. ਪੂਜਾ (15 ਮਿੰਟ)

ਆਪਣੇ ਜੀਵਨ ਦੇ ਪ੍ਰਭੂ ਵਜੋਂ ਮਸੀਹ ਦਾ ਸਤਿਕਾਰ ਕਰੋ।

2. ਸ਼ੁਕਰਗੁਜ਼ਾਰੀ (10 ਮਿੰਟ)

ਸੰਭਾਲ ਲਈ ਉਸਦਾ ਧੰਨਵਾਦ ਕਰੋ।

3. ਪਵਿੱਤਰਤਾ (15 ਮਿੰਟ)

ਆਪਣਾ ਸਰੀਰ, ਸਮਾਂ, ਸਰੋਤ ਪੇਸ਼ ਕਰੋ।

4. ਵਿਚੋਲਗੀ (10 ਮਿੰਟ)

ਇੱਕ ਵਿਅਕਤੀ ਦੇ ਮਸੀਹ ਨਾਲ ਮੁਲਾਕਾਤ ਲਈ ਪ੍ਰਾਰਥਨਾ ਕਰੋ।

5. ਕਮਿਸ਼ਨ (10 ਮਿੰਟ)

ਆਪਣੇ ਕੰਮ ਨੂੰ ਜ਼ੁਬਾਨੀ ਸਵੀਕਾਰ ਕਰੋ।

ਇਸ ਨਾਲ ਬੰਦ ਕਰੋ:

"ਮੈਂ ਅੱਗੇ ਵਧਦਾ ਹਾਂ।"

ਅੰਤਿਮ ਕਾਰਵਾਈ ਦੇ ਕਦਮ

1. 60-ਮਿੰਟ ਦੀ ਰੋਜ਼ਾਨਾ ਬਣਤਰ ਨੂੰ ਬਣਾਈ ਰੱਖੋ।
2. ਆਪਣੇ ਨੇਮ ਦੀ ਹਰ ਮਹੀਨੇ ਸਮੀਖਿਆ ਕਰੋ।
3. ਪਵਿੱਤਰਤਾ ਦੀ ਰੱਖਿਆ ਕਰੋ।
4. ਦੂਜਿਆਂ ਨੂੰ ਬਣਾਓ।
5. ਜਵਾਬਦੇਹ ਰਹੋ।
6. ਡਰਾਫਟ ਤੋਂ ਇਨਕਾਰ ਕਰੋ।
7. ਚੰਗੀ ਤਰ੍ਹਾਂ ਖਤਮ ਕਰੋ।

ਕਲੋਜ਼ਿੰਗ ਚਾਰਜ

ਤੁਹਾਨੂੰ ਸਵਰਗ ਤੋਂ ਅੱਗ ਦੀ ਲੋੜ ਨਹੀਂ ਹੈ।

ਤੁਹਾਨੂੰ ਕਾਲਿੰਗ ਸਾਬਤ ਕਰਨ ਲਈ ਗੋਲੀਆਂ ਦੀ ਲੋੜ ਨਹੀਂ ਹੈ।

ਤੁਹਾਨੂੰ ਅਸਾਈਨਮੈਂਟ ਦੀ ਪੁਸ਼ਟੀ ਕਰਨ ਲਈ ਐਸਕਾਰਟ ਦੀ ਲੋੜ ਨਹੀਂ ਹੈ।

ਤੁਹਾਨੂੰ ਲੋੜ ਹੈ:

ਸਥਿਰ ਵਫ਼ਾਦਾਰੀ।

ਢਾਂਚਾਗਤ ਅਨੁਸ਼ਾਸਨ। ਸਥਿਰ ਪਵਿੱਤਰਤਾ। ਅਟੁੱਟ ਧੀਰਜ।

ਸਵਰਗ ਇੱਕ ਉੱਤੇ ਖੁਸ਼ ਹੁੰਦਾ ਹੈ।

ਉਹੀ ਬਣੋ।

ਸਿਰਫ਼ ਅੱਗੇ ਭੇਜੋ।

ਸਮਾਪਤੀ ਪੰਨਾ

ਪਾਠਕ ਲਈ ਇੱਕ ਅੰਤਿਮ ਦੋਸ਼

ਤੁਸੀਂ ਅੱਗ ਵਿੱਚੋਂ ਲੰਘੇ ਹੋ।

ਤੁਸੀਂ ਦੇਖਿਆ ਹੈ:

ਇੱਕ ਪਿਤਾ ਦਾ ਗੁੱਸਾ।

ਇੱਕ ਮਾਂ ਦੀ ਸ਼ਾਂਤ ਵਿਚੋਲਗੀ। ਇੱਕ ਭਰਾ ਲਗਭਗ ਡਿੱਗ ਪਿਆ। ਇੱਕ ਸਲਾਹਕਾਰ ਜੋ ਸਵਰਗੀ ਰੁਕਾਵਟ ਦੁਆਰਾ ਗ੍ਰਸਤ ਸੀ। ਨਰਕ ਦਾ ਦਰਸ਼ਨ। ਸਵਰਗ ਦੇ ਸੁਨਹਿਰੀ ਸ਼ਹਿਰ ਦੀ ਇੱਕ ਝਲਕ। ਗੋਲੀਆਂ। ਖ਼ੂਨ। ਸੰਭਾਲ। ਐਸਕਾਰਟਸ। ਕਮਿਸ਼ਨ। ਅਨੁਸ਼ਾਸਨ। ਪਵਿੱਤਰਤਾ। ਨੇਮ।

ਪਰ ਇਹ ਕਿਤਾਬ ਕਦੇ ਵੀ ਇੱਕ ਆਦਮੀ ਬਾਰੇ ਨਹੀਂ ਸੀ।

ਇਹ ਵਫ਼ਾਦਾਰੀ ਬਾਰੇ ਸੀ।

ਇਹ ਇਸ ਬਾਰੇ ਸੀ ਕਿ ਜਦੋਂ ਸੱਚ ਪਰੰਪਰਾ ਵਿੱਚ ਵਿਘਨ ਪਾਉਂਦਾ ਹੈ ਤਾਂ ਕੀ ਹੁੰਦਾ ਹੈ।

ਇਹ ਇਸ ਬਾਰੇ ਸੀ ਕਿ ਅੱਗ ਲੱਗਣ 'ਤੇ ਕੀ ਬਚਦਾ ਹੈ।

ਇਹ ਇਸ ਬਾਰੇ ਸੀ ਕਿ ਜਦੋਂ ਰਿਟਰੀਟ ਫੁਸਫੁਸਾਏਗਾ ਤਾਂ ਕੀ ਬਚਦਾ ਹੈ।

ਜੇ ਤੁਸੀਂ ਇੰਨੀ ਦੂਰ ਆ ਗਏ ਹੋ, ਤਾਂ ਤੁਸੀਂ ਹੁਣ ਦਰਸ਼ਕ ਨਹੀਂ ਰਹੇ।

ਤੁਸੀਂ ਹੁਣ ਜੋ ਜਾਣਦੇ ਹੋ ਉਸ ਲਈ ਤੁਸੀਂ ਜ਼ਿੰਮੇਵਾਰ ਹੋ।

ਸਵਰਗ ਇੱਕ ਲਈ ਚਲਦਾ ਹੈ।

ਉਹੀ ਬਣੋ।

ਹਿੰਮਤ ਦੀ ਪ੍ਰਸ਼ੰਸਾ ਨਾ ਕਰੋ।

ਇਸਨੂੰ ਬਣਾਓ।

ਅਨੁਸ਼ਾਸਨ ਨਾ ਪੜ੍ਹੋ।

ਇਸਦਾ ਅਭਿਆਸ ਕਰੋ।

ਪਵਿੱਤਰਤਾ ਨਾ ਮਨਾਓ।

ਇਸਦਾ ਪਿੱਛਾ ਕਰੋ।

ਨੇਮ ਬਾਰੇ ਚਰਚਾ ਨਾ ਕਰੋ।

ਇਸਨੂੰ ਸੀਲ ਕਰੋ।

ਤੁਹਾਨੂੰ ਬੇਤਰਤੀਬ ਢੰਗ ਨਾਲ ਜੀਣ ਲਈ ਨਹੀਂ ਕਿਹਾ ਗਿਆ ਹੈ।

ਤੁਹਾਨੂੰ ਸੁਚੇਤ ਹੋ ਕੇ ਜੀਣ ਲਈ ਕਿਹਾ ਜਾਂਦਾ ਹੈ।

ਸਿਰਫ਼ ਅੱਗੇ ਭੇਜੋ।

ਕਾਰਵਾਈ ਲਈ ਸੱਦਾ ਦਿਓ

ਵਾਢੀ ਲਈ ਇੱਕ ਭਾਈਵਾਲੀ

ਜਿਵੇਂ ਹੀ ਤੁਸੀਂ ਇਸ ਕਿਤਾਬ ਨੂੰ ਬੰਦ ਕਰਦੇ ਹੋ, ਅਸੀਂ ਤੁਹਾਨੂੰ ਸੱਦਾ ਦਿੰਦੇ ਹਾਂ ਕਿ ਤੁਸੀਂ ਇਸ ਯਾਤਰਾ ਨੂੰ ਇੱਕ ਕਦਮ ਹੋਰ ਅੱਗੇ ਵਧਾਓ - ਨਾ ਸਿਰਫ਼ ਆਪਣੀ ਜ਼ਿੰਦਗੀ ਵਿੱਚ, ਸਗੋਂ ਕੌਮਾਂ ਵਿੱਚ ਅਣਗਿਣਤ ਰੂਹਾਂ ਦੇ ਜੀਵਨ ਵਿੱਚ। ਜੇਕਰ ਪਰਮਾਤਮਾ ਦੇ ਈਗਲ ਮੰਤਰਾਲਿਆਂ (GEM) ਦੇ ਸੰਦੇਸ਼ਾਂ ਨੇ ਤੁਹਾਡੇ ਦਿਲ ਨੂੰ ਮਜ਼ਬੂਤ, ਜਾਗ੍ਰਿਤ ਜਾਂ ਮੁੜ ਇਕਸਾਰ ਕੀਤਾ ਹੈ, ਤਾਂ ਅਸੀਂ ਤੁਹਾਨੂੰ ਨਿਮਰਤਾ ਨਾਲ ਬੇਨਤੀ ਕਰਦੇ ਹਾਂ ਕਿ ਤੁਸੀਂ **ਫ਼ਸਲ ਦੀ ਖ਼ਾਤਰ ਸਾਡੇ ਨਾਲ ਭਾਈਵਾਲੀ ਕਰਨ ਬਾਰੇ ਪ੍ਰਾਰਥਨਾ ਕਰੋ** । ਦੁਨੀਆਂ ਸੱਚਾਈ, ਉਮੀਦ, ਅਤੇ ਪਵਿੱਤਰ ਆਤਮਾ ਦੀ ਕੋਮਲ ਪਰ ਸਪੱਸ਼ਟ ਆਵਾਜ਼ ਲਈ ਭੁੱਖੀ ਹੈ, ਅਤੇ ਇਕੱਠੇ ਅਸੀਂ ਇਨ੍ਹਾਂ ਸੰਦੇਸ਼ਾਂ ਨੂੰ ਉੱਥੇ ਰੱਖ ਸਕਦੇ ਹਾਂ ਜਿੱਥੇ ਉਨ੍ਹਾਂ ਦੀ ਸਭ ਤੋਂ ਵੱਧ ਲੋੜ ਹੈ।

ਸਾਡਾ ਮੰਨਣਾ ਹੈ ਕਿ ਮੀਡੀਆ ਤਕਨਾਲੋਜੀ ਤੋਂ ਵੱਧ ਹੈ - ਇਹ ਇੱਕ **ਅਧਿਆਤਮਿਕ ਜਾਲ ਹੈ** ਜੋ ਕੌਮਾਂ, ਪਿੰਡਾਂ, ਸ਼ਹਿਰਾਂ ਅਤੇ ਲੁਕਵੇਂ ਸਥਾਨਾਂ ਵਿੱਚ ਡੂੰਘਾ ਫੈਲਿਆ ਹੋਇਆ ਹੈ। ਫਿਲਮ, ਵੀਡੀਓ, ਰੇਡੀਓ ਅਤੇ ਡਿਜੀਟਲ ਸੇਵਕਾਈ ਰਾਹੀਂ, GEM ਉਨ੍ਹਾਂ ਲੋਕਾਂ ਤੱਕ ਪਹੁੰਚ ਰਿਹਾ ਹੈ ਜੋ ਕਦੇ ਵੀ ਕਿਸੇ ਚਰਚ ਵਿੱਚ ਦਾਖਲ ਨਹੀਂ ਹੋ ਸਕਦੇ, ਪਰ ਜਿਨ੍ਹਾਂ ਦੇ ਦਿਲ ਜੀਵਤ ਮਸੀਹ ਦਾ ਸਾਹਮਣਾ ਕਰਨ ਲਈ ਖੁੱਲ੍ਹੇ ਹਨ।

ਤੁਹਾਡੀ ਭਾਈਵਾਲੀ ਸਾਡੀ ਮਦਦ ਕਰਦੀ ਹੈ:

1. **ਆਤਮਾ ਨਾਲ ਭਰਪੂਰ ਫਿਲਮ ਅਤੇ ਵੀਡੀਓ ਸਮੱਗਰੀ ਤਿਆਰ ਕਰੋ**
ਕਹਾਣੀਆਂ ਅਤੇ ਸਿੱਖਿਆਵਾਂ ਜੋ ਯਿਸੂ ਦੇ ਪਿਆਰ ਨੂੰ ਸਾਫ਼, ਸੰਬੰਧਿਤ, ਜੀਵਨ ਬਦਲਣ ਵਾਲੇ ਤਰੀਕਿਆਂ ਨਾਲ ਚੰਗਾ ਕਰਦੀਆਂ ਹਨ, ਪ੍ਰੇਰਿਤ ਕਰਦੀਆਂ ਹਨ ਅਤੇ ਪ੍ਰਗਟ ਕਰਦੀਆਂ ਹਨ।

2. **ਰੇਡੀਓ 'ਤੇ ਇੰਜੀਲ ਦਾ ਪ੍ਰਸਾਰਣ ਕਰੋ**
ਜੇਲ੍ਹਾਂ, ਹਸਪਤਾਲਾਂ, ਪੇਂਡੂ ਭਾਈਚਾਰਿਆਂ, ਅਤੇ ਇੰਟਰਨੈੱਟ ਦੀ ਪਹੁੰਚ ਤੋਂ ਬਹੁਤ ਦੂਰ ਥਾਵਾਂ 'ਤੇ ਪਰਮੇਸ਼ੁਰ ਦੇ ਬਚਨ ਨੂੰ ਪਹੁੰਚਾਉਣਾ - ਜਿੱਥੇ ਉਮੀਦ ਬਹੁਤ ਘੱਟ ਹੈ ਅਤੇ ਸੱਚਾਈ ਕੀਮਤੀ ਹੈ।

3. **ਸਾਡੀਆਂ ਸੋਸ਼ਲ ਮੀਡੀਆ ਸਿੱਖਿਆ ਅਤੇ ਚੇਲੇ ਬਣਨ ਦੀਆਂ ਮੁਹਿੰਮਾਂ ਦਾ ਵਿਸਤਾਰ ਕਰੋ**
ਰੋਜ਼ਾਨਾ ਭਗਤੀ, ਪ੍ਰਾਰਥਨਾਵਾਂ, ਅਤੇ ਸਿੱਖਿਆਵਾਂ ਜੋ ਵਿਸ਼ਵਾਸੀਆਂ ਨੂੰ ਮਜ਼ਬੂਤ ਕਰਦੀਆਂ ਹਨ, ਪਰਿਵਾਰਾਂ ਨੂੰ ਬਹਾਲ ਕਰਦੀਆਂ ਹਨ, ਅਤੇ ਵਿਸ਼ਵ ਪੱਧਰ 'ਤੇ ਚੇਲਿਆਂ ਨੂੰ ਤਿਆਰ ਕਰਦੀਆਂ ਹਨ।

ਤੁਹਾਡਾ ਸਮਰਥਨ ਕਿਉਂ ਮਾਇਨੇ ਰੱਖਦਾ ਹੈ

ਹਰ ਸੁਨੇਹਾ ਜੋ ਜਾਰੀ ਕੀਤਾ ਜਾਂਦਾ ਹੈ, ਉਹ ਰੌਸ਼ਨੀ ਦਾ ਬੀਜ ਬਣ ਜਾਂਦਾ ਹੈ।
ਹਰ ਸਿੱਖਿਆ ਪਰਿਵਰਤਨ ਦੀ ਲਹਿਰ ਬਣ ਜਾਂਦੀ ਹੈ। ਉਦਾਰਤਾ ਦਾ ਹਰ ਕੰਮ ਪਰਮਾਤਮਾ ਦੀ ਵਿਸ਼ਵਵਿਆਪੀ ਫ਼ਸਲ ਦਾ ਹਿੱਸਾ ਬਣ ਜਾਂਦਾ ਹੈ।
ਤੁਹਾਡਾ ਦਾਨ ਇਸ ਸੇਵਕਾਈ ਨੂੰ ਉਨ੍ਹਾਂ ਰੂਹਾਂ ਤੱਕ ਪਹੁੰਚਣ ਵਿੱਚ ਮਦਦ ਕਰਦਾ ਹੈ ਜਿਨ੍ਹਾਂ ਨੂੰ ਅਸੀਂ ਧਰਤੀ 'ਤੇ ਕਦੇ ਨਹੀਂ ਮਿਲ ਸਕਦੇ, ਪਰ ਹਮੇਸ਼ਾ

ਲਈ ਜ਼ਰੂਰ ਮਿਲਾਂਗੇ। ਕੋਈ ਨਿਸ਼ਚਿਤ ਰਕਮ ਨਹੀਂ ਹੈ - ਸਿਰਫ਼ ਪ੍ਰਭੂ ਦੀ ਅਗਵਾਈ ਅਨੁਸਾਰ ਹੀ ਦਿਓ। ਹਰ ਦਾਨ, ਵੱਡਾ ਜਾਂ ਛੋਟਾ, ਰਾਜ ਨੂੰ ਅੱਗੇ ਵਧਾਉਣ ਵਿੱਚ ਭੂਮਿਕਾ ਨਿਭਾਉਂਦਾ ਹੈ।

ਸਾਥੀ ਨੂੰ ਜਾਂ ਦਿਓ:

ਪੇਪਾਲ:

https://www.paypal.com/ncp/payment/D6NEFW56KG8LU

ਟਿਥ.ਲੀ:

https://tithe.ly/give?c=308311

ਫਲਟਰਵੇਵ -

https://flutterwave.com/donate/bbkpkokehxlw

ਦੇਣ ਦੇ ਸਾਰੇ ਤਰੀਕੇ:

https://www.otakada.org/partnership-giving

ਸਾਡੇ ਨਾਲ ਖੜ੍ਹੇ ਹੋਣ ਲਈ ਧੰਨਵਾਦ।

ਵਾਢੀ ਵਿੱਚ ਬੀਜਣ ਲਈ ਧੰਨਵਾਦ। ਮਸੀਹ ਦਾ ਸੰਦੇਸ਼ ਕੌਮਾਂ ਤੱਕ ਪਹੁੰਚਾਉਣ ਵਿੱਚ ਸਾਡੀ ਮਦਦ ਕਰਨ ਲਈ ਧੰਨਵਾਦ।

ਪ੍ਰਭੂ ਤੁਹਾਨੂੰ ਭਰਪੂਰ ਅਸੀਸ ਦੇਵੇ, ਤੁਹਾਨੂੰ ਭਰਪੂਰ ਵਧਾਵੇ, ਅਤੇ ਉਸਦੀ ਮਹਿਮਾ ਲਈ ਤੁਹਾਡੇ ਦੁਆਰਾ ਬੀਜੇ ਗਏ ਹਰ ਬੀਜ ਨੂੰ ਵਧਾਵੇ।

ਯਿਸੂ ਦੇ ਸ਼ਕਤੀਸ਼ਾਲੀ ਨਾਮ ਵਿੱਚ, ਆਮੀਨ।

—ਰਾਜਦੂਤ ਸੋਮਵਾਰ ਓ. ਓਗਬੇ , ਜ਼ਕਰਿਆਸ ਗੋਡਸੀਗਲ ; ਦਿਲਾਸਾ ਲਾਡੀ ਓਗਬੇ

ਸੰਸਥਾਪਕ, ਗੌਡਜ਼ ਈਗਲ ਮਿਨਿਸਟ੍ਰੀਜ਼ (GEM)

www.otakada.org

ਦੁਬਾਰਾ ਜਨਮ ਕਿਵੇਂ ਲੈਣਾ ਹੈ ਅਤੇ ਮਸੀਹ ਨਾਲ ਇੱਕ ਨਵਾਂ ਜੀਵਨ ਕਿਵੇਂ ਸ਼ੁਰੂ ਕਰਨਾ ਹੈ

ਹੋ ਸਕਦਾ ਹੈ ਕਿ ਤੁਸੀਂ ਪਹਿਲਾਂ ਯਿਸੂ ਦੇ ਨਾਲ ਤੁਰੇ ਹੋਵੋ, ਜਾਂ ਹੋ ਸਕਦਾ ਹੈ ਕਿ ਤੁਸੀਂ ਇਨ੍ਹਾਂ 40 ਦਿਨਾਂ ਵਿੱਚ ਉਸਨੂੰ ਮਿਲੇ ਹੋਵੋ। ਪਰ ਇਸ ਸਮੇਂ, ਤੁਹਾਡੇ ਅੰਦਰ ਕੁਝ ਹਲਚਲ ਮਚਾ ਰਿਹਾ ਹੈ।

ਤੁਸੀਂ ਧਰਮ ਤੋਂ ਵੱਧ ਲਈ ਤਿਆਰ ਹੋ।

ਤੁਸੀਂ **ਰਿਸ਼ਤੇ ਲਈ ਤਿਆਰ ਹੋ** ।

ਤੁਸੀਂ ਇਹ ਕਹਿਣ ਲਈ ਤਿਆਰ ਹੋ, "ਯਿਸੂ, ਮੈਨੂੰ ਤੁਹਾਡੀ ਲੋੜ ਹੈ।"

ਇਹ ਸੱਚ ਹੈ:

"ਕਿਉਂਕਿ ਸਾਰਿਆਂ ਨੇ ਪਾਪ ਕੀਤਾ ਹੈ; ਅਸੀਂ ਸਾਰੇ ਪਰਮੇਸ਼ੁਰ ਦੇ ਸ਼ਾਨਦਾਰ ਮਿਆਰ ਤੋਂ ਘੱਟ ਜਾਂਦੇ ਹਾਂ... ਫਿਰ ਵੀ ਪਰਮੇਸ਼ੁਰ, ਆਪਣੀ ਕਿਰਪਾ ਨਾਲ, ਸਾਨੂੰ ਆਪਣੀ ਨਜ਼ਰ ਵਿੱਚ ਮੁਫ਼ਤ ਵਿੱਚ ਧਰਮੀ ਬਣਾਉਂਦਾ ਹੈ।"

- ਰੋਮੀਆਂ 3:23-24 (NLT)

ਤੁਸੀਂ ਮੁਕਤੀ ਨਹੀਂ ਕਮਾ ਸਕਦੇ।

ਤੁਸੀਂ ਆਪਣੇ ਆਪ ਨੂੰ ਠੀਕ ਨਹੀਂ ਕਰ ਸਕਦੇ। ਪਰ ਯਿਸੂ ਪਹਿਲਾਂ ਹੀ ਪੂਰੀ ਕੀਮਤ ਚੁਕਾ ਚੁੱਕਾ ਹੈ - ਅਤੇ ਉਹ ਤੁਹਾਡਾ ਘਰ ਸਵਾਗਤ ਕਰਨ ਲਈ ਉਡੀਕ ਕਰ ਰਿਹਾ ਹੈ।

ਦੁਬਾਰਾ ਜਨਮ ਕਿਵੇਂ ਲਿਆ ਜਾਵੇ

ਦੁਬਾਰਾ ਜਨਮ ਲੈਣ ਦਾ ਮਤਲਬ ਹੈ ਆਪਣੀ ਜ਼ਿੰਦਗੀ ਯਿਸੂ ਨੂੰ ਸਮਰਪਿਤ ਕਰਨਾ - ਉਸਦੀ ਮਾਫ਼ੀ ਨੂੰ ਸਵੀਕਾਰ ਕਰਨਾ, ਇਹ ਵਿਸ਼ਵਾਸ ਕਰਨਾ ਕਿ ਉਹ ਮਰ ਗਿਆ ਅਤੇ ਦੁਬਾਰਾ ਜੀ ਉੱਠਿਆ, ਅਤੇ ਉਸਨੂੰ ਆਪਣੇ ਪ੍ਰਭੂ ਅਤੇ ਮੁਕਤੀਦਾਤਾ ਵਜੋਂ ਸਵੀਕਾਰ ਕਰਨਾ।

ਇਹ ਸਰਲ ਹੈ। ਇਹ ਸ਼ਕਤੀਸ਼ਾਲੀ ਹੈ। ਇਹ ਸਭ ਕੁਝ ਬਦਲ ਦਿੰਦਾ ਹੈ।

ਇਹ ਉੱਚੀ ਆਵਾਜ਼ ਵਿੱਚ ਪ੍ਰਾਰਥਨਾ ਕਰੋ:

"ਪ੍ਰਭੂ ਯਿਸੂ, ਮੈਂ ਵਿਸ਼ਵਾਸ ਕਰਦਾ ਹਾਂ ਕਿ ਤੂੰ ਪਰਮੇਸ਼ੁਰ ਦਾ ਪੁੱਤਰ ਹੈਂ। ਮੇਰਾ ਵਿਸ਼ਵਾਸ ਹੈ ਕਿ ਤੂੰ ਮੇਰੇ ਪਾਪਾਂ ਲਈ ਮਰਿਆ ਅਤੇ ਦੁਬਾਰਾ ਜੀ ਉੱਠਿਆ। ਮੈਂ ਇਕਬਾਲ ਕਰਦਾ ਹਾਂ ਕਿ ਮੈਂ ਪਾਪ ਕੀਤਾ ਹੈ ਅਤੇ ਮੈਨੂੰ ਤੇਰੀ ਮਾਫ਼ੀ ਦੀ ਲੋੜ ਹੈ। ਅੱਜ, ਮੈਂ ਤੋਬਾ ਕਰਦਾ ਹਾਂ ਅਤੇ ਆਪਣੇ ਪੁਰਾਣੇ ਤਰੀਕਿਆਂ ਤੋਂ ਮੁੜਦਾ ਹਾਂ। ਮੈਂ ਤੈਨੂੰ ਆਪਣੇ ਪ੍ਰਭੂ ਅਤੇ ਮੁਕਤੀਦਾਤਾ ਬਣਨ ਲਈ ਆਪਣੀ ਜ਼ਿੰਦਗੀ ਵਿੱਚ ਸੱਦਾ ਦਿੰਦਾ ਹਾਂ। ਮੈਨੂੰ ਸਾਫ਼ ਧੋ। ਮੈਨੂੰ ਆਪਣੀ ਆਤਮਾ ਨਾਲ ਭਰ ਦੇ। ਮੈਂ ਐਲਾਨ ਕਰਦਾ ਹਾਂ ਕਿ ਮੈਂ ਦੁਬਾਰਾ ਜਨਮ ਲਿਆ ਹੈ, ਮਾਫ਼ ਕੀਤਾ ਗਿਆ ਹੈ, ਅਤੇ ਆਜ਼ਾਦ ਹਾਂ। ਇਸ ਦਿਨ ਤੋਂ ਅੱਗੇ, ਮੈਂ ਤੇਰਾ ਪਿੱਛਾ ਕਰਾਂਗਾ - ਅਤੇ ਮੈਂ ਤੇਰੇ ਕਦਮਾਂ ਵਿੱਚ ਰਹਾਂਗਾ। ਮੈਨੂੰ ਬਚਾਉਣ ਲਈ ਧੰਨਵਾਦ। ਯਿਸੂ ਦੇ ਨਾਮ ਵਿੱਚ, ਆਮੀਨ।"

ਮੁਕਤੀ ਤੋਂ ਬਾਅਦ ਅਗਲੇ ਕਦਮ

1. **ਕਿਸੇ ਨੂੰ ਦੱਸੋ** - ਆਪਣਾ ਫੈਸਲਾ ਕਿਸੇ ਭਰੋਸੇਮੰਦ ਵਿਅਕਤੀ ਨਾਲ ਸਾਂਝਾ ਕਰੋ।
2. **ਇੱਕ ਬਾਈਬਲ-ਅਧਾਰਤ ਚਰਚ ਲੱਭੋ** - ਇੱਕ ਅਜਿਹੇ ਭਾਈਚਾਰੇ ਵਿੱਚ ਸ਼ਾਮਲ ਹੋਵੋ ਜੋ ਪਰਮੇਸ਼ੁਰ ਦੇ ਬਚਨ ਨੂੰ ਸਿਖਾਉਂਦਾ ਹੈ ਅਤੇ ਇਸਨੂੰ ਲਾਗੂ ਕਰਦਾ ਹੈ। https://www.otakada.org ਜਾਂ

https://chat.whatsapp.com/H67spSun32DDTma8TLh0ov ਰਾਹੀਂ ਔਨਲਾਈਨ ਪਰਮੇਸ਼ੁਰ ਦੇ ਈਗਲ ਸੇਵਕਾਈਆਂ 'ਤੇ ਜਾਓ।

3. **ਬਪਤਿਸਮਾ ਲਓ** - ਆਪਣੇ ਵਿਸ਼ਵਾਸ ਦਾ ਐਲਾਨ ਕਰਨ ਲਈ ਅਗਲਾ ਕਦਮ ਜਨਤਕ ਤੌਰ 'ਤੇ ਚੁੱਕੋ।
4. **ਰੋਜ਼ਾਨਾ ਬਾਈਬਲ ਪੜ੍ਹੋ** - ਯੂਹੰਨਾ ਦੀ ਇੰਜੀਲ ਨਾਲ ਸ਼ੁਰੂਆਤ ਕਰੋ।
5. **ਹਰ ਰੋਜ਼ ਪ੍ਰਾਰਥਨਾ ਕਰੋ** - ਇੱਕ ਦੋਸਤ ਅਤੇ ਪਿਤਾ ਵਾਂਗ ਰੱਬ ਨਾਲ ਗੱਲ ਕਰੋ।
6. **ਜੁੜੇ ਰਹੋ** - ਆਪਣੇ ਆਪ ਨੂੰ ਉਨ੍ਹਾਂ ਲੋਕਾਂ ਨਾਲ ਘੇਰੋ ਜੋ ਤੁਹਾਡੀ ਨਵੀਂ ਸੈਰ ਨੂੰ ਉਤਸ਼ਾਹਿਤ ਕਰਦੇ ਹਨ।
7. **ਭਾਈਚਾਰੇ ਦੇ ਅੰਦਰ ਚੇਲੇ ਬਣਨ ਦੀ ਪ੍ਰਕਿਰਿਆ ਸ਼ੁਰੂ ਕਰੋ** - ਇਹਨਾਂ ਲਿੰਕਾਂ ਰਾਹੀਂ ਯਿਸੂ ਮਸੀਹ ਨਾਲ ਇੱਕ-ਨਾਲ-ਇੱਕ ਰਿਸ਼ਤਾ ਵਿਕਸਤ ਕਰੋ।

40-ਦਿਨਾਂ ਦਾ ਚੇਲਾਪਨ 1 - https://www.otakada.org/get-free-40-days-online-discipleship-course-in-a-journey-with-jesus/
40 ਚੇਲਾਪਨ 2 - https://www.otakada.org/get-free-40-days-dna-of-discipleship-journey-with-jesus-series-2/

ਮੇਰਾ ਮੁਕਤੀ ਪਲ

ਮਿਤੀ : ____________________________

ਦਸਤਖਤ : ________________________

"ਜੇ ਕੋਈ ਮਸੀਹ ਵਿੱਚ ਹੈ, ਤਾਂ ਉਹ ਇੱਕ ਨਵੀਂ ਸਰਿਸ਼ਟ ਹੈ; ਪੁਰਾਣਾ ਬੀਤ ਗਿਆ ਹੈ, ਨਵਾਂ ਆ ਗਿਆ ਹੈ!"

—2 ਕੁਰਿੰਥੀਆਂ 5:17

ਮਸੀਹ ਵਿੱਚ ਨਵੇਂ ਜੀਵਨ ਦਾ ਸਰਟੀਫਿਕੇਟ

ਮੁਕਤੀ ਘੋਸ਼ਣਾ - ਕਿਰਪਾ ਦੁਆਰਾ ਦੁਬਾਰਾ ਜਨਮ

ਇਹ ਪ੍ਰਮਾਣਿਤ ਕਰਦਾ ਹੈ ਕਿ

____

(ਪੂਰਾ ਨਾਂਮ)

ਯਿਸੂ ਮਸੀਹ ਵਿੱਚ ਪ੍ਰਭੂ ਅਤੇ ਮੁਕਤੀਦਾਤਾ ਵਜੋਂ ਵਿਸ਼ਵਾਸ ਦਾ

ਜਨਤਕ ਤੌਰ 'ਤੇ ਐਲਾਨ ਕੀਤਾ ਹੈ ਅਤੇ ਆਪਣੀ ਮੌਤ ਅਤੇ ਪੁਨਰ ਉਥਾਨ ਦੁਆਰਾ ਮੁਕਤੀ ਦਾ ਮੁਫ਼ਤ ਤੋਹਫ਼ਾ ਪ੍ਰਾਪਤ ਕੀਤਾ ਹੈ।

"ਜੇ ਤੁਸੀਂ ਖੁੱਲ੍ਹੇਆਮ ਐਲਾਨ ਕਰਦੇ ਹੋ ਕਿ ਯਿਸੂ ਪ੍ਰਭੂ ਹੈ ਅਤੇ ਆਪਣੇ ਦਿਲ ਵਿੱਚ ਵਿਸ਼ਵਾਸ ਕਰਦੇ ਹੋ ਕਿ ਪਰਮੇਸ਼ੁਰ ਨੇ ਉਸਨੂੰ ਮੁਰਦਿਆਂ ਵਿੱਚੋਂ ਜਿਵਾਲਿਆ ਹੈ, ਤਾਂ ਤੁਸੀਂ ਬਚ ਜਾਓਗੇ।"

- ਰੋਮੀਆਂ 10:9 (NLT)

ਇਸ ਦਿਨ, ਸਵਰਗ ਖੁਸ਼ ਹੁੰਦਾ ਹੈ ਅਤੇ ਇੱਕ ਨਵੀਂ ਯਾਤਰਾ ਸ਼ੁਰੂ ਹੁੰਦੀ ਹੈ।

ਫੈਸਲੇ ਦੀ ਮਿਤੀ : ____________________________

ਦਸਤਖ਼ਤ : ____________________________________

ਮੁਕਤੀ ਘੋਸ਼ਣਾ

"ਅੱਜ, ਮੈਂ ਆਪਣਾ ਜੀਵਨ ਯਿਸੂ ਮਸੀਹ ਨੂੰ ਸਮਰਪਿਤ ਕਰਦਾ ਹਾਂ। ਮੇਰਾ ਵਿਸ਼ਵਾਸ ਹੈ ਕਿ ਉਹ ਮੇਰੇ ਪਾਪਾਂ ਲਈ ਮਰਿਆ ਅਤੇ ਦੁਬਾਰਾ ਜੀ ਉੱਠਿਆ। ਮੈਂ ਉਸਨੂੰ ਆਪਣੇ ਪ੍ਰਭੂ ਅਤੇ ਮੁਕਤੀਦਾਤਾ ਵਜੋਂ ਸਵੀਕਾਰ ਕਰਦਾ ਹਾਂ। ਮੈਨੂੰ ਮਾਫ਼ ਕੀਤਾ ਗਿਆ ਹੈ, ਦੁਬਾਰਾ ਜਨਮ ਲਿਆ ਗਿਆ ਹੈ, ਅਤੇ

ਨਵਾਂ ਬਣਾਇਆ ਗਿਆ ਹੈ। ਇਸ ਪਲ ਤੋਂ ਅੱਗੇ, ਮੈਂ ਉਸਦੇ ਕਦਮਾਂ ਵਿੱਚ ਚੱਲਾਂਗਾ।"

ਰੱਬ ਦੇ ਪਰਿਵਾਰ ਵਿੱਚ ਤੁਹਾਡਾ ਸਵਾਗਤ ਹੈ!

ਤੁਹਾਡਾ ਨਾਮ ਲੇਲੇ ਦੀ ਜੀਵਨ ਦੀ ਕਿਤਾਬ ਵਿੱਚ ਲਿਖਿਆ ਹੋਇਆ ਹੈ।

ਤੁਹਾਡੀ ਕਹਾਣੀ ਹੁਣੇ ਸ਼ੁਰੂ ਹੋਈ ਹੈ - ਅਤੇ ਇਹ ਸਦੀਵੀ ਹੈ।

ਰੱਬ ਦੇ ਈਗਲ ਸੇਵਕਾਂ ਨਾਲ ਜੁੜੋ

- ਵੈੱਬਸਾਈਟ: www.otakada.org
- ਵੈਲਥ ਬਿਓਂਡ ਫਿਕਰ ਸੀਰੀਜ਼:
  www.wealthbeyondworryseries.com
- ਈਮੇਲ: ambassador@otakada.org

- **ਇਸ ਕੰਮ ਦਾ ਸਮਰਥਨ ਕਰੋ:**

ਨੇਮ-ਅਗਵਾਈ ਵਾਲੇ ਦਾਨ ਰਾਹੀਂ ਰਾਜ ਪ੍ਰੋਜੈਕਟਾਂ, ਮਿਸ਼ਨਾਂ ਅਤੇ ਮੁਫਤ ਵਿਸ਼ਵਵਿਆਪੀ ਸਰੋਤਾਂ ਦਾ ਸਮਰਥਨ ਕਰੋ।

ਦਾਨ ਦੇਣ ਲਈ QR ਕੋਡ ਸਕੈਨ ਕਰੋ

https://tithe.ly/give?c=308311

ਤੁਹਾਡੀ ਉਦਾਰਤਾ ਸਾਨੂੰ ਹੋਰ ਰੂਹਾਂ ਤੱਕ ਪਹੁੰਚਣ, ਸਰੋਤਾਂ ਦਾ ਅਨੁਵਾਦ ਕਰਨ, ਮਿਸ਼ਨਰੀਆਂ ਦਾ ਸਮਰਥਨ ਕਰਨ ਅਤੇ ਵਿਸ਼ਵ ਪੱਧਰ 'ਤੇ ਚੇਲੇਪਣ ਪ੍ਰਣਾਲੀਆਂ ਬਣਾਉਣ ਵਿੱਚ ਮਦਦ ਕਰਦੀ ਹੈ। ਧੰਨਵਾਦ!

ਲੇਖਕ BIO

ਲੇਖਕ ਬਾਰੇ - ਪੈਗੰਬਰ ਡਾ. ਈਸਾ ਅਲ- ਬੂਬਾ ਸਾਦਿਕ

ਪੈਗੰਬਰ ਡਾ. ਈਸਾ ਅਲ- ਬੂਬਾ ਸਾਦਿਕ ਈਵੈਂਜਲੀਕਲ ਬਿਬਲੀਕਲ ਆਊਟਰੀਚ ਮਿਨਿਸਟ੍ਰੀਜ਼ ਇੰਟਰਨੈਸ਼ਨਲ (EBOMI) ਦੇ ਸੰਸਥਾਪਕ ਅਤੇ ਨੇਤਾ ਹਨ, ਜਿਸਦਾ ਮੁੱਖ ਦਫਤਰ ਜੋਸ, ਪਠਾਰ ਰਾਜ, ਨਾਈਜੀਰੀਆ ਵਿੱਚ ਹੈ।

ਇੱਕ ਵਾਰ ਜਦੋਂ ਉਹ ਅੱਤਵਾਦੀ ਇਸਲਾਮੀ ਢਾਂਚੇ ਵਿੱਚ ਡੂੰਘਾਈ ਨਾਲ ਸਿਖਲਾਈ ਪ੍ਰਾਪਤ ਕਰ ਲੈਂਦਾ ਸੀ, ਤਾਂ ਉਸਦੀ ਜ਼ਿੰਦਗੀ ਵਿੱਚ ਬ੍ਰਹਮ ਮੁਲਾਕਾਤਾਂ ਤੋਂ ਬਾਅਦ ਬੁਨਿਆਦੀ ਤੌਰ 'ਤੇ ਤਬਦੀਲੀ ਆ ਗਈ ਜਿਨ੍ਹਾਂ ਨੇ ਉਸਦੀ ਵਫ਼ਾਦਾਰੀ ਅਤੇ ਮਿਸ਼ਨ ਨੂੰ ਮੁੜ ਨਿਰਦੇਸ਼ਤ ਕੀਤਾ।

www.ebomi.org) ਰਾਹੀਂ , ਉਹ ਵਿਸ਼ਵਾਸੀਆਂ ਨੂੰ ਆਪਣੀ ਪੀੜ੍ਹੀ ਵਿੱਚ ਰਾਖੇ ਵਜੋਂ ਅਨੁਸ਼ਾਸਿਤ ਸ਼ਰਧਾ, ਪਵਿੱਤਰਤਾ ਅਤੇ ਭਵਿੱਖਬਾਣੀ ਜ਼ਿੰਮੇਵਾਰੀ ਵਿੱਚ ਚੱਲਣ ਲਈ ਲਾਮਬੰਦ ਅਤੇ ਤਿਆਰ ਕਰਦਾ ਹੈ।

ਸੇਵਕਾਈ ਦਾ ਪ੍ਰਭਾਵ ਚਰਚ ਦੀਆਂ ਕੰਧਾਂ ਤੋਂ ਪਰੇ ਹੈ। ਆਊਟਰੀਚ ਪਹਿਲਕਦਮੀਆਂ, ਵਿਦਿਅਕ ਪ੍ਰੋਗਰਾਮਾਂ, ਖੇਤੀਬਾੜੀ ਸਸ਼ਕਤੀਕਰਨ, ਅਤੇ ਗਰੀਬਾਂ ਅਤੇ ਗਰੀਬਾਂ ਦੀ ਦੇਖਭਾਲ ਰਾਹੀਂ - ਜਿਨ੍ਹਾਂ ਵਿੱਚੋਂ ਬਹੁਤ ਸਾਰੇ ਮੁਸਲਮਾਨ ਰਹਿੰਦੇ ਹਨ - ਇਹ ਕੰਮ ਬਿਨਾਂ ਕਿਸੇ ਦੁਸ਼ਮਣੀ ਦੇ ਵਿਸ਼ਵਾਸ ਵਿੱਚ ਜੜ੍ਹੀ ਹੋਈ ਸੇਵਾ ਨੂੰ ਦਰਸਾਉਂਦਾ ਹੈ।

ਅਤਿਆਚਾਰ, ਕਤਲ ਦੀਆਂ ਕੋਸ਼ਿਸ਼ਾਂ ਅਤੇ ਧਮਕੀਆਂ ਦੇ ਬਾਵਜੂਦ, ਉਹ ਵੰਡੇ ਹੋਏ ਭਾਈਚਾਰਿਆਂ - ਜਿਸ ਵਿੱਚ ਉਸਦੇ ਆਪਣੇ ਪਰਿਵਾਰ ਦੇ ਅੰਦਰ ਵੀ ਸ਼ਾਮਲ ਹੈ - ਵਿਚਕਾਰ ਪੁਲ ਬਣਾਉਂਦੇ ਹੋਏ ਅਧਿਆਤਮਿਕ ਮਿਆਰਾਂ ਨੂੰ ਉੱਚਾ ਚੁੱਕਣਾ ਜਾਰੀ ਰੱਖਦਾ ਹੈ।

ਉਹ ਪ੍ਰਾਚੀਨ ਸਥਾਨਾਂ ਨੂੰ ਬਹਾਲ ਕਰਨ, ਪਹਿਰੇਦਾਰਾਂ ਨੂੰ ਮਜ਼ਬੂਤ ਕਰਨ, ਅਤੇ ਇੱਕ ਸਮਝੌਤੇ ਵਾਲੇ ਯੁੱਗ ਵਿੱਚ ਵਿਸ਼ਵਾਸੀਆਂ ਨੂੰ ਅਨੁਸ਼ਾਸਿਤ ਈਸਾਈ ਧਰਮ ਵੱਲ ਬੁਲਾਉਣ ਲਈ ਵਚਨਬੱਧ ਹੈ।

ਉਹਨਾਂ ਲਈ ਜੋ ਮੰਗਣੀ ਕਰਨਾ ਚਾਹੁੰਦੇ ਹਨ

ਈਵੈਂਜਲੀਕਲ ਬਿਬਲੀਕਲ ਆਊਟਰੀਚ ਮਿਨਿਸਟ੍ਰੀਜ਼ ਇੰਟਰਨੈਸ਼ਨਲ (EBOMI)

ਹੈੱਡਕੁਆਰਟਰ: ਨੰਬਰ 1 ਕਾਸ਼ਿਮ ਇਬਰਾਹਿਮ ਸਟ੍ਰੀਟ, ਜੋਸ, ਪਠਾਰ ਰਾਜ, ਨਾਈਜੀਰੀਆ

ਈਮੇਲ: ebomiglobal@gmail.comਫੋਨ: 08082538837

ਵੇਰਵੇ ਅਤੇ ਭਾਗੀਦਾਰੀ ਚੈਨਲ ਮੰਤਰਾਲੇ ਦੀ ਅਧਿਕਾਰਤ ਵੈੱਬਸਾਈਟ ਰਾਹੀਂ ਜਨਤਕ ਤੌਰ 'ਤੇ ਉਪਲਬਧ ਹਨ।

ਕਮਿਸ਼ਨ ਜਨਤਕ ਤੌਰ 'ਤੇ ਆਪਣੇ ਆਪ ਨੂੰ ਇਸ ਤਰ੍ਹਾਂ ਪੇਸ਼ ਕਰਦਾ ਹੈ: "ਇੱਕ ਕੱਟੜਪੰਥੀ, ਭਵਿੱਖਬਾਣੀ, ਅਤੇ ਅਧਿਕਾਰਤ ਸੇਵਕਾਈ ਜੋ ਖੁਸ਼ਖਬਰੀ ਫੈਲਾਉਣ ਅਤੇ ਜ਼ਿੰਦਗੀਆਂ ਨੂੰ ਬਦਲਣ ਲਈ ਵਚਨਬੱਧ ਹੈ।"

ਜ਼ਕਰੀਆਸ ਗੋਂਡਸੀਗਲ

ਲੇਖਕ • ਅਧਿਆਪਕ • ਦੂਰਦਰਸ਼ੀ ਆਗੂ

ਜ਼ਕਰਿਆਸ ਗੌਡਸੀਗਲ ਸ਼ਬਦ ਦਾ ਇੱਕ ਜੋਸ਼ੀਲਾ ਅਧਿਆਪਕ ਹੈ ਅਤੇ ਮਸੀਹ ਦੇ ਸਰੀਰ ਲਈ ਇੱਕ ਸਮਝਦਾਰ ਆਵਾਜ਼ ਹੈ। ਅਧਿਆਤਮਿਕ ਸੂਝ ਲਈ ਇੱਕ ਵਿਲੱਖਣ ਕਿਰਪਾ ਲੈ ਕੇ, ਜ਼ਕਰਿਆਸ ਸਪਸ਼ਟਤਾ, ਭਵਿੱਖਬਾਣੀ ਦੀ ਡੂੰਘਾਈ, ਅਤੇ ਵਿਸ਼ਵਾਸੀਆਂ ਨੂੰ ਸ਼ੁੱਧਤਾ, ਭਗਤੀ ਅਤੇ ਮਸੀਹ ਪ੍ਰਤੀ ਸੱਚੇ ਸਮਰਪਣ ਵਿੱਚ ਚੱਲਦੇ ਦੇਖਣ ਦੀ ਦਿਲ ਨੂੰ ਸਾੜਨ ਵਾਲੀ ਇੱਛਾ ਨਾਲ ਸੇਵਾ ਕਰਦਾ ਹੈ।

ਗੌਡਜ਼ ਈਗਲ ਮਿਨਿਸਟ੍ਰੀਜ਼ (GEM) ਦੇ ਕੰਮ ਵਿੱਚ ਇੱਕ ਸਹਿ-ਕਰਮਚਾਰੀ ਦੇ ਰੂਪ ਵਿੱਚ, ਉਹ ਚੇਲੇਪਣ ਸਮੱਗਰੀ, ਧਰਮ-ਗ੍ਰੰਥਾਂ ਦੀ ਰੌਸ਼ਨੀ, ਅਤੇ ਮੀਡੀਆ-ਅਧਾਰਤ ਪਹੁੰਚ ਨੂੰ ਆਕਾਰ ਦੇਣ ਵਿੱਚ ਮਹੱਤਵਪੂਰਨ ਭੂਮਿਕਾ ਨਿਭਾਉਂਦਾ ਹੈ ਜੋ ਡਿਜੀਟਲ ਅਤੇ ਭੌਤਿਕ ਸਰਹੱਦਾਂ ਤੋਂ ਪਾਰ ਜੀਵਨ ਨੂੰ ਛੂਹਦਾ ਹੈ। ਉਸਦੀਆਂ ਲਿਖਤਾਂ ਅੰਦਰੂਨੀ ਪਰਿਵਰਤਨ, ਆਗਿਆਕਾਰੀ, ਅਤੇ ਵਿਸ਼ਵਾਸੀ ਦੇ ਦਿਲ ਦੇ ਸਿੰਘਾਸਣ 'ਤੇ ਮਸੀਹ ਦੀ ਬਹਾਲੀ 'ਤੇ ਕੇਂਦ੍ਰਿਤ ਹਨ।

ਜ਼ਕਰੀਆਸ ਇੱਕ ਸਧਾਰਨ ਵਿਸ਼ਵਾਸ ਦੁਆਰਾ ਪ੍ਰੇਰਿਤ ਹੈ: **ਜਦੋਂ ਦਿਲ ਇਕਸਾਰ ਹੁੰਦਾ ਹੈ, ਤਾਂ ਕਿਸਮਤ ਇਕਸਾਰ ਹੁੰਦੀ ਹੈ।**

ਉਹ ਸਿੱਖਿਆ, ਸਲਾਹ ਅਤੇ ਆਤਮਾ ਨਾਲ ਭਰਪੂਰ ਰਚਨਾਤਮਕ ਪ੍ਰੋਜੈਕਟਾਂ ਰਾਹੀਂ ਵਿਸ਼ਵ ਪੱਧਰ 'ਤੇ ਦਰਸ਼ਕਾਂ ਤੱਕ ਪਹੁੰਚਣਾ ਜਾਰੀ ਰੱਖਦਾ ਹੈ।

ਰਾਜਦੂਤ ਸੋਮਵਾਰ ਓ. ਓਗਬੇ

ਲੇਖਕ • ਮਿਸ਼ਨਰੀ ਕਮਿਊਨੀਕੇਟਰ • ਸੰਸਥਾਪਕ, ਗੌਡਜ਼ ਈਗਲ ਮਿਨਿਸਟ੍ਰੀਜ਼ (GEM)

ਰਾਜਦੂਤ ਮੰਡੇ ਓਰੀਓਜੋ ਓਗਵੂਓਜੋ ਓਗਬੇ **ਗੌਡਜ਼ ਈਗਲ ਮਿਨਿਸਟ੍ਰੀਜ਼ (GEM)** ਦੇ ਸੰਸਥਾਪਕ ਹਨ - ਇੱਕ ਗਲੋਬਲ ਮਿਸ਼ਨ ਜਿਸਦਾ ਉਦੇਸ਼ "ਲੋਕਾਂ ਨੂੰ ਉਸਦੇ ਬਚਨ ਰਾਹੀਂ ਪ੍ਰਮਾਤਮਾ ਨਾਲ ਜੋੜਨਾ" ਹੈ। ਸੱਚਾਈ, ਭਾਵਨਾਤਮਕ ਕਹਾਣੀ ਸੁਣਾਉਣ ਅਤੇ ਭਵਿੱਖਬਾਣੀ ਸਿੱਖਿਆ ਲਈ ਆਪਣੇ ਤੀਬਰ ਜਨੂੰਨ ਲਈ ਜਾਣਿਆ ਜਾਂਦਾ ਹੈ, ਉਹ ਲਿਖਣ, ਪੋਡਕਾਸਟਿੰਗ, ਫਿਲਮ ਨਿਰਮਾਣ, ਡਿਜੀਟਲ ਈਵੈਂਜਲਿਜ਼ਮ ਅਤੇ ਚੇਲੇਪਨ ਰਾਹੀਂ ਦੇਸ਼ਾਂ ਵਿੱਚ ਸੇਵਾ ਕਰਦਾ ਹੈ।

ਲੀਡਰਸ਼ਿਪ, ਮੀਡੀਆ ਅਤੇ ਮਿਸ਼ਨਾਂ ਵਿੱਚ ਪਿਛੋਕੜ ਦੇ ਨਾਲ, ਅੰਬੈਸਡਰ ਮੰਡੇ ਇੱਕ ਅੰਤਰ-ਸੱਭਿਆਚਾਰਕ ਅਭਿਸ਼ੇਕ ਰੱਖਦਾ ਹੈ ਜੋ ਅਫਰੀਕਾ ਤੋਂ ਏਸ਼ੀਆ, ਅਮਰੀਕਾ, ਯੂਰਪ ਅਤੇ ਮੱਧ ਪੂਰਬ ਤੱਕ ਗੂੰਜਦਾ ਹੈ। ਉਸਦੀਆਂ ਸਿੱਖਿਆਵਾਂ ਵਿਸ਼ਵਾਸੀ ਦੇ ਦਿਲ ਦੀਆਂ ਲੁਕੀਆਂ ਲੜਾਈਆਂ ਦਾ ਸਾਹਮਣਾ ਕਰਦੀਆਂ ਹਨ - ਲੋਭ, ਪਛਾਣ ਸੰਘਰਸ਼, ਅਧਿਆਤਮਿਕ ਸੰਤੁਸ਼ਟੀ, ਅਤੇ ਪਰਮਾਤਮਾ ਨਾਲ ਨੇੜਤਾ ਦੇ ਸੂਖਮ ਖੋਰੇ।

ਉਹ ਕਈ ਭਗਤੀ, ਕਿਤਾਬਾਂ ਦੀ ਲੜੀ, ਅਤੇ ਮਲਟੀਮੀਡੀਆ ਸਿੱਖਿਆਵਾਂ ਦੇ ਲੇਖਕ ਹਨ ਜੋ otakada.org ਅਤੇ GEM ਦੇ ਡਿਜੀਟਲ ਪਲੇਟਫਾਰਮਾਂ ਰਾਹੀਂ ਲੱਖਾਂ ਲੋਕਾਂ ਤੱਕ ਪਹੁੰਚਦੀਆਂ ਹਨ।

ਉਸਦਾ ਜੀਵਨ ਸੰਦੇਸ਼ ਸਰਲ ਪਰ ਡੂੰਘਾ ਹੈ:

"ਜਦੋਂ ਮਸੀਹ ਕੇਂਦਰ ਵਿੱਚ ਬੈਠਦਾ ਹੈ, ਤਾਂ ਬਾਕੀ ਸਭ ਕੁਝ ਆਪਣੀ ਸਹੀ ਜਗ੍ਹਾ ਲੈਂਦਾ ਹੈ।"

ਕੰਫਰਟ ਲਾਡੀ ਓਗਬੇ

ਲੇਖਕ • ਵਿਚੋਲਗੀ • ਸੇਵਕਾਈ ਵਿੱਚ ਸਹਿ-ਮਜ਼ਦੂਰ

ਕੰਫਰਟ ਲਾਡੀ ਓਗਬੇ ਇੱਕ ਲੇਖਕ, ਵਿਚੋਲਗੀ ਕਰਨ ਵਾਲੀ, ਅਤੇ ਰੱਬ ਦੇ ਈਗਲ ਸੇਵਕਾਈ ਦੇ ਰਾਜ ਕਾਰਜ ਵਿੱਚ ਸਹਿ-ਕਰਮਚਾਰੀ ਹੈ। ਹਮਦਰਦੀ, ਸਮਝਦਾਰੀ ਅਤੇ ਪਾਲਣ-ਪੋਸ਼ਣ ਦੀ ਭਾਵਨਾ ਨਾਲ ਭਰਪੂਰ, ਉਹ ਹਰ ਪ੍ਰੋਜੈਕਟ ਨੂੰ ਛੂਹਣ ਲਈ ਭਾਵਨਾਤਮਕ ਡੂੰਘਾਈ ਅਤੇ ਅਧਿਆਤਮਿਕ ਆਧਾਰ ਪ੍ਰਦਾਨ ਕਰਦੀ ਹੈ।

ਉਸਦੇ ਯੋਗਦਾਨ - ਅਕਸਰ ਪਰਦੇ ਪਿੱਛੇ - ਨਿਮਰਤਾ, ਬੁੱਧੀ ਅਤੇ ਇਲਾਜ ਦੀ ਖੁਸ਼ਬੂ ਲੈ ਕੇ ਜਾਂਦੇ ਹਨ। ਸਲਾਹ, ਪ੍ਰਾਰਥਨਾ, ਚੇਲਾਪਨ, ਅਤੇ ਰਚਨਾਤਮਕ ਸਹਿਯੋਗ ਦੁਆਰਾ ਦਿਲਾਸਾ ਸੇਵਾ ਕਰਦੇ ਹਨ, ਖਾਸ ਕਰਕੇ ਉਨ੍ਹਾਂ ਕੰਮਾਂ ਵਿੱਚ ਜੋ ਪਰਿਵਾਰਕ ਬਹਾਲੀ, ਅਧਿਆਤਮਿਕ ਪਰਿਪੱਕਤਾ, ਅਤੇ ਦਿਲ ਪਰਿਵਰਤਨ 'ਤੇ ਜ਼ੋਰ ਦਿੰਦੇ ਹਨ।

ਇੱਕ ਲੇਖਕ ਹੋਣ ਦੇ ਨਾਤੇ, ਉਹ ਜੀਵਿਤ ਅਨੁਭਵ ਅਤੇ ਅਧਿਆਤਮਿਕ ਦ੍ਰਿੜਤਾ ਦੇ ਸਥਾਨ ਤੋਂ ਲਿਖਦੀ ਹੈ, ਪਾਠਕਾਂ ਨੂੰ ਸਪਸ਼ਟਤਾ, ਦਿਲਾਸਾ ਅਤੇ ਮਸੀਹ ਵਿੱਚ ਸੰਪੂਰਨਤਾ ਦੀ ਪੈਰਵੀ ਕਰਨ ਲਈ ਉਤਸ਼ਾਹ ਪ੍ਰਦਾਨ ਕਰਦੀ ਹੈ।

ਦਿਲਾਸਾ ਵਿਸ਼ਵਾਸੀਆਂ ਨੂੰ ਸਿਰਫ਼ ਗਿਆਨ ਵਿੱਚ ਹੀ ਨਹੀਂ, ਸਗੋਂ ਰੋਜ਼ਾਨਾ ਜੀਵਨ ਵਿੱਚ ਵੀ ਪਰਮਾਤਮਾ ਦਾ ਅਨੁਭਵ ਕਰਨ ਵਿੱਚ ਮਦਦ ਕਰਨ ਲਈ ਵਚਨਬੱਧ ਹੈ - ਜਿੱਥੇ ਦਿਲ ਭਰੋਸਾ ਕਰਨਾ, ਸਮਰਪਣ ਕਰਨਾ ਅਤੇ ਵਧਣਾ-ਫੁੱਲਣਾ ਸਿੱਖਦਾ ਹੈ।

ਲੇਖਕ ਪੰਨਾ:

https://www.amazon.com/stores/Zacharias-Godseagle/author/B0FCZ89D4K

ਅੰਤਿਕਾ

ਅੰਤਿਕਾ A

60-ਮਿੰਟ ਦਾ ਰਣਨੀਤਕ ਪ੍ਰਾਰਥਨਾ ਮਾਡਲ

ਇਸ ਮਾਡਲ ਦਾ ਅਭਿਆਸ ਰੋਜ਼ਾਨਾ ਕੀਤਾ ਜਾਣਾ ਚਾਹੀਦਾ ਹੈ - ਕਦੇ-ਕਦੇ ਨਹੀਂ।

30 ਮਿੰਟ - ਪੂਜਾ

ਸਿਰਫ਼ ਇਸ ਗੱਲ 'ਤੇ ਧਿਆਨ ਕੇਂਦਰਿਤ ਕਰੋ ਕਿ ਰੱਬ ਕੌਣ ਹੈ:

- ਉਸਦੀ ਪਵਿੱਤਰਤਾ
- ਉਸਦੀ ਪ੍ਰਭੂਸੱਤਾ
- ਉਸਦੀ ਦਇਆ
- ਉਸਦਾ ਇਨਸਾਫ਼
- ਉਸਦਾ ਅਧਿਕਾਰ
- ਉਸਦੀ ਵਫ਼ਾਦਾਰੀ

ਕੋਈ ਬੇਨਤੀ ਨਹੀਂ।

ਕੋਈ ਬੇਨਤੀ ਨਹੀਂ। ਸਿਰਫ਼ ਸ਼ਰਧਾ।

10 ਮਿੰਟ — ਉਸਦੀ ਪ੍ਰਭੂਸੱਤਾ ਦਾ ਐਲਾਨ ਕਰੋ

ਜ਼ਬਾਨੀ ਐਲਾਨ ਕਰੋ:

- ਪਰਮੇਸ਼ੁਰ ਮੇਰੀ ਜ਼ਿੰਦਗੀ ਉੱਤੇ ਰਾਜ ਕਰਦਾ ਹੈ।
- ਪਰਮੇਸ਼ੁਰ ਮੇਰੇ ਪਰਿਵਾਰ ਉੱਤੇ ਰਾਜ ਕਰਦਾ ਹੈ।
- ਪਰਮਾਤਮਾ ਮੇਰੇ ਸੱਦੇ 'ਤੇ ਰਾਜ ਕਰਦਾ ਹੈ।
- ਰੱਬ ਮੇਰੇ ਵਾਤਾਵਰਣ 'ਤੇ ਰਾਜ ਕਰਦਾ ਹੈ।
- ਰੱਬ ਮੇਰੀ ਕੌਮ ਉੱਤੇ ਰਾਜ ਕਰਦਾ ਹੈ।

ਐਲਾਨ ਰਾਹੀਂ ਅਧਿਕਾਰ ਮਜ਼ਬੂਤ ਹੁੰਦਾ ਹੈ।

10 ਮਿੰਟ - ਪਛਤਾਵਾ

ਜਾਂਚ ਕਰੋ:

- ਰਵੱਈਆ
- ਭਾਸ਼ਣ
- ਮਨੋਰਥ
- ਲੁਕਿਆ ਹੋਇਆ ਸਮਝੌਤਾ
- ਅਧਿਆਤਮਿਕ ਆਲਸ

ਖਾਸ ਤੌਰ 'ਤੇ ਇਕਬਾਲ ਕਰੋ।

10 ਮਿੰਟ — ਰਾਜ-ਅਲਾਈਨ ਫ਼ਰਮਾਨ

ਧਰਮ-ਗ੍ਰੰਥ-ਅਧਾਰਤ ਇਕਸਾਰਤਾ ਦਾ ਐਲਾਨ ਕਰੋ:

- ਮੈਂ ਪਵਿੱਤਰਤਾ ਵਿੱਚ ਚੱਲਦਾ ਹਾਂ।

- ਮੈਂ ਅਨੁਸ਼ਾਸਨ ਵਿੱਚ ਰਹਿੰਦਾ ਹਾਂ।
- ਮੈਂ ਵਫ਼ਾਦਾਰੀ ਨਾਲ ਸਹਾਰਦਾ ਹਾਂ।
- ਮੈਂ ਕੰਮ ਪੂਰਾ ਕਰਦਾ ਹਾਂ।
- ਮੈਂ ਪਿੱਛੇ ਹਟਣ ਤੋਂ ਇਨਕਾਰ ਕਰਦਾ ਹਾਂ।

ਸਵਾਰਥੀ ਇੱਛਾਵਾਂ ਨਾ ਰੱਖੋ।

ਧਰਮ ਗ੍ਰੰਥ ਦੇ ਅਨੁਸਾਰ ਚੱਲੋ।

ਅੰਤਿਕਾ ਬੀ

7-ਦਿਨਾਂ ਦੀ ਅਨੁਸ਼ਾਸਨ ਰੀਸੈਟ ਗਾਈਡ

ਲਗਾਤਾਰ ਸੱਤ ਦਿਨਾਂ ਲਈ:

1. ਰੋਜ਼ਾਨਾ ਇੱਕ ਘੰਟਾ ਨਿਰੰਤਰ ਪ੍ਰਾਰਥਨਾ।
2. ਇੱਕ ਇੰਜੀਲ ਪੂਰੀ ਪੜ੍ਹੋ।
3. ਰਾਤ ਦਾ ਇਮਾਨਦਾਰੀ ਆਡਿਟ।
4. ਕੋਈ ਗੱਪਾਂ, ਸ਼ਿਕਾਇਤਾਂ, ਅਤਿਕਥਨੀ ਨਹੀਂ।
5. ਘੱਟੋ-ਘੱਟ ਇੱਕ ਜਾਣਬੁੱਝ ਕੇ ਵਰਤ ਰੱਖਣਾ।
6. ਘਟਾਇਆ ਗਿਆ ਡਿਜੀਟਲ ਸ਼ੋਰ।
7. ਰੋਜ਼ਾਨਾ ਜਵਾਬਦੇਹੀ ਜਾਂਚ।

ਸੱਤ ਦਿਨ ਸੰਵੇਦਨਸ਼ੀਲਤਾ ਨੂੰ ਮੁੜ ਸੁਰਜੀਤ ਕਰੋ।

ਅੰਤਿਕਾ ਸੀ

ਨਿੱਜੀ ਵਫ਼ਾਦਾਰੀ ਇਕਰਾਰਨਾਮਾ ਟੈਂਪਲੇਟ

ਇਸਨੂੰ ਆਪਣੀ ਹੱਥ ਲਿਖਤ ਵਿੱਚ ਲਿਖੋ।

ਨਿੱਜੀ ਵਫ਼ਾਦਾਰੀ ਦਾ ਇਕਰਾਰਨਾਮਾ

ਮੈਂ, ______________________________,

ਯਿਸੂ ਮਸੀਹ ਪ੍ਰਤੀ ਆਪਣੀ ਪੂਰੀ ਅਤੇ ਵਿਸ਼ੇਸ਼ ਵਫ਼ਾਦਾਰੀ ਦਾ ਐਲਾਨ ਕਰਦਾ ਹਾਂ।

ਮੈਂ ਵੰਡੀ ਹੋਈ ਵਫ਼ਾਦਾਰੀ ਦਾ ਤਿਆਗ ਕਰਦਾ ਹਾਂ।

ਮੈਂ ਲੁਕਵੇਂ ਸਮਝੌਤੇ ਨੂੰ ਰੱਦ ਕਰਦਾ ਹਾਂ। ਮੈਂ ਨਿੱਜੀ ਅਤੇ ਜਨਤਕ ਜੀਵਨ ਵਿੱਚ ਪਵਿੱਤਰਤਾ ਲਈ ਵਚਨਬੱਧ ਹਾਂ। ਮੈਂ ਅਨੁਸ਼ਾਸਿਤ ਪ੍ਰਾਰਥਨਾ ਲਈ ਵਚਨਬੱਧ ਹਾਂ। ਮੈਂ ਸਥਾਈ ਵਫ਼ਾਦਾਰੀ ਲਈ ਵਚਨਬੱਧ ਹਾਂ। ਮੈਂ ਆਪਣਾ ਬ੍ਰਹਮ ਕਾਰਜ ਸਵੀਕਾਰ ਕਰਦਾ ਹਾਂ। ਮੈਂ ਪਿੱਛੇ ਹਟਣ ਤੋਂ ਇਨਕਾਰ ਕਰਦਾ ਹਾਂ।

ਮੈਂ ਇਸ ਨੇਮ ਨੂੰ ਪਰਮੇਸ਼ੁਰ ਦੇ ਸਾਹਮਣੇ ਮੋਹਰ ਲਗਾਉਂਦਾ ਹਾਂ।

ਦਸਤਖਤ ਕੀਤੇ: ______________________________

ਮਿਤੀ: ______________________________

ਅੰਤਿਮ ਪਾਦਰੀ ਆਸ਼ੀਰਵਾਦ

ਤੁਹਾਡੀ ਵਫ਼ਾਦਾਰੀ ਅਟੱਲ ਰਹੇ।

ਤੁਹਾਡਾ ਅਨੁਸ਼ਾਸਨ ਇਕਸਾਰ ਰਹੇ। ਤੁਹਾਡੀ ਪਵਿੱਤਰਤਾ ਤੁਹਾਡੇ ਭਵਿੱਖ ਦੀ ਰਾਖੀ ਕਰੇ। ਤੁਹਾਡੀ ਧੀਰਜ ਤੀਬਰਤਾ ਤੋਂ ਵੱਧ ਹੋਵੇ। ਤੁਹਾਡਾ ਕੰਮ ਪੂਰਾ ਹੋਵੇ। ਕੋਈ ਗੋਲੀ, ਕੋਈ ਵਿਸ਼ਵਾਸਘਾਤ, ਕੋਈ ਨਿਰਾਸ਼ਾ, ਕੋਈ ਪਖੰਡ, ਅਤੇ ਵਾਪਸੀ ਦੀ ਕੋਈ ਫੁਸਫੁਸਾਹਟ ਤੁਹਾਨੂੰ ਪਿੱਛੇ ਨਾ ਖਿੱਚੇ।

ਤੁਸੀਂ ਆਪਣੀ ਦੌੜ ਪੂਰੀ ਕਰ ਲਓ।

ਸਵਰਗ ਤੁਹਾਡੇ ਉੱਤੇ ਖੁਸ਼ ਹੋਵੇ।

ਸਿਰਫ਼ ਅੱਗੇ ਭੇਜੋ।

ਸਿਫ਼ਾਰਸ਼ ਕੀਤੀਆਂ ਕਿਤਾਬਾਂ ਅਤੇ ਸਰੋਤ

ਸੀਐਸ ਲੇਵਿਸ (1898-1963) - ਸਿਰਫ਼ ਈਸਾਈਅਤ, ਪੂਰੀ ਤਰ੍ਹਾਂ ਜੀਵਤ: ਇੱਕ ਝਿਜਕਦੇ ਮਨ ਤੋਂ ਇੱਕ ਬਦਲੀ ਹੋਈ ਜ਼ਿੰਦਗੀ ਤੱਕ (ਜੀਵਤ ਪੱਤਰ - 40 ਦਿਨਾਂ ਦੀ ਭਗਤੀ ਲੜੀ | ਕਿਤਾਬ 2)

ਈ-ਕਿਤਾਬ

https://www.amazon.com/Lewis-1898-1963-Mere-Christianity-Fully-ebook/dp/B0GKQ27F9N

ਪੇਪਰਬੈਕ

https://www.amazon.com/Lewis-1898-1963-Mere-Christianity-Fully/dp/B0GM8YMXC3

ਹਾਰਡਕਵਰ

https://www.amazon.com/Lewis-1898-1963-Mere-Christianity-Fully/dp/B0GM8WHXJL

ਹਿਪੋ ਦੀ ਸੇਂਟ ਆਗਸਤੀਨ (354–430 ਈ.)

ਇੱਕ ਬੇਚੈਨ ਦਿਲ ਤੋਂ ਇੱਕ ਲਿਖਤੀ ਜੀਵਨ ਤੱਕ - ਜੀਵਤ ਪੱਤਰ - 40 ਦਿਨਾਂ ਦੀ ਭਗਤੀ ਲੜੀ - 1

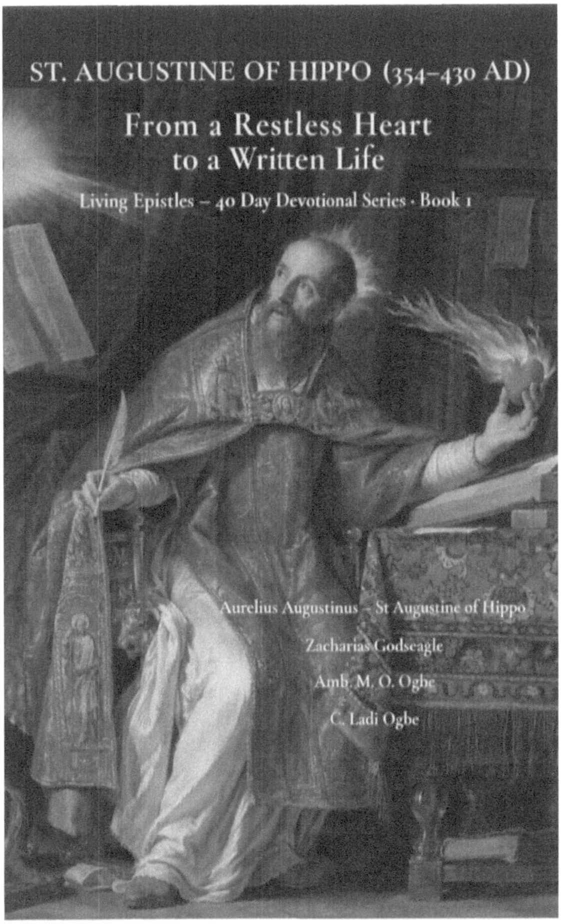

ਐਮਾਜ਼ਾਨ ਈਬੁੱਕ ਲਿੰਕ - https://www.amazon.com/ST-AUGUSTINE-HIPPO-354-430-Devotional-ebook/dp/B0GJN8N9XS

ਐਮਾਜ਼ਾਨ ਪੇਪਰਬੈਕ ਆਰਡਰ ਲਿੰਕ - https://www.amazon.com/St-Augustine-Hippo-354-430-Devotional/dp/B0GJWTVLR6

ਇੰਗ੍ਰਾਮਸਪਾਰਕ ਪੇਪਰਬੈਕ ਲਿੰਕ -

https://shop.ingramspark.com/b/084?params=BZOOW3dj93aGEtBL2Fv1VY8wV1OQvA10dtZRDgk7Z9Z

ਮੈਨੂੰ ਸਕੈਨ ਕਰੋ

ਨਵੀਨੀਕਰਨ 7

7 ਦਿਨਾਂ ਵਿੱਚ ਆਪਣੇ ਘਰ ਦੇ ਦਿਲ ਨੂੰ ਠੀਕ ਕਰੋ

ਨਵੀਨੀਕਰਨ ਲੜੀ - ਪਰਿਵਾਰਕ ਏਕਤਾ ਐਡੀਸ਼ਨ

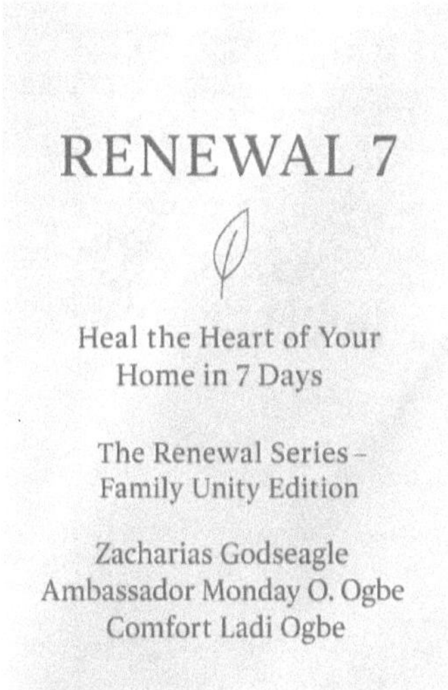

ਬੁੱਕ ਪੇਪਰਬੈਕ ਦਾ ਲਿੰਕ -

https://shop.ingramspark.com/b/084?params=htyfL002e1JzyEpZWkKtaXWF5FJ1jZFOjgiQKEfcbnw

ਐਮਾਜ਼ਾਨ ਪੇਜ ਪੇਪਰਬੈਕ ਦਾ ਲਿੰਕ -

https://www.amazon.com/RENEWAL-Heal-Heart-Your-Renewal/dp/B0GD92153W

ਐਮਾਜ਼ਾਨ ਈਬੁੱਕ ਦਾ ਲਿੰਕ -

https://www.amazon.com/RENEWAL-Heal-Heart-Your-Renewal-ebook/dp/B0G91BMFND

ਮੈਨੂੰ ਸਕੈਨ ਕਰੋ -

ਨਵੀਨੀਕਰਨ 7: 7 ਦਿਨਾਂ ਵਿੱਚ ਆਪਣੇ ਘਰ ਦੇ ਦਿਲ ਨੂੰ ਠੀਕ ਕਰੋ

ਨਵੀਨੀਕਰਨ ਲੜੀ— ਪਰਿਵਾਰਕ ਏਕਤਾ ਐਡੀਸ਼ਨ

ਪੇਪਰਬੈਕ ਦਾ ਲਿੰਕ -

https://shop.ingramspark.com/b/084?params=nSEElv9oUsItOu5akVZlg4ycGbbmvlBOtSiqeOZr5yQ

ਐਮਾਜ਼ਾਨ ਪੇਪਰਬੈਕ ਦਾ ਲਿੰਕ -

https://www.amazon.com/RENEWAL-MARRIAGE-Heart-Marriage-Renewal/dp/B0GDC1YZJ7

ਈਬੁੱਕ ਦਾ ਲਿੰਕ - https://www.amazon.com/RENEWAL-MARRIAGE-Heart-Marriage-Renewal-ebook/dp/B0G6JXJWJL

ਦਿਲ ਦਾ ਤਖਤ - 12 ਲੜਾਈਆਂ ਸਾਨੂੰ ਜਿੱਤਣੀਆਂ ਹੀ ਚਾਹੀਦੀਆਂ ਹਨ

ਐਮਾਜ਼ਾਨ ਈਬੁੱਕ - https://www.amazon.com/THRONE-HEART-COVETOUSNESS-Counterfeit-CONTENTMENT-ebook/dp/B0G4SPFRY7

ਐਮਾਜ਼ਾਨ ਪੇਪਰਬੈਕ -

https://www.amazon.com/THRONE-HEART-COVETOUSNESS-Counterfeit-CONTENTMENT/dp/B0G4TKW1ND

ਇੰਗਰਾਮਸਪਾਰਕ ਤੋਂ ਪੇਪਰਬੈਕ -

https://shop.ingramspark.com/b/084?params=a75LJXtvvI63VnzeQPleQTkAJWfu8CPQV6l5Oe31D80

ਜ਼ਕਰੀਆਸ ਗੌਡਸੀਗਲ ਦੁਆਰਾ 4 ਇਨ 1 ਉਪਦੇਸ਼ ਆਡੀਓ ਲਿੰਕ ਦੇ ਨਾਲ –

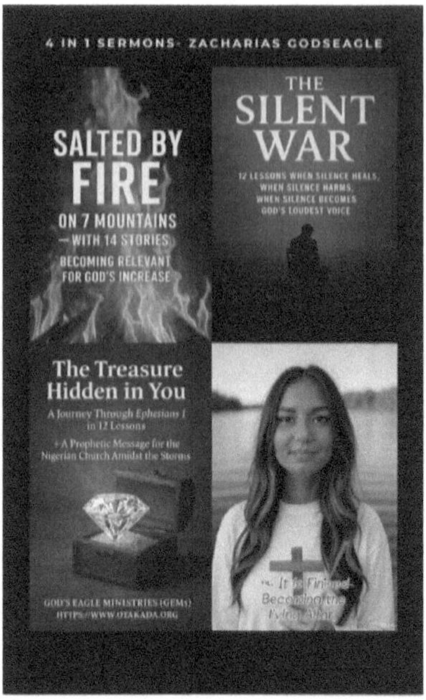

ਐਮਾਜ਼ਾਨ ਈਬੁੱਕ ਲਿੰਕ - https://www.amazon.com/Sermons-Zacharias-Godseagle-Audio-links-ebook/dp/B0G4XCH4TW

ਐਮਾਜ਼ਾਨ ਪੇਪਰਬੈਕ - https://www.amazon.com/Sermons-Zacharias-Godseagle-Audio-links/dp/B0G4TK4XGT

ਪੇਪਰਬੈਕ ਇੰਗ੍ਰਾਮ ਸਪਾਰਕ ਲਿੰਕ - https://shop.ingramspark.com/b/084?params=nK2JERskkbhdAOSNseTUNRhaCFqUPZuhB4uYfqrXvGb

ਈ-ਕਿਤਾਬ - https://www.amazon.com/Logos-Protocol-Awakening-artificial-intelligence-ebook/dp/B0FXNQFSWZ

ਪੇਪਰਬੈਕ - https://www.amazon.com/Logos-Protocol-Awakening-artificial-intelligence/dp/B0FXNGR66D

ਹਾਰਡਬੈਕ - https://www.amazon.com/Logos-Protocol-Awakening-artificial-intelligence/dp/B0FZNTQR6Y

ਪੇਪਰਬੈਕ ਇੰਗਰਾਮਸਪਾਰਕ -

https://shop.ingramspark.com/b/084?params=QkK4aNYTYO9U5z9uOkdHgc7Ue1eGDLqbb1tz9WRPaSk

ਛੁਟਕਾਰਾ ਕਿਉਂ ਅਸਫਲ ਹੁੰਦਾ ਹੈ - ਅਤੇ ਪਰਮਾਤਮਾ ਦੀ ਅੱਗ ਆਤਮਾ ਨੂੰ ਕਿਵੇਂ ਬਹਾਲ ਕਰਦੀ ਹੈ: ਸਰਵ-ਪੱਖੀ ਮੁਕਤੀ ਲਈ 40 ਰੋਜ਼ਾਨਾ ਘੋਸ਼ਣਾਵਾਂ

ਈ-ਬੁੱਕ - https://www.amazon.com/Why-Deliverance-Fails-Declarations-All-Round-ebook/dp/B0FW74L4G4

ਪੇਪਰਬੈਕ - https://www.amazon.com/Why-Deliverance-Fails-Declarations-All-Round/dp/B0FWB3LXRM

ਬਚਾਇਆ ਗਿਆ ਪਰ ਗੁਆਚ ਗਿਆ - ਚੇਲੇ ਨਾ ਹੋਣ ਕਰਕੇ ਬਦਲਿਆ ਗਿਆ - 25 ਭਾਸ਼ਾਵਾਂ ਵਿੱਚ ਅਨੁਵਾਦ ਕੀਤਾ ਗਿਆ

ਪੇਪਰਬੈਕ

https://shop.ingramspark.com/b/084?params=iYNB6S3PLMfREpm0jMM15bMe3BvWlkjcYyLYnHVGAads

ਈ-ਕਿਤਾਬ - https://www.amazon.com/SAVED-BUT-LOST-UNDISCIPLED-heartbreak-ebook/dp/B0FVJ29DF7

7 ਦਿਨ ਦੀ ਅਧਿਆਤਮਿਕ ਜੰਗ ਅਤੇ ਰਿਕਵਰੀ - ਇਹ ਭਾਗ 1 ਹੈ

ਦੁਸ਼ਮਣ ਨੂੰ ਬੰਨ੍ਹਣਾ, ਤੀਰਾਂ ਨੂੰ ਸੱਤ ਗੁਣਾ ਮੋੜਨਾ, ਅਤੇ ਆਪਣੀ ਕਿਸਮਤ ਨੂੰ ਬਹਾਲ ਕਰਨਾ

https://shop.ingramspark.com/b/084?params=8mPzqUl73Ex7uPyeO7ydyt8EGkkB6u2gX1jZvWU8j1C

ਈ-ਬੁੱਕ ਲਿੰਕ - https://www.amazon.com/DAYS-SPIRITUAL-WARFARE-RECOVERY-Returning-ebook/dp/B0FMPJM5KZ

7 ਦਿਨ ਅਧਿਆਤਮਿਕ ਯੁੱਧ ਅਤੇ ਰਿਕਵਰੀ - ਭਾਗ 2 - ਜਿੱਤ 'ਤੇ ਮੋਹਰ ਲਗਾਉਣਾ, ਘਰੇਲੂ ਬੁਰਾਈ ਨੂੰ ਤੋੜਨਾ, ਅਤੇ ਆਪਣੀ ਬਹਾਲ ਕਿਸਮਤ ਨੂੰ ਸੁਰੱਖਿਅਤ ਰੱਖਣਾ

ਪੇਪਰਬੈਕ -

https://shop.ingramspark.com/b/084?params=LkpNmGSsApHhWhiSO7bW3wFmcXQKIO4ZEBeSbP5rL1S

ਈ-ਕਿਤਾਬ - https://www.amazon.com/DAYS-SPIRITUAL-WARFARE-RECOVERY-Wickedness-ebook/dp/B0FR9YCMY8

ਹਨੇਰੇ ਤੋਂ ਹਕੂਮਤ ਤੱਕ: ਹਨੇਰੇ ਦੀ ਲੁਕਵੀਂ ਪਕੜ ਤੋਂ ਮੁਕਤ ਹੋਣ ਲਈ 40 ਦਿਨ

–

ਜਾਗਰੂਕਤਾ, ਮੁਕਤੀ ਅਤੇ ਸ਼ਕਤੀ ਦੀ ਇੱਕ ਵਿਸ਼ਵਵਿਆਪੀ ਸ਼ਰਧਾ - ਵਿਅਕਤੀਆਂ, ਪਰਿਵਾਰਾਂ ਅਤੇ ਆਜ਼ਾਦੀ ਲਈ ਤਿਆਰ ਦੇਸ਼ਾਂ ਲਈ

ਪੇਪਰਬੈਕ

https://shop.ingramspark.com/b/084?params=aVgp21QfwJxNANkfMxIQ0yejuFCVY12KFr978SRkZUD

ਐਮਾਜ਼ਾਨ ਲਿੰਕ - https://www.amazon.com/DARKNESS-DOMINION-Devotional-Awareness-Deliverance-ebook/dp/B0FLDH2Y67

- ***ਡਿਲੀਵਰਡ ਫਰਾਮ ਦ ਪਾਵਰ ਆਫ਼ ਡਾਰਕਨੇਸ*** (ਪੇਪਰਬੈਕ)
  — ਇੱਥੋਂ ਖਰੀਦੋ | ਐਮਾਜ਼ਾਨ 'ਤੇ ਈ-ਕਿਤਾਬ

  - **ਸੰਯੁਕਤ ਰਾਜ ਅਮਰੀਕਾ ਤੋਂ ਪ੍ਰਮੁੱਖ ਸਮੀਖਿਆਵਾਂ:**
    - **ਕਿੰਡਲ ਗਾਹਕ** : "ਹੁਣ ਤੱਕ ਦਾ ਸਭ ਤੋਂ ਵਧੀਆ ਈਸਾਈ ਪੜ੍ਹਿਆ ਗਿਆ!" (5 ਸਿਤਾਰੇ)

ਹਰ ਕਿਸੇ ਨੂੰ ਇਹ ਕਿਤਾਬ ਪੜ੍ਹਨ ਦੀ ਸਿਫਾਰਸ਼ ਕਰਾਂਗਾ ... ਕਿਉਂਕਿ ਪਾਪ ਦੀ ਮਜ਼ਦੂਰੀ ਮੌਤ ਹੈ ਪਰ ਪਰਮਾਤਮਾ ਦੀ ਦਾਤ ਸਦੀਵੀ ਜੀਵਨ ਹੈ। ਸ਼ਾਲੋਮ! ਸ਼ਾਲੋਮ!

- **ਡਾ ਗਸਟਰ** : "ਇਹ ਇੱਕ ਬਹੁਤ ਹੀ ਦਿਲਚਸਪ ਅਤੇ ਅਜੀਬ ਕਿਤਾਬ ਹੈ।" (5 ਸਿਤਾਰੇ)

ਜੇਕਰ ਕਿਤਾਬ ਵਿੱਚ ਜੋ ਕਿਹਾ ਗਿਆ ਹੈ ਉਹ ਸੱਚ ਹੈ ਤਾਂ ਅਸੀਂ ਸੱਚਮੁੱਚ ਉਸ ਤੋਂ ਬਹੁਤ ਪਿੱਛੇ ਹਾਂ ਜੋ ਦੁਸ਼ਮਣ ਕਰਨ ਦੇ ਸਮਰੱਥ ਹੈ! ...

ਅਧਿਆਤਮਿਕ ਯੁੱਧ ਬਾਰੇ ਸਿੱਖਣ ਦੀ ਇੱਛਾ ਰੱਖਣ ਵਾਲੇ ਕਿਸੇ ਵੀ ਵਿਅਕਤੀ ਲਈ ਇਹ ਜ਼ਰੂਰੀ ਹੈ।

- **ਵੀਜ਼ਾ** : "ਇਹ ਕਿਤਾਬ ਬਹੁਤ ਪਸੰਦ ਹੈ" (5 ਸਟਾਰ)

ਇਹ ਅੱਖਾਂ ਖੋਲ੍ਹਣ ਵਾਲਾ ਹੈ... ਇੱਕ ਸੱਚਾ ਇਕਬਾਲ... ਹਾਲ ਹੀ ਵਿੱਚ ਮੈਂ ਇਸਨੂੰ ਖਰੀਦਣ ਲਈ ਹਰ ਜਗ੍ਹਾ ਲੱਭ ਰਿਹਾ ਹਾਂ। ਇਸਨੂੰ ਐਮਾਜ਼ਾਨ ਤੋਂ ਪ੍ਰਾਪਤ ਕਰਕੇ ਬਹੁਤ ਖੁਸ਼ੀ ਹੋਈ।

- **ਫਰੈਂਕਜੇਐਮ** : "ਬਿਲਕੁਲ ਵੱਖਰਾ" (4 ਸਟਾਰ)

ਇਹ ਕਿਤਾਬ ਮੈਨੂੰ ਯਾਦ ਦਿਵਾਉਂਦੀ ਹੈ ਕਿ ਅਸਲ ਅਧਿਆਤਮਿਕ ਯੁੱਧ ਕਿੰਨਾ ਹੈ। ਇਹ "ਪਰਮੇਸ਼ੁਰ ਦੇ ਪੂਰੇ ਸ਼ਸਤਰ" ਪਹਿਨਣ ਦੇ ਕਾਰਨ ਨੂੰ ਵੀ ਯਾਦ ਕਰਾਉਂਦੀ ਹੈ।

- **ਜੇਨਜੇਨ** : "ਹਰ ਕੋਈ ਜੋ ਸਵਰਗ ਜਾਣਾ ਚਾਹੁੰਦਾ ਹੈ - ਇਹ ਪੜ੍ਹੋ!" (5 ਸਟਾਰ)

ਇਸ ਕਿਤਾਬ ਨੇ ਮੇਰੀ ਜ਼ਿੰਦਗੀ ਨੂੰ ਬਹੁਤ ਬਦਲ ਦਿੱਤਾ। ਜੌਨ ਰੈਮੀਰੇਜ਼ ਦੀ ਗਵਾਹੀ ਦੇ ਨਾਲ, ਇਹ ਤੁਹਾਨੂੰ ਆਪਣੇ ਵਿਸ਼ਵਾਸ ਨੂੰ ਵੱਖਰੇ ਢੰਗ ਨਾਲ ਦੇਖਣ ਲਈ ਮਜਬੂਰ ਕਰੇਗੀ। ਮੈਂ ਇਸਨੂੰ 6 ਵਾਰ ਪੜ੍ਹਿਆ ਹੈ!

- *ਐਕਸ-ਸ਼ੈਤਾਨਿਸਟ: ਦ ਜੇਮਜ਼ ਐਕਸਚੇਂਜ* (ਪੇਪਰਬੈਕ) — ਇੱਥੋਂ ਖਰੀਦੋ | ਐਮਾਜ਼ਾਨ 'ਤੇ ਈ-ਕਿਤਾਬ

- ***ਇੱਕ ਅਫ਼ਰੀਕੀ ਸਾਬਕਾ ਸ਼ੈਤਾਨੀ ਦੀ ਗਵਾਹੀ*** - *ਪਾਦਰੀ ਜੋਨਸ ਲੁਕੂੰਟੂ ਐਮਪਾਲਾ* (ਪੇਪਰਬੈਕ) — ਇੱਥੋਂ ਖਰੀਦੋ | ਐਮਾਜ਼ਾਨ 'ਤੇ ਈ-ਕਿਤਾਬ

- ***ਗ੍ਰੇਟਰ ਐਕਸਪਲੋਇਟਸ 14*** (ਪੇਪਰਬੈਕ) — ਇੱਥੋਂ ਖਰੀਦੋ | ਐਮਾਜ਼ਾਨ 'ਤੇ ਈ-ਕਿਤਾਬ

- ਜੌਨ ਰਮੀਰੇਜ਼ ਦੁਆਰਾ *ਆਊਟ ਆਫ਼ ਦ ਡੇਵਿਲਜ਼ ਕੜਾਹੀ* — ਐਮਾਜ਼ਾਨ 'ਤੇ ਉਪਲਬਧ
- *ਉਹ ਕੈਦੀਆਂ ਨੂੰ ਆਜ਼ਾਦ ਕਰਨ ਆਇਆ ਸੀ* - ਰੇਬੇਕਾ ਬ੍ਰਾਊਨ ਦੁਆਰਾ - ਐਮਾਜ਼ਾਨ 'ਤੇ ਲੱਭੋ

ਲੇਖਕ ਦੁਆਰਾ ਪ੍ਰਕਾਸ਼ਿਤ ਹੋਰ ਕਿਤਾਬਾਂ - 1000 ਤੋਂ ਵੱਧ ਸਿਰਲੇਖ

ਪਿਆਰਾ, ਚੁਣਿਆ ਅਤੇ ਪੂਰਾ : ਅਸਵੀਕਾਰ ਤੋਂ ਬਹਾਲੀ ਤੱਕ ਦਾ 30-ਦਿਨਾਂ ਦਾ ਸਫ਼ਰ ਦੁਨੀਆ ਦੀਆਂ 40 ਭਾਸ਼ਾਵਾਂ ਵਿੱਚ ਅਨੁਵਾਦ ਕੀਤਾ ਗਿਆ

https://www.amazon.com/Loved-Chosen-Whole-Rejection-Restoration-ebook/dp/B0F9VSD8WL

https://shop.ingramspark.com/b/084?params=xga0WR16muFUwCoeMUBHQ6HwYjddLGpugQHb3DVa5hE

Loved, Chosen and Whole
A 30-Day Journey from Rejection to Restoration
Zacharias Godseagle; Ambassador Monday O. Ogbe; Comfort Ladi Ogbe

ਉਸਦੇ ਕਦਮਾਂ ਵਿੱਚ - ਇੱਕ 40-ਦਿਨਾਂ WWJD ਚੁਣੌਤੀ: ਦੁਨੀਆਂ ਭਰ ਦੀਆਂ ਅਸਲ ਕਹਾਣੀਆਂ ਵਿੱਚ ਯਿਸੂ ਵਾਂਗ ਜੀਉਣਾ

https://www.amazon.com/His-Steps-Challenge-Real-Life-Stories-ebook/dp/B0FCYTL5MG

https://shop.ingramspark.com/b/084?params=DuNTWS59IbkvSKtGFbCbEFdv3Zg0FaITUEvlK49yLzB

ਯਿਸੂ ਦਰਵਾਜ਼ੇ ਤੇ:

40 ਦਿਲ ਦਹਿਲਾ ਦੇਣ ਵਾਲੀਆਂ ਕਹਾਣੀਆਂ ਅਤੇ ਅੱਜ ਦੇ ਚਰਚਾਂ ਲਈ

ਸਵਰਗ ਦੀ ਆਖਰੀ ਚੇਤਾਵਨੀ

https://www.amazon.com/dp/B0FDX31L9F

https://shop.ingramspark.com/b/084?params=TpdA5j8WPvw83glJ12N1B3nf8LQte2a1lIEy32bHcGg

ਨੇਮ ਜੀਵਨ: ਬਿਵਸਥਾ ਸਾਰ 28 ਦੀ ਬਰਕਤ ਵਿੱਚ ਚੱਲਣ ਦੇ 40 ਦਿਨ

- https://www.amazon.com/dp/B0FFJCLDB5

ਅਸਲੀ ਲੋਕਾਂ, ਅਸਲੀ ਆਗਿਆਕਾਰੀ, ਅਤੇ ਅਸਲੀ ਤੋਂ ਕਹਾਣੀਆਂ

https://shop.ingramspark.com/b/084?params=bH3pzfz1zdCOLpbs7tZYJNYgGcYfU32VMz3J3a4e2Qt

20 ਤੋਂ ਵੱਧ ਭਾਸ਼ਾਵਾਂ ਵਿੱਚ ਪਰਿਵਰਤਨ

ਉਸਨੂੰ ਜਾਣਨਾ ਅਤੇ ਉਸਨੂੰ ਜਾਣਨਾ:
ਇਲਾਜ, ਸਮਝ ਅਤੇ ਸਥਾਈ ਪਿਆਰ ਦੇ 40 ਦਿਨ

https://www.amazon.com/KNOWING-HER-HIM-Healing-Understanding-ebook/dp/B0FGC4V3D9

https://shop.ingramspark.com/b/084?params=vC6KC LoI7Nnum24BVmBtSme9i6k59p3oynaZOY4B9Rd

ਪੂਰਾ ਕਰੋ, ਮੁਕਾਬਲਾ ਨਹੀਂ:

ਉਦੇਸ਼, ਏਕਤਾ ਅਤੇ ਸਹਿਯੋਗ ਲਈ 40 ਦਿਨਾਂ ਦੀ ਯਾਤਰਾ

https://shop.ingramspark.com/b/084?params=5E4v1tHgeTqOOuEtfTYUzZDzLyXLee30cqYo0Ov9941

https://www.amazon.com/COMPLETE-NOT-COMPETE-Journey-Collaboration-ebook/dp/B0FGGL1XSQ/

ਬ੍ਰਹਮ ਸਿਹਤ ਨਿਯਮਾਵਲੀ - ਪਰਮਾਤਮਾ ਦੇ ਬਚਨ ਅਤੇ ਸ੍ਰਿਸ਼ਟੀ ਦੁਆਰਾ ਇਲਾਜ ਨੂੰ ਸਰਗਰਮ ਕਰਨ ਲਈ 40 ਰੋਜ਼ਾਨਾ ਕੁੰਜੀਆਂ ਪੌਦਿਆਂ, ਪ੍ਰਾਰਥਨਾ ਅਤੇ ਭਵਿੱਖਬਾਣੀ ਕਿਰਿਆ ਦੀ ਇਲਾਜ ਸ਼ਕਤੀ ਨੂੰ ਅਨਲੌਕ ਕਰੋ।

https://shop.ingramspark.com/b/084?params=xkZMrYcEHnrJDhe1wuHHYixZDViiArCeJ6PbNMTbTux

https://www.amazon.com/dp/B0FHJT42TK

https://www.amazon.com/stores/Ambassador-Monday-O.-Ogbe/author/B07MSBPFNX 'ਤੇ ਮਿਲ ਸਕਦੀਆਂ ਹਨ।

www.ingramcontent.com/pod-product-compliance
Lightning Source LLC
LaVergne TN
LVHW090226051026
849517LV00001B/193